ಕತ್ತಲೆ ಮನೋವಿಜ್ಞಾನ ರಹಸ್ಯಗಳು ಮತ್ತು ಕುತಂತ್ರಗಾರಿಕೆ

ದುರುಳರಿಂದ ನಿಮ್ಮನ್ನು ರಕ್ಷಿಸಿಕೊಳ್ಳಿ, ವಂಚನೆಯನ್ನು ಪತ್ತೆಹಚ್ಚಿ, ಮೆದುಳು ತೊಳೆಯುವಿಕೆ ಮತ್ತು ಕುತಂತ್ರವನ್ನು ಗುರುತಿಸಿ. ಯಶಸ್ವಿ ಜೀವನಕ್ಕಾಗಿ ಗುಪ್ತ ಕುತಂತ್ರ ತಂತ್ರಗಳು, ಮನವೊಲಿಸುವ ಕಲೆ, ಸ್ವಯಂ-ಮೋಹಿನಿ ವಿದ್ಯೆ ಮತ್ತು ಮನಸ್ಸಿನ ನಿಯಂತ್ರಣವನ್ನು ಕಲಿಯಿರಿ.

ಆಮಿ ಬ್ರೌನ್

ಫಾರೋಸ್ ಬುಕ್ಸ್

HB ISBN: 978-93-75720-04-1
PB ISBN: 978-93-75720-06-5
eISBN: 978-93-75720-07-2

ಪ್ರಕಾಶಕರು: ಫಾರೋಸ್ ಬುಕ್ಸ್ (ಪಿ) ಲಿಮಿಟೆಡ್.
ನಿವೇಶನ ಸಂಖ್ಯೆ-63, 1ನೇ ಮಹಡಿ, ಮುಖ್ಯ ಮದರ್ ಡೈರಿ ರಸ್ತೆ
ಪಾಂಡವ ನಗರ, ಪೂರ್ವ ದೆಹಲಿ-110092
ದೂರವಾಣಿ: 011-40395855
ವಾಟ್ಸಾಪ್: +91 9319228272
ಮಿಂಚಂಚೆ: bookspharos@gmail.com
ಜಾಲತಾಣ: www.pharosbooks.in

5ನೇ ಆವೃತ್ತಿ: 2026

ಮುದ್ರಣ: ಮಣಿಪಾಲ್ ಅಂಡ್ ಟೆಕ್ನಾಲಜೀಸ್ ಮಣಿಪಾಲ್

ಕತ್ತಲೆ ಮನೋವಿಜ್ಞಾನ: ರಹಸ್ಯಗಳು ಮತ್ತು ಕುತಂತ್ರ
ಆಮಿ ಬ್ರೌನ್

ಪೀಠಿಕೆ

ಕಪ್ಪು ಮನೋವಿಜ್ಞಾನದ ರಹಸ್ಯಗಳು ಮತ್ತು ಕುತಂತ್ರಗಳು: ಎಂಬ ಪೂರ್ಣ ಮಾರ್ಗದರ್ಶಿಯನ್ನು ಖರೀದಿಸಿದ್ದಕ್ಕಾಗಿ ಅಭಿನಂದನೆಗಳು ಮತ್ತು ಧನ್ಯವಾದಗಳು. ಈ ಪುಸ್ತಕವು ಎನ್. ಎಲ್. ಪಿ, ಕುತಂತ್ರ ಮತ್ತು ಮನವೊಲಿಸುವ ವಿಧಾನಗಳ ಮೂಲಕ ಜನರನ್ನು ಅರ್ಥಮಾಡಿಕೊಳ್ಳುವ ಮತ್ತು ಅವರ ಮನಸ್ಸಿನ ಮೇಲೆ ನಿಯಂತ್ರಣ ಸಾಧಿಸುವ ಕಲೆಯ ಬಗ್ಗೆ ವಿವರಿಸುತ್ತದೆ.

ಅತ್ಯುನ್ನತ ಸ್ಥಾನದಲ್ಲಿರುವ ವ್ಯಕ್ತಿಗಳು ಆ ಮಟ್ಟಕ್ಕೆ ಹೇಗೆ ತಲುಪಿರಬಹುದು ಎಂದು ನೀವು ಎಂದಾದರೂ ಯೋಚಿಸಿದ್ದೀರಾ? ಇನ್ನು ಮುಂದೆ ಆ ಬಗ್ಗೆ ಚಿಂತಿಸುವ ಅಗತ್ಯವಿಲ್ಲ, ಏಕೆಂದರೆ ಈ ಪುಟಗಳಲ್ಲಿ ಯಶಸ್ವಿ ವ್ಯಕ್ತಿಗಳು ಏಣಿಯ ತುದಿಗೇರಲು ಬಳಸುವ ರಹಸ್ಯಗಳನ್ನು ನಾವು ವಿವರಿಸಿದ್ದೇವೆ. ಡಾರ್ಕ್ ಸೈಕಾಲಜಿ ಎಂಬುದು ಮನೋವಿಜ್ಞಾನದ ಒಂದು ನಿಗೂಢ ವಿಭಾಗವಾಗಿದ್ದು, ಇದು ಮಾನವನ ಮನಸ್ಸನ್ನು ನಮ್ಮ ಅನುಕೂಲಕ್ಕೆ ತಕ್ಕಂತೆ ಓದಲು ಮತ್ತು ರೂಪಿಸಲು ಬಳಸುವ ಅಧ್ಯಯನವಾಗಿದೆ.

ಮನಸ್ಸನ್ನು ಓದುವುದು ಮತ್ತು ನಿಯಂತ್ರಿಸುವುದು ಕಲ್ಪನೆಯಲ್ಲ; ಈ ಪುಸ್ತಕದಲ್ಲಿ ಕಲಿಸಲಾದ ವಿಧಾನಗಳನ್ನು ನೀವು ಬಳಸಿದರೆ ಅವುಗಳನ್ನು ಸಾಧಿಸಬಹುದು. ಇಂದಿನ ಸ್ಪರ್ಧಾತ್ಮಕ ಜಗತ್ತಿನಲ್ಲಿ ಕೇವಲ ಬದುಕುಳಿಯುವುದು ಮಾತ್ರವಲ್ಲದೆ ಯಶಸ್ವಿಯಾಗಲು ಬೇಕಾದ ನಿಷೇಧಿತ ಜ್ಞಾನವನ್ನು ಕಲಿಯಲು ಮುಂದೆ ಓದಿ.

ಈ ಪುಸ್ತಕದಲ್ಲಿ ಕತ್ತಲೆ ಮನೋವಿಜ್ಞಾನ ಎಲ್ಲಾ ಅನ್ವಯಿಕೆಗಳು, ಅಂದರೆ ಮನಸ್ಸನ್ನು ಓದುವುದು, ನಿಯಂತ್ರಿಸುವುದು ಮತ್ತು ಕ್ರಿಯೆಗಳನ್ನು ಬದಲಾಯಿಸುವುದು ಸೇರಿದಂತೆ ನಿಮಗೆ ಬೇಕಾದ ಪ್ರತಿಯೊಂದು ಮಾಹಿತಿಯೂ ಇದೆ. ಇತರರಿಗೆ ತಿಳಿಯದಂತೆ ಅವರನ್ನು ವಂಚಿಸುವುದು ಹೇಗೆ, ಇತರ ಕುತಂತ್ರಿಗಳಿಂದ ನಿಮ್ಮನ್ನು ರಕ್ಷಿಸಿಕೊಳ್ಳುವುದು ಹೇಗೆ ಮತ್ತು ಈ ತಂತ್ರಗಳನ್ನು ಕಚೇರಿಯಂತಹ ನೈಜ ಪರಿಸರದಲ್ಲಿ ಹೇಗೆ ಬಳಸುವುದು ಎಂಬುದನ್ನು ಸಹ ನೀವು ಕಲಿಯುವಿರಿ.

ಮನೋವಿಜ್ಞಾನದ ಕರಾಳ ಮುಖವನ್ನು ಕಲಿಯುವುದು ಈಗ ಎಂದಿಗಿಂತಲೂ ಸುಲಭವಾಗಿದೆ. ಈ ಅಧ್ಯಾಯಗಳು ವಿವರವಾಗಿದ್ದರೂ ಸಂಕ್ಷಿಪ್ತವಾಗಿವೆ ಮತ್ತು ನೀವು ಮಾಡುವ ಪ್ರತಿಯೊಂದರಲ್ಲೂ ಅತ್ಯುತ್ತಮವಾಗಿರಲು ಬೇಕಾದ ಅನುಭವದಿಂದ ತುಂಬಿವೆ. ನೀವು ಕಚೇರಿಯಲ್ಲಿ, ಸಮುದಾಯದಲ್ಲಿ ಅಥವಾ ಕಲಾ ಕ್ಷೇತ್ರದಲ್ಲಿ ಕೆಲಸ ಮಾಡುತ್ತಿರಲಿ, ಇದು...

ಅದರಿಂದೇನೂ ತೊಂದರೆಯಿಲ್ಲ. ಈ ನಿಗೂಢ ಮನೋವಿಜ್ಞಾನದಲ್ಲಿ, ನಮ್ಮಿಬ್ಬರ ಜೀವನವನ್ನು ಹಗುರಗೊಳಿಸುವಂತಹ ಹಲವು ಅನುಭವಗಳು ನಮಗೆ ಲಭ್ಯವಿವೆ.

ಇಲ್ಲಿಂದ ಮುಂದೆ, ನೀವು ಓದುತ್ತಾ ಸಾಗಿದರೆ ಸಾಕು; ಇನ್ನೊಬ್ಬರ ಇಚ್ಛಾಶಕ್ತಿಯನ್ನು ನಿಮ್ಮ ಅನುಕೂಲಕ್ಕೆ ತಕ್ಕಂತೆ ಬಗ್ಗಿಸಲು ಬೇಕಾದ ಪ್ರತಿಯೊಂದು ಸಾಧನವೂ ನಿಮ್ಮ ಕೈವಶವಾಗುತ್ತದೆ. ಮಾರುಕಟ್ಟೆಯಲ್ಲಿ ಈ ವಿಷಯದ ಬಗ್ಗೆ ಸಾಕಷ್ಟು ಪುಸ್ತಕಗಳಿವೆ; ಆದರೂ ಈ ಪುಸ್ತಕವನ್ನು ಆರಿಸಿಕೊಂಡಿದ್ದಕ್ಕಾಗಿ ನಿಮಗೆ ಮತ್ತೊಮ್ಮೆ ಧನ್ಯವಾದಗಳು! ಸಾಧ್ಯವಾದಷ್ಟು ಮೌಲ್ಯಯುತವಾದ ಜ್ಞಾನವನ್ನು ಹೇರಳವಾಗಿ ನೀಡಲು ಪ್ರತಿಯೊಂದು ಪ್ರಯತ್ನವನ್ನು ಮಾಡಲಾಗಿದೆ. ಆನಂದಿಸಿ!

ವಿಷಯ ಸೂಚಿ

ಅಧ್ಯಾಯ ಒಂದು

ಕತ್ತಲೆ ಮನೋವಿಜ್ಞಾನ ಎಂದರೇನು?

ಸಾಮಾಜಿಕ ಸಂಬಂಧಗಳು, ವಂಶವಾಹಿಗಳು ಅಥವಾ ಕೇವಲ ಅದೃಷ್ಟದ ಕಾರಣದಿಂದಾಗಿ ಕೆಲವು ವ್ಯಕ್ತಿಗಳು ಇತರರಿಗಿಂತ ಜೀವನದಲ್ಲಿ ಉತ್ತಮವಾಗಿ ಕಾರ್ಯನಿರ್ವಹಿಸುತ್ತಾರೆ ಎಂದು ನಂಬುವುದು ಸಹಜ. ಆದರೆ ವಾಸ್ತವವೆಂದರೆ, ಮಾನವನ ಮನಸ್ಸನ್ನು ಹೇಗೆ ಬಳಸಿಕೊಳ್ಳಬಹುದು ಎಂಬುದು ಅವರಿಗೆ ತಿಳಿದಿದೆ ಅಷ್ಟೆ. ಅವರು ಅದನ್ನು ಸ್ನೇಹಿತರಿಂದ ಕಲಿತಿರಲಿ, ಕಾದಂಬರಿಯಲ್ಲಿ ಓದಿರಲಿ ಅಥವಾ ಸಹಜ ಪ್ರವೃತ್ತಿಯಿಂದ ಅರಿತುಕೊಂಡಿರಲಿ, ಅವರ ಜೀವನದ ಎಲ್ಲಾ ಸಾಧನೆಗಳ ಹಿಂದಿನ ರಹಸ್ಯವೇ ಈ ಕರಾಳ ಮನೋವಿಜ್ಞಾನ.

ನಿಮಗೂ ಮತ್ತು ಅವರಿಗೂ ಇರುವ ವ್ಯತ್ಯಾಸವೆಂದರೆ ಕೇವಲ ಈ ವಿಷಯದ ಬಗ್ಗೆ ಇರುವ ಅರಿವು ಮಾತ್ರ. ಅವರು ನಿಮಗೆ ತಿಳಿಯಬಾರದು ಎಂದು ಬಯಸುವ ಮನೋವಿಜ್ಞಾನದ ಆಳವಾದ ವಿಚಾರಗಳನ್ನು ಈ ಅಧ್ಯಾಯದಲ್ಲಿ ಅನ್ವೇಷಿಸಲಾಗಿದೆ. ನಿಮ್ಮ ಭವಿಷ್ಯವನ್ನು ಶಾಶ್ವತವಾಗಿ ಉತ್ತಮಗೊಳಿಸಲು ಈ ಮನೋವಿಜ್ಞಾನದ ರಹಸ್ಯಗಳನ್ನು ಕಂಡುಹಿಡಿಯುವುದು ಮುಖ್ಯವಾಗಿದೆ. ಇದನ್ನು ಒಪ್ಪಿಕೊಳ್ಳಲು ಅನೇಕರು ಇಷ್ಟಪಡುವುದಿಲ್ಲ, ಆದರೆ ವಾಸ್ತವವಾಗಿ ಕೆಲವು ಜನರು ಹೆಚ್ಚು ಯಶಸ್ವಿಯಾಗಲು ಕೇವಲ ಅದೃಷ್ಟ, ವಂಶವಾಹಿಗಳು ಅಥವಾ ಪಿತ್ರಾರ್ಜಿತ ಆಸ್ತಿ ಕಾರಣವಲ್ಲ. ಹಾಗಲ್ಲದಿದ್ದರೆ, ಶ್ರೀಮಂತ ಕುಟುಂಬದಲ್ಲಿ ಹುಟ್ಟಿದವರಷ್ಟೇ ಸಮಾನವಾಗಿ ಬೆಳೆದು ಸಾಧನೆ ಮಾಡಿದ ಇತರ ವ್ಯಕ್ತಿಗಳು ಎಲ್ಲಿಂದ ಬರುತ್ತಿದ್ದರು?

ಕಪ್ಪು ಮನೋವಿಜ್ಞಾನದ (ಕತ್ತಲೆ ಮನೋವಿಜ್ಞಾನ) ಎಂಬುದು ಕೇವಲ ಇತರರಂತೆ ಸಾಮಾನ್ಯ ಸಮಾಜದೊಂದಿಗೆ ಹೇಗೆ ಬೆರೆಯಬೇಕು

ಎಂಬುದನ್ನು ತೋರಿಸಿಕೊಡುವುದಿಲ್ಲ. ನಾವು ಇಲ್ಲಿ ಅಧಿಕಾರದ ಸಮತೋಲನವನ್ನೇ ಬದಲಾಯಿಸುವಂತಹ ಸಂವಹನ ವಿಧಾನಗಳ ಬಗ್ಗೆ ಮಾತನಾಡುತ್ತಿದ್ದೇವೆ: ಅಂದರೆ ವ್ಯಕ್ತಿಗಳು ತಮ್ಮ ಗುರಿಗಳನ್ನು ಸಾಧಿಸಲು ಅನುವು ಮಾಡಿಕೊಡುವ ಸಂವಹನ ಪ್ರಕಾರಗಳಿವು. ನೀವು ಮಹತ್ವಾಕಾಂಕ್ಷೆಯುಳ್ಳವರಾಗಿದ್ದರೆ, ನೀವು ಬಯಸುವ ಯಶಸ್ಸಿನ ಏಕೈಕ ಹಾದಿ ಈ ಕತ್ತಲೆ ಮನೋವಿಜ್ಞಾನವೇ ಆಗಿದೆ. ನಮಗೆ ಇದು "ನ್ಯಾಯಯುತ" ಎಂದು ಕಂಡರೂ, ನಾವೆಲ್ಲರೂ ಮುನ್ನುಗ್ಗಲು ಬಯಸುತ್ತೇವೆ, ಆದರೆ ಇದು ಆಲೋಚಿಸುವ ಒಂದು ತೊಂದರೆಯ ಹಾದಿಯಾಗಿದೆ.

ಏಕೆಂದರೆ, ನಮ್ಮ ಲಾಭಕ್ಕಾಗಿ ಇಂತಹ ವಿಶಿಷ್ಟ ಸಂವಹನ ವಿಧಾನಗಳನ್ನು ಬಳಸುವುದರಲ್ಲಿ ಯಾವುದೇ ಅನ್ಯಾಯವಿಲ್ಲ. ಕತ್ತಲೆ ಮನೋವಿಜ್ಞಾನವು ನಮಗೆ ನಿಜವಾಗಿ ಮಾಡುವುದೇನೆಂದರೆ, ಬಲವಂತ, ಪ್ರೇರೇಪಣೆ ಮತ್ತು ಮನಸ್ಸಿನ ನಿಯಂತ್ರಣದ ಮೂಲಕ ಅತ್ಯಂತ ಪರಿಣಾಮಕಾರಿ ರೀತಿಯಲ್ಲಿ ಸಂವಹನ ನಡೆಸುವುದು ಹೇಗೆ ಎಂಬುದನ್ನು ಕಲಿಸಿಕೊಡುವುದು. ಇದು ಸರಳವಾಗಿದ್ದರೂ ಯಾವುದನ್ನೇ ಆದರೂ ಬದಲಾಯಿಸಬಲ್ಲದು. ದುಷ್ಟ ಜನರು ತಮ್ಮ ಉದ್ದೇಶಗಳನ್ನು ಈಡೇರಿಸಿಕೊಳ್ಳಲು ಬಳಸುವ ಸಾಧನವೇ ಕುತಂತ್ರ ಎಂದು ನೀವು ಬಹುಶಃ ಭಾವಿಸಿರಬಹುದು.

ನೀವು ಇದರ ಬಗ್ಗೆ ಸಂಕೋಚ ಹೊಂದಿರಬಹುದು ಮತ್ತು ಬಲವಂತದ ತಂತ್ರಗಳನ್ನು ಬಳಸಬಾರದು ಎಂದು ನಂಬಿರಬಹುದು. ಆದರೆ ಇದರ ಪ್ರಭಾವವು ಕೇವಲ ವಂಚನೆಯಲ್ಲ. 'ಕುತಂತ್ರ' ಅಥವಾ 'ಹೇರಲ್ಪಡುವಿಕೆ' ಎಂಬುದು ಒಂದು ತಟಸ್ಥ ಪದ: ಇದರರ್ಥ ನಾವು ಇತರರ ಕ್ರಿಯೆಗಳನ್ನು ಮಾರ್ಪಡಿಸಿದ್ದೇವೆ ಅಷ್ಟೆ. ಬೇರೆಯವರ ಮನಸ್ಸನ್ನು ಓದುವುದು ಮತ್ತು ಅದನ್ನು ನಿಯಂತ್ರಿಸುವುದು ಭಯಾನಕ ವಿಷಯಗಳೆಂದು ನೀವು ಭಾವಿಸಬಹುದು, ಆದರೆ ಅವು ಹಾಗಲ್ಲ. ಮನಸ್ಸನ್ನು ಓದುವುದು ಎಂದರೆ ಒಬ್ಬರ ಮಿದುಳಿನ ಸಂಕೇತಗಳನ್ನು ಭೇದಿಸಿ ಅವರು ರಹಸ್ಯವಾಗಿ ಏನು ಯೋಚಿಸುತ್ತಿದ್ದಾರೆ ಎಂಬುದನ್ನು ಪತ್ತೆಹಚ್ಚುವುದು. ಮನಸ್ಸಿನ ನಿಯಂತ್ರಣವು ಮಿದುಳನ್ನು ಕೇವಲ ಓದುವುದಕ್ಕಿಂತ ಹೆಚ್ಚಿನದನ್ನು ಮಾಡುತ್ತದೆ; ಅಲ್ಲಿರುವುದನ್ನು ಅದು ಬದಲಾಯಿಸುತ್ತದೆ.

ಒಂದು ಸಹಜ ದೃಷ್ಟಿಕೋನದಿಂದ ನೋಡಿದಾಗ ಈ ವಿಷಯಗಳು ನೈತಿಕವಾಗಿ ಸಂಶಯಾಸ್ಪದ ಎಂದು ನಮಗೆ ಅನ್ನಿಸಬಹುದು. ಆದರೆ ಈ ಮೂರು ತಂತ್ರಗಳನ್ನು ನಮ್ಮ ಕಣ್ಣೆದುರೇ ನಿರಂತರವಾಗಿ

ಹೇಗೆ ಬಳಸಲಾಗುತ್ತಿದೆ ಎಂಬುದನ್ನು ಒಮ್ಮೆ ಅರ್ಥಮಾಡಿಕೊಂಡರೆ, ಅಲ್ಲಿರುವುದು...

ಮನೋವಿಜ್ಞಾನದ ನಿಯಮಗಳನ್ನು ನಮ್ಮ ಸಹಾಯಕ್ಕೆ ಬಳಸಿಕೊಳ್ಳುವುದರಲ್ಲಿ ಯಾವುದೇ ತಪ್ಪಿಲ್ಲ, ವಿಶೇಷವಾಗಿ ಬೇರೆಯವರು ನಮಗಿಂತ ಮೊದಲೇ ಅವುಗಳನ್ನು ನಮ್ಮ ಮೇಲೆ ಪ್ರಯೋಗಿಸುವ ಸಾಧ್ಯತೆ ಇರುವಾಗ.

ಶೀಘ್ರದಲ್ಲೇ, ಅರಿವಿಲ್ಲದೆಯೇ ಈ ಮೂರೂ ಚಟುವಟಿಕೆಗಳು ನಮ್ಮ ದೈನಂದಿನ ಜೀವನದಲ್ಲಿ ಹೇಗೆ ಹಾಸುಹೊಕ್ಕಾಗಿವೆ ಎಂಬುದನ್ನು ನಾವು ತಿಳಿಯಲಿದ್ದೇವೆ. ಆದರೆ ಸದ್ಯಕ್ಕೆ, ಇವುಗಳನ್ನು ನಾವು ನೈತಿಕವಾಗಿ ತಟಸ್ಥ ಎಂದು ಏಕೆ ಪರಿಗಣಿಸುತ್ತೇವೆ ಮತ್ತು ಇವು ಕೇವಲ ಒಳ್ಳೆಯದು ಅಥವಾ ಕೆಟ್ಟದ್ದಲ್ಲ ಎಂಬುದು ನಿಮಗೆ ಅರ್ಥವಾಗಬಹುದು.

ಮನಸ್ಸನ್ನು ಓದುವುದು, ಮನಸ್ಸಿನ ನಿಯಂತ್ರಣ ಮತ್ತು ವಂಚನೆ ಎಂಬುದು ದುಷ್ಟ ಅಥವಾ ಅನೈತಿಕ ವಿಷಯಗಳಲ್ಲ; ನಾವು ಏನನ್ನೇ ಮಾಡಲು ಯೋಜಿಸಿದರೂ, ಅವು ಯಾವಾಗಲೂ ಸಂಭವಿಸುತ್ತಲೇ ಇರುತ್ತವೆ. ಕಾಲಕಾಲಕ್ಕೆ, ನಾವೇ ಈ ಎಲ್ಲಾ ಕೆಲಸಗಳನ್ನು ಈಗಾಗಲೇ ಮಾಡುತ್ತಿದ್ದೇವೆ ಮತ್ತು ಮುಖ್ಯವಾಗಿ ಇತರರು ಇವುಗಳನ್ನು ನಮ್ಮ ಮೇಲೆ ಬಳಸುತ್ತಿದ್ದಾರೆ. ಕೇವಲ ವ್ಯತ್ಯಾಸವೇನೆಂದರೆ, ಈ ಪುಸ್ತಕದ ಮೂಲಕ ಇವುಗಳನ್ನು ಹೇಗೆ ಬಳಸಬೇಕೆಂದು ನೀವು ಕಲಿತಾಗ, ನೀವು ಅವುಗಳನ್ನು ಉದ್ದೇಶಪೂರ್ವಕವಾಗಿ ಮತ್ತು ಒಳನೋಟದೊಂದಿಗೆ ಬಳಸಲು ಶಕ್ತರಾಗುತ್ತೀರಿ. ಇತರರು ನಿಮ್ಮ ಮೇಲೆ ಇವುಗಳನ್ನು ಹೇಗೆ ಬಳಸುತ್ತಿದ್ದಾರೆ ಎಂಬ ಬಗ್ಗೆ ನೀವು ಕತ್ತಲೆಯಲ್ಲಿ ಇರಬೇಕಾದ ಅಗತ್ಯವಿಲ್ಲ. ಯಾರಾದರೂ ನಿಮ್ಮನ್ನು ದುರುಪಯೋಗಪಡಿಸಿಕೊಳ್ಳುತ್ತಿದ್ದರೆ, ಅದನ್ನು ಗುರುತಿಸಲು ನೀವು ಶಕ್ತರಾಗುತ್ತೀರಿ.

ಅದೇ ಸಮಯದಲ್ಲಿ, ಜೀವನದಲ್ಲಿ ಉನ್ನತ ಮಟ್ಟಕ್ಕೇರಲು ನೀವು ಈ ತಂತ್ರಗಳನ್ನು ನಿಮಗಾಗಿ ಬಳಸಿಕೊಳ್ಳಬಹುದು. ಹಾಗೆ ಮಾಡಲು ಯಾವುದೇ ಸಮರ್ಥನೆಯ ಅಗತ್ಯವಿಲ್ಲ. ನೀವು ಇದನ್ನು ಇನ್ನೊಬ್ಬರಿಗೆ ಹಾನಿ ಮಾಡಲು ಬಳಸಬೇಕೆಂದೇನೂ ಇಲ್ಲ. ಈ ಅಧ್ಯಾಯಗಳಲ್ಲಿ ನೀವು ಪಡೆಯುವ ಸಾಮರ್ಥ್ಯಗಳನ್ನು ನೀವು ಹೇಗೆ ಬಳಸುತ್ತೀರಿ ಎಂಬುದು ಸಂಪೂರ್ಣವಾಗಿ ನಿಮ್ಮ ನಿರ್ಧಾರಕ್ಕೆ ಬಿಟ್ಟಿದ್ದು. ಕತ್ತಲೆ ಮನೋವಿಜ್ಞಾನದಲ್ಲಿ

ಬಲವಂತ ಮತ್ತು ಮನಸ್ಸಿನ ನಿಯಂತ್ರಣದ ಬಗ್ಗೆ ನಮ್ಮ ಪ್ರಶ್ನೆಗಳು ಸಂವಹನದ ಬಗ್ಗೆ ನಮಗೆ ಕಲಿಸಿಕೊಡುತ್ತವೆ ಎಂದು ನಾವು ಹೇಳಿದ್ದೇವೆ. ಕತ್ತಲೆ ಮನೋವಿಜ್ಞಾನ ಮತ್ತು ಕುತಂತ್ರದ ಬಗ್ಗೆ ಕಲಿಯುವ ಅನೇಕರು, ನಾವು ಕೇವಲ ಸಾಮಾಜಿಕ ಮನೋವಿಜ್ಞಾನದ ಕತ್ತಲೆ ಮುಖದ ಬಗ್ಗೆ ಮಾತ್ರ ಕಲಿಯುತ್ತೇವೆ ಎಂದು ಭಾವಿಸುತ್ತಾರೆ.

ಆದರೆ, ಇದು ವಾಸ್ತವಕ್ಕೆ ದೂರವಾದುದು. ಮನೋವಿಜ್ಞಾನದ ಪ್ರತಿಯೊಂದು ಶಾಖೆಯಲ್ಲೂ ಕತ್ತಲೆ ಮಗ್ಗುಲುಗಳಿವೆ ಮತ್ತು ಅವೆಲ್ಲವುಗಳಲ್ಲೂ ನಮ್ಮ ಲಾಭಕ್ಕಾಗಿ ಮನಸ್ಸನ್ನು ಓದಲು ಮತ್ತು ಕುತಂತ್ರದಲ್ಲಿ ಬಳಸಬಹುದಾದ ಆಲೋಚನೆಗಳಿವೆ. ನಾವು ಕತ್ತಲೆ ಪ್ರದೇಶಕ್ಕೆ ಕಾಲಿಡುತ್ತಿದ್ದೇವೆ ಎಂದು ತಿಳಿದ ಮೇಲೂ ನಿಮಗೆ ಮುಂದೆ ಸಾಗಲು ಸಾಧ್ಯವಿಲ್ಲ ಎನಿಸಿದರೆ, ಓದನ್ನು ಮುಂದುವರಿಸಬೇಕೇ ಅಥವಾ ಬೇಡವೇ ಎಂಬುದು ನಿಮ್ಮ ನಿರ್ಧಾರ. ಆದರೂ, ನೀವು ಈ ಪುಸ್ತಕವನ್ನು ಕೆಳಗಿಟ್ಟರೆ...

ಮನೋವಿಜ್ಞಾನದ ಆ ಎಲ್ಲಾ ಕತ್ತಲೆ ಸತ್ಯಗಳನ್ನು ನೀವು ಕಳೆದುಕೊಳ್ಳುತ್ತೀರಿ, ಇದು ನಿಮ್ಮನ್ನು ತಕ್ಷಣವೇ ಒಬ್ಬ ಪ್ರವೀಣ ಕುತಂತ್ರಗಾರ ಮತ್ತು ಮನಸ್ಸನ್ನು ಓದುವವನನ್ನಾಗಿ ಮಾಡಬಲ್ಲದು.

ನಾವು ಸಿದ್ಧಾಂತದ ಪ್ರಕಾರ ಕತ್ತಲೆ ಮನೋವಿಜ್ಞಾನ ಎಂದರೇನು ಎಂದು ನಿಮಗೆ ಹೇಳಿದ್ದೇವೆ, ಆದರೆ ಈಗ ಮನೋವಿಜ್ಞಾನದ ಇತಿಹಾಸದಲ್ಲಿ ಅದರ ಕೆಲವು ಉದಾಹರಣೆಗಳ ಬಗ್ಗೆ ನೀವು ಓದಬಹುದು. ಹಿಂದೆ ವಿವಾದಾತ್ಮಕವಾಗಿದ್ದ ಅಥವಾ ವಿವಾದಾತ್ಮಕ ಫಲಿತಾಂಶಗಳನ್ನು ನೀಡಿದ ಕೆಲವು ಅಧ್ಯಯನಗಳು ನಡೆದಿದ್ದವು, ಆದರೆ ಇಂದು ನಾವು ಆ ಸಂಶೋಧನೆಗಳನ್ನು ನಮ್ಮ ಜೀವನದಲ್ಲಿ ಬಳಸಬಹುದು ಮತ್ತು ಅನ್ವಯಿಸಬಹುದು. ಅವು ಕತ್ತಲೆ ಪ್ರದೇಶಗಳಿಗೆ ಸಂಬಂಧಿಸಿವೆ ಎಂಬ ಕಾರಣಕ್ಕೆ ನಾವು ಅವುಗಳನ್ನು ಬಳಸಬಾರದು ಎಂದರ್ಥವಲ್ಲ. ಯಾರೂ ನೆನಪಿಸಿಕೊಳ್ಳಲು ಇಷ್ಟಪಡದ ಸತ್ಯಗಳು ಬಹುಶಃ ಎಲ್ಲಕ್ಕಿಂತ ಪ್ರಮುಖವಾದವುಗಳಾಗಿರುತ್ತವೆ.

ಇಂದಿಗೆ ಕೇವಲ ಐವತ್ತರಿಂದ ಅರವತ್ತು ವರ್ಷಗಳ ಹಿಂದೆ ಮನೋವೈದ್ಯಕೀಯ ಸಂಶೋಧನೆಯ ಮೇಲಿನ ನೈತಿಕ ನಿಯಮಗಳು ಅಷ್ಟೊಂದು ಕಠಿಣವಾಗಿರಲಿಲ್ಲ. ಈ ದಿನಗಳಲ್ಲಿ, ನೀವು ಅಧಿಕೃತ ಪ್ರಯೋಗವನ್ನು ನಡೆಸುವ ಮೊದಲು, ನಿಮ್ಮ ಕೆಲಸವು ಅಮೇರಿಕನ್

ಸೈಕಲಾಜಿಕಲ್ ಅಸೋಸಿಯೇಷನ್ (ಎಪಿಎ) ಮೂಲಕ ಅಂಗೀಕರಿಸಲ್ಪಡಲು ಅನೇಕ ಅಧಿಕಾರಶಾಹಿ ಹಂತಗಳನ್ನು ದಾಟಬೇಕಾಗುತ್ತದೆ. ಎಪಿಎ ನೈತಿಕ ತತ್ತ್ವಗಳ ಸಂಹಿತೆಯನ್ನು ಎತ್ತಿಹಿಡಿಯುವಲ್ಲಿ ಬಹಳ ಕಟ್ಟುನಿಟ್ಟಾಗಿದೆ ಮತ್ತು ನಿಮ್ಮ ಕೆಲಸವು ಅವರ ನೈತಿಕ ಮಾನದಂಡಗಳನ್ನು ಪೂರೈಸದಿದ್ದರೆ, ಅದನ್ನು ಬರೆಯಲು ಸಹ ಅನುಮತಿ ಸಿಗುವುದಿಲ್ಲ.

ಆದರೆ ೧೯೭೦ರ ದಶಕದಲ್ಲಿ ಅಥವಾ ಅದಕ್ಕಿಂತ ಮೊದಲು ಇಂತಹ ಯಾವುದೇ ಮಾನದಂಡಗಳು ಇರಲಿಲ್ಲ.

ಏಕೆಂದರೆ ಮನೋವಿಜ್ಞಾನವು ಆ ಸಮಯದಲ್ಲಿ ಗಂಭೀರವಾಗಿ ಪರಿಗಣಿಸಲ್ಪಟ್ಟ ಒಂದು ಹೊಸ ಸಾಮಾಜಿಕ ವಿಜ್ಞಾನವಾಗಿತ್ತು. ನಿಯಮಗಳ ಸಂಹಿತೆ ಅಥವಾ ಎಪಿಎ ಅಂತಹ ಸಂಸ್ಥೆಯನ್ನು ರಚಿಸಲು ಸಾಕಷ್ಟು ಪೂರ್ವನಿದರ್ಶನಗಳು ಇರಲಿಲ್ಲ. ಇದರ ಪರಿಣಾಮವಾಗಿ, ಆ ಸಮಯದಲ್ಲಿ ನಡೆಸಲಾದ ಅನೇಕ ಅಧ್ಯಯನಗಳು ಇಂದಿನ ನಿರೀಕ್ಷೆಗಳಿಗೆ ಹೋಲಿಸಿದರೆ ಅತಿಯಾದ ನೈತಿಕ ನಿಯಮಗಳನ್ನು ಉಲ್ಲಂಘಿಸಿವೆ ಎಂದು ಪರಿಗಣಿಸಲಾಗುತ್ತದೆ. ಅವುಗಳಲ್ಲಿ ಹೆಚ್ಚಿನವು ಇಂದು ಬಿಡುಗಡೆಯಾಗುವುದೇ ಇಲ್ಲ.

ಈ ಅಧ್ಯಯನಗಳು ನಮಗೆ ಮನೋವಿಜ್ಞಾನದ ಬಗ್ಗೆ ಸಾಕಷ್ಟು ಕಲಿಸಲು ಇದ್ದರೂ ಸಹ, ಇಂದಿಗೂ ಅವುಗಳನ್ನು ಅಧ್ಯಯನ ಮಾಡಲಾಗುತ್ತಿದೆ. ಆದರೆ ಈ ವಿಷಯದ ವಿವಾದಾತ್ಮಕ ಸ್ವರೂಪ ಮತ್ತು ಈ ಮನೋವಿಜ್ಞಾನದ ಕ್ಷೇತ್ರವನ್ನು ಹಾನಿಕಾರಕವಾಗಿ ಬಳಸುವ ಸಾಧ್ಯತೆ ಇರುವುದರಿಂದ ಇದಕ್ಕೆ 'ಕತ್ತಲೆ ಮನೋವಿಜ್ಞಾನ' ಎಂಬ ಹೆಸರನ್ನು ನೀಡಲಾಗಿದೆ. ಪ್ರಸ್ತಾವನೆಯನ್ನು ಪಕ್ಕಕ್ಕಿಟ್ಟು, ಕತ್ತಲೆ ಮನೋವಿಜ್ಞಾನದ ನಿಜವಾದ ಪ್ರಕರಣದ ಅಧ್ಯಯನಗಳು ಮತ್ತು ಪರೀಕ್ಷೆಗಳ ಬಗ್ಗೆ ಆಳವಾಗಿ ತಿಳಿಯುವ ಸಮಯ ಈಗ ಬಂದಿದೆ.

ನಮ್ಮ ಈ ರೀತಿಯ ಮೊದಲ ಪ್ರಯೋಗವು ೧೯೩೯ಕ್ಕೆ ಸೇರಿದ್ದಾಗಿದೆ. ಮಾತು ಬಾರದ ಅಥವಾ ಮಾತಿನ ದೋಷವಿರುವ ಅನಾಥಾಶ್ರಮದ ಒಂದು ಗುಂಪನ್ನು ಇದಕ್ಕಾಗಿ ಬಳಸಿಕೊಳ್ಳಲಾಗಿತ್ತು.

ಮನೋವಿಜ್ಞಾನಿಯು ಆ ಅನಾಥ ಮಕ್ಕಳನ್ನು ಎರಡು ಪ್ರತ್ಯೇಕ ಗುಂಪುಗಳಾಗಿ ವಿಂಗಡಿಸಿದರು: ಅನಾಥರ ಒಂದು ಗುಂಪು ಪ್ರೀತಿ ಮತ್ತು ಪೋಷಣೆ ನೀಡುವ ಸಮುದಾಯದಲ್ಲಿ ವಾಸಿಸಲು ಹೋದರು.

ವೈಜ್ಞಾನಿಕ ಸಂಶೋಧನೆಯಲ್ಲಿ, ನಿಮಗೆ ಈ ಪದಗಳು ಮೊದಲೇ ತಿಳಿದಿಲ್ಲದಿದ್ದರೆ ಗಮನಿಸಿ, ಎರಡು ಗುಂಪುಗಳಿಗೆ ವಿಭಿನ್ನ ಪರಿಸ್ಥಿತಿಗಳನ್ನು ನೀಡಿದಾಗ, ಪ್ರತಿ ಗುಂಪಿಗೂ ವಿಭಿನ್ನ ಪದಗಳನ್ನು ಬಳಸಲಾಗುತ್ತದೆ. ಸಾಮಾನ್ಯ ಪರಿಸ್ಥಿತಿಗಳನ್ನು ಎದುರಿಸುವ ಗುಂಪನ್ನು 'ನಿಯಂತ್ರಿತ ಗುಂಪು' ಎಂದು ಕರೆಯಲಾಗುತ್ತದೆ. ಈ ನಿಯಂತ್ರಿತ ಗುಂಪನ್ನು ಇನ್ನೊಂದು ಗುಂಪಿನೊಂದಿಗೆ ಹೋಲಿಸಲು ಮತ್ತು ಅವರ ಪರಿಸರದ ಪರಿಣಾಮವಾಗಿ ಗುಂಪುಗಳ ನಡುವೆ ಏನಾದರೂ ಅಳೆಯಬಹುದಾದ ವ್ಯತ್ಯಾಸವಿದೆಯೇ ಎಂದು ನೋಡಲು ನಾವು ಬಳಸುತ್ತೇವೆ.

ಇನ್ನೊಂದು ಗುಂಪು, ಅಂದರೆ 'ಪ್ರಾಯೋಗಿಕ ಗುಂಪು' ಈ ಸಂದರ್ಭದಲ್ಲಿ ಉದ್ದೇಶಪೂರ್ವಕವಾಗಿ ಪ್ರತಿಕೂಲವಾದ ಅಥವಾ ಹಗೆತನದ ವಾತಾವರಣದಲ್ಲಿ ವಾಸಿಸಲು ಕಳುಹಿಸಲ್ಪಟ್ಟಿತು. ಅವರನ್ನು ದೈಹಿಕವಾಗಿ ಮತ್ತು ಭಾವನಾತ್ಮಕವಾಗಿ ಹಿಂಸಿಸುವ ಸಾಕು ಕುಟುಂಬಗಳೊಂದಿಗೆ ಬೆಳೆಸಲಾಯಿತು. ಇದು ನಿಮಗೆ ಭಯಾನಕ ಎಂದು ಎನಿಸಿದರೆ, ಇದು ಕೇವಲ ೧೯೩೯ರ ಸಮಯವಾಗಿದ್ದರಿಂದ ಮಾತ್ರ ಇಂತಹ ಘಟನೆ ನಡೆಯಲು ಸಾಧ್ಯವಾಯಿತು ಎಂಬುದನ್ನು ಗಮನಿಸಿ.

ಆ ಸಮಯದಲ್ಲಿ 'ಎಪಿಎ' ಅಸ್ತಿತ್ವದಲ್ಲೇ ಇರಲಿಲ್ಲ, ಆದ್ದರಿಂದ ಈ ಪ್ರಯೋಗವನ್ನು ಮಾಡಬಾರದು ಎಂದು ವಿಜ್ಞಾನಿಗಳಿಗೆ ಎಚ್ಚರಿಸಲು ಯಾರೂ ಇರಲಿಲ್ಲ.

ಈ ಚಿಕಿತ್ಸೆ ಅಥವಾ ಪ್ರಯೋಗವು ಎಷ್ಟು ಕೆಟ್ಟದಾಗಿತ್ತು ಎಂಬುದನ್ನು ಪರಿಗಣಿಸಿದರೆ, ಇದು ನಮಗೆ ಸಾಕಷ್ಟು ವಿಷಯಗಳನ್ನು ತೋರಿಸಿಕೊಡುತ್ತದೆ ಮತ್ತು ಇದು 'ಕತ್ತಲೆ ಮನೋವಿಜ್ಞಾನ'ವನ್ನು ಸ್ವಲ್ಪ ಮಟ್ಟಿಗೆ ಸಂಕ್ಷಿಪ್ತವಾಗಿ ವಿವರಿಸುತ್ತದೆ. ಗಮನಿಸಿ, ಸಕಾರಾತ್ಮಕ ವಾತಾವರಣದಲ್ಲಿದ್ದ ನಿಯಂತ್ರಿತ ಗುಂಪು ಮತ್ತು ನಕಾರಾತ್ಮಕ ವಾತಾವರಣದಲ್ಲಿದ್ದ ಅಧ್ಯಯನ ಗುಂಪಿನ ನಡುವಿನ ವ್ಯತ್ಯಾಸಗಳನ್ನು ಮನೋವಿಜ್ಞಾನಿಗಳು ಗಮನಿಸಿದಾಗ, ಎರಡೂ ಗುಂಪಿನ ಮಕ್ಕಳು ಸಂಪೂರ್ಣವಾಗಿ ವಿಭಿನ್ನವಾದದ್ದನ್ನು ಅನುಭವಿಸಿದರು.

ವಿಶ್ಲೇಷಣೆಯ ಆರಂಭದಲ್ಲಿ, ಎರಡೂ ಗುಂಪುಗಳ ಅನಾಥರಲ್ಲಿ ಮಾತಿನ ದೋಷವಿರುವ ಹೆಚ್ಚಿನ ಸಂಖ್ಯೆಯ ಮಕ್ಕಳಿದ್ದರು.

ಮಾತಿನ ಮಿತಿಗಳನ್ನು ಹೊಂದಿದ್ದ ಅನಾಥರು ಯಾವ ಗುಂಪಿಗೆ ಸೇರಿದ್ದರೋ...

ನಿಯಂತ್ರಿತ ಗುಂಪಿನ ಮಕ್ಕಳ ಮಾತಿನ ದೋಷಗಳು ಒಂದೋ ಸುಧಾರಿಸಲಿಲ್ಲ ಅಥವಾ ಅಲ್ಪಮಟ್ಟಿಗೆ ಸುಧಾರಿಸಿದವು. ಆದರೆ, ನಕಾರಾತ್ಮಕ ವಾತಾವರಣದಲ್ಲಿದ್ದ ಪ್ರಾಯೋಗಿಕ ಗುಂಪಿನ ಅನಾಥ ಮಕ್ಕಳ ಸ್ಥಿತಿ ಸುಧಾರಿಸುವ ಬದಲು, ಒಟ್ಟಾರೆಯಾಗಿ ಮತ್ತಷ್ಟು ಹದಗೆಟ್ಟಿತು.

ಪ್ರಾಯೋಗಿಕ ಗುಂಪಿನ ಅನಾಥ ಮಕ್ಕಳ ಸರಾಸರಿ ಮೌಖಿಕ ಅಂಕಗಳು, ನಿಯಂತ್ರಿತ ಗುಂಪಿನ ಅನಾಥರ ಸರಾಸರಿ ಅಂಕಗಳಿಗಿಂತ ಗಣನೀಯವಾಗಿ ಕಡಿಮೆಯಿದ್ದವು.

ಇದು ನಮಗೆ ಕತ್ತಲೆ ಮನೋವಿಜ್ಞಾನದ ಮೊದಲ ಪಾಠವನ್ನು ಕಲಿಸುತ್ತದೆ. ನಮ್ಮ ಸಾಮಾಜಿಕ ಪರಿಸರದ ಪ್ರಭಾವವನ್ನು ನಾವು ಎಂದಿಗೂ ಕಡೆಗಣಿಸಬಾರದು. ಮಕ್ಕಳ ವಿಷಯದಲ್ಲಿ ಇದು ವಿಶೇಷವಾಗಿ ಸತ್ಯ. ಆದರೆ ವಯಸ್ಕರ ಮೇಲೂ ಸಾಮಾಜಿಕ ಪರಿಸರದ ಪ್ರಭಾವವು ಆಳವಾಗಿರುತ್ತದೆ. ನಾವು ಎಲ್ಲಿಯೂ ಸಲ್ಲದವರು ಎಂಬ ಭಾವನೆ ಮೂಡಿದಾಗ, ಅದು ನಮ್ಮನ್ನು ದುಃಖಕ್ಕೀಡು ಮಾಡುತ್ತದೆ ಮತ್ತು ನಮ್ಮ ಅತ್ಯುತ್ತಮ ಪ್ರದರ್ಶನ ನೀಡದಂತೆ ತಡೆಯುತ್ತದೆ.

ನಮ್ಮಿಂದ ನೀಡಲು ಏನೂ ಇಲ್ಲ ಎಂಬ ಭಾವನೆ ನಮ್ಮಲ್ಲಿ ಮೂಡುವಂತೆ ಮಾಡುತ್ತದೆ ಮತ್ತು ಏನನ್ನೂ ಮಾಡುವ ಅಗತ್ಯವಿಲ್ಲ ಎಂದು ನಮಗೆ ಅನಿಸುತ್ತದೆ. ಇಂತಹ ಭಾವನೆಗಳೇ ಪ್ರಾಯೋಗಿಕ ಗುಂಪಿನ ಮಕ್ಕಳ ಮಾತಿನ ಸಾಮರ್ಥ್ಯ ಸುಧಾರಿಸದಿರಲು ಕಾರಣವಾಯಿತು. ಪೋಷಕ ವಾತಾವರಣದಲ್ಲಿದ್ದ ಮಕ್ಕಳಿಗೆ ಉತ್ತಮ ಶಿಕ್ಷಕರಿದ್ದರು ಎಂಬುದು ಇದಕ್ಕೆ ಕಾರಣವಲ್ಲ; ಬದಲಾಗಿ ಅಲ್ಲಿನ ಭಾವನಾತ್ಮಕ ವಾತಾವರಣವು ಇದನ್ನು ಸಾಧ್ಯವಾಗಿಸಿತು.

ಒಬ್ಬರ ಮನಸ್ಸನ್ನು ನಿಮ್ಮ ಅನುಕೂಲಕ್ಕೆ ತಕ್ಕಂತೆ ರೂಪಿಸುವುದನ್ನು ನೀವು ಕಲಿಯುತ್ತಿರುವಾಗ, ಕತ್ತಲೆ ಮನೋವಿಜ್ಞಾನದ ಈ ಸಂಶೋಧನೆಯನ್ನು ಗಮನಿಸಿ. ನಿಮಗೆ ಸಹಾಯವಾಗುವ ರೀತಿಯಲ್ಲಿ ವಿಷಯದ ಸಾಮಾಜಿಕ ವಾತಾವರಣವನ್ನು ಕುತಂತ್ರದಿಂದ ಬದಲಾಯಿಸುವ ಅವಕಾಶ ಸಿಕ್ಕಾಗಲೆಲ್ಲಾ ಅದನ್ನು ಬಳಸಿಕೊಳ್ಳಿ. ಇದೆಲ್ಲವೂ ಸೂಚಿಸುವುದೇನೆಂದರೆ, ವ್ಯಕ್ತಿಗಳು ತಮ್ಮ ಸಾಮಾಜಿಕ ಪರಿಸ್ಥಿತಿಯನ್ನು ಬದಲಾಯಿಸಿಕೊಳ್ಳಲು ತೀವ್ರವಾಗಿ ಪ್ರೇರಿತರಾಗಿರುತ್ತಾರೆ. ಸಾಮಾಜಿಕ ಏಣಿಯಲ್ಲಿ ಮೇಲೇರಲು ಅವಕಾಶ ಕಂಡರೆ ಅವರು ಅದನ್ನು ಖಂಡಿತಾ ಬಳಸಿಕೊಳ್ಳುತ್ತಾರೆ.

ಪ್ರತಿಯೊಬ್ಬರಿಗೂ ಇದು ಹೀಗೆಯೇ ಕೆಲಸ ಮಾಡುತ್ತದೆ. ಇದನ್ನು ಮಾಡಲು ನೀವು ಇನ್ನು ಹೆಚ್ಚಿನ ಸಿದ್ಧಾಂತ ಮತ್ತು ಕೌಶಲಗಳನ್ನು ಕರಗತ ಮಾಡಿಕೊಳ್ಳಬೇಕಿದೆ, ಆದರೆ ಕತ್ತಲೆ ಮನೋವಿಜ್ಞಾನ ಮತ್ತು ಕುತಂತ್ರದ ಅಸ್ಥಿಪಂಜರದ ದೊಡ್ಡ ಭಾಗ ಇದೇ ಆಗಿದೆ: ಒಂದು ನಿರ್ದಿಷ್ಟ ಕೆಲಸವನ್ನು ಮಾಡುವುದರಿಂದ ಅಥವಾ ಒಂದು ನಿರ್ದಿಷ್ಟ ಸಿದ್ಧಾಂತವನ್ನು ಅನುಸರಿಸುವುದರಿಂದ ತಮ್ಮ ಸಾಮಾಜಿಕ ಸ್ಥಾನಮಾನ ಹೆಚ್ಚಾಗುತ್ತದೆ ಎಂದು ನೀವು ಯಾರನ್ನಾದರೂ ನಂಬಿಸಿದರೆ, ಅವರು ಅದನ್ನು ಮಾಡಿಯೇ ತೀರುತ್ತಾರೆ. ನಮಗೆ ನಮ್ಮ ಸಾಮಾಜಿಕ ಸ್ಥಾನಮಾನ ಅಷ್ಟೊಂದು ಮುಖ್ಯವಾಗಿರುತ್ತದೆ.

ನಮ್ಮ ಸಾಮಾಜಿಕ ಜೀವನವು ಮನುಷ್ಯರಾದ ನಮಗೆ ಅತ್ಯಂತ ಪ್ರಮುಖವಾದ ವಿಷಯಗಳಲ್ಲಿ ಒಂದಾಗಿದೆ. ವಾಸ್ತವವಾಗಿ, ನೀರು, ಆಹಾರ ಮತ್ತು ವಸತಿಯ ಜೊತೆಗೆ, ಗುಂಪಿಗೆ ಸೇರಿರುವ ಅಗತ್ಯತೆ ಮತ್ತು ಸಾಮಾಜಿಕ ಒಡನಾಟವನ್ನು ನಮ್ಮ ಮೂಲಭೂತ ಅವಶ್ಯಕತೆಗಳಲ್ಲಿ ಒಂದೆಂದು ಪರಿಗಣಿಸಲಾಗಿದೆ. ಕರಾಳ ಮನೋವಿಜ್ಞಾನವನ್ನು ಸಂಶೋಧಿಸುವ ಮೂಲಕ ನೀವು ಕಂಡುಕೊಳ್ಳಬಹುದಾದ ಸಾಕ್ಷ್ಯವೆಂದರೆ, ಜನರು ಖಿನ್ನತೆ ಮತ್ತು ಕಡೆಗಣಿಸಲ್ಪಟ್ಟ ಭಾವನೆಗಳಿಗೆ ಎಷ್ಟು ಬೇಗನೆ ತುತ್ತಾಗುತ್ತಾರೆ ಎಂಬುದನ್ನು ಅರ್ಥಮಾಡಿಕೊಳ್ಳುವುದು. ಆ ಅಂಶವನ್ನು ಮನಸ್ಸಿನಲ್ಲಿಟ್ಟುಕೊಂಡು ನೀವು ಕರಾಳ ಮನೋವಿಜ್ಞಾನದ ಮುಂದಿನ ಅಡಿಪಾಯದ ಪಾಠಕ್ಕೆ ಮುಂದುವರಿಯಬಹುದು.

ಕರಾಳ ಮನೋವಿಜ್ಞಾನದಲ್ಲಿನ ಈ ಆವಿಷ್ಕಾರವು ಎಷ್ಟು ಜನರ ಕಲ್ಪನೆಯನ್ನು ಸೆಳೆದಿದೆಯೆಂದರೆ, ಕರಾಳ ಮನೋವಿಜ್ಞಾನವು ನಿಷೇಧಿತ ವಿಷಯವಾಗಿದ್ದರೂ ಸಹ, ನೀವು ಅದರ ಬಗ್ಗೆ ಕೇಳಿರುವ ಸಾಧ್ಯತೆಯಿದೆ. ವಿವರಗಳು ಅತಿಯಾಗಿ ಕುತೂಹಲಕಾರಿಯಾಗಿದ್ದಾಗ, ನಿಷೇಧಿತ ಮಾಹಿತಿಯ ಬಗ್ಗೆಯೂ ಜನರು ಮಾತನಾಡಿಕೊಳ್ಳುತ್ತಾರೆ. ಈ ವೀಕ್ಷಣೆಯನ್ನು 'ಪಕ್ಕದ ಪ್ರೇಕ್ಷಕರ ಪ್ರಭಾವ' ಎಂದು ಕರೆಯಲಾಗುತ್ತದೆ.

ಕರಾಳ ಮನೋವಿಜ್ಞಾನದ ಈ ಕ್ಷೇತ್ರವು ನಮಗೆ ಸಾಮಾಜಿಕ ಶಕ್ತಿಗಳ ಮಹತ್ವವನ್ನು ತೋರಿಸುವ ಮತ್ತೊಂದು ಉದಾಹರಣೆಯಾಗಿದೆ. ಮೂಲಭೂತವಾಗಿ, ಇದು ಸುದೃಢವಾಗಿ ಬೆಂಬಲಿತವಾದ ಒಂದು ನಂಬಿಕೆಯಾಗಿದ್ದು, ಜನರು ಇತರರಿಗೆ ಕೆಟ್ಟದ್ದೇನಾದರೂ ಸಂಭವಿಸುವುದನ್ನು ನೋಡಿದರೂ ಏನನ್ನೂ ಮಾಡದೆ ಸುಮ್ಮನಿರುತ್ತಾರೆ;

ತಮ್ಮ ಸುತ್ತಲೂ ಅನೇಕ ಜನರಿದ್ದಾರೆ ಎಂದು ತಿಳಿದಿರುವುದರಿಂದ ಅವರು ಏನನ್ನೂ ಮಾಡದಿರಲು ಬಯಸುತ್ತಾರೆ. ಅವರ ಸುತ್ತಲೂ ಹಲವಾರು ಜನರ ಇರುವುದರಿಂದ, ತಾವು ಏನನ್ನೂ ಮಾಡುವ ಅಗತ್ಯವಿಲ್ಲ ಎಂದು ಈ ಪ್ರೇಕ್ಷಕರು ನಂಬುತ್ತಾರೆ; ಬೇರೆ ಯಾರಾದರೂ ಪೋಲೀಸರಿಗೆ ಕರೆ ಮಾಡಬಹುದು ಅಥವಾ ಸಂತ್ರಸ್ತನನ್ನು ರಕ್ಷಿಸಬಹುದು ಎಂದು ಅವರು ಭಾವಿಸುತ್ತಾರೆ.

ಪಕ್ಕದ ಪ್ರೇಕ್ಷಕರ ಪ್ರಭಾವವು ಮೂಲತಃ ಸಾಮಾನ್ಯ ಮನೋವಿಜ್ಞಾನದ ಒಂದು ಭಾಗದಿಂದ ಹುಟ್ಟಿಕೊಂಡ ಕರಾಳ ಮನೋವಿಜ್ಞಾನದ ಕ್ಷೇತ್ರವಾಗಿದೆ ಎಂದು ನಮಗೆ ತಿಳಿದಿದೆ: ವಿಶೇಷವಾಗಿ, ಇದು 'ಸಾಮಾಜಿಕ ಜವಾಬ್ದಾರಿಯ ಪ್ರಸರಣ' ಎಂಬ ಪ್ರಕ್ರಿಯೆಯಿಂದ ಉದ್ಭವಿಸುತ್ತದೆ. ದೊಡ್ಡ ಗುಂಪಿನ ಸುತ್ತ ಯಾವುದೇ ದುರಂತ ಸಂಭವಿಸುವುದನ್ನು ನೀವು ನೋಡಿಲ್ಲದಿದ್ದರೂ, ನಿಮ್ಮ ಜೀವನದ ಯಾವುದೋ ಒಂದು ಸಮಯದಲ್ಲಿ ಸಾಮಾಜಿಕ ಜವಾಬ್ದಾರಿಯ ಪ್ರಸರಣವನ್ನು ನೀವು ಖಂಡಿತವಾಗಿಯೂ ಗಮನಿಸಿರುತ್ತೀರಿ. ಹೆಚ್ಚಿನ ವ್ಯಕ್ತಿಗಳು ಒಂದು ತಂಡ ಅಥವಾ ಗುಂಪಿನ ಭಾಗವಾದಾಗ ಈ ಮಾನಸಿಕ ಪರಿಣಾಮವು ಕಾರ್ಯನಿರ್ವಹಿಸುವುದನ್ನು ಕಾಣುತ್ತಾರೆ.

ಉದಾಹರಣೆಗೆ, ನೀವು ಒಂದು ತಂಡದ ಭಾಗವಾಗಿದ್ದಾಗ, ಚೆಂಡು ನಿಮ್ಮ ಕಡೆಗೆ ಬರುತ್ತಿರುವುದನ್ನು ನೀವು ಗಮನಿಸಬಹುದು. ಆದರೆ ನಿಮ್ಮೊಂದಿಗೆ ನಿಮ್ಮ ಮೂವರು ಸಹ ಆಟಗಾರರು ಇರುವುದನ್ನು ನೀವು ನೋಡುತ್ತೀರಿ; ಅವರಲ್ಲಿ ಯಾರಾದರೂ ಒಬ್ಬರು ಚೆಂಡನ್ನು ಹಿಡಿಯಲು ಬರುತ್ತಾರೆ ಎಂದು ಭಾವಿಸಿ, ನೀವು ಹಿಂದಕ್ಕೆ ಸರಿದು ಆಟದ ಮುಂದಿನ ಹಂತಕ್ಕೆ ಸಿದ್ಧರಾಗುತ್ತೀರಿ. ಆದರೆ, ನಿಮ್ಮ ನಾಲ್ವರಿಗೂ ಇದೇ ರೀತಿಯ ಭಾವನೆ ಇರುತ್ತದೆ ಮತ್ತು ಯಾರೂ ಚೆಂಡನ್ನು ವಶಪಡಿಸಿಕೊಳ್ಳುವುದಿಲ್ಲ. ಅಂತಿಮವಾಗಿ ಎದುರಾಳಿ ತಂಡವು ಅದನ್ನು ಪಡೆದುಕೊಳ್ಳುತ್ತದೆ.

ನಿಮಗೆ ಇದರ ಸಾಮಾನ್ಯ ಕಲ್ಪನೆ ಸಿಗುತ್ತದೆ: ಇತರ ಜನರು ಯಾವುದನ್ನಾದರೂ ಮಾಡುತ್ತಾರೆ ಎಂದು ನಾವು ನಂಬಿದಾಗ, ನಾವೇ ಅದನ್ನು ಮಾಡದಿದ್ದಕ್ಕಾಗಿ ನಮಗೆ ಕಾಡುವ ಅಪರಾಧ ಪ್ರಜ್ಞೆ ಕಡಿಮೆಯಾಗುತ್ತದೆ. ಸಾಮಾಜಿಕ ಜವಾಬ್ದಾರಿಯ ಪ್ರಸರಣದಲ್ಲಿ ಕರಾಳ ಮನೋವಿಜ್ಞಾನವು ಹೆಣೆದುಕೊಂಡಿರುವ ಮತ್ತೊಂದು ದೊಡ್ಡ ಭಾಗವೆಂದರೆ: ಜನರು ಕಡಿಮೆ ಕೆಲಸ ಮಾಡಲು ಪ್ರತಿಯೊಂದು ಕಾರಣವನ್ನೂ ಹುಡುಕುತ್ತಾರೆ. ನಾವು ಏನನ್ನಾದರೂ ಮಾಡುವ ಅಗತ್ಯವಿಲ್ಲದಿದ್ದರೂ ಸಹ,

ನಾವು ಕಡಿಮೆ ಕೆಲಸ ಮಾಡುವುದನ್ನೇ ಇಷ್ಟಪಡುತ್ತೇವೆ. ಬೇರೆಯವರು ಜವಾಬ್ದಾರಿಯನ್ನು ವಹಿಸಿಕೊಳ್ಳಬಹುದು ಎಂಬ ನಂಬಿಕೆಯು, ಅದನ್ನು ನಾವೇ ಮಾಡದಿರಲು ನಮಗೊಂದು ನೆಪವನ್ನು ನೀಡುತ್ತದೆ.

ಇದರೊಂದಿಗೆ, ಕರಾಳ ಮನೋವಿಜ್ಞಾನದ ಎರಡು ಪ್ರಮುಖ ವಿಚಾರಗಳು ನಿಮ್ಮ ಮನಸ್ಸಿನಲ್ಲಿವೆ. ನೀವು ಕೇಳಲಿರುವ ಕರಾಳ ಮನೋವಿಜ್ಞಾನದ ಉದಾಹರಣೆಗಳು ಇಷ್ಟೇ ಅಲ್ಲ, ಆದ್ದರಿಂದ ಹೆಚ್ಚಿನವುಗಳಿಗಾಗಿ ಓದುತ್ತಿರಿ. ಇಲ್ಲಿಂದ ಮುಂದೆ, ಮನೋವಿಜ್ಞಾನದ ಈ ಕ್ಷೇತ್ರದಲ್ಲಿ ಜನರ ಮನಸ್ಸಿನ ಕುಶಲ ನಿರ್ವಹಣೆ ಮತ್ತು ನಿಯಂತ್ರಣಕ್ಕೆ ನಾವು ತಿಳಿದಿರುವ ವಿಷಯಗಳನ್ನು ಅನ್ವಯಿಸುತ್ತೇವೆ.

ಕೇವಲತತ್ವ ಮತ್ತು ಮಾನವ ನಡವಳಿಕೆ

ಈಗ ನೀವು ಕರಾಳ ಮನೋವಿಜ್ಞಾನದ ಪ್ರಪಂಚದ ಪರಿಚಯವನ್ನು ಹೊಂದಿದ್ದೀರಿ, ಅದರ ನೈಜ ಅನ್ವಯಿಕೆಯನ್ನು ಆಳವಾಗಿ ಅಧ್ಯಯನ ಮಾಡುವ ಸಮಯ ಬಂದಿದೆ. ಮನಸ್ಸನ್ನು ಓದುವುದು ಮತ್ತು ಪ್ರಭಾವಿಸುವುದು ಹೇಗೆ, ಇತರ ಜನರ ಕ್ರಿಯೆಗಳನ್ನು ಹೇಗೆ ಬಳಸಿಕೊಳ್ಳುವುದು, ಜನರನ್ನು ಸಮರ್ಥವಾಗಿ ವಂಚಿಸುವುದು ಹೇಗೆ ಮತ್ತು ನಿಮ್ಮ ವೃತ್ತಿಜೀವನದಲ್ಲಿ ಹೇಗೆ ಪ್ರಗತಿ ಸಾಧಿಸುವುದು ಎಂಬುದನ್ನು ಕಲಿಯಲು ನೀವು ಈ ಪುಸ್ತಕವನ್ನು ಆರಿಸಿಕೊಂಡಿದ್ದೀರಿ. ಈ ಎಲ್ಲಾ ಕೆಲಸಗಳನ್ನು ಮಾಡುವ ಹಾದಿಯನ್ನು ನಾವು ವಿವರಿಸುತ್ತೇವೆ; ನಾವು ಕಲಿಯುವ ಮುಖ್ಯ ಪರಿಕಲ್ಪನೆಗಳನ್ನು ತೆಗೆದುಕೊಂಡು ಅವುಗಳನ್ನು ನೈಜ ಜೀವನದ ಸಂದರ್ಭಗಳಿಗೆ ಅನ್ವಯಿಸುವುದು ಮಾತ್ರ ಇಲ್ಲಿ ಮಾಡಬೇಕಾದ ಕೆಲಸವಾಗಿದೆ.

ಕರಾಳ ಮನೋವಿಜ್ಞಾನದಲ್ಲಿ, ನಮಗೆ ಮೊದಲ ಮುಖ್ಯವಾದ ವಿಷಯವೆಂದರೆ...

ಅರ್ಥಮಾಡಿಕೊಳ್ಳಬೇಕಾದ ಸಂಗತಿಯೆಂದರೆ ಸಾಮಾನ್ಯ ಮನುಷ್ಯರಲ್ಲಿರುವ 'ಸ್ವಯಂ ಪ್ರೇಮ'. ಮಾನವರು ಸ್ವಯಂ ಕೇಂದ್ರಿತರು ಮತ್ತು ಅಹಂಕಾರಿಗಳು ಎಂಬುದು ವಿಶಾಲವಾದ ಸಂಶೋಧನಾ ಮೂಲದಿಂದ ನಮಗೆ ತಿಳಿದಿದೆ. ಇದರರ್ಥ ನಾವು ಎಲ್ಲಾ ಸಂದರ್ಭಗಳಲ್ಲೂ ಇತರರಿಗೆ ಹಾನಿ ಮಾಡುವ ರೀತಿಯಲ್ಲಿ ದುರಾಸೆಯುಳ್ಳವರು ಎಂದು

ಭಾವಿಸಬೇಡಿ. ಇದನ್ನು ಅಷ್ಟು ಭಯಾನಕವಾಗಿ ಪರಿಗಣಿಸಬೇಕಾದ ಅಗತ್ಯವಿಲ್ಲ. ಆದಾಗ್ಯೂ, ನಾವೆಲ್ಲರೂ ಸಹಜವಾಗಿ ಬೇರೆಯವರಿಗಿಂತ ಮೊದಲು ನಮ್ಮ ಸ್ವಂತ ಅಗತ್ಯಗಳ ಬಗ್ಗೆ ಯೋಚಿಸುತ್ತೇವೆ ಎಂಬುದು ಸತ್ಯ. ಅಹಂಕಾರದ ಈ ಅಡಚಣೆಯನ್ನು ಜಯಿಸಲು ಸಾಕಷ್ಟು ಸಿದ್ಧತೆ ಮತ್ತು ಶಿಕ್ಷಣದ ಅಗತ್ಯವಿದೆ.

ಕರಾಳ ಮನೋವಿಜ್ಞಾನದ ಕಲಿಯುವವರಾಗಿ ಮತ್ತು ಕುಶಲ ನಿರ್ವಹಣೆ ಮಾಡುವವರಾಗಿ ನೀವು ಈ ಮಾನವ ದೌರ್ಬಲ್ಯವನ್ನು ನಿಮ್ಮ ಅನುಕೂಲಕ್ಕೆ ಬಳಸಿಕೊಳ್ಳಬಹುದು. ಅಹಂಕಾರದ ಸ್ವಭಾವದ ಜನರು ತಮ್ಮ ಅಹಂಗೆ ಆಹಾರ ಹಾಕಿಸಿಕೊಳ್ಳಲು ಬಯಸುತ್ತಾರೆ ಎಂಬುದು ನಿಮಗೆ ತಿಳಿದಿದೆ. ಅನೇಕ ಜನರು ತಾವು ಪರಾವಲಂಬಿಗಳಂತೆ ಅಥವಾ 'ಚಾಚೂ ತಪ್ಪದ ಹಿಂಬಾಲಕರಂತೆ' ಕಾಣಿಸಿಕೊಳ್ಳಲು ಹೆದರುತ್ತಾರೆ, ಆದರೆ ಕರಾಳ ಮನೋವಿಜ್ಞಾನದ ಪ್ರಕಾರ ಇಂತಹ ನಡವಳಿಕೆಯು ಸಾಮಾನ್ಯವಾಗಿ ಆ ರೀತಿ ಕಂಡುಬರುವುದಿಲ್ಲ.

ನೋಡಿ, ಈ ಮಾನವ ಗುಣಕ್ಕೆ ವೈಜ್ಞಾನಿಕವಾಗಿ ಸ್ವಯಂ ಕೇಂದ್ರಿತತೆ ಅಥವಾ ಅಹಂಕಾರ ಎನ್ನುವುದಿಲ್ಲ. ಇದನ್ನು 'ಕೇವಲ ಅಸ್ತಿತ್ವವಾದ' ಎನ್ನಲಾಗುತ್ತದೆ. ಕೇವಲ ಅಸ್ತಿತ್ವವಾದವು ಕೇವಲ ತನ್ನ ಬಗ್ಗೆ ಉನ್ನತವಾಗಿ ಯೋಚಿಸುವುದು ಅಥವಾ ಇತರರ ಬಗ್ಗೆ ಹೆಚ್ಚು ತಲೆಕೆಡಿಸಿಕೊಳ್ಳದಿರುವುದಕ್ಕಿಂತ ಆಳವಾದ ಪರಿಕಲ್ಪನೆಯಾಗಿದೆ. ಇದು ನಾವೆಲ್ಲರೂ ಒಂದಲ್ಲ ಒಂದು ಮಟ್ಟದಲ್ಲಿ ಹೊಂದಿರುವ ಗುಣವಾಗಿದ್ದು, ಇದು ನಾವು ಇತರರ ದೃಷ್ಟಿಕೋನವನ್ನು ನಿಜವಾಗಿಯೂ ಗ್ರಹಿಸುವುದಿಲ್ಲ ಎಂದು ಸೂಚಿಸುತ್ತದೆ.

ಜಗತ್ತಿನ ಬಹುಪಾಲು ವ್ಯಕ್ತಿಗಳು ಸಂಪೂರ್ಣ 'ಸೋಲಿಪ್ಸಿಸ್ಟ್'ಗಳಲ್ಲ. ನಮ್ಮಲ್ಲಿ ಹೆಚ್ಚಿನವರು ಇತರ ವ್ಯಕ್ತಿಗಳಿದ್ದಾರೆ ಮತ್ತು ಅವರು ತಮ್ಮದೇ ಆದ ಅನುಭವಗಳನ್ನು ಹೊಂದಿದ್ದಾರೆ ಎಂಬ ಸತ್ಯವನ್ನು ಸ್ವಲ್ಪ ಮಟ್ಟಿಗೆ ಅರ್ಥಮಾಡಿಕೊಳ್ಳುತ್ತಾರೆ. ಆದಾಗ್ಯೂ, ಈ ವಾಸ್ತವವನ್ನು ಗುರುತಿಸುವುದಕ್ಕೂ ಮತ್ತು ಅದನ್ನು ಆಳವಾಗಿ ಅರ್ಥಮಾಡಿಕೊಳ್ಳುವುದಕ್ಕೂ ನಡುವೆ ವ್ಯತ್ಯಾಸವಿದೆ. ಜಗತ್ತಿನಲ್ಲಿ ನೀವು ಭೇಟಿಯಾಗುವ ಅನೇಕ ಜನರು ಇತರರ ಘನತೆಯನ್ನು ಸಂಪೂರ್ಣವಾಗಿ ಅರ್ಥಮಾಡಿಕೊಳ್ಳುವ ಸಾಮರ್ಥ್ಯವನ್ನು ಹೊಂದಿರುವುದಿಲ್ಲ. ಅದು ಅವರಿಗೆ ಗ್ರಹಿಸಲು ಸಾಧ್ಯವಾಗದಷ್ಟು ಮೀರಿದ ವಿಷಯವಾಗಿದೆ, ಆದ್ದರಿಂದ ಅವರು

ತಮ್ಮದೇ ಆದ ಸಣ್ಣ ವೈಯಕ್ತಿಕ ಜಗತ್ತಿನಲ್ಲಿ ಉಳಿಯುತ್ತಾರೆ, ಅಲ್ಲಿ ಅವರಿಗೆ ಎಲ್ಲವೂ ಸರಿ ಅನಿಸುತ್ತದೆ. ಇಂತಹವರ ಮನಸ್ಸನ್ನು ಪ್ರವೇಶಿಸುವುದು ಮತ್ತು ನೀವು ಏನನ್ನು ಬಯಸುತ್ತೀರೋ ಅದನ್ನು ಬದಲಾಯಿಸುವುದು ಸುಲಭ...

ಈ 'ಕೇವಲ ಅಸ್ತಿತ್ವವಾದದ' ಲಕ್ಷಣವನ್ನು ಬಳಸಿಕೊಂಡು ಅವರಲ್ಲಿ ನೀವು ಬಯಸಿದ್ದನ್ನು ಕಾಣಬಹುದು. ಇದು ಅವರನ್ನು ಮನಸ್ಸನ್ನು ಓದುವಿಕೆ, ಮಾನಸಿಕ ನಿಯಂತ್ರಣ ಮತ್ತು ಕುಶಲ ನಿರ್ವಹಣೆಗೆ ಸುಲಭವಾಗಿ ತುತ್ತಾಗುವಂತೆ ಮಾಡುತ್ತದೆ.

ನಿಜವಾದ 'ಸೋಲಿಪ್ಸಿಸ್ಟ್'ಗಳು ಎಷ್ಟು ಜನರಿದ್ದಾರೆ ಎಂದು ನಿರ್ಧರಿಸುವುದು ಕಷ್ಟ. "ನಿಜವಾದ ಸೋಲಿಪ್ಸಿಸ್ಟ್" ಎಂದು ನಾವು ಹೇಳಿದಾಗ, ಇತರ ಜನರು ಬಹುತೇಕ ತಮ್ಮಂತೆಯೇ ಇದ್ದಾರೆ ಎಂದು ಭಾವಿಸುವ ಆದರೆ ಅದನ್ನು ಸರಿಯಾಗಿ ಗ್ರಹಿಸದ ಸಾಮಾನ್ಯ ವ್ಯಕ್ತಿಯ ಬಗ್ಗೆ ನಾವು ಮಾತನಾಡುತ್ತಿಲ್ಲ. ಯಾವುದೇ ಕಾರಣಕ್ಕಿರಲಿ, ಇತರರ ಅನುಭವಗಳ ಬಗ್ಗೆ ಎಂದಿಗೂ ಅರಿವಿಲ್ಲದ ವ್ಯಕ್ತಿಗಳ ಬಗ್ಗೆ ನಾವು ಮಾತನಾಡುತ್ತಿದ್ದೇವೆ. ಬಾಲ್ಯದಲ್ಲಿ ಅವರು ಹೆಚ್ಚು ಕಥೆಗಳನ್ನು ಓದದೆ ಬೆಳೆದಿರಬಹುದು, ಇದು ನಿಮ್ಮ ಸಹಾನುಭೂತಿಯನ್ನು ಹೆಚ್ಚಿಸಬೇಕಿತ್ತು. ಬಹುಶಃ ಕೆಲವು ವ್ಯಕ್ತಿಗಳು ಇತರ ವ್ಯಕ್ತಿಗಳ ದೃಷ್ಟಿಕೋನವನ್ನು ಗುರುತಿಸದಂತೆ ಮೊದಲೇ ರೂಪಿಸಲ್ಪಟ್ಟಿರಬಹುದು ಅಲ್ಲಿ ಕೆಲವು ವ್ಯಕ್ತಿಗಳಿದ್ದಾರೆ, ಅವರು ಕರಾಳ ಮನೋವಿಜ್ಞಾನವನ್ನು ಬಳಸಲು ಬಹಳ ಸುಲಭ, ಏಕೆಂದರೆ ಅವರು ತಮ್ಮದೇ ಆದ ಪುಟ್ಟ ಜಗತ್ತಿನಲ್ಲಿ ಎಷ್ಟು ಮುಳುಗಿರುತ್ತಾರೆ ಎಂದರೆ ಅವರಿಗೆ ವಂಚನೆಯ ಅರಿವೇ ಇರುವುದಿಲ್ಲ.

ಇದು ಒಳ್ಳೆಯ ಸುದ್ದಿಯೇ, ಆದರೆ ಒಂದು ಪ್ರಮುಖ ವಿಷಯವನ್ನು ನೆನಪಿನಲ್ಲಿಡಬೇಕು. ನಿಮ್ಮ ಲಾಭಕ್ಕಾಗಿ ಬಳಸಿಕೊಳ್ಳಲು ಯೋಗ್ಯವಾದ ಹೆಚ್ಚಿನ ವ್ಯಕ್ತಿಗಳು ಸೋಲಿಪ್ಸಿಸ್ಟ್‌ಗಳಲ್ಲ. ಇದು ತರ್ಕಬದ್ಧವಾಗಿದೆ ಏಕೆಂದರೆ, ವ್ಯಾಖ್ಯಾನದ ಪ್ರಕಾರ, ನೀವು ಒಬ್ಬ ಸೋಲಿಪ್ಸಿಸ್ಟ್ ಆಗಿದ್ದರೆ, ನೀವು ದುರಾಸೆಯುಳ್ಳವರಾಗಿರುತ್ತೀರಿ ಮತ್ತು ಇತರರ ದೃಷ್ಟಿಕೋನವನ್ನು ಅರ್ಥಮಾಡಿಕೊಳ್ಳಲು ಅಸಮರ್ಥರಾಗಿರುತ್ತೀರಿ. ಅಂತಹ ಮನೋಭಾವವು ಜನರೊಂದಿಗೆ ಹತ್ತಿರವಾಗಲು ಮತ್ತು ನಂಬಿಕೆಯನ್ನು ಬೆಳೆಸಲು ನಿಮಗೆ ಸಹಾಯ ಮಾಡುವುದಿಲ್ಲ.

ಆದಾಗ್ಯೂ, ಇದರರ್ಥ ನೀವು ಸಾಮಾನ್ಯ ವ್ಯಕ್ತಿಯೊಂದಿಗೆ ನಿಮ್ಮ ಲಾಭಕ್ಕಾಗಿ ಈ ಅಸ್ತಿತ್ವವಾದವನ್ನು ಬಳಸಲಾಗುವುದಿಲ್ಲ ಎಂದಲ್ಲ. ವಾಸ್ತವವಾಗಿ ಅದು ತದ್ವಿರುದ್ಧವಾಗಿದೆ. ಹೊರಗಿನ ಹೆಚ್ಚಿನ ಜನರು ನಿಜವಾದ ಸೋಲಿಪ್ಸಿಸ್ಟ್‌ಗಳಲ್ಲದಿದ್ದರೂ, ನಾವೆಲ್ಲರೂ ಮಾನವರು ಮತ್ತು ನಮ್ಮಲ್ಲಿ ಸೋಲಿಪ್ಸಿಸ್ಟ್ ಅಂಶವು ಸ್ವಲ್ಪಮಟ್ಟಿಗೆ ಇದ್ದೇ ಇರುತ್ತದೆ. ನಿಮ್ಮ ಗುರಿಯಾಗಿರುವ ವ್ಯಕ್ತಿಯ ಮಾನಸಿಕತೆಯ ಈ ಅರಿವಿಲ್ಲದ ಮತ್ತು ಸ್ವಯಂ-ಕೇಂದ್ರಿತ ಭಾಗವನ್ನು ಹೊರತೆಗೆಯಬೇಕು ಮತ್ತು ಅದನ್ನು ನಿಮ್ಮ ಅನುಕೂಲಕ್ಕೆ ತಕ್ಕಂತೆ ಬಳಸಿಕೊಳ್ಳಬೇಕು.

ಅನೇಕರೂಪಗಳಲ್ಲಿಸೋಲಿಪ್ಸಿಸಂತನ್ನನ್ನುತಾನುತೋರಿಸಿಕೊಳ್ಳುತ್ತದೆ. ಅದರ ಬಗ್ಗೆ ಯೋಚಿಸುವ ಒಂದು ವಿಧಾನವೆಂದರೆ: ದಿನದ ಕೊನೆಯಲ್ಲಿ ನಾವು ಸ್ವಲ್ಪ ಮಟ್ಟಿಗೆ ದುರಾಸೆಯುಳ್ಳವರಾಗಿರಲೇಬೇಕು. ನಾವು ನಮ್ಮೆಲ್ಲಾ ಸಮಯವನ್ನು ಇತರರ ಬಗ್ಗೆ ಪರಿಗಣಿಸುತ್ತಾ ಕಳೆಯಲು ಸಾಧ್ಯವಿಲ್ಲ...

ಇತರರ ದೃಷ್ಟಿಕೋನಗಳನ್ನು ಗಮನಿಸುತ್ತಾ ಕೂರಲು ಸಾಧ್ಯವಿಲ್ಲ. ನಾವು ಹಾಗೆ ಮಾಡಿದರೆ ಬದುಕುಳಿಯುವುದು ಅಸಾಧ್ಯವಾಗುತ್ತದೆ. ನಮಗೆ ಯಾವುದು ಉತ್ತಮ ಎಂದು ನಾವೇ ನಿರ್ಧರಿಸಬೇಕಾದ ಒಂದು ಮಿತಿಯು ಅನಿವಾರ್ಯವಾಗಿ ಎದುರಾಗುತ್ತದೆ.

ಇದು ಹಲವಾರು ಮಾನಸಿಕ ಅಡ್ಡದಾರಿಗಳು ಮತ್ತು ಜ್ಞಾನಗ್ರಹಣದ ಪೂರ್ವಾಗ್ರಹಗಳಿಗೆ ದಾರಿ ಮಾಡಿಕೊಡುತ್ತದೆ, ಈ ಪರಿಕಲ್ಪನೆಗಳ ಬಗ್ಗೆ ನಾವು ಮುಂದೆ ಚರ್ಚಿಸಲಿದ್ದೇವೆ. ಮೂಲಭೂತವಾಗಿ, ನಮ್ಮ ಮನಸ್ಸುಗಳು ಗೊಂದಲವನ್ನು ಇಷ್ಟಪಡುವುದಿಲ್ಲ. ನಮ್ಮ ಮನಸ್ಸಿಗೆ ತಾನು ಈ ಬ್ರಹ್ಮಾಂಡವನ್ನು ಸಂಪೂರ್ಣವಾಗಿ ಅರ್ಥಮಾಡಿಕೊಂಡಿದ್ದೇನೆ ಎಂಬ ಭಾವನೆ ಇರಬೇಕು, ಇಲ್ಲದಿದ್ದರೆ ಅದಕ್ಕೆ ವಿಶ್ರಾಂತಿ ಪಡೆಯಲು ಸಾಧ್ಯವಾಗುವುದಿಲ್ಲ. ಮಾನವನ ಮೆದುಳು ಅಗಾಧವಾದ ವಿಷಯಗಳಿಗೆ ಜವಾಬ್ದಾರಿಯಾಗಿರುತ್ತದೆ, ಆದ್ದರಿಂದ ಅದು ತನ್ನ ಹೊರಗಿನ ಅನುಭವಗಳ ಬಗ್ಗೆ ಆಳವಾಗಿ ಯೋಚಿಸಲು ಮತ್ತು ಕಲ್ಪಿಸಿಕೊಳ್ಳಲು ಹೆಚ್ಚಿನ ಸಮಯವನ್ನು ವ್ಯರ್ಥ ಮಾಡುವುದಿಲ್ಲ.

ಹಾಗಾಗಿ, ತನಗೆ ಅರ್ಥವಾಗದ ವಿಷಯ ಯಾವುದೂ ಇಲ್ಲ ಎಂದು ಅದು ತನ್ನನ್ನು ತಾನು ಸಮರ್ಥಿಸಿಕೊಳ್ಳಬೇಕು. ಅದು ಸೃಷ್ಟಿಸುವ ಪುಟ್ಟ ಮಾನಸಿಕ ಜಗತ್ತಿನಲ್ಲಿ ಎಲ್ಲವೂ ಅರ್ಥಪೂರ್ಣವಾಗಿರುತ್ತದೆ;

ಅದು ಸುರಕ್ಷಿತವೆಂದು ಭಾವಿಸುತ್ತದೆ. ಕರಾಳ ಮನೋವಿಜ್ಞಾನದ ವಿದ್ಯಾರ್ಥಿಯಾಗಿ ನೀವು ಯಾರೊಬ್ಬರ ಮನಸ್ಸಿನ ಆಳಕ್ಕೆ ಇಳಿಯುವಾಗ ಜಾಗರೂಕರಾಗಿರಬೇಕು. ನಮ್ಮ ಮನಸ್ಸುಗಳು ತಮಗೆ ಎಲ್ಲವೂ ತಿಳಿದಿದೆ ಎಂದು ಊಹಿಸಿಕೊಳ್ಳುವ ಅಗತ್ಯವನ್ನು ಹೊಂದಿರುವುದರಿಂದ, ಯಾರಾದರೂ ತಮ್ಮ ಊಹೆಗಳನ್ನು ಪ್ರಶ್ನಿಸಿದರೆ ಜನರು ಅದನ್ನು ಸುಲಭವಾಗಿ ಒಪ್ಪುವುದಿಲ್ಲ. ನಿಮ್ಮ ಗುರಿಯಾಗಿರುವ ವ್ಯಕ್ತಿಯ ನಂಬಿಕೆಗಳನ್ನು ನೀವು ನೇರವಾಗಿ ಪ್ರಶ್ನಿಸಲು ಮುಂದಾದರೆ, ಅವರು ತಮ್ಮ ಆಲೋಚನಾ ಜಗತ್ತಿಗೆ ನಿಮ್ಮನ್ನು ಸ್ವಾಗತಿಸುವುದಿಲ್ಲ.

ಇದರರ್ಥ ನೀವು ಯಾವುದನ್ನೂ ಎಂದಿಗೂ ಸಂಶಯಿಸಬಾರದು ಎಂದಲ್ಲ. ಕೇವಲ ಸಮಯ ಮತ್ತು ಸಂದರ್ಭದ ಬಗ್ಗೆ ನಿಮಗೆ ಅರಿವಿರಬೇಕು ಅಷ್ಟೆ. ನಾವು ನಿಮಗೆ ನೀಡುವ ಸೂಚನೆಗಳನ್ನು ನೀವು ಅನುಸರಿಸಿದರೆ, ಜನರ ಭಾವನೆಗಳಿಗೆ ಅತಿಯಾಗಿ ಧಕ್ಕೆ ತರದಂತೆ ಕಾರ್ಯನಿರ್ವಹಿಸಲು ಯಾವುದೇ ತೊಂದರೆಯಾಗುವುದಿಲ್ಲ. ನೀವು ಸರಿಯಾದ ಕ್ರಮದಲ್ಲಿ ಮತ್ತು ವ್ಯಕ್ತಿಯು ಸಿದ್ಧವಾಗಿರುವಾಗ ಕೆಲಸಗಳನ್ನು ಮಾಡಿದರೆ ನಿಮಗೆ ಯಾವುದೇ ಸಮಸ್ಯೆ ಎದುರಾಗುವುದಿಲ್ಲ.

ಯಾವುದೇ ಒಬ್ಬ ಸೋಲಿಪ್ಸಿಸ್ಟ್ ಅಥವಾ ಸಾಮಾನ್ಯ ಮಟ್ಟದ ಸೋಲಿಪ್ಸಿಸಂ ಹೊಂದಿರುವ ವ್ಯಕ್ತಿಯನ್ನು ನೀವು ಪ್ರಶ್ನಿಸುವ ಮೊದಲು, ಅವರ ವಿಶ್ವದೃಷ್ಟಿಕೋನವನ್ನು ನೀವು ಪ್ರಶ್ನಿಸುವುದಿಲ್ಲ ಎಂಬ ಭಾವನೆಯನ್ನು ಅವರಲ್ಲಿ ಮೊದಲು ಮೂಡಿಸಬೇಕು. ಇದು ಅವರ ಮನಸ್ಸನ್ನು ಪ್ರವೇಶಿಸಲು ನಿಮಗೆ ಸಹಾಯ ಮಾಡುವುದಿಲ್ಲ ಎಂದು ಮೇಲ್ನೋಟಕ್ಕೆ ಅನಿಸಬಹುದು, ಆದರೆ ಇದು...

ಸರಿಯಾದ ಕ್ರಮದಲ್ಲಿ ಸರಿಯಾದ ಕೆಲಸಗಳನ್ನು ಮಾಡುವುದರ ಬಗ್ಗೆಯಾಗಿದೆ. ನೀವು ಮೊದಲು ಅವರ ನಂಬಿಕೆಯನ್ನು ಗಳಿಸದಿದ್ದರೆ ಅವರು ನಿಮ್ಮನ್ನು ತಮ್ಮ ಆಲೋಚನಾ ಜಗತ್ತಿನೊಳಗೆ ಎಂದಿಗೂ ಬಿಟ್ಟುಕೊಡುವುದಿಲ್ಲ. ಮೊದಲ ಹಂತವು ಯಾವಾಗಲೂ ಆತ್ಮವಿಶ್ವಾಸವನ್ನು ಸ್ಥಾಪಿಸುವುದೇ ಆಗಿದೆ. ನಿಮ್ಮಿಬ್ಬರ ನಡುವೆ ನಂಬಿಕೆಯನ್ನು ಬೆಳೆಸಲು ನೀವು ಆ ವ್ಯಕ್ತಿಯ ಪ್ರಪಂಚದ ವಿಚಾರಗಳನ್ನು ಸಮರ್ಥಿಸಬೇಕು. ಅವರ ಆಲೋಚನೆಗಳು ಸರಿಯಾಗಿವೆಯೇ ಅಥವಾ ತಪ್ಪಾಗಿವೆಯೇ ಎಂಬುದು ಇಲ್ಲಿ ಮುಖ್ಯವಾಗುವುದಿಲ್ಲ. ಆರಂಭದಲ್ಲಿ, ನೀವು ಬೇರೆ ಯಾವುದನ್ನಾದರೂ ಮಾಡುವ ಮೊದಲು, ಅವರ ಪುಟ್ಟ ಮಾನಸಿಕ ಜಗತ್ತಿನಲ್ಲಿ ಒಂದಾಗಿ

ಹೋಗುವ ವ್ಯಕ್ತಿಯಾಗಿ ನೀವು ಅವರಿಗೆ ಕಾಣಿಸಿಕೊಳ್ಳಬೇಕು. ಇಲ್ಲಿಂದ ಮುಂದೆ ಮಾತ್ರ ನೀವು ಕರಾಳ ಮನೋವಿಜ್ಞಾನದ ಮೂಲಕ ಬೇರೆ ಏನನ್ನಾದರೂ ಮಾಡಲು ಸಾಧ್ಯ.

ಇದರ ನಂತರ ಎರಡನೇ ಹಂತವು ಬರುತ್ತದೆ, ಮತ್ತು ನೀವು ನಿಮ್ಮ ಪ್ರಪಂಚದ ಪರಿಕಲ್ಪನೆಗಳನ್ನು ಅವರ ಪ್ರಸ್ತುತ ವಿಶ್ವದೃಷ್ಟಿಕೋನಕ್ಕೆ ಹೊಂದುವಂತೆ ಮಾಡಬೇಕು. ನೀವು ಅವರೊಂದಿಗೆ ಒಂದು ಬಾಂಧವ್ಯವನ್ನು ಬೆಳೆಸಿಕೊಂಡ ನಂತರ ಮತ್ತು ಅವರು ನಿಮ್ಮನ್ನು ನಂಬಿದ ಮೇಲೆ, ಅವರು ಜಗತ್ತನ್ನು ಹೇಗೆ ನೋಡುತ್ತಾರೆ ಎಂಬುದು ನಿಮಗೆ ಆಪ್ತವಾಗಿ ತಿಳಿಯುತ್ತದೆ; ಆದ್ದರಿಂದ ಯಾವುದು ಅವರಿಗೆ ಹೊಂದಿಕೆಯಾಗುತ್ತದೆ ಮತ್ತು ಯಾವುದು ಆಗುವುದಿಲ್ಲ ಎಂಬುದು ನಿಮಗೆ ತಿಳಿಯುತ್ತದೆ.

ಇದನ್ನು ಹೇಗೆ ಮಾಡಬೇಕು ಎಂಬುದು ಯಾವಾಗಲೂ ಸ್ಪಷ್ಟವಾಗಿರುವುದಿಲ್ಲ. ಹಲವು ಬಾರಿ ನೀವು ಎಷ್ಟೇ ಸೃಜನಶೀಲರಾಗಲು ಬಯಸಿದರೂ, ವಿಷಯಗಳ ಬಗ್ಗೆ ಬೇರೆಯವರ ಆಲೋಚನೆಗಳು ನಿಮ್ಮದರೊಂದಿಗೆ ಬೆರೆಯುವುದಿಲ್ಲ ಎಂದು ಎನಿಸಬಹುದು. ಮೊದಲು ಹೊಂದಿಕೆಯಾಗದಂತೆ ಕಾಣುವ ಎರಡು ವಸ್ತುಗಳು ಒಂದಕ್ಕೊಂದು ಸೇರಲು ಸಮಯ ತೆಗೆದುಕೊಳ್ಳುತ್ತದೆ. ಇದು ಸಾಮಾನ್ಯ ವ್ಯಕ್ತಿಗಿಂತ ನಿಜವಾದ ಸೋಲಿಪ್ಸಿಸ್ಟ್‌ನೊಂದಿಗೆ ಬಹಳ ಉತ್ತಮವಾಗಿ ಕೆಲಸ ಮಾಡುತ್ತದೆ. ಏಕೆಂದರೆ ನಿಮ್ಮ ಮತ್ತು ಅವರ ಆಲೋಚನೆಗಳು ಸಹಬಾಳ್ವೆ ನಡೆಸಬಲ್ಲವು ಎಂದು ಅವರು ಕಂಡುಕೊಂಡರೆ ಸಾಕು, ನೀವು ಬೇರೆ ಏನನ್ನೂ ಮಾಡಬೇಕಾಗಿರುವುದಿಲ್ಲ. ಅವರ ಮೆದುಳಿನ ಸತ್ಯದ ಆವೃತ್ತಿಯು ಯಾವುದೇ ಪ್ರಶ್ನೆಗಳಿಲ್ಲದೆ ಮುಂದುವರಿಯುತ್ತದೆ ಎಂದು ಅದು ಭಾವಿಸುತ್ತದೆ, ಇದು ಸೋಲಿಪ್ಸಿಸ್ಟ್‌ಗೆ ಬೇಕಾಗಿರುವ ಅಂಶವಾಗಿದೆ.

ಭಾಗಶಃ ಸೋಲಿಪ್ಸಿಸಂ ಹೊಂದಿರುವ ಸಾಮಾನ್ಯ ವ್ಯಕ್ತಿಯನ್ನು ನಿಭಾಯಿಸುವುದು ಸ್ವಲ್ಪ ಕಷ್ಟಕರವಾಗಿರುತ್ತದೆ. ನಿಮ್ಮ ಭಾವನೆಗಳ ಜೊತೆಗೆ, ಅವರು ಬ್ರಹ್ಮಾಂಡದ ಬಗ್ಗೆ ತಮ್ಮದೇ ಆದ ಮೆದುಳಿನ ದೃಷ್ಟಿಕೋನವನ್ನು ಹೊಂದಿರುತ್ತಾರೆ; ಆದರೆ ಇವುಗಳ ಜೊತೆಗೆ, ಜಗತ್ತಿನಲ್ಲಿ ಅಸ್ತಿತ್ವದಲ್ಲಿರುವ ಇತರ ದೃಷ್ಟಿಕೋನಗಳ ಬಗ್ಗೆಯೂ ಅವರಿಗೆ ಸ್ವಲ್ಪ ಕಲ್ಪನೆ ಇರುತ್ತದೆ. ಅವರು ಸಂಪೂರ್ಣವಾಗಿ ನಿಜವಾದ ಸೋಲಿಪ್ಸಿಸ್ಟ್‌ನಂತೆ ಇರುವುದಿಲ್ಲ, ಏಕೆಂದರೆ ಅವರು ನಿಮ್ಮ ದೃಷ್ಟಿಕೋನಗಳನ್ನು ಜಗತ್ತಿನಲ್ಲಿ ತಾವು ಎದುರಿಸಿದ ಇತರ ವಿಚಾರಗಳೊಂದಿಗೆ ಹೋಲಿಸಿ ನೋಡುತ್ತಾರೆ.

ಅವರಿಗೆ ತುಂಬಾ ಹತ್ತಿರವಾಗುವ ಮೂಲಕ, ನೀವು ಯಾವಾಗಲೂ ಅವರನ್ನು...

ನೀವು ಹೇಳುವುದನ್ನು ಅವರು ನಂಬುವಂತೆ ಮಾಡಬಹುದು. ಆದ್ದರಿಂದಲೇ, ಸಂಪೂರ್ಣವಾಗಿ ಸೋಲಿಪ್ಸಿಸ್ಟ್ ಅಲ್ಲದ ವ್ಯಕ್ತಿಯ ಆಲೋಚನೆಗಳನ್ನು ಮತ್ತು ಕ್ರಿಯೆಗಳನ್ನು ಮಾರ್ಪಡಿಸಲು ಹೆಚ್ಚು ಸಮಯ ಬೇಕಾಗುತ್ತದೆ. ಅವರ ವಿಷಯದಲ್ಲಿ, ಅವರ ಮನಸ್ಸಿನ ಒಗಟಿಗೆ ಒಂದು ತುಣುಕನ್ನು ಸೇರಿಸಿದಷ್ಟು ಸುಲಭವಾಗಿ ಕೆಲಸ ನಡೆಯುವುದಿಲ್ಲ: ಏಕೆಂದರೆ ಅವರಿಗೆ ಹೊರಗಿನ ಪ್ರಪಂಚದ ಬಗ್ಗೆ ಮತ್ತು ನಿಮ್ಮ ಆಲೋಚನೆಗಳ ಹೊರತಾಗಿ ಅಸ್ತಿತ್ವದಲ್ಲಿರುವ ಇತರ ವಿಚಾರಗಳ ಬಗ್ಗೆಯೂ ಸ್ವಲ್ಪ ಅರಿವಿರುತ್ತದೆ.

ಆದರೆ ಈ ಪುಸ್ತಕದಲ್ಲಿ ವಿವರಿಸಲಾದ ಕರಾಳ ಮನೋವಿಜ್ಞಾನದ ಪರಿಕಲ್ಪನೆಗಳ ಸಹಾಯದಿಂದ, ನೀವು ಅವರ ಕ್ರಿಯೆಗಳನ್ನು ಬಳಸಿಕೊಳ್ಳಲು ಅಥವಾ ಹೊಸ ನಂಬಿಕೆಗಳನ್ನು ಹೊಂದಲು ಅವರ ಮನಸ್ಸನ್ನು ನಿಯಂತ್ರಿಸಲು ಬಯಸಿದರೆ, ಅವರ ಮನಸ್ಸಿನೊಂದಿಗೆ ಪ್ರಯೋಗಗಳನ್ನು ಮಾಡುವಲ್ಲಿ ನೀವು ಖಂಡಿತವಾಗಿಯೂ ಯಶಸ್ವಿಯಾಗಬಹುದು. ಇದೆಲ್ಲವೂ ನಿಮ್ಮ ಮತ್ತು ಅವರ ನಡುವಿನ ಪರಿಕಲ್ಪನಾ ಗಡಿಗಳನ್ನು ಮಸುಕುಗೊಳಿಸುವುದರ ಮೇಲೆ ಅವಲಂಬಿತವಾಗಿದೆ. ಇದನ್ನು ನಿಖರವಾಗಿ ಹೇಗೆ ಮಾಡಬೇಕೆಂದು ಮುಂದಿನ ಭಾಗವು ನಿಮಗೆ ತೋರಿಸುತ್ತದೆ. ಕರಾಳ ಮನೋವಿಜ್ಞಾನದ ಪರಿಕಲ್ಪನೆಗಳು ಮತ್ತು ಇತಿಹಾಸದ ಅರಿವಿನೊಂದಿಗೆ, ಕರಾಳ ಮನೋವಿಜ್ಞಾನದ ರಹಸ್ಯಗಳನ್ನು ಕಂಡುಕೊಳ್ಳಲು ಮತ್ತು ನಿಮ್ಮ ವೃತ್ತಿಜೀವನ ಹಾಗೂ ಸಾಮಾಜಿಕ ಜೀವನದಲ್ಲಿ ಪ್ರಗತಿ ಸಾಧಿಸಲು ಸಹಾಯ ಮಾಡುವ ವಿಧಾನಗಳನ್ನು ಬಳಸಲು ನೀವು ಈಗ ಶಕ್ತರಾಗಿದ್ದೀರಿ.

ಅಧ್ಯಾಯ ಎರಡು

ಕತ್ತಲೆ ಮನೋವಿಜ್ಞಾನದ ರಹಸ್ಯಗಳು ಮತ್ತು ತಂತ್ರಗಳು

ವಿಶ್ವದ ಶಕ್ತಿಶಾಲಿಗಳು ಸಂಸ್ಕೃತಿಗಳನ್ನು ಮತ್ತು ರಾಷ್ಟ್ರಗಳನ್ನು ಜಯಿಸಲು ಬಳಸಿದ ವಿಧಾನಗಳು ಮತ್ತು ರಹಸ್ಯಗಳನ್ನು ಈ ಪುಟಗಳಲ್ಲಿ ಸೇರಿಸಲಾಗಿದೆ. ಹಿಂದಿನ ಅಧ್ಯಾಯವು ಕರಾಳ ಮನೋವಿಜ್ಞಾನದ ಸೈದ್ಧಾಂತಿಕ ವಂಚನೆಯ ಕೆಲಸದ ಬಗ್ಗೆ ಮಾಹಿತಿಯನ್ನು ನೀಡಿದ್ದರೆ, ಈ ಅಧ್ಯಾಯದಲ್ಲಿ ಆ ಪರಿಕಲ್ಪನೆಗಳನ್ನು ಪ್ರಾಯೋಗಿಕವಾಗಿ ಹೇಗೆ ಅನ್ವಯಿಸಬೇಕು ಎಂಬುದನ್ನು ವಿವರಿಸಲಾಗಿದೆ.

ಯಾರೊಬ್ಬರ ಮನಸ್ಸನ್ನು ಪ್ರವೇಶಿಸುವುದು ಪದಗಳ ಶಕ್ತಿಯನ್ನು ಬಳಸುವಷ್ಟೇ ಸರಳವಾಗಿದೆ, ಆದರೆ ನೀವು ಯಾವ ಸರಿಯಾದ ಪದಗಳನ್ನು ಬಳಸಬೇಕು ಎಂಬುದು ತಿಳಿದಿರಬೇಕು. ಅದಕ್ಕಾಗಿಯೇ, ಕರಾಳ ಮನೋವಿಜ್ಞಾನವನ್ನು ನೈಜ ಜೀವನದಲ್ಲಿ ಬಳಸಲು ಕಲಿಯುವುದು ಎಂದರೆ ಪ್ರಾಥಮಿಕವಾಗಿ ನಿಮ್ಮ ಶಬ್ದಕೋಶವನ್ನು ಬಳಸುವುದನ್ನು ಅಭ್ಯಾಸ ಮಾಡುವುದು ಎಂದರ್ಥ; ಇದು ಮತ್ತೊಬ್ಬರ ಮನಸ್ಸನ್ನು ತೆರೆಯಲು ಸಹಾಯ ಮಾಡುತ್ತದೆ. ಕಲಿಯಲು ಅಸಂಖ್ಯಾತ ವಿಧಾನಗಳಿವೆ, ಆದರೆ ವಾಸ್ತವವಾಗಿ ಒಬ್ಬರ ಮನಸ್ಸನ್ನು ಭೇದಿಸಲು ನಿಮಗೆ ಕೆಲವೇ ಕೆಲವು ತಂತ್ರಗಳ ಅಗತ್ಯವಿರುತ್ತದೆ. ಈಗ ಆರಂಭಿಸೋಣ. ಯಶಸ್ವಿ ಮನವೊಲಿಕೆ, ಮಾನಸಿಕ ನಿಯಂತ್ರಣ ಮತ್ತು ಮನಸ್ಸನ್ನು ಓದುವ ಪ್ರಕ್ರಿಯೆಯಲ್ಲಿನ ಮೂರು ಪ್ರಮುಖ ಹಂತಗಳಲ್ಲಿ ಮೊದಲನೆಯದನ್ನು ಸಮರ್ಥರು ಅನುಸರಿಸುತ್ತಾರೆ.

ನೀವು ಯಾವುದನ್ನಾದರೂ ಮಾಡುವ ಮೊದಲು ನೀವು ನಿಮ್ಮ ನಿಯಂತ್ರಣದಲ್ಲಿದ್ದೀರಿ ಎಂಬುದು ನಿಮಗೆ ತಿಳಿದಿರಬೇಕು. ನಿಮ್ಮ

ಗುರಿಯಾಗಿರುವ ವ್ಯಕ್ತಿಯು ಏನೇ ಮಾಡಿದರೂ ಅದು ನಿಮ್ಮ ಮೇಲೆ ನಕಾರಾತ್ಮಕ ಪರಿಣಾಮ ಬೀರುವುದಿಲ್ಲ ಎಂಬ ಖಚಿತತೆ ನಿಮಗಿರಬೇಕು. ಇದನ್ನು ಮಾಡುವುದು ಎಷ್ಟು ಕಷ್ಟ ಎಂಬುದು ನಿಮಗೆ ಆಶ್ಚರ್ಯ ತರಬಹುದು. ಯಾರೊಬ್ಬರ ಮನಸ್ಸನ್ನು ಭೇದಿಸಲು ನೀವು ಮೊದಲ ಬಾರಿಗೆ ಪ್ರಯತ್ನಿಸುವಾಗ, ನೀವು ಅಡೆತಡೆಯನ್ನು ಎದುರಿಸುವ ಸಾಧ್ಯತೆಗಳಿರುತ್ತವೆ. ಈ ಅಡೆತಡೆಯು...

ನಿಮ್ಮ ಭಾವನೆಗಳು, ಮಾತುಗಳು ಮತ್ತು ನಡವಳಿಕೆಗಳ ಮೇಲೆ ಆ ವ್ಯಕ್ತಿಯ ಪ್ರಭಾವ ಉಂಟಾಗುತ್ತದೆ. ಒಂದು ವೇಳೆ ಆ ವ್ಯಕ್ತಿಯು ನಿಮ್ಮ ಮೇಲೆ ಪ್ರಭಾವ ಬೀರಿದರೆ, ನೀವು ಅವರ ಮನಸ್ಸನ್ನು ಪ್ರವೇಶಿಸಲು ಸಾಧ್ಯವಾಗುವುದಿಲ್ಲ. ಇದು ಸಂಭವಿಸಿದರೆ, ಅವರೇ ನಿಮ್ಮ ಮನಸ್ಸನ್ನು ಪ್ರವೇಶಿಸುತ್ತಿದ್ದಾರೆ ಎಂದರ್ಥ. ನರವಿಜ್ಞಾನಿಗಳು ಈಗ ಇದರ ಹಿಂದಿನ ಕಾರಣವನ್ನು ಅರ್ಥಮಾಡಿಕೊಂಡಿದ್ದಾರೆ. ನಮ್ಮ ಮನಸ್ಸಿನಲ್ಲಿ 'ಪ್ರತಿಫಲಿತ ನರಕೋಶಗಳು' ಎಂದು ಕರೆಯಲ್ಪಡುವ ಒಂದು ನಿರ್ದಿಷ್ಟ ರೀತಿಯ ನರಕೋಶಗಳೇ ಇದಕ್ಕೆ ಕಾರಣ. ನರವಿಜ್ಞಾನಿಗಳು ಚಿಂಪಾಂಜಿಗಳನ್ನು ಪರೀಕ್ಷಿಸುತ್ತಿದ್ದಾಗ ಆಕಸ್ಮಿಕವಾಗಿ ಈ ಪ್ರತಿಫಲಿತ ನರಕೋಶಗಳು ಪತ್ತೆಯಾದವು. ಅವುಗಳು ಎಷ್ಟು ಮಹತ್ವದ ಪರಿಣಾಮಗಳನ್ನು ಹೊಂದಿವೆ ಎಂಬುದನ್ನು ಗಮನಿಸಿದರೆ, ಅವು ಕಾರ್ಯನಿರ್ವಹಿಸುವ ವಿಧಾನವು ನಿಜಕ್ಕೂ ಸರಳವಾದುದು.

ನರವಿಜ್ಞಾನಿಗಳು ಎರಡು ಪ್ರತ್ಯೇಕ ಚಿಂಪಾಂಜಿಗಳ ಮೆದುಳನ್ನು ಸ್ಕ್ಯಾನ್ ಮಾಡಿದರು. ಮೊದಲ ಚಿಂಪಾಂಜಿಯು ಬಾಳೆಹಣ್ಣನ್ನು ಹಿಡಿದಿದ್ದಾಗ ಅದರ ಮೆದುಳಿನಲ್ಲಿ ಈ ವಿಶಿಷ್ಟ ನರಕೋಶವು ಕಾರ್ಯಪ್ರವೃತ್ತವಾಯಿತು. ಈ ಚಿತ್ರಣದಲ್ಲಿ ಮತ್ತೊಂದು ಚಿಂಪಾಂಜಿಯ ಪಾತ್ರವು ಆಸಕ್ತಿದಾಯಕವಾಗಿದೆ. ಎರಡನೇ ಚಿಂಪಾಂಜಿಯು ತನ್ನ ಕೈಯಲ್ಲಿ ಬಾಳೆಹಣ್ಣನ್ನು ಹಿಡಿದಿರಲಿಲ್ಲ; ಅದು ಕೇವಲ ಮೊದಲ ಚಿಂಪಾಂಜಿಯು ಬಾಳೆಹಣ್ಣು ಹಿಡಿದಿರುವುದನ್ನು ಗಮನಿಸುತ್ತಿತ್ತು. ಹಾಗಿದ್ದರೂ ಸಹ, ಎರಡನೇ ಚಿಂಪಾಂಜಿಯ ಮೆದುಳಿನಲ್ಲೂ ಅದೇ ವಿಶೇಷ ನರಕೋಶವು ಕಾರ್ಯನಿರ್ವಹಿಸಿತು.

ಇದು ನರವಿಜ್ಞಾನಿಗಳು ಪ್ರತಿಫಲಿತ ನರಕೋಶಗಳನ್ನು ಆಕಸ್ಮಿಕವಾಗಿ ಕಂಡುಹಿಡಿಯಲು ಕಾರಣವಾಯಿತು. ಪ್ರತಿಫಲಿತ ನರಕೋಶಗಳು ನಮ್ಮ ಮೆದುಳಿಗೆ ಕ್ರಿಯೆಗಳನ್ನು ಕಲ್ಪಿಸಿಕೊಳ್ಳಲು ಅನುವು ಮಾಡಿಕೊಡುವ ನರಕೋಶಗಳಾಗಿವೆ ಎಂದು ಈಗ ಅರ್ಥೈಸಲಾಗಿದೆ - ಅವು ನಾವು

ಮಾಡುತ್ತಿರುವ ನೈಜ ಕ್ರಿಯೆಗಳಾಗಿರಲಿ ಅಥವಾ ನಾವು ಕೇವಲ ಕಲ್ಪಿಸಿಕೊಳ್ಳುತ್ತಿರುವ ಕ್ರಿಯೆಗಳಾಗಿರಲಿ. ಈ ಪ್ರತಿಫಲಿತ ನರಕೋಶಗಳ ಅದ್ಭುತ ಸಂಗತಿಯೆಂದರೆ, ನಮ್ಮ ಮೆದುಳಿನಿಂದ ಅದೇ ರೀತಿಯ ಪ್ರತಿಕ್ರಿಯೆಯನ್ನು ಪಡೆಯಲು ನಾವು ಯಾವುದನ್ನಾದರೂ ಮಾಡಲೇಬೇಕು ಎಂದೇನಿಲ್ಲ. ನಾವು ಕ್ರಿಯೆಯನ್ನು ಮಾಡಿದರೂ ಅಥವಾ ಕೇವಲ ನೋಡಿದರೂ ಅವು ಕಾರ್ಯನಿರ್ವಹಿಸುತ್ತವೆ.

ಇದನ್ನು ನೀವು ಅನೇಕ ವಿಷಯಗಳಿಗೆ ಅನ್ವಯಿಸಬಹುದು: ನಾವು ಒಂದು ಕಾದಂಬರಿಯನ್ನು ಓದುತ್ತಿರುವಾಗ ಅದರಲ್ಲಿನ ಪಾತ್ರವು ಚಿಪ್ಸ್ ತಿನ್ನುತ್ತಿದ್ದರೆ, ನಾವೇ ಚಿಪ್ಸ್ ತಿನ್ನುತ್ತಿರುವಂತೆ ನಮ್ಮ ಪ್ರತಿಫಲಿತ ನರಕೋಶಗಳು ಸಕ್ರಿಯಗೊಳ್ಳುತ್ತವೆ. ನಮ್ಮ ಮೆದುಳು ವಿಷಯಗಳ ಅರ್ಥವನ್ನು ಗ್ರಹಿಸುವುದು ಈ ಪ್ರತಿಫಲಿತ ನರಕೋಶಗಳ ಮೂಲಕವೇ. ಭವಿಷ್ಯಕ್ಕಾಗಿ ಯೋಜಿಸಲು ನಾವು ಈ ಪ್ರತಿಫಲಿತ ನರಕೋಶಗಳನ್ನು ವಿಕಸನಗೊಳಿಸಿಕೊಂಡಿದ್ದೇವೆ ಎಂದು ವಿಜ್ಞಾನಿಗಳು ಪ್ರತಿಪಾದಿಸುತ್ತಿದ್ದಾರೆ. ನಾವು ಈಗ ಆ ಕ್ರಿಯೆಯನ್ನು ಮಾಡುತ್ತಿಲ್ಲದಿರಬಹುದು, ಆದರೆ...

ನಾವು ಒಂದು ಕ್ರಿಯೆಯನ್ನು ಗಮನಿಸಿದಾಗ, ಭವಿಷ್ಯದಲ್ಲಿ ಅದನ್ನು ಸ್ವತಃ ಮಾಡಲು ನಮ್ಮ ಮನಸ್ಸು ಯೋಜಿಸುತ್ತಿರುತ್ತದೆ. ಪ್ರತಿಫಲಿತ ನರಕೋಶಗಳ ಕಾರ್ಯವೇ ಇದು. ವಿಷಯದ ವ್ಯಕ್ತಿಯು ಭಾವುಕನಾದಾಗ ಅದು ನಿಮ್ಮ ಮೇಲೆ ಪ್ರಭಾವ ಬೀರಲು ಪ್ರಾರಂಭಿಸುವುದರಿಂದ, ಇದು ಈಗಾಗಲೇ ಮನೋನಿಯಂತ್ರಣ ಮತ್ತು ಬಲವಂತಕ್ಕೆ ಹೇಗೆ ಸಂಬಂಧಿಸಿದೆ ಎಂಬುದನ್ನು ನೀವು ಕಂಡುಕೊಂಡಿದ್ದೀರಿ. ಇದು ಅವರೊಂದಿಗೆ ಭಾವನಾತ್ಮಕವಾಗಿ ಬೆರೆಯುವಂತೆ ಮಾಡುವ ಸಾಮಾಜಿಕ ಒತ್ತಡದಂತೆ ಭಾಸವಾಗುತ್ತದೆ.

ನರವಿಜ್ಞಾನದ ಕಾರಣದಿಂದಾಗಿ ಸಾಮಾಜಿಕ ಅಂಶಗಳು ನಿಸ್ಸಂದೇಹವಾಗಿ ಇದರಲ್ಲಿ ಪಾತ್ರವಹಿಸುತ್ತವೆಯಾದರೂ, ಇದಕ್ಕೆ ಸಂಬಂಧಿಸಿದ ಸಂಶೋಧನೆಯು ಮೆದುಳಿನಲ್ಲಿ ನಡೆಯುತ್ತದೆ ಎಂದು ಈಗ ನಮಗೆ ತಿಳಿದಿದೆ. ನಮ್ಮ ಜೀವನದಲ್ಲಿ ಇರುವ ಜನರ ಭಾವನೆಗಳಿಗೆ ಪ್ರತಿಕ್ರಿಯಿಸಲು ನಾವು ಸಾಮಾಜಿಕವಾಗಿ ಒತ್ತಾಯಿಸಲ್ಪಡುವುದು ಮಾತ್ರವಲ್ಲದೆ, ಆ ವ್ಯಕ್ತಿಯ ಕ್ರಿಯೆಗಳಿಗೆ ಪ್ರತಿಕ್ರಿಯೆಯಾಗಿ ನಮ್ಮ ಪ್ರತಿಫಲಿತ ನರಕೋಶಗಳು ಸಹ ಕಾರ್ಯನಿರ್ವಹಿಸುತ್ತಿರುತ್ತವೆ. ಅವರು ವರ್ತನೆಯನ್ನು ತೋರಿಸುತ್ತಿದ್ದರೂ ಸಹ, ಅವರಂತೆಯೇ ನಿಮ್ಮ ಪ್ರತಿಫಲಿತ

ನರಕೋಶಗಳು ಕಾರ್ಯಪ್ರವೃತ್ತವಾಗುತ್ತವೆ ಮತ್ತು ನೀವು ಕೇವಲ ಅದನ್ನು ಅನುಭವಿಸುತ್ತಿರುತ್ತೀರಿ.

ಮನೋವಾಚನ, ಮನೋನಿಯಂತ್ರಣ ಮತ್ತು ಕುತಂತ್ರದಲ್ಲಿ ಪ್ರಾವೀಣ್ಯತೆ ಪಡೆಯಲು ಅಗತ್ಯವಿರುವ ರೀತಿಯಲ್ಲಿ ನಮ್ಮನ್ನು ನಾವು ನಿಯಂತ್ರಿಸಿಕೊಳ್ಳುವುದನ್ನು ಇದು ಕಷ್ಟಕರವಾಗಿಸುತ್ತದೆ. ಅವರಿಂದ ಪ್ರಭಾವಿತರಾಗುವಂತೆ ಮಾಡುವ ನರವಿಜ್ಞಾನದ ಮತ್ತು ಜೈವಿಕ ಪ್ರಕ್ರಿಯೆಯೊಂದು ಇಲ್ಲಿದೆ.

ಆದರೆ ನಾವು ಹೇಳಿದಂತೆ, ನಮ್ಮ ವಿಷಯದ ವ್ಯಕ್ತಿಯಿಂದ ಪ್ರಭಾವಕ್ಕೊಳಗಾಗುವುದನ್ನು ನಾವು ಒಪ್ಪಬಾರದು. ನಾವು ಅವರನ್ನು ಕುತಂತ್ರದಿಂದ ಬಳಸಿಕೊಳ್ಳಬೇಕೆಂದು ನಿರೀಕ್ಷಿಸಲಾಗುತ್ತದೆ ಮತ್ತು ಅಲ್ಲಿಯೇ ಸ್ಥಿತಿ ನಿರ್ವಹಣೆಯ ಶಕ್ತಿ ಅಡಗಿದೆ. ನೀವು ಈ ಕರಾಳ ಮನೋವಿಜ್ಞಾನದ ಅನ್ವಯಿಕೆಗಳಲ್ಲಿ ಯಶಸ್ವಿಯಾಗಲು ಬಯಸಿದರೆ ಸ್ಥಿತಿ ನಿರ್ವಹಣೆಯು ನೀವು ಕರಗತ ಮಾಡಿಕೊಳ್ಳಬೇಕಾದ ಮೊದಲ ಕೌಶಲವಾಗಿದೆ. ಮೂಲಭೂತವಾಗಿ, ಯಾವುದೇ ಕ್ಷಣದಲ್ಲಿ ನೀವು ಅನುಭವಿಸಬೇಕಾದ ಭಾವನೆಗಳನ್ನು ವ್ಯಕ್ತಪಡಿಸುವುದು ನಿಮ್ಮ ಹಕ್ಕು. ಅಪರಿಚಿತರ ಪ್ರತಿಫಲಿತ ನರಕೋಶಗಳಿಂದ ಪ್ರಭಾವಿತರಾಗದೆ, ಯಾವುದೇ ಕ್ಷಣದಲ್ಲಿ ನೀವು ವ್ಯಕ್ತಪಡಿಸುವ ಭಾವನೆಗಳನ್ನು ನೀವೇ ಆಯ್ಕೆ ಮಾಡಿಕೊಳ್ಳುವ ಸಾಮರ್ಥ್ಯವಿದು.

ನೀವು ಕಲಿಯಲು ಇದು ಮೊದಲ ಸಾಮರ್ಥ್ಯವಾಗಿದೆ ಏಕೆಂದರೆ ಇದು ನೀವು ಕೇಂದ್ರಬಿಂದುವಾಗುವುದನ್ನು ತಡೆಯುತ್ತದೆ. ನೋಡಿ, ನಾವು ವ್ಯಕ್ತಿಗಳೊಂದಿಗೆ ಸಂವಹನ ನಡೆಸುವಾಗ, ಅವರ ಪ್ರಭಾವಕ್ಕೆ ನಾವು ಒಳಗಾಗುತ್ತೇವೆ ಎಂದು ಅವರು ಯಾವಾಗಲೂ ನಿರೀಕ್ಷಿಸುತ್ತಾರೆ. ಇತರ ಕರಾಳ ಮನೋವಿಜ್ಞಾನ ಪುಸ್ತಕಗಳ ಸಲಹೆಯನ್ನು ಕೇಳುವ ಮೂಲಕ, ಮಾಡಬೇಡಿ...

ರಾಜ್ಯ ಶಕ್ತಿಯ ಬಗ್ಗೆ ತಪ್ಪು ದಾರಿಯಲ್ಲಿ ಕಲಿಯಬೇಡಿ. ರಾಜ್ಯ ಶಕ್ತಿಯ ಬಗ್ಗೆ ತಪ್ಪು ಕಲ್ಪನೆಯನ್ನು ನೀಡುವ ಮೂಲಕ ಅವರು ಓದುಗರನ್ನು ಗೊಂದಲಕ್ಕೀಡು ಮಾಡುತ್ತಾರೆ.

ಮೊದಲನೆಯದಾಗಿ, ರಾಜ್ಯ ನಿಯಂತ್ರಣ ಎಂದರೆ ನೀವು ಭಾವನೆಗಳನ್ನು ಹೊಂದುವುದನ್ನು ನಿಲ್ಲಿಸುತ್ತೀರಿ ಎಂದರ್ಥವಲ್ಲ. ರಾಜ್ಯ ನಿಯಂತ್ರಣ

ಎಂದರೆ ನಿಮ್ಮ ಆಲೋಚನೆಗಳನ್ನು ನಿರ್ವಹಿಸಲು ಸಮರ್ಥರಾಗಿರುವುದು ಎಂದರ್ಥ, ಮತ್ತು ಇದು ಭಾವನೆಗಳನ್ನು ನಿಲ್ಲಿಸುವುದಕ್ಕಿಂತ ಸಂಪೂರ್ಣವಾಗಿ ಭಿನ್ನವಾದ ವಿಷಯವಾಗಿದೆ. ಯಾವುದೇ ವಿಷಯದಿಂದ ಪ್ರಭಾವಿತರಾಗುವುದನ್ನು ತಪ್ಪಿಸಲು ನೀವು ರಾಜ್ಯ ನಿಯಂತ್ರಣವನ್ನು ಬಳಸಬೇಕು ಎಂದು ನಾವು ಹೇಳಿದಾಗ, ಸಾಮಾನ್ಯ ಸಾಮಾಜಿಕ ಸಂವಹನದಂತೆ ನೀವು ಎಂದಿಗೂ ಪ್ರತಿಕ್ರಿಯಿಸಬಾರದು ಎಂದು ಅದರ ಅರ್ಥವಲ್ಲ. ವಾಸ್ತವದಲ್ಲಿ, ಹೆಚ್ಚಿನ ಸಮಯ ನೀವು ಸಾಮಾನ್ಯ ವ್ಯಕ್ತಿಯಂತೆ ಭಾವನೆಗಳನ್ನು ವ್ಯಕ್ತಪಡಿಸುತ್ತಲೇ ಸಂವಹನ ನಡೆಸಬಹುದು.

ರಾಜ್ಯ ನಿಯಂತ್ರಣವು ಉಂಟುಮಾಡುವ ವ್ಯತ್ಯಾಸವೆಂದರೆ, ನೀವು ಯಾವಾಗ ಮತ್ತು ಹೇಗೆ ಭಾವನಾತ್ಮಕವಾಗಿ ಪ್ರತಿಕ್ರಿಯಿಸಬೇಕು ಎಂಬುದನ್ನು ಆರಿಸಿಕೊಳ್ಳುವ ಹಕ್ಕನ್ನು ಅದು ನಿಮಗೆ ನೀಡುತ್ತದೆ. ಹೆಚ್ಚಿನ ಸಮಯ ನೀವು ಸಾಮಾಜಿಕವಾಗಿ ನಿರೀಕ್ಷಿತ ರೀತಿಯಲ್ಲಿಯೇ ಪ್ರತಿಕ್ರಿಯಿಸಬೇಕು, ಆದರೆ ಕೆಲವು ಸಂದರ್ಭಗಳಲ್ಲಿ ಹಾಗೆ ಮಾಡಬಾರದು. ಇದೆಲ್ಲವೂ ಆ ವ್ಯಕ್ತಿಯ ಮೆದುಳಿನ ತರಂಗಾಂತರಗಳಿಗೆ ಹೊಂದಿಕೊಳ್ಳುವುದು ಮತ್ತು ನಿಮ್ಮ ಉದ್ದೇಶಗಳನ್ನು ಸಾಧಿಸಲು ಕುಶಲತೆಯಿಂದ ವರ್ತಿಸುವುದು - ಇವೆರಡರ ನಡುವೆ ನೀವು ಹೇಗೆ ಸಮತೋಲನವನ್ನು ಕಾಯ್ದುಕೊಳ್ಳುತ್ತೀರಿ ಎಂಬುದರ ಮೇಲೆ ಅವಲಂಬಿತವಾಗಿರುತ್ತದೆ. ಇದರ ಬಗ್ಗೆ ನಾವು ಮುಂದೆ ವಿವರವಾಗಿ ಮಾತನಾಡಲಿದ್ದೇವೆ, ಆದರೆ ಸದ್ಯಕ್ಕೆ ರಾಜ್ಯ ಶಕ್ತಿಯ ವಿಷಯಕ್ಕೆ ಮರಳೋಣ.

ನಾವು ಹೇಳಿದಂತೆ, ರಾಜ್ಯ ನಿಯಂತ್ರಣವನ್ನು ಸಾಮಾನ್ಯವಾಗಿ ಯಾವುದೇ ಭಾವನೆಗಳನ್ನು ಪ್ರದರ್ಶಿಸದಿರುವ ಸಾಮರ್ಥ್ಯ ಎಂದು ತಪ್ಪಾಗಿ ಭಾವಿಸಲಾಗುತ್ತದೆ. ಆದರೆ ಸಂವಹನ ನಡೆಸಲು ಇದು ಅತ್ಯಂತ ಮೌಲ್ಯಯುತವಾದ ಅಂಶವಾಗಿರುವುದರಿಂದ, ಇದು ವಾಸ್ತವವಾಗಿ ಯಾವುದೇ ಸಮಯದಲ್ಲಿ ಯಾವುದೇ ಭಾವನೆಯನ್ನು ವ್ಯಕ್ತಪಡಿಸುವ ಸಾಮರ್ಥ್ಯವಾಗಿದೆ. ಆ ವ್ಯಕ್ತಿಯು ಏನನ್ನಾದರೂ ಮಾಡಬೇಕೆಂದು ಅಥವಾ ಅವರ ನಂಬಿಕೆಗಳನ್ನು ಬದಲಾಯಿಸಬೇಕೆಂದು ನೀವು ಬಯಸಿದಾಗ, ನೀವು ಯಾವಾಗಲೂ ನಡೆದುಕೊಳ್ಳುವ ಸಾಮಾನ್ಯ ರೀತಿಯಲ್ಲಿಯೇ ವ್ಯವಹರಿಸಿ ಇದನ್ನು ಸಾಧಿಸಲು ಸಾಧ್ಯವಿಲ್ಲ. ಕೆಲವು ಸಂದರ್ಭಗಳಲ್ಲಿ, ನಿಮ್ಮ ಒತ್ತಾಯ ಅಥವಾ ಮಾನಸಿಕ ನಿಯಂತ್ರಣದ ಪ್ರಯತ್ನದಿಂದ ಸಿಗುವ ಪ್ರಯೋಜನಗಳನ್ನು ಆಧರಿಸಿ, ನಿಮ್ಮ ಸ್ವಂತ ಭಾವನೆಗಳನ್ನು ನೀವು ಸರಿಹೊಂದಿಸಿಕೊಳ್ಳಬೇಕಾಗಬಹುದು.

ರಾಜ್ಯ ನಿಯಂತ್ರಣದ ಅತ್ಯಂತ ಕಷ್ಟಕರವಾದ ಭಾಗವೆಂದರೆ, ನೀವು ಇದನ್ನು ಯಾವುದೇ ಕ್ಷಣದಲ್ಲಿ ಉದ್ದೇಶಪೂರ್ವಕವಾಗಿ ಮಾಡಬೇಕಾಗುತ್ತದೆ. ನಿಮ್ಮ ಆಲೋಚನೆಗಳನ್ನು ನಿಯಂತ್ರಿಸುವ ಸಾಮರ್ಥ್ಯವನ್ನು ಕಲಿಯಲು ನೀವು ಕರಾಳ ಮನೋವಿಜ್ಞಾನವನ್ನೇ ಸಂಶೋಧಿಸಬೇಕಿಲ್ಲ...

ವಾಸ್ತವವಾಗಿ, ನಾವು ಬೆಳೆದು ವಯಸ್ಕರಾಗುತ್ತಿದ್ದಂತೆ ಮತ್ತು ಸಮಾಜದ ಭಾಗವಾಗಲು ಕಲಿಯುತ್ತಿದ್ದಂತೆ ಈ ಸಾಮರ್ಥ್ಯದಲ್ಲಿ ಹೆಚ್ಚು ಹೆಚ್ಚು ಪ್ರಾವೀಣ್ಯತೆ ಪಡೆಯುವುದನ್ನು ಬಿಟ್ಟು ನಮಗೆ ಬೇರೆ ದಾರಿಯಿಲ್ಲ.

ನಿಮ್ಮ ನೈಸರ್ಗಿಕ ಭಾವನೆಗಳನ್ನು ನಿಯಂತ್ರಿಸುವುದರಲ್ಲಿ ನೀವು ಈಗಾಗಲೇ ಪರಿಣತರಾಗಿದ್ದೀರಿ ಎಂಬುದನ್ನು ಅರ್ಥಮಾಡಿಕೊಳ್ಳುವುದರಿಂದ, ನಿಮ್ಮ ಸಹಜ ಭಾವನೆಗಳನ್ನು ಹೊಸ ಭಾವನೆಗಳೊಂದಿಗೆ ಸಂಪೂರ್ಣವಾಗಿ ಬದಲಾಯಿಸಲು ಸಾಧ್ಯವಿದೆ ಎಂಬುದನ್ನು ಇದು ನಿಮಗೆ ತೋರಿಸಿಕೊಡುತ್ತದೆ. ರಾಜ್ಯ ಶಕ್ತಿಗೆ ಇದು ಏಕೆ ಮುಖ್ಯ ಎಂಬುದು ಈಗ ನಿಮಗೆ ತಿಳಿದಿದೆ, ಹಾಗಾದರೆ ಇದನ್ನು ಸಾಧಿಸುವುದು ಹೇಗೆ?

ಇದಕ್ಕೆ ಪರಿಹಾರವೇ 'ಲಂಗರು ಹಾಕುವುದು' ಆಂಕರಿಂಗ್ ವಿಭಿನ್ನ ರೀತಿಯ ಬಳಕೆಗಳನ್ನು ಹೊಂದಿದೆ; ಇದು ಮಾನಸಿಕ ನಿಯಂತ್ರಣ ಮತ್ತು ಕುಶಲ ನಿರ್ವಹಣೆಯಲ್ಲಿ ನೀವು ಬಳಸಬಹುದಾದ ಒಂದು ಸಾಧನವೂ ಹೌದು. ಆದಾಗ್ಯೂ, ರಾಜ್ಯ ಶಕ್ತಿಯ ದೃಷ್ಟಿಕೋನದಿಂದ ಹೇಳುವುದಾದರೆ, ನಿಮ್ಮ ಭಾವನಾತ್ಮಕ ಅಭಿವ್ಯಕ್ತಿಯ ಮೇಲೆ ಹಿಡಿತ ಸಾಧಿಸಲು ಗುರಿಯಾಗಿರುವ ವ್ಯಕ್ತಿಯೊಂದಿಗಿನ ನಿಮ್ಮ ಸಂಬಂಧದ ಯಾವುದೇ ಹಂತದಲ್ಲಿ ನೀವು ಬಳಸುವ ತಂತ್ರ ಇದಾಗಿದೆ.

ನಿಮ್ಮ ಕಲ್ಪನಾ ಶಕ್ತಿಯನ್ನು ಬಳಸಿಕೊಳ್ಳುವ ಮೂಲಕ, ಆಂಕರಿಂಗ್ ಪ್ರಕ್ರಿಯೆಯು ಇದನ್ನು ಮಾಡಲು ನಿಮಗೆ ಸಹಾಯ ಮಾಡುತ್ತದೆ. ವಯಸ್ಕರಾದ ನಾವು ಕೆಲವೊಮ್ಮೆ ಸೃಜನಶೀಲತೆಯನ್ನು ಬಾಲ್ಯದಲ್ಲೇ ಬಿಟ್ಟುಬರಬೇಕಾದ ವಿಷಯ ಎಂದು ಭಾವಿಸುವ ತಪ್ಪು ಮಾಡುತ್ತೇವೆ. ನಾವು ಪುಸ್ತಕವನ್ನು ಓದಿದಾಗ ಅಥವಾ ದೂರದರ್ಶನ ಸರಣಿಯನ್ನು ವೀಕ್ಷಿಸಿದಾಗ, ನಮ್ಮಲ್ಲಿರುವ ಮುಕ್ತ ಮನಸ್ಸಿನವರು ಇದನ್ನು ಕೇವಲ ಅಂತಹ ಹವ್ಯಾಸಗಳಿಗೆ ಮೀಸಲಾದದ್ದು ಎಂದು ನೋಡಬಹುದು.

ಆದರೆ ವಾಸ್ತವವೇನೆಂದರೆ, ಸೃಜನಶೀಲತೆ ಈ ಕ್ಷೇತ್ರಗಳಿಗಿಂತಲೂ ಮೀರಿ ನಮ್ಮ ಜೀವನದಲ್ಲಿ ಹಾಸುಹೊಕ್ಕಾಗಿದೆ. ನಮ್ಮ ಸುತ್ತಲೂ ವ್ಯತಿರಿಕ್ತ

ಸಾಕ್ಷ್ಯಗಳಿದ್ದರೂ ಸಹ, ನಮ್ಮಲ್ಲಿರುವ 'ಸೋಲಿಪ್ಸಿಸ್ಟ್' ಈ ಬ್ರಹ್ಮಾಂಡವನ್ನು ನಾವು ಅರ್ಥಮಾಡಿಕೊಂಡಿದ್ದೇವೆ ಎಂದು ನಂಬುವಂತೆ ಮಾಡುವುದು ಕಲ್ಪನಾ ಶಕ್ತಿಯೇ ಆಗಿದೆ; ಇದು ಕೆಲವೊಮ್ಮೆ ನಮಗೆ ಸಂಶಯವನ್ನು ಉಂಟುಮಾಡಬಹುದು.

ವಯಸ್ಕರಾದ ಮೇಲೂ ಕಲ್ಪನಾ ಶಕ್ತಿಯ ಬಲವನ್ನು ಕಡಿಮೆ ಅಂದಾಜಿಸಬೇಡಿ. ಆಂಕರಿಂಗ್ ತಂತ್ರವು ಬಲವಾಗಿ ಸೃಜನಶೀಲತೆಯ ಮೇಲೆ ಅವಲಂಬಿತವಾಗಿದೆ. ನಮ್ಮ ಗುರಿಗಳನ್ನು ಸಾಧಿಸಲು ಮತ್ತು ನಾವು ಮಾಡಬೇಕೆಂದು ಹೇಳಿಕೊಳ್ಳುವ ಕೆಲಸಗಳನ್ನು ಮಾಡಲು ಸೃಜನಶೀಲತೆಯನ್ನು ಬಳಸಿ ಎಂದು ಅರಿಸ್ಟಾಟಲ್ ಸೂಚಿಸಿರುವುದು ಕಲ್ಪನಾ ಶಕ್ತಿಯ ವ್ಯಾಖ್ಯಾನವನ್ನು ನಿಮಗೆ ಮತ್ತೊಮ್ಮೆ ನೆನಪಿಸಬಹುದು. ಅವರು ಪ್ರಸ್ತಾಪಿಸಿದ್ದು ಮೂಲಭೂತವಾಗಿ ಇದೇ ಆಂಕರಿಂಗ್ ತಂತ್ರವನ್ನು.

ಅರಿಸ್ಟಾಟಲ್ ಹೇಳುವಂತೆ, ನೀವು ಒಂದು ಕೆಲಸವನ್ನು ಮಾಡುವ ಹಿಂದಿನ ದಿನ, ಆ ಕೆಲಸವನ್ನು ಮಾಡುತ್ತಿರುವುದನ್ನು ನಿಮ್ಮ ಮನಸ್ಸಿನಲ್ಲಿ ಕಲ್ಪಿಸಿಕೊಳ್ಳಿ. ಆ ಗುರಿಯನ್ನು ತಲುಪಲು, ಕೇವಲ ಕೆಲಸ ಮುಗಿದಿರುವುದನ್ನು ಕಲ್ಪಿಸಿಕೊಳ್ಳುವುದಲ್ಲದೆ, ಅದನ್ನು ಹೇಗೆ ಮಾಡುತ್ತೀರಿ ಎಂಬುದನ್ನು ವಿವರವಾಗಿ ಕಲ್ಪಿಸಿಕೊಳ್ಳಿ.

ನೀವು ಮಾಡಬೇಕಾದ ಎಲ್ಲಾ ಸಣ್ಣ ಪುಟ್ಟ ಕೆಲಸಗಳನ್ನು ಕಲ್ಪಿಸಿಕೊಳ್ಳಿ. ಅರಿಸ್ಟಾಟಲ್ ಹೇಳುವಂತೆ, ನಾವು ಪ್ರತಿ ರಾತ್ರಿ ಮಲಗುವ ಮೊದಲು ಈ ರೀತಿ ಮಾಡಿದರೆ, ಮರುದಿನ ನಾವು ಕಲ್ಪಿಸಿಕೊಂಡ ಕೆಲಸಗಳನ್ನು ನಿಜವಾಗಿಯೂ ಮಾಡುತ್ತೇವೆ. ಏಕೆಂದರೆ ನಾವು ಆ ಕೆಲಸಗಳನ್ನು ಈಗಾಗಲೇ ನಮ್ಮ ಮೆದುಳಿನಲ್ಲಿ ನೋಡಿರುತ್ತೇವೆ, ಇದು ನಾವು ಸಾಮಾನ್ಯವಾಗಿ ಎದುರಿಸುವ ಭಯ ಅಥವಾ ಹಿಂಜರಿಕೆಯನ್ನು ಹೋಗಲಾಡಿಸುತ್ತದೆ. ರಾಜ್ಯ ಶಕ್ತಿಯನ್ನು ಸಾಧಿಸಲು ನಾವು ಆಂಕರಿಂಗ್ ಬಳಸುವಾಗಲೂ ಇದು ಹೆಚ್ಚು ಭಿನ್ನವಾಗಿರುವುದಿಲ್ಲ. ದೊಡ್ಡ ವ್ಯತ್ಯಾಸವೆಂದರೆ, ಒಬ್ಬ ವ್ಯಕ್ತಿಯನ್ನು ಕುಶಲತೆಯಿಂದ ನಿರ್ವಹಿಸುವುದು ತುಂಬಾ ಕಷ್ಟಕರವಾಗಿರುತ್ತದೆ, ಆದ್ದರಿಂದ ವಿವಿಧ ಸಂದರ್ಭಗಳಿಗೆ ಸಿದ್ಧರಾಗಲು ನಾವು ಆಂಕರಿಂಗ್‌ನಲ್ಲಿ ಹೆಚ್ಚಿನ ವಿಷಯಗಳನ್ನು ಅಳವಡಿಸಬೇಕಾಗುತ್ತದೆ.

ಆರಂಭಿಸಲು, ನಿಮ್ಮ ಮುಖದ ಮೂಲಕ ನೀವು ಯಾವಾಗ ಬೇಕಾದರೂ ವ್ಯಕ್ತಪಡಿಸಲು ಸಿದ್ಧರಿರಬೇಕಾದ ಒಂದು ಭಾವನೆಯನ್ನು

ಆರಿಸಿಕೊಳ್ಳಿ. ಮೊದಲು, ನೀವು ನಿಜವಾಗಿಯೂ ಆ ಭಾವನೆಯನ್ನು ಅನುಭವಿಸಿದ ಸಮಯದ ಬಗ್ಗೆ ಯೋಚಿಸಿ ಮತ್ತು ಆ ಸಂವೇದನೆಯು ಹೇಗಿತ್ತು ಎಂಬುದನ್ನು ನೆನಪಿಸಿಕೊಳ್ಳಲು ಶಕ್ತಿಮೀರಿ ಪ್ರಯತ್ನಿಸಿ. ಎಲ್ಲಾ ಪ್ರಮುಖ ಭಾವನೆಗಳೊಂದಿಗೆ ಇದನ್ನು ಅಭ್ಯಾಸ ಮಾಡುತ್ತಿರಿ. ಇದು ಎಲ್ಲಿಯವರೆಗೆ ಇರಬೇಕೆಂದರೆ, ನೀವು ಬಯಸಿದ ಯಾವುದೇ ಕ್ಷಣದಲ್ಲಿ ಆ ಭಾವನೆಯನ್ನು ನೆನಪಿಸಿಕೊಳ್ಳಲು ಮತ್ತು ಅದನ್ನು ನಿಮ್ಮ ಮುಖದಲ್ಲಿ ತೋರಿಸಲು ಸಾಧ್ಯವಾಗಬೇಕು.

ಕೊನೆಯ ಹಂತವು ಅರಿಸ್ಟಾಟಲ್ ಹೇಳಿದಂತೆಯೇ ಇರುತ್ತದೆ. ಈಗ ಎಲ್ಲಾ ಭಾವನೆಗಳು ನಿಮ್ಮ ಕೈಯಲ್ಲಿವೆ, ಆದ್ದರಿಂದ ನಿಮ್ಮ ಗುರಿಯಾಗಿರುವ ವ್ಯಕ್ತಿಯನ್ನು ಬಳಸಿಕೊಳ್ಳುವ ಪ್ರಯತ್ನದಲ್ಲಿ ಎದುರಾಗಬಹುದಾದ ಎಲ್ಲಾ ವಿವಿಧ ದಿಕ್ಕುಗಳ ಬಗ್ಗೆ ಯೋಚಿಸಿ. ಈ ಎಲ್ಲಾ ಸಾಧ್ಯತೆಗಳಿಗೆ ಅಗತ್ಯವಿರುವ ಭಾವನೆಯೊಂದಿಗೆ ಪ್ರತಿಕ್ರಿಯಿಸಿ. ಸಹಜವಾಗಿ, ಪ್ರತಿಯೊಂದು ಸಣ್ಣ ವಿಷಯಕ್ಕೂ ನೀವು ಮೊದಲೇ ಸಿದ್ಧರಾಗಲು ಸಾಧ್ಯವಿಲ್ಲ.

ಆದಾಗ್ಯೂ, ಇದು ನಿಮ್ಮ ಆತ್ಮವಿಶ್ವಾಸವನ್ನು ಹೆಚ್ಚಿಸುತ್ತದೆ ಮತ್ತು ನೀವು ಪ್ರಯತ್ನವನ್ನೇ ಕೈಬಿಡುವಷ್ಟು ನಿರಾಶರಾಗುವುದಿಲ್ಲ. ನೀವು ನಿರೀಕ್ಷಿಸದ ವಿಷಯಗಳು ಎದುರಾದರೂ ಸಹ, ನೀವು ಇತರ ವಿಷಯಗಳಿಗೆ ಸಿದ್ಧರಾಗಿರುವುದರಿಂದ ನೀವು ದಿಕ್ಕುಗಾಣದಂತಾಗುವುದಿಲ್ಲ. ಅದನ್ನು ಎದುರಿಸಲು ನಿಮ್ಮ ಮೆದುಳು ಸಿದ್ಧವಾಗಿರುತ್ತದೆ ಮತ್ತು ನೀವು ಅದಕ್ಕೆ ತಕ್ಕಂತೆ ಪ್ರತಿಕ್ರಿಯಿಸುತ್ತೀರಿ.

ರಾಜ್ಯದ ಮೇಲಿನ ನಿಯಂತ್ರಣವನ್ನು ಸಾಧಿಸಲು ಆಂಕರಿಂಗ್ ಒಂದೇ ಮಾರ್ಗವಲ್ಲ. ನಿಮಗೆ ಯಾವುದು ಹೆಚ್ಚು ಸೂಕ್ತವೆಂದು ತಿಳಿಯಲು ನೀವು ಇತರ ಸಹಾಯಕ ವಿಧಾನಗಳನ್ನು ಪ್ರಯತ್ನಿಸಬೇಕು. ಇವೆಲ್ಲವುಗಳಲ್ಲಿ ಅತ್ಯಂತ ಸರಳವಾದ ರೂಪವೆಂದರೆ ಆಳವಾದ...

ಉಸಿರಾಟ. ನಮ್ಮ ದೇಹದಲ್ಲಿ ಹೆಚ್ಚಿನ ಆಮ್ಲಜನಕವಿರುವುದರಿಂದ ನಾವು ಹೆಚ್ಚು ಆರಾಮದಾಯಕವಾಗಿರುತ್ತೇವೆ ಮತ್ತು ನಮ್ಮ ಮೆದುಳು ಕೂಡ ಉತ್ತಮವಾಗಿ ಕಾರ್ಯನಿರ್ವಹಿಸುತ್ತದೆ.

ದುರದೃಷ್ಟವಶಾತ್, ಆಳವಾದ ಉಸಿರಾಟ ಎಂದರೆ ಕೇವಲ ನಿಧಾನವಾಗಿ ಉಸಿರಾಡುವುದು ಎಂದು ಜನರು ತಪ್ಪಾಗಿ ಭಾವಿಸುತ್ತಾರೆ,

ಆದರೆ ಅದು ಹಾಗಿಲ್ಲ. ನೀವು ಆಳವಾಗಿ ಉಸಿರಾಡಿದಾಗ, ಗಾಳಿಯು ನಿಮ್ಮ ದೇಹದ ಆಳಕ್ಕೆ ಚಲಿಸುತ್ತಿರುವುದನ್ನು ನೀವು ಅನುಭವಿಸುತ್ತೀರಿ.

ಗಾಳಿಯು ಎಷ್ಟು ಸಾಧ್ಯವೋ ಅಷ್ಟು ಆಳಕ್ಕೆ ಹೋಗುತ್ತಿದೆ ಎಂದು ನಿಮಗೆ ಅನಿಸದಿದ್ದರೆ, ಅದನ್ನು ಆಳವಾದ ಉಸಿರಾಟ ಎಂದು ನಂಬಬೇಡಿ; ಅದಕ್ಕಾಗಿಯೇ ಇದನ್ನು 'ಆಳವಾದ ಉಸಿರಾಟ' ಎಂದು ಕರೆಯಲಾಗುತ್ತದೆ. ರಾಜ್ಯ ನಿಯಂತ್ರಣದ ಈ ವಿಧಾನವು 'ಆಂಕರಿಂಗ್'ನಂತೆ ನಿರ್ದಿಷ್ಟ ಭಾವನೆಗಳನ್ನು ವ್ಯಕ್ತಪಡಿಸಲು ನಿಮಗೆ ಸಹಾಯ ಮಾಡುವುದಿಲ್ಲ. ಆದರೆ ವಿಷಯಕ್ಕೆ ಸಂಬಂಧಿಸಿದ ಭಾವನೆಗಳಿಗೆ ತಕ್ಷಣವೇ ಪ್ರತಿಕ್ರಿಯಿಸದೆ ಶಾಂತವಾಗಿರುವುದು ಅತ್ಯಂತ ಕಷ್ಟದ ಕೆಲಸವಾಗಿದ್ದು, ಅದಕ್ಕೆ ಇದು ಹೆಚ್ಚು ಉಪಯುಕ್ತವಾಗಿದೆ.

ನೀವು ಇದನ್ನು ಮಾಡುವಾಗ ನೆನಪಿನಲ್ಲಿಡಬೇಕಾದ ಮತ್ತೊಂದು ಮುಖ್ಯ ವಿಷಯವೆಂದರೆ, ಅನುಮಾನ ಬರುವಷ್ಟು ಜೋರಾಗಿ ಉಸಿರಾಡಬಾರದು. ನಿಮ್ಮ ಗುರಿಯಾಗಿರುವ ವ್ಯಕ್ತಿಗೆ ಯಾವುದೇ ಎಚ್ಚರಿಕೆಯ ಗಂಟೆ ಬಾರಿಸುವುದು ನಿಮಗೆ ಇಷ್ಟವಿರುವುದಿಲ್ಲ. ಏಕೆಂದರೆ ನೀವು ಜೋರಾಗಿ ಉಸಿರಾಡುವುದನ್ನು ಅವರು ಗಮನಿಸಿದರೆ, ಅವರು ನಿಮ್ಮ ಮೇಲೆ ಅನುಮಾನ ವ್ಯಕ್ತಪಡಿಸುತ್ತಾರೆ; ನೀವು ಅವರ ಮನಸ್ಸನ್ನು ಪ್ರಭಾವಿಸಲು ಅಥವಾ ಕುಶಲತೆಯಿಂದ ನಿರ್ವಹಿಸಲು ಪ್ರಯತ್ನಿಸುತ್ತಿದ್ದೀರಿ ಎಂದು ಅವರಿಗೆ ತಿಳಿಯದಿದ್ದರೂ, ನಿಮ್ಮ ನಡವಳಿಕೆ ಅವರಿಗೆ ವಿಚಿತ್ರವಾಗಿ ಕಾಣಬಹುದು.

ನಿಮಗೆ ಎಂತಹ ಪ್ರಚೋದನೆಗಳು ಎದುರಾದರೂ ಸಹ, ರಾಜ್ಯ ನಿಯಂತ್ರಣವನ್ನು ಕಲಿಯುವ ಕೊನೆಯ ತಂತ್ರವು ನೀವು ಶಾಂತವಾಗಿರಲು ಸಹಾಯ ಮಾಡುತ್ತದೆ. ಇತರರೊಂದಿಗೆ ಸಂವಹನ ನಡೆಸುವಾಗ ನಿಮ್ಮ ಭಾವನೆಗಳನ್ನು ಹತ್ತಿಕ್ಕಲು ಕಲಿಯಲು ಒಂದಕ್ಕಿಂತ ಹೆಚ್ಚು ಮಾರ್ಗಗಳಿವೆ, ಆದರೆ ಇದನ್ನು ಯಾವುದೇ ಸಮಯದಲ್ಲಿ, ಯಾವುದೇ ಸ್ಥಳದಲ್ಲಿ ಅಭ್ಯಾಸ ಮಾಡುವುದು ಅತ್ಯಂತ ಸುಲಭವಾಗಿದೆ.

ಒಂದು ದೃಶ್ಯದ ಸಮಯದಲ್ಲಿ ನಟನು ತನ್ನ 'ಪಾತ್ರದಿಂದ ಹೊರಬರುವ' ಬಗ್ಗೆ ನಿಮಗೆ ತಿಳಿದಿರಬಹುದು. ಇದರರ್ಥ ನಟನು ಮತ್ತೊಬ್ಬ ನಟನ ಮಾತು ಅಥವಾ ಸನ್ನಿವೇಶವು ತುಂಬಾ ತಮಾಷೆಯಾಗಿದೆ ಎಂದು ಭಾವಿಸಿ, ಆ ದೃಶ್ಯದಿಂದ ಹೊರಬಂದು ನಗಲು ಶುರುಮಾಡುವುದು. ನೀವು ರಾಜ್ಯ ಶಕ್ತಿಯನ್ನು ಕಲಿಯುವಾಗ ಮಾಡಲು ಪ್ರಯತ್ನಿಸುತ್ತಿರುವುದು

ಮೂಲಭೂತವಾಗಿ ಈ 'ಪಾತ್ರದಿಂದ ಹೊರಬರದೇ' ಇರುವ ಸ್ಥಿತಿಗೆ ಬಹಳ ಹತ್ತಿರವಾಗಿದೆ.

ನಿಮ್ಮ ಗುರಿ ಏನೇ ಇರಲಿ, ಅದಕ್ಕೆ ಬೇಕಾದ ದತ್ತಾಂಶವನ್ನು ಪಡೆಯಲು ಅಥವಾ ವ್ಯಕ್ತಿಯನ್ನು ಪ್ರಭಾವಿಸಲು ಅಥವಾ ಬಳಸಿಕೊಳ್ಳಲು ಯಾವೆಲ್ಲಾ ಸರಿಯಾದ ಕೆಲಸಗಳನ್ನು ಮಾಡಬೇಕೋ, ಅಂತಹ ವ್ಯಕ್ತಿಯ ಪಾತ್ರವನ್ನು ನೀವು ನಿರ್ವಹಿಸುತ್ತಿರುತ್ತೀರಿ. ಈ ಮನೋಭಾವದೊಂದಿಗೆ, ನೀವು ಅಂತರ್ಜಾಲದಲ್ಲಿನ ವಿಡಿಯೋಗಳನ್ನು ವೀಕ್ಷಿಸಬಹುದು ಅಥವಾ ಯಾವುದೇ ಸ್ಟ್ರೀಮಿಂಗ್ ವೇದಿಕೆಗಳಲ್ಲಿ ಹಾಸ್ಯ ಕಾರ್ಯಕ್ರಮಗಳನ್ನು ನೋಡಬಹುದು. ನಿಮಗೆ ನಿಜವಾಗಿಯೂ ನಗು ತರಿಸುವಂತಹ ಯಾವುದನ್ನಾದರೂ ಆರಿಸಿಕೊಳ್ಳಿ. ಇವುಗಳನ್ನು ನೋಡುವಾಗ ನಗದೆ ಇರುವ ಮೂಲಕ, ನೀವು ರಾಜ್ಯ ನಿಯಂತ್ರಣವನ್ನು ಅಥವಾ 'ಪಾತ್ರದಿಂದ ಹೊರಬರದೇ' ಇರುವುದನ್ನು ಅಭ್ಯಾಸ ಮಾಡಬಹುದು. ರಾಜ್ಯ ನಿಯಂತ್ರಣವನ್ನು ಕಲಿಯಲು ಇದು ಅತ್ಯಂತ ಉತ್ತಮವಾದ ವ್ಯಾಯಾಮವಾಗಿದೆ. ಆ ದೃಶ್ಯ ಅಥವಾ ನಟ ಎಷ್ಟೇ ತಮಾಷೆಯಾಗಿದ್ದರೂ, ನಿಮ್ಮ ಮುಖವು ಕಲ್ಲಿನ ಗೋಡೆಯಂತೆ ನಿರ್ಭಾವವಾಗಿರಬೇಕು ಎಂಬುದು ನಿಮ್ಮ ಅಂತಿಮ ಗುರಿಯಾಗಿರಲಿ.

ಹಾಸ್ಯದ ಸಂದರ್ಭದಲ್ಲಿ ನಗುವನ್ನು ಹತ್ತಿಕ್ಕುವುದು ಮತ್ತು ಎದುರಿಗಿರುವ ವ್ಯಕ್ತಿ ಏನೇ ಮಾಡಿದರೂ ಭಾವನೆಗಳನ್ನು ತೋರಿಸದಿರುವುದು ಎರಡೂ ಒಂದೇ ಅಲ್ಲದಿದ್ದರೂ, ಅವು ಪ್ರಾಯೋಗಿಕವಾಗಿ ಸಮಾನವಾಗಿವೆ. ಸಾಮಾನ್ಯವಾಗಿ ಒಂದು ನಿರ್ದಿಷ್ಟ ರೀತಿಯಲ್ಲಿ ಪ್ರತಿಕ್ರಿಯಿಸುವಂತೆ ಮಾಡುವ ಸಂವೇದನಾ ದತ್ತಾಂಶವನ್ನು ನೀವು ಸ್ವೀಕರಿಸಬೇಕಾಗುತ್ತದೆ ಮತ್ತು ಅದಕ್ಕೆ ಪ್ರತಿಕ್ರಿಯಿಸದಿರಲು ನೀವು ನಿರ್ಧರಿಸಬೇಕಾಗುತ್ತದೆ. ಆಂಕರಿಂಗ್ ತಂತ್ರವು ಆಳವಾದ ಉಸಿರಾಟ ಮತ್ತು ಈ ವ್ಯಾಯಾಮದೊಂದಿಗೆ ನಿಮ್ಮನ್ನು ಇನ್ನಷ್ಟು ಬಲಪಡಿಸಲು ಸಹಾಯ ಮಾಡುತ್ತದೆ.

ಪರಿಣಾಮಕಾರಿ ಮಾನಸಿಕ ನಿಯಂತ್ರಣ ಮತ್ತು ಕುಶಲ ನಿರ್ವಹಣೆಯ ಮೂರು ಹಂತಗಳಲ್ಲಿ ರಾಜ್ಯ ನಿಯಂತ್ರಣವು ಮೊದಲನೆಯದಾಗಿದೆ. ಇದು ಅತ್ಯಂತ ಪ್ರಮುಖವಾದ ಹಂತವೂ ಹೌದು, ಏಕೆಂದರೆ ನಾವು ಮೊದಲೇ ಹೇಳಿದಂತೆ: ಯಾವುದೇ ಸಮಯದಲ್ಲಿ ನಿಮ್ಮ ಭಾವನೆಗಳನ್ನು ಹೇಗೆ ವ್ಯಕ್ತಪಡಿಸಬೇಕು ಎಂಬುದನ್ನು ನೀವು ಆರಿಸಿಕೊಳ್ಳದಿದ್ದರೆ, ನೀವೇ ಪ್ರಭಾವಕ್ಕೆ ಒಳಗಾಗುತ್ತೀರಿ. ಈ ಅಧಿಕಾರವನ್ನು ನೀವು ಎದುರಿಗಿರುವ

ವ್ಯಕ್ತಿಗೆ ಬಿಟ್ಟುಕೊಟ್ಟರೆ, ಅವರ ಮೇಲೆ ನಿಮಗೆ ಯಾವುದೇ ನಿಯಂತ್ರಣವಿದೆ ಎಂದು ಹೇಳಿಕೊಳ್ಳಲು ಸಾಧ್ಯವಿಲ್ಲ.

ನಾವು ಪುಸ್ತಕದ ಮುಂದಿನ ಭಾಗಕ್ಕೆ ಸಾಗುತ್ತಿದ್ದಂತೆ, ಹಂತ ೨ ಮತ್ತು ೩ ಕ್ಕೆ ಪ್ರವೇಶಿಸುತ್ತೇವೆ. ಆದರೆ ನೀವು ಓದುತ್ತಾ ಹೋದಂತೆ ಈ ಪ್ರಮುಖ ಸತ್ಯವನ್ನು ಗಮನಿಸಿ: ಹಂತ ೨ ಮತ್ತು ೩ ರಲ್ಲಿ ಮಾನಸಿಕ ನಿಯಂತ್ರಣ ಮತ್ತು ಮನಸ್ಥಿತಿ ರೂಪಿಸುವ ತಂತ್ರಗಳು ಬರುತ್ತವೆ. ಆದಾಗ್ಯೂ, ಕೇವಲ ಈ ವಿಧಾನಗಳಿಂದ ಮಾತ್ರ ನೀವು ತರ್ಕಬದ್ಧ ಪ್ರಯತ್ನಗಳನ್ನು ಮಾಡಲು ಸಾಧ್ಯವಿಲ್ಲ. ಇವು ಅಡುಗೆ ಪುಸ್ತಕದ ಪಾಕವಿಧಾನಗಳಂತಲ್ಲ, ಅಲ್ಲಿ ಕೇವಲ ಸೂಚನೆಗಳನ್ನು ಅನುಸರಿಸಿದರೆ ಸಾಕು...

ಸರಿಯಾದ ಕ್ರಮದಲ್ಲಿ ಸೂಚನೆಗಳನ್ನು ಪಾಲಿಸಿದ ತಕ್ಷಣ ಬಯಸಿದ ಫಲಿತಾಂಶ ಸಿಗಲು ಇವು ಅಡುಗೆ ಪುಸ್ತಕದ ಪಾಕವಿಧಾನಗಳಲ್ಲ. ಅವುಗಳಲ್ಲಿ ನೀವು ಯಶಸ್ವಿಯಾಗಬೇಕೆಂದರೆ, ಮೊದಲು ನಿಮಗೆ 'ರಾಜ್ಯ ನಿಯಂತ್ರಣದ' ಅಂತಹ ಮೂಲಭೂತ ಕೌಶಲಗಳು ತಿಳಿದಿರಬೇಕು. ಅದರ ಬಗ್ಗೆ ಹೇಳುವುದಾದರೆ, ನಾವು ಶೀಘ್ರದಲ್ಲೇ ಕಲಿಸಲಿರುವ ತಂತ್ರಗಳನ್ನು ಬಳಸುವ ಮೊದಲು ನೀವು ಕರಗತ ಮಾಡಿಕೊಳ್ಳಬೇಕಾದ ಇನ್ನೊಂದು ಪ್ರಮುಖ ಕೌಶಲವಿದೆ.

ಈ ಸಾಮರ್ಥ್ಯವನ್ನು 'ಗ್ರಹಿಕೆಯ ತೀಕ್ಷ್ಣತೆ' ಎಂದು ಕರೆಯಲಾಗುತ್ತದೆ. ಮಾನಸಿಕ ನಿಯಂತ್ರಣ ಮತ್ತು ಕುಶಲ ನಿರ್ವಹಣೆಯ ಮೊದಲ ಹಂತದ ಇನ್ನೊಂದು ಅರ್ಧಭಾಗವೇ ಈ ಗ್ರಹಿಕೆಯ ತೀಕ್ಷ್ಣತೆ. ಇದು ಕೇವಲ ಕರಾಳ ಮನೋವಿಜ್ಞಾನದ ಕ್ಷೇತ್ರಕ್ಕೆ ಮಾತ್ರ ಸೀಮಿತವಾದ ಪರಿಕಲ್ಪನೆಯಲ್ಲ. ನೀವು ಯೋಚಿಸಬಹುದಾದ ಯಾವುದೇ ಕೌಶಲವಿರಲಿ - ಅಡುಗೆ ಮಾಡುವುದು, ವಸ್ತುಗಳನ್ನು ಸರಿಪಡಿಸುವುದು, ಆರೋಗ್ಯ ರಕ್ಷಣೆ, ಶಿಕ್ಷಣ ಹೀಗೆ ಪ್ರತಿಯೊಂದರಲ್ಲೂ ಉತ್ತಮ ಗ್ರಹಿಕೆಯ ತೀಕ್ಷ್ಣತೆಯು ಉಪಯುಕ್ತವಾಗಿದೆ. ಏಕೆಂದರೆ, ನಮ್ಮ ಪಂಚೇಂದ್ರಿಯಗಳು ಎಷ್ಟು ಶಕ್ತಿಯುತವಾಗಿವೆ ಎಂಬುದೇ ಈ ಗ್ರಹಿಕೆಯ ತೀಕ್ಷ್ಣತೆ. ನೀವು ಎಷ್ಟು ಹೆಚ್ಚಾಗಿ ನೋಡುತ್ತೀರೋ, ಕೇಳುತ್ತೀರೋ, ವಾಸನೆ ದ್ರವ್ಯಗಳನ್ನು ಅರಿಯುತ್ತೀರೋ ಮತ್ತು ಅನುಭವಿಸುತ್ತೀರೋ, ಅಷ್ಟು ಉತ್ತಮವಾದ ಗ್ರಹಿಕೆಯ ಸಾಮರ್ಥ್ಯ ನಿಮ್ಮದಾಗುತ್ತದೆ.

ಮೊದಲನೆಯದಾಗಿ, ನಿಮ್ಮ ಎಲ್ಲಾ ಮೂಲಭೂತ ಇಂದ್ರಿಯಗಳ ಮೂಲಕ ನಿಮ್ಮ ಸಾಮರ್ಥ್ಯಗಳನ್ನು ನೀವು ನಿರ್ಧರಿಸಬಹುದು. ನಿಮಗೆ ವಾಸನೆ ಗ್ರಹಿಸುವ ಅದ್ಭುತ ಶಕ್ತಿಯಿದೆ ಎಂದು ಯಾರಾದರೂ ಎಂದಾದರೂ

ಹೇಳಿದ್ದಾರೆಯೇ? ವಸ್ತುಗಳನ್ನು ಕೇವಲ ಸ್ಪರ್ಶಿಸುವ ಮೂಲಕ ಅವುಗಳನ್ನು ಬೇಗನೆ ಗುರುತಿಸುವ ಸಾಮರ್ಥ್ಯ ನಿಮಗಿದೆಯೇ? ದೂರದರ್ಶನದಲ್ಲಿನ ಧ್ವನಿ ನಟ ಯಾರೆಂದು ಕೇಳಿದ ತಕ್ಷಣ ನಿಮಗೆ ತಿಳಿಯುತ್ತದೆಯೇ? ಸಾಮಾನ್ಯ ಜನರು ಎಂದಿಗೂ ಗಮನಿಸದ ಸಣ್ಣ ಸಣ್ಣ ವಿವರಗಳನ್ನು ನಿಮ್ಮ ಕಣ್ಣುಗಳು ತಾನಾಗಿಯೇ ಗುರುತಿಸುತ್ತವೆಯೇ?

ನೀವು ಯಾವುದೇ ವಿಷಯವನ್ನು ಅಭ್ಯಾಸ ಮಾಡುತ್ತಿದ್ದರೂ ಗ್ರಹಿಕೆಯ ತೀಕ್ಷ್ಣತೆಯು ಒಂದು ಉತ್ತಮ ಕೌಶಲವಾಗಿದೆ, ಆದರೆ ಕರಾಳ ಮನೋವಿಜ್ಞಾನದಲ್ಲಿ ಇದು ವಿಶೇಷವಾಗಿ ಮುಖ್ಯವಾಗಿದೆ. ನೀವು ಎದುರಿಗಿರುವ ವ್ಯಕ್ತಿಯೊಂದಿಗೆ ಸಂವಹನ ನಡೆಸುತ್ತಿರುವಾಗ ಬಹಳಷ್ಟು ದತ್ತಾಂಶಗಳನ್ನು ವೇಗವಾಗಿ ಸಂಗ್ರಹಿಸಲು ನಿಮಗೆ ಸಾಧ್ಯವಾಗಬೇಕು. ನಿಮ್ಮ ವಿಷಯಕ್ಕೆ ಸಂಬಂಧಿಸಿದಂತೆ ನೀವು ಎಷ್ಟು ಹೆಚ್ಚಿನ ವಿವರಗಳನ್ನು ಪಡೆಯುತ್ತೀರೋ ಅಷ್ಟು ಉತ್ತಮ. ನೀವು ಎಷ್ಟು ಬೇಗನೆ ಫಲಿತಾಂಶಗಳನ್ನು ಪಡೆಯುತ್ತೀರೋ ಅಷ್ಟು ಒಳ್ಳೆಯದು.

ಮೂಲಭೂತವಾಗಿ ನಿಮ್ಮ ಇಂದ್ರಿಯಗಳೇ ನಿಮ್ಮ ಬಳಿ ಇರುವ ಅತ್ಯಂತ ಪರಿಣಾಮಕಾರಿ ಸಂಪನ್ಮೂಲಗಳು. ನೀವು ಮತ್ತು ನಿಮ್ಮ ಗುರಿಯಾಗಿರುವ ವ್ಯಕ್ತಿ ವಾಸಿಸುವ ಪ್ರಪಂಚದ ಆಚೆಗಿನ ಪ್ರಪಂಚವನ್ನು ಪ್ರವೇಶಿಸಲು ಇವುಗಳೇ ದಾರಿ. ನೀವು ಬಳಸುತ್ತಿರಬಹುದು...

ಸುತ್ತಮುತ್ತಲಿನ ಪರಿಸರ ಅಥವಾ ವಿಷಯಗಳ ಬಗ್ಗೆ ಹೆಚ್ಚು ತಲೆಕೆಡಿಸಿಕೊಳ್ಳದೆ ಜೀವನವನ್ನು ನಡೆಸುವುದಕ್ಕೆ ನೀವು ಅಭ್ಯಾಸವಾಗಿರಬಹುದು, ಆದರೆ ಆ ಅಭ್ಯಾಸ ಇಂದು ಕೊನೆಗೊಳ್ಳಬೇಕು. ಎಲ್ಲರಿಗೂ ಕರಾಳ ಮನೋವಿಜ್ಞಾನವನ್ನು ಕಲಿಯಲು ಸಾಧ್ಯವಾಗದಿರಲು ಒಂದು ದೊಡ್ಡ ಕಾರಣವೆಂದರೆ, ಅವರು ಸಣ್ಣ ಸಣ್ಣ ವಿವರಗಳನ್ನು ಗಮನಿಸದೆ ಬಿಟ್ಟುಬಿಡುತ್ತಾರೆ. ನಿಮ್ಮಲ್ಲಿ ಉತ್ತಮ ಗ್ರಹಿಕೆಯ ತೀಕ್ಷ್ಣತೆ ಇದ್ದಾಗ, ಅಂತಹ ಸಣ್ಣ ವಿವರಗಳನ್ನು ಗಮನಿಸದೆ ಇರಲು ನಿಮಗೇ ಸಾಧ್ಯವಾಗುವುದಿಲ್ಲ.

ಅದಕ್ಕಾಗಿಯೇ ರಾಜ್ಯದ ನಿಯಂತ್ರಣದಷ್ಟೇ ಗ್ರಹಿಕೆಯ ತೀಕ್ಷ್ಣತೆಯೂ ಅತ್ಯಗತ್ಯವಾಗಿದೆ. ನೀವು ಬೇರೆಯವರಿಂದ ಮಾನಸಿಕವಾಗಿ ನಿಯಂತ್ರಿಸಲ್ಪಡಬಾರದು ಎಂದರೆ ನಿಮಗೆ ಖಂಡಿತವಾಗಿಯೂ ರಾಜ್ಯದ ನಿಯಂತ್ರಣ ಬೇಕು. ಆದರೆ ನಿಮಗೆ ಮೇಲುಗೈ ತಂದುಕೊಡುವುದು ನಿಮ್ಮ ಗ್ರಹಿಕೆಯ ತೀಕ್ಷ್ಣತೆ. ಆರಂಭಿಕ ಹಂತದಲ್ಲಿಯೇ, ಎದುರಿಗಿರುವ ವ್ಯಕ್ತಿಗೆ ತನಗೆ

ತಿಳಿದಿದೆ ಎಂದು ಅಂದುಕೊಳ್ಳಲೂ ಸಾಧ್ಯವಿಲ್ಲದ ಅಂತಹ ದತ್ತಾಂಶಗಳನ್ನು ತಿಳಿಯಲು ಇದು ನಿಮಗೆ ಸಹಾಯ ಮಾಡುತ್ತದೆ. ಒಂದು ವಿಷಯದ ಬಗ್ಗೆ ಆಳವಾಗಿ ಯೋಚಿಸದೆಯೇ ನೀವು ಎಷ್ಟು ಹೆಚ್ಚು ತಿಳಿದುಕೊಳ್ಳುತ್ತೀರೋ ಅಷ್ಟು ಒಳ್ಳೆಯದು.

ದಿನದ ಕೊನೆಯಲ್ಲಿ ನಮ್ಮ ಗ್ರಹಿಕೆಯ ತೀಕ್ಷ್ಣತೆಯ ಬಲವು ನಮಗೆ ಸಿಗುವ ಅನುಭವದ ಸಂಪತ್ತಿನಿಂದ ಬರುತ್ತದೆ. ನಾವು ಕೇವಲ ಸಾಮಾನ್ಯ ವಿವರಗಳ ಬಗ್ಗೆ ಮಾತನಾಡುತ್ತಿಲ್ಲ: ಎದುರಿಗಿರುವ ವ್ಯಕ್ತಿಗೆ ಸಂಬಂಧಿಸಿದ ಮಾಹಿತಿಯ ಬಗ್ಗೆ ನಾವು ಇಲ್ಲಿ ಸ್ಪಷ್ಟವಾಗಿ ಮಾತನಾಡುತ್ತಿದ್ದೇವೆ. ಆ ವ್ಯಕ್ತಿಯೊಂದಿಗೆ ತೊಡಗಿಸಿಕೊಂಡಿರುವಾಗ, ಯಾವುದೇ ಹಂತದಲ್ಲಿ ನೀವು ಮಾಡಬಹುದಾದ ಅತ್ಯಂತ ಪ್ರಮುಖ ಕೆಲಸವೆಂದರೆ ಅವರ ಬಗ್ಗೆ ಹೆಚ್ಚಿನ ಮಾಹಿತಿಯನ್ನು ಸಂಗ್ರಹಿಸುವುದು. ಅವರ ಬಗ್ಗೆ ನೀವು ಎಷ್ಟು ಹೆಚ್ಚು ತಿಳಿದಿರುತ್ತೀರೋ ಅಷ್ಟು ಉತ್ತಮ. ಆದರೆ ಅದೇ ಸಮಯದಲ್ಲಿ, ನೀವು ಒಬ್ಬ ವ್ಯಕ್ತಿಯಾಗಿ ಅವರ ಬಗ್ಗೆ ನಿರಂತರವಾಗಿ ಮತ್ತು ಸಕ್ರಿಯವಾಗಿ ಮಾಹಿತಿಯನ್ನು ಹುಡುಕುತ್ತಿದ್ದೀರಿ ಎಂದು ಅವರಿಗೆ ತಿಳಿಯಬಾರದು. ಅದೃಷ್ಟವಶಾತ್, ಗ್ರಹಿಕೆಯ ತೀಕ್ಷ್ಣತೆಯು ಇದನ್ನು ಸಾಧ್ಯವಾಗಿಸುತ್ತದೆ, ಹಾಗಾಗಿ ಆ ಮಾಹಿತಿಗಾಗಿ ನಾವು ಕದ್ದುಮುಚ್ಚಿ ಓಡಾಡಬೇಕಾಗಿಲ್ಲ. ಜನರು ಅರಿವಿಲ್ಲದೆಯೇ ನಮಗೆ ಸದಾ ಮಾಹಿತಿಯನ್ನು ನೀಡುತ್ತಿರುತ್ತಾರೆ ಮತ್ತು ಗ್ರಹಿಕೆಯ ಮಾಹಿತಿಯೊಂದಿಗೆ ನಾವು ಸ್ವಾಭಾವಿಕವಾಗಿ ಆ ದತ್ತಾಂಶವನ್ನು ಹೀರಿಕೊಳ್ಳುತ್ತೇವೆ.

ಇತ್ತೀಚಿನ ದಿನಗಳಲ್ಲಿ ಹೆಚ್ಚು ಪ್ರಚಲಿತದಲ್ಲಿರುವ 'ಸಕ್ರಿಯ ಆಲಿಸುವಿಕೆ' ಎಂಬ ಕೌಶಲದೊಂದಿಗೆ ಗ್ರಹಿಕೆಯ ತೀಕ್ಷ್ಣತೆಯು ಸೇರಿ ಕೆಲಸ ಮಾಡುತ್ತದೆ. ಇಂದಿನ ದಿನಗಳಲ್ಲಿ ಸಕ್ರಿಯವಾಗಿ ಆಲಿಸುವುದು ಅಪರೂಪ ಎಂದು ಹೇಳಲಾಗುತ್ತದೆ, ಆದರೆ ವಾಸ್ತವವೆಂದರೆ ಅದು ಯಾವಾಗಲೂ ಅಪರೂಪವೇ ಆಗಿತ್ತು. ಕರಾಳ ಮನೋವಿಜ್ಞಾನದ ಬಗ್ಗೆ ನಮಗಿರುವ ತಿಳುವಳಿಕೆಯಿಂದಾಗಿ, ವ್ಯಕ್ತಿಗಳು ಎಷ್ಟರ ಮಟ್ಟಿಗೆ 'ಸೋಲಿಪ್ಸಿಸ್ಟ್'ಗಳಾಗಿರುತ್ತಾರೆ ಎಂಬುದು ನಮಗೆ ತಿಳಿದಿದೆ. ನಾವು ನಮ್ಮ ಬಗ್ಗೆ ಅತಿಯಾಗಿ ಕಾಳಜಿ ವಹಿಸುತ್ತೇವೆ ಮತ್ತು ಹೆಚ್ಚಾಗಿ ನಮ್ಮ ಹೊರಗಿನ ಪ್ರಪಂಚವನ್ನು ಕೇವಲ ಅದು ನಮಗೆ ಹೇಗೆ ಅನ್ವಯಿಸುತ್ತದೆ ಎಂಬ ದೃಷ್ಟಿಯಿಂದ ಮಾತ್ರ ಗಮನಿಸುತ್ತೇವೆ.

ಕರಾಳ ಮನೋವಿಜ್ಞಾನದ ಕಲಿಯುವವರಾಗಿ ಮತ್ತು ಕುಶಲ ನಿರ್ವಹಣೆ ಮಾಡುವವರಾಗಿ ನಾವು ಇದನ್ನು ನಮ್ಮ ಅನುಕೂಲಕ್ಕೆ ಬಳಸಿಕೊಳ್ಳುತ್ತೇವೆ. ನಾವು ಮಾಡಬೇಕಾಗಿರುವುದು ಇಷ್ಟೇ: ಒಂದು ಸಾಧಾರಣ ಸಂಭಾಷಣೆಯಲ್ಲಿ ಜನರು ಮಾತನಾಡುವಂತೆ ಪ್ರೇರೇಪಿಸುವುದು. ನಿಮಗೆ ಅಗತ್ಯವಿರುವ ದತ್ತಾಂಶವನ್ನು ನೀಡುವಂತಹ ಪ್ರಶ್ನೆಗಳನ್ನು ಕೇಳಿ. ಆದರೆ ಆ ಪ್ರಶ್ನೆಗಳು ಬಹಳ ಸಹಜವಾಗಿ ಮತ್ತು ಯಾವುದೇ ವಿಶೇಷ ಉದ್ದೇಶವಿಲ್ಲದಂತೆ ತೋರಲಿ ಎಂಬುದು ನೆನಪಿರಲಿ.

ನಿಮ್ಮ ಗುರಿಯಾಗಿರುವ ವ್ಯಕ್ತಿಯ ಬಗ್ಗೆ ನಿಮಗೆ ಸಾಧ್ಯವಿರುವಷ್ಟು ಹೆಚ್ಚಿನ ಮಾಹಿತಿಯನ್ನು ಸಂಗ್ರಹಿಸಲು ಇದು ಸುಲಭವಾದ ಮಾರ್ಗವಾಗಿದೆ. ನಾವು ಮೊದಲೇ ಹೇಳಿದಂತೆ, ಒಬ್ಬ ಕುಶಲ ನಿರ್ವಹಣೆ ಮಾಡುವವನಿಗೆ ತನ್ನ ಗುರಿಯನ್ನು ಸಾಧಿಸಲು ಸಿಗುವ ದೊಡ್ಡ ಬೆಂಬಲವೆಂದರೆ - ಆ ವಿಷಯದ ಬಗ್ಗೆ ಹೆಚ್ಚಿನ ಮಾಹಿತಿಯನ್ನು ಹೊಂದಿರುವುದು.

ಆದರೆ, ಸಕ್ರಿಯ ಆಲಿಸುವಿಕೆಯ ಒಂದು ಪ್ರಮುಖ ಅಂಶವೆಂದರೆ ಶ್ರವಣದ ತೀಕ್ಷ್ಣತೆ. ದಶಕಗಳಿಂದಲೂ ಅನೇಕ ಲೇಖಕರು ನಮಗೆ ಹೇಳುತ್ತಿರುವುದು ಏನೆಂದರೆ, ಕೇವಲ ನಾವು ಮಾತನಾಡುತ್ತಿರುವುದನ್ನು ನಾವೇ ಕೇಳಿಸಿಕೊಳ್ಳಲು ಸಂಭಾಷಣೆಯಲ್ಲಿ ತೊಡಗಿಸಿಕೊಳ್ಳುವ ಬದಲು, ನಾವು ಇತರರು ಹೇಳುವುದನ್ನು ಆಲಿಸುವುದರಲ್ಲಿ ಉತ್ತಮ ಪ್ರಾವೀಣ್ಯತೆ ಪಡೆಯಬೇಕು. ಆದರೆ ಸಕ್ರಿಯ ಆಲಿಸುವಿಕೆಯಲ್ಲಿ ನಾವು ಪರಿಣಾಮಕಾರಿಯಾಗುವುದು ಹೇಗೆ? ಜನರು ಸಾಮಾನ್ಯವಾಗಿ ಮಾಡುವಂತೆ ಗಮನ ಹರಿಸುವುದನ್ನು ಬಿಟ್ಟುಬಿಡುವ ಬದಲು, ಎದುರಿಗಿರುವ ವ್ಯಕ್ತಿಯು ನಮಗೆ ನೀಡುವ ವಿವರಗಳನ್ನು ನಾವು ಹೇಗೆ ಹಿಂಪಡೆಯಬಹುದು ಮತ್ತು ನೆನಪಿಸಿಕೊಳ್ಳಬಹುದು?

ದೃಷ್ಟಿಯತೀಕ್ಷ್ಣತೆ.ಸಕ್ರಿಯವಾಗಿಆಲಿಸಲುಇದೇಪ್ರಮುಖಕೀಲಿಕೈ.ನಿಮ್ಮ ಗುರಿಗಳನ್ನು ಸಾಧಿಸಲು ಎಲ್ಲಿ ಹೆಚ್ಚು ಪ್ರಯೋಜನಕಾರಿಯಾಗುತ್ತದೆಯೋ ಅಲ್ಲಿ ನಿಮ್ಮ ಗ್ರಹಿಕೆಯ ತೀಕ್ಷ್ಣತೆಯನ್ನು ಹೆಚ್ಚಿಸಿಕೊಳ್ಳುವ ಮಾರ್ಗಗಳ ಬಗ್ಗೆ ನಾವು ಆಳವಾಗಿ ಅಭ್ಯಾಸ ಮಾಡುವಾಗ, ಈ ವಿಧಾನಗಳನ್ನು ಸಕ್ರಿಯ ಆಲಿಸುವಿಕೆಯ ಇಂದ್ರಿಯಕ್ಕೆ ಹೇಗೆ ಅನ್ವಯಿಸಬಹುದು ಎಂಬುದರ ಬಗ್ಗೆ ಯೋಚಿಸಿ.

ಮೊದಲನೆಯದಾಗಿ, ಬಲವಾದ ಗ್ರಹಿಕೆಯ ಸೂಕ್ಷ್ಮತೆಯನ್ನು ಸಾಧಿಸುವಲ್ಲಿ ಎದುರಾಗುವ ಮೊದಲ ಅಡಚಣೆಯನ್ನು ನಿವಾರಿಸಿ. ಈ ಅಡೆತಡೆಯು ಮೊದಲನೆಯದಾಗಿ ಅದನ್ನು ಒಂದು ಗುರಿಯನ್ನಾಗಿ ಮಾಡಿಕೊಳ್ಳುವುದಿಲ್ಲ. ಅಂದರೆ, ನೀವು ಆದ್ಯತೆಯ ಮೇರೆಗೆ ನಿಮ್ಮ ಇಂದ್ರಿಯಗಳ ಮೂಲಕ ನಿಮ್ಮ ಎಲ್ಲಾ ಅನುಭವಗಳನ್ನು ಗಮನಿಸುತ್ತಾ ಸಾಗಬೇಕು. ಇದರಲ್ಲಿ ನಿಮ್ಮ ಗುರಿಯಾಗಿರುವ ವ್ಯಕ್ತಿಯನ್ನು ಹೊರತುಪಡಿಸಿ ಇತರ ವ್ಯಕ್ತಿಗಳೊಂದಿಗಿನ ಸಂವಹನವೂ ಸೇರಿರುತ್ತದೆ, ಏಕೆಂದರೆ ಇದನ್ನು ಅಭ್ಯಾಸ ಮಾಡಿಕೊಳ್ಳಲು ಇರುವ ಏಕೈಕ ಮಾರ್ಗವಿದು.

ಈ ಮೊದಲ ಅಡಚಣೆಯನ್ನು ಪರಿಹರಿಸಲು, ನಿಮ್ಮ ಗುರಿಯಾಗಿರುವ ವ್ಯಕ್ತಿಯಲ್ಲಿ ನೀವು ಕಾಣುವ ಅಭ್ಯಾಸಗಳ ಬಗ್ಗೆ ಪ್ರಜ್ಞಾಪೂರ್ವಕವಾಗಿ ನಿಮ್ಮನ್ನು ನೀವು ಕೇಳಿಕೊಳ್ಳಬೇಕು. ಅವರು ದೈಹಿಕ ಭಾಷೆಯನ್ನು ಹೇಗೆ ಬಳಸುತ್ತಾರೆ? ಕೇವಲ ವಿವರವಾಗಿ ಗಮನಿಸಿ. ಅವರ ಪಾದಗಳು ಎಷ್ಟು ದೂರದಲ್ಲಿವೆ...

ಪಾದಗಳು ಎಷ್ಟು ಅಂತರದಲ್ಲಿವೆ? ಅವರ ದೈಹಿಕ ಭಂಗಿಯು ಶಾಂತವಾಗಿದೆಯೇ? ಅವರು ನಿಧಾನವಾಗಿ ಉಸಿರಾಡುತ್ತಿದ್ದಾರೆಯೇ ಅಥವಾ ವೇಗವಾಗಿಯೇ? ಆದರೆ ಇದು ಕೇವಲ ಮೊದಲ ಅಡಚಣೆಯಷ್ಟೆ. ಮುಂದಿನ ಹಂತವೆಂದರೆ ಪ್ರಜ್ಞಾಪೂರ್ವಕವಾಗಿ ಇದನ್ನು ಮಾಡುವುದನ್ನು ನಿಲ್ಲಿಸುವುದು. ಅಂದರೆ, ನೀವು ನಿಮ್ಮೊಂದಿಗೆ ಮಾತನಾಡಿಕೊಳ್ಳದೆ, ನಿಮ್ಮ ಇಂದ್ರಿಯಗಳೇ ತಾವಾಗಿಯೇ ಈ ಕೆಲಸವನ್ನು ಮಾಡುವಂತೆ ಆಗಬೇಕು.

ನೀವು ಅಡ್ಡಿಪಡಿಸದಿದ್ದಾಗ, ಇಂದ್ರಿಯಗಳು ವಾಸ್ತವವಾಗಿ ಉತ್ತಮವಾಗಿ ಕಾರ್ಯನಿರ್ವಹಿಸುತ್ತವೆ. ಮೊದಲನೆಯದಾಗಿ ನಿಮ್ಮ ಇಂದ್ರಿಯಗಳ ಮಾತನ್ನು ಕೇಳುವ ಸಾಮರ್ಥ್ಯವನ್ನು ನೀವು ಬೆಳೆಸಿಕೊಳ್ಳಲಿ ಎಂಬ ಉದ್ದೇಶದಿಂದ ಅವುಗಳಿಗೆ ಏನು ಮಾಡಬೇಕೆಂದು ನಾವು ಮೊದಲು ಪ್ರಜ್ಞಾಪೂರ್ವಕವಾಗಿ ಸೂಚಿಸುತ್ತೇವೆ. ಆದರೂ, ನಿಮ್ಮ ಸಂವೇದನೆಗಳನ್ನು ಆಲಿಸುವುದು ಅಭ್ಯಾಸವಾಗುವವರೆಗೆ ನೀವು ಅವುಗಳ ಹಾದಿಗೆ ಅಡ್ಡ ಬರಬಾರದು. ನಿಮ್ಮ ಇಂದ್ರಿಯಗಳಿಂದ ಸಿಗುವ ದತ್ತಾಂಶದ ಬಗ್ಗೆ ಅತಿಯಾಗಿ ಯೋಚಿಸುವುದನ್ನು ನಿಲ್ಲಿಸಿ ಮತ್ತು ಸಿಗುವ ಎಲ್ಲಾ ಮಾಹಿತಿಯನ್ನು ಕೇವಲ ಸ್ವೀಕರಿಸಿ. ಕರಾಳ ಮನೋವಿಜ್ಞಾನ, ಮಾನಸಿಕ ನಿಯಂತ್ರಣ ಮತ್ತು ಒತ್ತಾಯದಂತಹ ಗಂಭೀರ ವಿಷಯದ ಬಗ್ಗೆ ಇರುವ ಈ ಪುಸ್ತಕದಲ್ಲಿ ಇದು

ವಿಚಿತ್ರವಾಗಿ ಕೇಳಿಸಬಹುದು, ಆದರೆ ಗ್ರಹಿಕೆಯ ತೀಕ್ಷ್ಣತೆಯ ಉನ್ನತ ಮಟ್ಟವನ್ನು ತಲುಪಲು ನೀವು ನಿಮ್ಮ ಮೆದುಳಿನ ಆಲೋಚನೆಯನ್ನು ಸ್ವಲ್ಪ ಮಟ್ಟಿಗೆ ನಿಲ್ಲಿಸಬೇಕಾಗುತ್ತದೆ. ಇಂದ್ರಿಯಗಳು ಇದಕ್ಕಾಗಿ ಹೆಚ್ಚಿನ ಶ್ರಮ ಹಾಕುವುದನ್ನು ನೀವು ಬಯಸಬಾರದು. ಅದರ ಅಗತ್ಯವೂ ಇಲ್ಲ. ನಿಮ್ಮ ಹಸ್ತಕ್ಷೇಪವಿಲ್ಲದೆಯೇ ಇಂದ್ರಿಯಗಳು ತಾನಾಗಿಯೇ ತಮ್ಮ ಕೆಲಸವನ್ನು ಮಾಡುತ್ತವೆ. ಅವು ನೀಡುವ ಮಾಹಿತಿಯನ್ನು ನಿಷ್ಕ್ರಿಯವಾಗಿ ಸ್ವೀಕರಿಸಿ ಮತ್ತು ಅಲ್ಲಿಗೆ ಅದನ್ನು ಬಿಟ್ಟುಬಿಡಿ. ನೀವು ಗ್ರಹಿಕೆಯ ತೀಕ್ಷ್ಣತೆಯ ಈ ಮಟ್ಟವನ್ನು ತಲುಪಿದಾಗ, ಎರಡೂ ಕೆಲಸಗಳು ಸುಲಭವಾಗುತ್ತವೆ.

ರಾಜ್ಯದ ನಿಯಂತ್ರಣ ಮತ್ತು ಗ್ರಹಿಕೆಯ ತೀಕ್ಷ್ಣತೆ ಎರಡೂ ಒಟ್ಟಾಗಿ ಕೆಲಸ ಮಾಡಿದಾಗ, ನೀವು ಎದುರಿಗಿರುವ ವ್ಯಕ್ತಿಯ ಮನಸ್ಸನ್ನು ಪ್ರವೇಶಿಸಲು ಮತ್ತು ಅಲ್ಲಿಂದ ನಿಮ್ಮ ಇಚ್ಛೆಯಂತೆ ಕಾರ್ಯನಿರ್ವಹಿಸಲು ಸಿದ್ಧರಾಗುತ್ತೀರಿ. ಈ ನಿಟ್ಟಿನಲ್ಲಿ, ಕರಾಳ ಮನೋವಿಜ್ಞಾನದ ಬಳಕೆಯ ಬಗ್ಗೆ ಹೆಚ್ಚಿನದನ್ನು ಕಂಡುಹಿಡಿಯಲು ನೀವು ಮುಂದೆ ಓದಬಹುದು.

ಅಧ್ಯಾಯ ಮೂರು

ಕರಾಳ ಮನೋವಿಜ್ಞಾನದ ಸಾರ

ಇತ್ತೀಚಿನ ವರ್ಷಗಳಲ್ಲಿ, ಮನೋವಿಜ್ಞಾನವು ಮಾನವನ ಮನೋಭಾವವನ್ನು ಉನ್ನತೀಕರಿಸಲು ಪ್ರಯತ್ನಿಸುತ್ತಿದೆ. ಇದಕ್ಕೆ ಉದಾಹರಣೆಯಾಗಿ "ಸಕಾರಾತ್ಮಕ ಮನೋವಿಜ್ಞಾನ" ಎಂಬ ಜನಪ್ರಿಯ ಪರಿಕಲ್ಪನೆಗಳು ಅಥವಾ ಪ್ಯಾರಾಚೂಟ್‌ಗಳ ಬಗ್ಗೆ ಮಾತನಾಡುವ ಪುಸ್ತಕಗಳು, ಯಶಸ್ಸಿನತ್ತ ಹತ್ತು ಹಂತಗಳು ಎಂಬಂತಹ ನೂರಾರು "ಹೇಗೆ ಮಾಡಬೇಕು" ಎಂಬ ಶೀರ್ಷಿಕೆಯ ಪುಸ್ತಕಗಳು ಮಾರುಕಟ್ಟೆಗೆ ಬರುತ್ತಿವೆ. ಇವೆಲ್ಲವೂ ಜನಸಾಮಾನ್ಯರಿಗೆ ಸಂತೋಷದ ಮತ್ತು ತೃಪ್ತಿಕರ ಜೀವನವನ್ನು ಹೇಗೆ ನಡೆಸಬೇಕೆಂದು ತಿಳಿಸಲು ಪ್ರಯತ್ನಿಸುತ್ತಿವೆ. ಆದರೆ ಇವುಗಳಲ್ಲಿ ಹೆಚ್ಚಿನವು ತಪ್ಪಾದ ಜನಪ್ರಿಯ ಮನೋವಿಜ್ಞಾನ ಅಥವಾ ಆ ಕ್ಷಣದ ಒಂದು ಫ್ಯಾಷನ್ ಮಾತ್ರ ಆಗಿರುತ್ತವೆ. ಸರಿಯಾದ ಪುಸ್ತಕವನ್ನು ಓದಿ ಕೆಲವು ಸಾರ್ವತ್ರಿಕ ತತ್ತ್ವಗಳನ್ನು ಪಾಲಿಸಿದರೆ ನಮಗೆಲ್ಲರಿಗೂ ಜೀವನವು ಸುಲಭವಾಗಿಬಿಡುತ್ತದೆಯೇ? ಖಂಡಿತ ಇಲ್ಲ. ನಾವು ಮಾನವ ಮನಸ್ಸಿನ "ಕರಾಳ" ಅಥವಾ ಕತ್ತಲೆ ಭಾಗದ ಬಗ್ಗೆ ಚರ್ಚಿಸಲಿದ್ದೇವೆ — ಅಂದರೆ ನಾವೆಲ್ಲರೂ ಕಾಲಕಾಲಕ್ಕೆ ಅನುಭವಿಸುವ ವಿಮುಖತೆ, ವಿನಾಶ ಮತ್ತು ನೀಚ ಕೃತ್ಯಗಳನ್ನು ಸಾಮಾನ್ಯ ಮಾನವ ಮನಸ್ಥಿತಿಯ ಭಾಗವಾಗಿ ನೋಡುವ ಆ ಅಂಶದ ಬಗ್ಗೆ. ನಮ್ಮ ಜೀವನದ ಅಸಹಜ ಭಾಗಗಳಲ್ಲಿಯೂ ಭಾವೋದ್ರೇಕ, ಸಂತೋಷ ಮತ್ತು ಆನಂದವನ್ನು ಕಂಡುಕೊಳ್ಳುವ ಆ ಭಾಗದ ಬಗ್ಗೆ ಈ ಲೇಖನವು ವಿಭಿನ್ನವಾಗಿದೆ. ಸಮಾಜವು ತನ್ನ ಕರಾಳ ಮುಖದೊಂದಿಗೆ ಹೇಗೆ ಸಮನ್ವಯ ಸಾಧಿಸಬಹುದು? ಸಮಾಜದ ಸಾಮಾನ್ಯ ನಿಯಮಗಳಿಗೆ ವಿರುದ್ಧವಾಗಿ ನಡೆಯುವವರನ್ನು ಉಲ್ಲೇಖಿಸಲು ನಾನು 'ಹುಚ್ಚರು' ಎಂಬ ಪದವನ್ನು ಬಳಸುತ್ತೇನೆ.

ಕರಾಳ ಮನೋವಿಜ್ಞಾನವು ಅಪರಾಧ ಮತ್ತು ಅಸಹಜ ನಡವಳಿಕೆಯ ಅಧ್ಯಯನ ಮಾತ್ರವಲ್ಲದೆ, ದುಷ್ಟತನದ ಸಾಮರ್ಥ್ಯವನ್ನು ಅರ್ಥೈಸಿಕೊಳ್ಳಲು ಎಲ್ಲಾ ಮನುಷ್ಯರಲ್ಲಿರುವ ಒಂದು ಮಾನಸಿಕ ರಚನೆಯಾಗಿದೆ. ಕರಾಳ ಮನೋವಿಜ್ಞಾನವು ಯಾವುದರ ಅಧ್ಯಯನವೆಂದರೆ...

ಮಾನವ ಸ್ಥಿತಿಗತಿಯು ಅಪರಾಧ ಅಥವಾ ಅಸಹಜ ಪ್ರೇರಣೆಗಳಿಂದ ಪ್ರಚೋದಿಸಲ್ಪಟ್ಟ ವ್ಯಕ್ತಿಗಳ ಮಾನಸಿಕ ಸಾರಕ್ಕೆ ಸಂಬಂಧಿಸಿದ್ದಾಗಿದೆ. ಇದು ಉದ್ದೇಶರಹಿತವಾದ ಸಹಜ ಪ್ರವೃತ್ತಿಗಳು ಮತ್ತು ಇತರ ವ್ಯಕ್ತಿಗಳನ್ನು ಕುಶಲತೆಯಿಂದ ಬಳಸಿಕೊಳ್ಳುವ ಸಾಮಾಜಿಕ ವಿಜ್ಞಾನಗಳ ಸಿದ್ಧಾಂತಕ್ಕೆ ಸಂಬಂಧಿಸಿದೆ.

ಇತರ ವ್ಯಕ್ತಿಗಳನ್ನು ಮತ್ತು ಜೀವಿಗಳನ್ನು ಬಲಿಪಶುಗಳನ್ನಾಗಿ ಮಾಡುವ ಸಾಮರ್ಥ್ಯವು ಮಾನವಕುಲದ ಎಲ್ಲರಲ್ಲೂ ಇದೆ. ಆದಾಗ್ಯೂ, ಈ ಪ್ರಚೋದನೆಯನ್ನು ಅನೇಕರು ನಿಯಂತ್ರಿಸುತ್ತಾರೆ ಅಥವಾ ಉದಾತ್ತೀಕರಿಸುತ್ತಾರೆ ಆದರೆ ಕೆಲವರು ಈ ಪ್ರಚೋದನೆಗಳಿಗೆ ಅನುಗುಣವಾಗಿ ಕಾರ್ಯನಿರ್ವಹಿಸುತ್ತಾರೆ. ಕರಾಳ ಮನೋವಿಜ್ಞಾನವು ಕೆಲವು ಭಾವನೆಗಳು, ನಂಬಿಕೆಗಳು ಮತ್ತು ವ್ಯಕ್ತಿನಿಷ್ಠ ಸಂಸ್ಕರಣೆಯ ಕಾರ್ಯವಿಧಾನಗಳನ್ನು ವಿವರಿಸಲು ಪ್ರಯತ್ನಿಸುತ್ತದೆ. ಇವು ಮಾನವ ನಡವಳಿಕೆಯ ಸಮಕಾಲೀನ ತಿಳುವಳಿಕೆಗೆ ವಿರುದ್ಧವಾದ ಬೇಟೆಯಾಡುವ ಅಥವಾ ಹಿಂಸಿಸುವ ಪ್ರವೃತ್ತಿಗೆ ಕಾರಣವಾಗುತ್ತವೆ. ಕರಾಳ ಮನೋವಿಜ್ಞಾನವು ಶೇಕಡಾ ೯೯ ರಷ್ಟು ಸಮಯದಲ್ಲಿ, ಅಪರಾಧ, ಅಸಹಜ ಮತ್ತು ಹಿಂಸಾತ್ಮಕ ಕೃತ್ಯಗಳು ಉದ್ದೇಶಪೂರ್ವಕವಾಗಿರುತ್ತವೆ ಮತ್ತು ಅವುಗಳ ಹಿಂದೆ ಯಾವುದೋ ಒಂದು ತಾರ್ಕಿಕ, ಗುರಿ-ಆಧಾರಿತ ಪ್ರೇರಣೆ ಇರುತ್ತದೆ ಎಂದು ಭಾವಿಸುತ್ತದೆ. ಉಳಿದ ೧ ಪ್ರತಿಶತವು ಆಡ್ಲೇರಿಯನ್ ಸಿದ್ಧಾಂತ ಮತ್ತು ಟೆಲಿಯೋಲಾಜಿಕಲ್ ವಿಧಾನದ ಭಾಗವಾಗಿದ್ದು, ಅದುವೇ ಕರಾಳ ಮನೋವಿಜ್ಞಾನ. ಮಾನವ ಮನಸ್ಸಿನೊಳಗೆ ಅಂತಹ ಒಂದು ಪ್ರದೇಶವಿದ್ದು, ಅದು ಕೆಲವು ವ್ಯಕ್ತಿಗಳು ಯಾವುದೇ ನಿರ್ದಿಷ್ಟ ಉದ್ದೇಶವಿಲ್ಲದೆಯೇ ಘೋರ ಕೃತ್ಯಗಳನ್ನು ಮಾಡುವಂತೆ ಪ್ರಚೋದಿಸುತ್ತದೆ ಎಂದು ಕರಾಳ ಮನೋವಿಜ್ಞಾನ ಪ್ರತಿಪಾದಿಸುತ್ತದೆ. ಈ ತತ್ವಶಾಸ್ತ್ರದಲ್ಲಿ, ಇದನ್ನು 'ಕರಾಳ ಏಕರೂಪತೆ' ಎಂದು ಕರೆಯಲಾಗುತ್ತದೆ.

ಮುಂದೆ, ಮಾನಸಿಕ ಚಿಂತನೆ ಮತ್ತು ನಡವಳಿಕೆಯ "ಕರಾಳ ಮುಖ"ವನ್ನು ಹೇಗೆ ವ್ಯಾಖ್ಯಾನಿಸಬಹುದು ಎಂಬುದನ್ನು ಅನ್ವೇಷಿಸೋಣ. ಯಾವುದು ಸಾಮಾನ್ಯ ಮತ್ತು ಯಾವುದು ಅಸಹಜ ಚಟುವಟಿಕೆ ಎಂದು ತಿಳಿಯಲು ನಮಗೊಂದು ಅಳತೆಗೋಲು ಬೇಕು. ಸಾಮಾಜಿಕ ನಿಯಮಗಳು ನಮ್ಮ ಮೊದಲ ಅಳತೆಗೋಲು; ಅಂದರೆ, ನಮ್ಮ ತಿಳುವಳಿಕೆಗೆ ಎದುರಾಗುವ ಸಂದರ್ಭಗಳ ಸಂಗ್ರಹವನ್ನು ಗಮನಿಸಿದರೆ, ಪ್ರತಿ ಸಮಾಜದಲ್ಲಿ ಯಾವುದು ದೈನಂದಿನ ಪ್ರಮಾಣಿತ ಚಟುವಟಿಕೆ ಎಂದು ಪರಿಗಣಿಸಲ್ಪಡುತ್ತದೆ ಎಂಬುದು ಮುಖ್ಯವಾಗುತ್ತದೆ.

ಉದಾಹರಣೆಗೆ, ಪಾಶ್ಚಾತ್ಯ ಸಂಸ್ಕೃತಿಯಲ್ಲಿ ಮತ್ತೊಬ್ಬ ವ್ಯಕ್ತಿಯ ಮೇಲೆ ಹಿಂಸಾತ್ಮಕವಾಗಿ ಹಲ್ಲೆ ಮಾಡುವುದು ಅಪರಾಧ ಕೃತ್ಯವೆಂದು ಮತ್ತು ಶಾಂತಿಯುತ ಸಮಾಜಕ್ಕೆ ವಿರುದ್ಧವಾದುದೆಂದು ಪರಿಗಣಿಸಲಾಗುತ್ತದೆ. ಆದಾಗ್ಯೂ, ಯುದ್ಧದ ಸಮಯದಲ್ಲಿ ಸೈನಿಕನಿಗೆ, ಹಿಂಸಾತ್ಮಕ ಶಂಕಿತನನ್ನು ಬಂಧಿಸುವ ಪೋಲೀಸನಿಗೆ ಅಥವಾ ಗಂಭೀರ ಭೀತಿಯಿಂದ ತನ್ನ ಕುಟುಂಬವನ್ನು ರಕ್ಷಿಸಿಕೊಳ್ಳುವ ನಾಗರಿಕನಿಗೆ ಸಮಾಜವು ಅನುಮತಿ ನೀಡಿದಾಗ, ನಾವು ಅಂತಹ ಕೃತ್ಯಗಳನ್ನು ಕ್ಷಮಿಸುತ್ತೇವೆ.

ಈ ದ್ವಂದ್ವ ಮಾನದಂಡಗಳನ್ನು ಹಲವು ವಿಧಗಳಲ್ಲಿ ತಪ್ಪಾಗಿ ಅರ್ಥೈಸಿಕೊಳ್ಳುವ ಸಾಧ್ಯತೆಯಿದೆ. ನರಮೇಧದಂತಹ ಯುದ್ಧಾಪರಾಧಗಳನ್ನು ಎಸಗುವ ಸೈನಿಕ, ಸಾಕ್ಷಿಯನ್ನು ಪ್ರಶ್ನಿಸುವಾಗ ಬೆದರಿಸಲು ಹಿಂಸೆಯನ್ನು ಬಳಸುವ ಪೊಲೀಸ್ ಅಧಿಕಾರಿ, ಅಥವಾ ಯಾವುದೇ ರೀತಿಯಲ್ಲಿ ತನ್ನ ಸ್ವಂತ ಸ್ಥಾನಮಾನವನ್ನು ಹೆಚ್ಚಿಸಿಕೊಳ್ಳಲು ಮತ್ತೊಬ್ಬ ವ್ಯಕ್ತಿಯ ಹಕ್ಕುಗಳನ್ನು ದುರುಪಯೋಗಪಡಿಸಿಕೊಳ್ಳುವ ವ್ಯಕ್ತಿ - ಇವರೆಲ್ಲರೂ ಇದಕ್ಕೆ ಉದಾಹರಣೆಗಳು.

ಎರಡನೇ ಅಳತೆಗೋಲು ನೈತಿಕತೆಯೇ? ಒಂದು ಸಮಾಜವಾಗಿ ಯಾವುದು ಸರಿ ಮತ್ತು ಯಾವುದು ತಪ್ಪು ಎಂಬುದನ್ನು ನಾವು ಹೇಗೆ ನಿರ್ಧರಿಸುತ್ತೇವೆ? ಈ ಹಕ್ಕುಗಳನ್ನು ನಿರ್ಧರಿಸುವ ಅಧಿಕಾರ ಯಾರಲ್ಲಿದೆ? ಕಾನೂನುಗಳು ನೈತಿಕ ದೃಢತೆಯನ್ನು ಅನುಸರಿಸುತ್ತವೆಯೇ ಅಥವಾ ಅವು ಬಲಶಾಲಿಗಳ ವಿರುದ್ಧ ದುರ್ಬಲರ ಅಥವಾ ಬಡವರ ವಿರುದ್ಧ ಶ್ರೀಮಂತರ ರಕ್ಷಣಾ ಕವಚವಾಗುತ್ತವೆಯೇ? ಮತ್ತೊಬ್ಬ ಮನುಷ್ಯನನ್ನು ಕೊಲ್ಲುವುದು ನೈತಿಕ ಸಂಹಿತೆಗೆ ವಿರುದ್ಧವಾದುದು ಎಂದು ಹೆಚ್ಚಿನ ಸಮುದಾಯಗಳು ಒಪ್ಪಿಕೊಳ್ಳುತ್ತವೆ—ಕೊಲ್ಲುವುದು ಸಹಜವಾಗಿಯೇ

ಅನೈತಿಕ ಮತ್ತು ರಾಜಕಾರಣಿಗಳು ಜನಸಾಮಾನ್ಯರ ಮೇಲೆ ಹೇರಿದ ನೈತಿಕ-ಕಾನೂನು ನಿಲುವನ್ನು ಒಪ್ಪಿಕೊಳ್ಳುವ ಸಂಸ್ಕೃತಿಯಿಂದ ಅಷ್ಟೇ ತೀವ್ರತೆಯ ಶಿಕ್ಷೆಗೆ ಅದು ಅರ್ಹವಾಗಿರಬೇಕು. ಹೆಚ್ಚಿನ ಸಂಸ್ಕೃತಿಗಳಿಗೆ, ಇದು ಬೌದ್ಧಧರ್ಮದಿಂದ ಹಿಡಿದು ಮುಸ್ಲಿಂ ಕುರಾನ್ ವರೆಗೆ, ಕ್ರಿಶ್ಚಿಯನ್ ಧರ್ಮದ ಹತ್ತು ಆಜ್ಞೆಗಳು ಮತ್ತು ಅಂತಹ ಇತರ ಸಂಹಿತೆಗಳವರೆಗೆ ನೈತಿಕ ನಡವಳಿಕೆಯ ನಿಯಮವಾಗಿತ್ತು. ಕಾನೂನು ಭಾಷೆ ಮತ್ತು ನಿಯಮಗಳಲ್ಲಿ ಪ್ರತಿ ಸುಸಂಸ್ಕೃತ ರಾಷ್ಟ್ರದ ಅಡಿಪಾಯವಾಗಿ ದೈವಿಕ ಪ್ರತಿಫಲ ಮತ್ತು ಶಿಕ್ಷೆಯ ಮೇಲಿನ ನಂಬಿಕೆಯನ್ನು ವ್ಯಕ್ತಪಡಿಸಲಾಗಿದೆ. ಈ ನಿಯಮಗಳನ್ನು ಅಳವಡಿಸಿಕೊಂಡಿದ್ದರೂ ಸಹ, ವ್ಯಕ್ತಿಯನ್ನು ಬೆದರಿಕೆ, ಹಾನಿ ಮತ್ತು ದುರುಪಯೋಗದಿಂದ ರಕ್ಷಿಸುವ ಸಮ್ಮತಿತ ನಡವಳಿಕೆಯ ಮಾನದಂಡಗಳಿಂದ ಆಡಳಿತಕ್ಕೊಳಪಟ್ಟ ಸುರಕ್ಷಿತ ಸಮುದಾಯದಲ್ಲಿ ನಾವೆಲ್ಲರೂ ಬದುಕಲು ಅನುವು ಮಾಡಿಕೊಡುವ ಈ ನೈತಿಕತೆ, ಕಾನೂನು ಮತ್ತು ಧಾರ್ಮಿಕ ನಿಯಮಗಳಿಂದ ಜನರು ಅಷ್ಟು ಸುಲಭವಾಗಿ ಏಕೆ ವಿಮುಖರಾಗುತ್ತಾರೆ?

ನಡವಳಿಕೆಯ ಮೂರನೇ ಕ್ಷೇತ್ರವು ಕಾನೂನು ಅಥವಾ ಧಾರ್ಮಿಕ ಪರಿಕಲ್ಪನೆಗಳಲ್ಲಿ ರೂಪಿತವಾಗಿಲ್ಲ, ಬದಲಿಗೆ ಇದನ್ನು ಇಂಗ್ಲಿಷ್‌ನಲ್ಲಿ "ಮ್ಯಾನರ್ಸ್" ಅಥವಾ "ಪೊಲೈಟ್" ಎಂದು ಕರೆಯಲಾಗುವ ಕೆಲವು ಸಾಮಾನ್ಯ ನಡವಳಿಕೆಗಳಲ್ಲಿ ಕಾಣಬಹುದು. ಇತರರ ಸಮ್ಮುಖದಲ್ಲಿ ಹೇಗೆ ವರ್ತಿಸಬೇಕು ಎಂಬುದು ತಿಳಿದಿರುವ, ಸಮಾಜದ ಒಬ್ಬ ಶ್ರೇಷ್ಠ ಸದಸ್ಯನ ಕ್ರಿಯೆಗಳೆಂದು ಗುರುತಿಸಲ್ಪಡುವ ಮತ್ತು ಮುಂದುವರಿದ ನಾಗರಿಕತೆಯ ಗುರುತಾಗಿ ಕಂಡುಬರುವ ನಿಯಮಗಳಿಗೆ ಅನುಗುಣವಾಗಿ ವರ್ತಿಸುವ ಅಥವಾ ನಡೆದುಕೊಳ್ಳುವ ವಿಧಾನ ಇದಾಗಿದೆ.

ಕೆಲವೊಮ್ಮೆ ಇದನ್ನು ಊಟದ ಮೇಜಿನ ಶಿಷ್ಟಾಚಾರಗಳಲ್ಲಿ ಅಥವಾ ಮಹಿಳೆಯರನ್ನು ರಕ್ಷಿಸುವ ಮತ್ತು ಗೌರವಿಸುವ ಪುರುಷನ ಕರ್ತವ್ಯದ ಸಂಕೇತವಾಗಿ, ಒಬ್ಬ ಪುರುಷನು ಮಹಿಳೆಗಾಗಿ ಬಾಗಿಲು ತೆರೆದು ಅವರು ಮೊದಲು ಪ್ರವೇಶಿಸಲು ಅವಕಾಶ ನೀಡುವುದರಲ್ಲಿ ಕಾಣಬಹುದು. ಇಂದು, ಕೆಲವು ಸಮಾಜಗಳಲ್ಲಿ ಮಹಿಳಾ ಹಕ್ಕುಗಳ ಹೋರಾಟವು ಮಹಿಳೆಯರ ಬಗೆಗಿನ ಇಂತಹ ಶಿಷ್ಟಾಚಾರಗಳನ್ನು ತಾರತಮ್ಯದ ದೃಷ್ಟಿಯಿಂದ ನೋಡುತ್ತಿವೆ ಮತ್ತು ಇದು ಮಹಿಳೆಯ ಸ್ವಾತಂತ್ರ್ಯವನ್ನು ಕುಗ್ಗಿಸುತ್ತದೆ ಎಂದು ಸಂಶಯ ವ್ಯಕ್ತಪಡಿಸುತ್ತಿವೆ.

ಆದಾಗ್ಯೂ, ಶಿಷ್ಟಾಚಾರಗಳು - ಅವು ಇಂಗ್ಲಿಷ್ ಸಂಪ್ರದಾಯವಿರಲಿ ಅಥವಾ ಜಪಾನಿನ ಚಹಾದ ಸಮಾರಂಭವಿರಲಿ - ಒಬ್ಬ ವ್ಯಕ್ತಿಯು ಸುಸಂಸ್ಕೃತ ಮತ್ತು ಸಮಾಜದ ಉನ್ನತ ವರ್ಗಕ್ಕೆ ಸೇರಿದವನು ಎಂಬುದರ ಸಂಕೇತವಾಗಿ ಕಂಡುಬರುತ್ತವೆ.

ನಡವಳಿಕೆಗಳನ್ನು ಅಳೆಯಲು ವಿವಿಧ ಮಾರ್ಗಗಳಿರುವ ಸಂಸ್ಕೃತಿಗಳನ್ನು ಅಭಿವೃದ್ಧಿಪಡಿಸಿದ್ದರೂ ಸಹ, ಮನುಷ್ಯರು ಇನ್ನೂ ವೈವಿಧ್ಯಮಯ ಅಸಹಜ ನಡವಳಿಕೆಗಳನ್ನು ಹೊಂದಿದ್ದಾರೆ. ಇಂತಹ ನಡವಳಿಕೆಗಳನ್ನು ತೋರುವವರು ಸಮಾಜದ ಕಾನೂನು, ನೈತಿಕ ಸಂಹಿತೆ ಮತ್ತು ಶಿಷ್ಟಾಚಾರಗಳ ಮಿತಿಗಳನ್ನು ಮೀರಿ ಇತರರ ಮೇಲೆ ಕೆಟ್ಟ ಪರಿಣಾಮ ಬೀರುತ್ತಾರೆ. ಸುಸ್ಥಿತಿಯಲ್ಲಿರುವ ಸಮಾಜಕ್ಕೆ ಪ್ರಮುಖವೆಂದು ನಾವು ಪರಿಗಣಿಸುವ ಕಾನೂನುಗಳನ್ನು ನಾವು ಮೀರಿದಾಗ, ನಾವೆಲ್ಲರೂ ಪಶ್ಚಾತ್ತಾಪದ ಭಾವನೆಯ ಮೂಲಕ ಅದನ್ನು ಅರಿತುಕೊಳ್ಳುತ್ತೇವೆ.

ಆದರೆ, ಇತರರ ವಿರುದ್ಧ ಹಿಂಸೆ, ವಿನಾಶ ಮತ್ತು ಮರಣವನ್ನು ಉಂಟುಮಾಡುವಾಗ ಏನನ್ನೂ ಅನುಭವಿಸದ ಕೆಲವು ವ್ಯಕ್ತಿಗಳಿದ್ದಾರೆ. ಅವರಿಗೆ ಆ ನಿಯಮಗಳಿಲ್ಲದೆ ಬದುಕುವುದು ತಮ್ಮ ಹಕ್ಕು ಎಂದು ಅನ್ನಿಸುತ್ತದೆ. ತಮಗೆ ಬೇಕಾದುದನ್ನು ಪಡೆಯುವುದು, ಸ್ವಾಧೀನಪಡಿಸಿಕೊಳ್ಳುವುದು ಅಥವಾ ಕೊಲ್ಲುವುದೇ ತಮ್ಮ ಜೀವನದ ಸ್ವಾತಂತ್ರ್ಯ ಎಂದು ಅವರು ಭಾವಿಸುತ್ತಾರೆ.

ಕತ್ತಲೆಯ ಮಗುಲು

ತನ್ನ ಜೀವನದ ಹತಾಶೆಯಿಂದ ಬೇಸತ್ತ ಮನುಷ್ಯನೊಬ್ಬ ನಾಯಿಯನ್ನು ಒದ್ದಾಗ ಅವನ ಮನಸ್ಸಿನಲ್ಲಿ ಏನನಿತ್ತಿರುತ್ತದೆ? ಆ ನಾಯಿಯು ನೋವು ಮತ್ತು ಭಯದಿಂದ ಕಿರುಚಿದಾಗ, ಆ ಕ್ಷಣದಲ್ಲಿ ಅವನು ಯಾವ ಭಾವನೆಗಳನ್ನು ಹೊರಹಾಕುತ್ತಾನೆ? ಆ ಪ್ರಾಣಿಯ ನೋವನ್ನು ಕಂಡು ಅವನು ಏಕೆ ನಗುತ್ತಾನೆ ಮತ್ತು ಅದಕ್ಕೆ ಇನ್ನಷ್ಟು ಹಾನಿ ಮಾಡಲು ಏಕೆ ಬಯಸುತ್ತಾನೆ?

ನೋಡುಗರು ಅವನ ಕೃತ್ಯದಿಂದ ಆಕ್ರೋಶಗೊಳ್ಳುತ್ತಾರೆ ಮತ್ತು ಅಸಹಾಯಕ ನಾಯಿಯ ಮೇಲೆ ಅನುಕಂಪ ತೋರುತ್ತಾರೆ. ಆದರೆ ಈ ಮನುಷ್ಯ ಮಾತ್ರ ಯಾವುದೇ ಪಶ್ಚಾತ್ತಾಪವಿಲ್ಲದೆ ಕ್ರೂರವಾಗಿ ವರ್ತಿಸುತ್ತಾನೆ. ಇಲ್ಲಿ ಈ ಮನುಷ್ಯ ಯಾರು? ಅವನು ಕಾಲಕಾಲಕ್ಕೆ ಏಕೆ...

ಅವನು ನಮ್ಮಲ್ಲಿ ಒಬ್ಬನೇ ಆಗಿದ್ದಾನೆ. ಜೀವನದ ಅನ್ಯಾಯ ಅಥವಾ ಅವಕಾಶಗಳ ಕೊರತೆಯೊಂದಿಗೆ ನಾವು ಹೋರಾಡುವಾಗ, ನಾವೆಲ್ಲರೂ ನಮ್ಮ ಮಾನಸಿಕ ಶಾಂತಿ ಮತ್ತು ವಿವೇಚನೆಯನ್ನು ಕಳೆದುಕೊಳ್ಳುತ್ತೇವೆ. ಆದರೆ ಇನ್ನೊಂದು ಬದಿಯಲ್ಲಿ — ಗಮನಿಸಿ — ಈ ವ್ಯಕ್ತಿಯು ಶ್ರೀಮಂತನಾಗಿದ್ದಾನೆ, ತನ್ನ ಎಲ್ಲಾ ಅಗತ್ಯಗಳನ್ನು ಪೂರೈಸಿಕೊಂಡಿದ್ದಾನೆ, ಆದರೂ ಆ ನಾಯಿಯನ್ನು ಒದೆಯುವಲ್ಲಿ ಮತ್ತು ಅದು ತನ್ನ ಕೈಯಿಂದ ಅನುಭವಿಸುವ ನೋವನ್ನು ನೋಡಿ ಆನಂದ ಪಡೆಯುತ್ತಾನೆ. ನೋವುಂಟು ಮಾಡುವ ತನ್ನ ಸಾಮರ್ಥ್ಯದಲ್ಲಿನ ಶಕ್ತಿಯ ಭಾವನೆ ಮತ್ತು ತನಗೆ ಬೇಕಾದುದನ್ನು ಪಡೆಯಲು ಸಾಧ್ಯವಾಗದ 'ಕೆಳಮಟ್ಟದ' ಮಾನವರಿಗಿಂತ ತಾನು ಶ್ರೇಷ್ಠ ಎಂಬ ತೃಪ್ತಿ ಅವನಲ್ಲಿದೆ; ಅಂತಹವರನ್ನು ಅವನು ತನ್ನ ಸಿಬ್ಬಂದಿ ಮತ್ತು ಸೇವಕರಂತೆ ಕಾಣುತ್ತಾನೆ. ಈ ಏಕಪಕ್ಷೀಯ ಆಲೋಚನೆಯು ಇತರರ ಬಗ್ಗೆ ಸಹಾನುಭೂತಿ ಅಥವಾ ಪರಕಾಯ ಪ್ರವೇಶದ ಕೊರತೆಗೆ ಕಾರಣವಾಗುತ್ತದೆ.

ಮೇಲಿನ ಉದಾಹರಣೆಯು ನಮ್ಮ ಮೂರು ಸಾಮಾಜಿಕ ಮಾನದಂಡಗಳನ್ನು ಉಲ್ಲಂಘಿಸುವ ನಡವಳಿಕೆಯ ಬಗ್ಗೆ ಒಳನೋಟವನ್ನು ನೀಡುತ್ತದೆ: ನೈತಿಕ ಕಾನೂನು (ಅಸಹಾಯಕ ಪ್ರಾಣಿಗೆ ಹಾನಿ ಮಾಡುವುದು), ಸಾಮಾಜಿಕವಾಗಿ ಸ್ವೀಕಾರಾರ್ಹ ನಡವಳಿಕೆ (ತಪ್ಪೆಂದು ಪರಿಗಣಿಸಲ್ಪಟ್ಟ ಅರ್ಥಹೀನ ನಡವಳಿಕೆಯ ಮೇಲಿನ ನಿಷೇಧ), ಮತ್ತು ಪಶ್ಚಾತ್ತಾಪದ ಕೊರತೆ (ಯಾರಾದರೂ ಕೋಪದಲ್ಲಿ ನಾಯಿಯನ್ನು ಒದ್ದರೂ, ನಂತರ ಅವರು ಅಪರಾಧ ಪ್ರಜ್ಞೆ ಮತ್ತು ಪಶ್ಚಾತ್ತಾಪವನ್ನು ಅನುಭವಿಸುತ್ತಾರೆ).

ಆದರೆ, ಇಲ್ಲಿ ನಾವು ಯಾವುದೇ ಅವಮಾನ ಅಥವಾ ವಿಷಾದವನ್ನು ಅನುಭವಿಸದ ಮತ್ತು ತಾವು ಒಪ್ಪದ ಕಾನೂನುಗಳಿಂದ ತಮಗೆ ವಿನಾಯಿತಿ ಇದೆ ಎಂದು ಭಾವಿಸುವ ವ್ಯಕ್ತಿಗಳನ್ನು ಭೇಟಿಯಾಗುತ್ತೇವೆ. ಇಂಗ್ಲೆಂಡ್‌ನಲ್ಲಿ ಹೆಚ್ಚಾಗಿ ಬುದ್ಧಿವಂತ, ವೃತ್ತಿಪರ ಮತ್ತು ಶ್ರೀಮಂತ ಪುರುಷರು ಹಾಗೂ ಮಹಿಳೆಯರು ನಡೆಸುತ್ತಿದ್ದ ನರಿ ಬೇಟೆಯು ಒಂದು ಕ್ರೂರ ಕ್ರೀಡೆಯಾಗಿರಲಿಲ್ಲವೇ? ಆದರೂ, ಕೇವಲ ವಿನೋದಕ್ಕಾಗಿ, ತಮ್ಮ ಬೇಟೆನಾಯಿಗಳು ಒಂದು ನರಿಯನ್ನು ಕಚ್ಚಿ ಹರಿದು ತಿನ್ನುವುದನ್ನು ನೋಡುತ್ತಾ ಅಸಹಾಯಕ ಪ್ರಾಣಿಯನ್ನು ಬೇಟೆಯಾಡಿ ನಾಶಪಡಿಸುವ ಹಕ್ಕನ್ನು ಇದೇ ಜನರು ಪ್ರತಿಪಾದಿಸಿದರು. ಇದನ್ನು ಕಾನೂನುಬದ್ಧವಾಗಿ

ಜಾರಿಗೆ ತರಲು ಹಲವು ವರ್ಷಗಳ ಪ್ರಯತ್ನ ಬೇಕಾಯಿತು ಮತ್ತು ಬಹುಪಾಲು ಇಂಗ್ಲಿಷ್ ನಾಗರಿಕರು ಈ ಕ್ರೀಡೆಯನ್ನು ನಿಷೇಧಿಸಲು ಹಲವಾರು ಸಂದರ್ಭಗಳಲ್ಲಿ ಮತ ಚಲಾಯಿಸಿದರು. ನರಿ ಬೇಟೆ ಈಗ ಕಾನೂನುಬಾಹಿರ ಕೃತ್ಯವಾಗಿದೆ, ಆದರೆ ಇದೇ ವ್ಯಕ್ತಿಗಳು ರಾಷ್ಟ್ರೀಯ ಶಾಸನವನ್ನು ಪಾಲಿಸದ ಸ್ಥಳೀಯ ಉಪ-ಕಾನೂನುಗಳ ಅಡಿಯಲ್ಲಿ ಕಾನೂನನ್ನು ಉಲ್ಲಂಘಿಸುವುದನ್ನು ಮತ್ತು ಬೇಟೆಯಾಡುವುದನ್ನು ಮುಂದುವರಿಸಿದ್ದಾರೆ. ಈ ಜನರಿಗೆ ತಾವು ಏನು...

ಮಾಡುವುದು ಕಾನೂನುಬಾಹಿರ, ಅನೈತಿಕ ಮತ್ತು ಬಹುಸಂಖ್ಯಾತರ ಅಭಿಪ್ರಾಯದಂತೆ ಸಾಮಾಜಿಕ ನಿಯಮಗಳಿಗೆ ವಿರುದ್ಧವಾದುದು ಎಂಬುದು ಅವರಿಗೆ ತಿಳಿದಿದೆ. ಆದರೂ, ತಾವು ಸಮಾಜದ ಶ್ರೇಷ್ಠ ಸದಸ್ಯರೆಂದು ಮತ್ತು ಸಾಮಾನ್ಯ ಜನರ ನೈತಿಕ ಕಾಳಜಿಗಳಿಗಿಂತ ಮೇಲಿದ್ದೇವೆ ಎಂದು ಅವರು ಪ್ರತಿಪಾದಿಸುತ್ತಾರೆ. ಇಂಗ್ಲೆಂಡ್‌ನಲ್ಲಿ ಗಮನಿಸಬೇಕಾದ ಕುತೂಹಲಕಾರಿ ವಿಷಯವೆಂದರೆ, ಇಂತಹ ವ್ಯಕ್ತಿಗಳು ಸಂಸತ್ ಸದಸ್ಯರು, ಪೊಲೀಸ್ ಅಧಿಕಾರಿಗಳು, ನ್ಯಾಯಾಧೀಶರು ಮತ್ತು ಆಸ್ತಿ ಮಾಲೀಕರಾಗಿ ಇಂಗ್ಲಿಷ್ ಸಂಸ್ಕೃತಿಯ ವಿವಿಧ ಮುಖಗಳನ್ನು ನಿಯಂತ್ರಿಸುವವರಾಗಿದ್ದಾರೆ (ಹಿಂದಿನ ಕಾಲದಲ್ಲಿ ಬಡವರ ಭೂಮಿಯನ್ನು ಕಿತ್ತುಕೊಂಡು ರಾಜಮನೆತನದ ಒಪ್ಪಿಗೆಯೊಂದಿಗೆ ಇವರಿಗೆ ಭೂಮಿಯನ್ನು ನೀಡಲಾಗಿತ್ತು).

ಇನ್ನೊಂದು ಅರ್ಥದಲ್ಲಿ ಹೇಳುವುದಾದರೆ, ಸಮಾಜಕ್ಕೆ ಮಾದರಿಯಾಗಬೇಕಾದವರೇ ಸಾಮಾಜಿಕವಾಗಿ ಸ್ವೀಕಾರಾರ್ಹವಾದ ನಿಯಮಗಳನ್ನು ಮತ್ತು ನಡವಳಿಕೆಯನ್ನು ಬಹಿರಂಗವಾಗಿ ಉಲ್ಲಂಘಿಸುವವರಾಗಿದ್ದಾರೆ.

ಮತ್ತೊಂದು ಸಂದರ್ಭದಲ್ಲಿ, ನಾವು ಒಬ್ಬ ಶಂಕಿತನನ್ನು ಗಮನಿಸಬೇಕು. ಅಪರಾಧಿಗಳು ದೋಷಪೂರಿತ ಹಿನ್ನೆಲೆ, ಬಡತನದ ಮನೆಗಳು ಮತ್ತು ಪೋಷಕರಿಂದ ಸರಿಯಾದ ಶಿಕ್ಷಣದ ಕೊರತೆಯಿಂದ ಬಂದವರಾಗಿರುವುದರಿಂದ, ಅವರನ್ನು ಸಮಾಜದ ತಿರಸ್ಕೃತರು ಎಂದು ನೋಡಲಾಗುತ್ತದೆ. ಆದರೆ, ಕಾರ್ಪೊರೇಟ್ ಅಪರಾಧಗಳಾದ ಪಿಂಚಣಿ ನಿಧಿ ದುರುಪಯೋಗ, ಷೇರು ಮಾರುಕಟ್ಟೆಯ ಒಳಸಂಚು ಮತ್ತು ಸಿಇಒ ಹಾಗೂ ಸರ್ಕಾರಿ ಅಧಿಕಾರಿಗಳು ಮಾಡುವ ಆಸ್ತಿಪಾಸ್ತಿಗಳ ಕಳ್ಳತನವು ಸಾರ್ವಜನಿಕರಿಗೆ ಮಾಡುವ ಅತಿ ದೊಡ್ಡ ಹಾನಿಯಾಗಿದೆ. ಕೆಲವೊಮ್ಮೆ ಈ 'ವೈಟ್-ಕಾಲರ್' ಅಪರಾಧಗಳು ಪತ್ತೆಯಾಗುವುದೇ ಇಲ್ಲ ಮತ್ತು ಅವುಗಳನ್ನು

ನ್ಯಾಯಾಂಗದ ಮುಂದೆ ತರುವುದು ಅತ್ಯಂತ ಕಷ್ಟಕರವಾಗಿರುತ್ತದೆ. ಸಾಮಾನ್ಯ ಅಪರಾಧಿಗಳ ಕೃತ್ಯಗಳು ತಕ್ಷಣದ ತೊಂದರೆಯನ್ನು ಉಂಟುಮಾಡುವುದರಿಂದ ಮತ್ತು ಮಾಧ್ಯಮಗಳು ಪೊಲೀಸ್ ಹಾಗೂ ನಾಗರಿಕ ಅಧಿಕಾರಿಗಳ ಕ್ರಮಕ್ಕಾಗಿ ಕೂಗಾಡುವುದರಿಂದ, ಅಂತಹ ಅಪರಾಧಗಳು ಸಾರ್ವಜನಿಕರಿಗೆ ಹೆಚ್ಚು ಗೋಚರಿಸುತ್ತವೆ.

ಆದ್ದರಿಂದ, ಸುಲಭವಾಗಿ ಅರ್ಥಮಾಡಿಕೊಳ್ಳಬಹುದಾದ ಹೆಚ್ಚಿನ ಕಾನೂನುಗಳು ದೃಶ್ಯರೂಪದ ಅಥವಾ ಪ್ರತ್ಯಕ್ಷವಾಗಿ ಕಾಣುವ ಅಪರಾಧಗಳ ಬಗ್ಗೆಯೇ ಇರುತ್ತವೆ. ಇಂತಹ ಅಪರಾಧಗಳ ಶಿಕ್ಷೆಯೂ ನೇರವಾಗಿರುತ್ತದೆ ಮತ್ತು ಪ್ರತಿದಿನ ನಮ್ಮ ನ್ಯಾಯಾಲಯಗಳಲ್ಲಿ ಹಾಗೂ ಮಾಧ್ಯಮಗಳಲ್ಲಿ ಚರ್ಚೆಯಾಗುತ್ತವೆ. ಆದರೆ, ಯಾವುದೇ ನೇರ ಸಂತ್ರಸ್ತರನ್ನು ಕಾಣದ ವೈಟ್-ಕಾಲರ್ ಅಪರಾಧಿಗಳ ಕೃತ್ಯಗಳನ್ನು ಮತ್ತು ತನ್ನ ಇಚ್ಛೆಗೆ ವಿರುದ್ಧವಾಗಿ ನಡೆಯುವವರನ್ನು ಕೊಲ್ಲುವ ಅಥವಾ ಅಂಗವಿಕಲರನ್ನಾಗಿ ಮಾಡುವ ಕೊಲೆಗಾರನ ಕೃತ್ಯಗಳನ್ನು ಹಾಗೂ ಸಶಸ್ತ್ರ ದರೋಡೆಯ ಸಮಯದಲ್ಲಿ ಅವರು ಉಂಟುಮಾಡುವ ಸಂಕಷ್ಟಗಳನ್ನು ನಾವು ಹೇಗೆ ಪ್ರತ್ಯೇಕಿಸಬಹುದು?

ಮನೋವಿಜ್ಞಾನವು ಇಂತಹ ನಡವಳಿಕೆಯನ್ನು ವಿವರಿಸುವಾಗ 'ವಿಕೃತ ಮನೋಭಾವ' ಮತ್ತು 'ಅಧಿಕಾರದ ಅಹಂಕಾರ'ದ ಬಗ್ಗೆ ಮಾತನಾಡುತ್ತದೆ. ತಮ್ಮ ನಡವಳಿಕೆಯನ್ನು ತಪ್ಪೆಂದು ಒಪ್ಪಿಕೊಳ್ಳದ ಈ ವ್ಯಕ್ತಿಗಳು, ಇತರರ ಮೇಲೆ ನಿಯಂತ್ರಣ ಸಾಧಿಸುವುದು ತಮ್ಮ ಹಕ್ಕು ಎಂದು ಭಾವಿಸುತ್ತಾರೆ. ತಮ್ಮ ಜೀವನದ ಮೇಲೆ ಹಿಡಿತ ಹೊಂದಿರದವರನ್ನು ಅವರು 'ದುರ್ಬಲರು' ಎಂದು ಪರಿಗಣಿಸುತ್ತಾರೆ ಮತ್ತು ಅಂತಹವರು ಬುದ್ಧಿವಂತರು ಅಥವಾ ಬಲಿಷ್ಠರ ಕೈಯಲ್ಲಿ ಶೋಷಣೆಗೆ ಒಳಗಾಗುವುದು ಸಹಜ ಎಂದು ನಂಬುತ್ತಾರೆ.

ಮಾಧ್ಯಮಗಳು ಒಂದು ಕಡೆ ಯಥಾಸ್ಥಿತಿಯನ್ನು ಒಪ್ಪಿಕೊಂಡು ಸುಮ್ಮನಿರುವ ನಿಷ್ಕ್ರಿಯ ಜನಸಮೂಹವನ್ನು ಟೀಕಿಸುತ್ತವೆ, ಆದರೆ ಅದೇ ಸಮಯದಲ್ಲಿ ತಮಗೆ ಅಥವಾ ತಮ್ಮ ಕುಟುಂಬಕ್ಕೆ ಆದ ಅನ್ಯಾಯಕ್ಕೆ ಪ್ರತೀಕಾರ ತೀರಿಸಿಕೊಳ್ಳಲು ಕಾನೂನನ್ನು ಕೈಗೆತ್ತಿಕೊಳ್ಳುವ ವ್ಯಕ್ತಿಯನ್ನು ಖಂಡಿಸುತ್ತವೆ. ಈ ಗೊಂದಲದ ನಡುವೆ, ಈ ಕರಾಳ ನಡವಳಿಕೆಯ ಹಿಂದಿನ

ಕಾರಣಗಳನ್ನು ಮನೋವಿಜ್ಞಾನವು ಮೊದಲನೆಯದಾಗಿ 'ವಿಕಾಸಾತ್ಮಕ' (ಡೆವಲಪ್‌ಮೆಂಟಲ್) ದೃಷ್ಟಿಕೋನದಿಂದ ವಿವರಿಸುತ್ತದೆ. ಅಂದರೆ, ನಾಯಿಯನ್ನು ಒದ್ದ ವ್ಯಕ್ತಿಯ ಬಾಲ್ಯವು ಪ್ರೀತಿ ಅಥವಾ ಕಾಳಜಿಯಿಲ್ಲದೆ ಕಳೆದಿರಬಹುದು; ಅವರು ಬಾಲ್ಯದಲ್ಲಿ ಕ್ರೌರ್ಯ, ಲೈಂಗಿಕ ದೌರ್ಜನ್ಯ ಅಥವಾ ಸಾಮಾಜಿಕ ಶಿಕ್ಷಣದ ಕೊರತೆಗೆ ಒಳಗಾಗಿರಬಹುದು ಎಂಬ ವಾದವಿದೆ.

ಶಾಲೆಯಲ್ಲಿ ಬೆದರಿಕೆ ಅಥವಾ ಹಿಂಸೆಗೆ ಒಳಗಾದವರೇ ಮುಂದೆ ಸಮಾಜದ ದುರ್ಬಲರ ಮೇಲೆ ತಮ್ಮ ಸಿಟ್ಟು ತೀರಿಸಿಕೊಳ್ಳುವ ದೌರ್ಜನ್ಯಕೋರರಾಗುತ್ತಾರೆ ಎಂಬುದು ಮತ್ತೊಂದು ವಾದ. ಆದರೆ ಇಲ್ಲಿ ನಾವು ಕೇಳಬೇಕಾದ ಪ್ರಶ್ನೆಯೆಂದರೆ: ಹೆಚ್ಚಿನ ಸಂಖ್ಯೆಯ ಸಂತ್ರಸ್ತರು ಸಮಾಜದಲ್ಲಿ ಕಾನೂನು ಪಾಲಿಸುವ ಉತ್ತಮ ನಾಗರಿಕರಾಗಿಯೇ ಮುಂದುವರಿಯುತ್ತಾರೆ, ಆದರೆ ಕೇವಲ ಕೆಲವರು ಮಾತ್ರ ಏಕೆ ಕೊಲೆಗಡುಕ ಅಥವಾ ವಿಕೃತ ಪ್ರಾಣಿಗಳಾಗಿ ಬದಲಾಗುತ್ತಾರೆ?

ಈ ಹಂತದಲ್ಲಿ ಅನೇಕ ವಿಜ್ಞಾನಿಗಳು ವಂಶವಾಹಿ ಅಂಶಗಳತ್ತ ಬೆರಳು ಮಾಡುತ್ತಾರೆ. ಇದು ಬಹಳ ಹಳೆಯ ಚರ್ಚೆ. ಹಂತಕರು ಅಥವಾ ಹಿಂಸಾತ್ಮಕ ಅಪರಾಧಿಗಳಲ್ಲಿ ಹೆಚ್ಚುವರಿ' ವರ್ಣತಂತು ಇರುತ್ತದೆ ಎಂಬ ಪುರಾವೆಗಳಿವೆ. ಇದು ಪುರುಷರಲ್ಲಿ ಟೆಸ್ಟೋಸ್ಟೆರಾನ್ ಮಟ್ಟವನ್ನು ಹೆಚ್ಚಿಸುತ್ತದೆ, ಇದರಿಂದಾಗಿ ಅವರು ಹತಾಶೆಯ ಸಂದರ್ಭಗಳಲ್ಲಿ ಹಿಂಸಾತ್ಮಕವಾಗಿ ವರ್ತಿಸುತ್ತಾರೆ ಮತ್ತು ಭಯವನ್ನು ಆಯುಧವನ್ನಾಗಿ ಮಾಡಿಕೊಳ್ಳುತ್ತಾರೆ. ಆದರೆ, ಒಟ್ಟು ಹಿಂಸಾತ್ಮಕ ಅಪರಾಧಿಗಳ ಸಂಖ್ಯೆಗೆ ಹೋಲಿಸಿದರೆ ಇಂತಹವರ ಪ್ರಮಾಣ ಅಂಕಿಅಂಶಗಳ ಪ್ರಕಾರ ಬಹಳ ಕಡಿಮೆ. ಇದುವರೆಗೆ ನಡೆದಿರುವ ಎಲ್ಲಾ ತಳಿವಿಜ್ಞಾನ ಸಂಶೋಧನೆಗಳು ಕೇವಲ ಊಹೆಗಳಿಗೆ ದಾರಿ ಮಾಡಿಕೊಟ್ಟಿವೆಯೇ ಹೊರತು, ಇದಕ್ಕೆ ಯಾವುದೇ ದೃಢವಾದ ಸಾಕ್ಷ್ಯಗಳು...

ಆರೋಪಗಳನ್ನು ಬೆಂಬಲಿಸಲು ಯಾವುದೇ ದೃಢವಾದ ಪುರಾವೆಗಳಿಲ್ಲ. ಸಾಮಾನ್ಯವಾಗಿ ನೀಡಲಾಗುವ ಪುರಾವೆಯೆಂದರೆ ಅವಳಿ ಮಕ್ಕಳ ಅಧ್ಯಯನ; ಹುಟ್ಟಿದ ತಕ್ಷಣ ಬೇರೆಯಾದ ಅವಳಿ ಮಕ್ಕಳಲ್ಲಿ ಒಂದೇ ರೀತಿಯ ನಡವಳಿಕೆ ಮತ್ತು ಫಲಿತಾಂಶಗಳು ಕಂಡುಬರುವ ಸಾಧ್ಯತೆ ಹೆಚ್ಚಿರುತ್ತದೆ ಎಂದು ಈ ಅಧ್ಯಯನಗಳು ತಿಳಿಸುತ್ತವೆ.

ಆದರೆ, ಜನಿಸಿದ ಮತ್ತು ಅಧ್ಯಯನಕ್ಕೊಳಗಾದ ಒಟ್ಟು ಅವಳಿ ಮಕ್ಕಳ ಪ್ರಮಾಣಕ್ಕೆ ಹೋಲಿಸಿದರೆ, ಈ ಸಾಕ್ಷ್ಯವು 'ಜೆನೆಟಿಕ್ ಡಿಟರ್ಮಿನಿಸಂ' (ನಡವಳಿಕೆಯು ಸಂಪೂರ್ಣವಾಗಿ ವಂಶವಾಹಿಗಳಿಂದಲೇ ನಿರ್ಧರಿಸಲ್ಪಡುತ್ತದೆ ಎಂಬ ವಾದ) ಅನ್ನು ಸಾಬೀತುಪಡಿಸಲು ಸಾಕಾಗುವುದಿಲ್ಲ. ಬದಲಿಗೆ, ಅವಳಿ ಮಕ್ಕಳು ಬೆಳೆಯುವ ಪರಿಸರಗಳು ಒಂದೇ ರೀತಿ ಇರುತ್ತವೆ ಅಥವಾ ಸ್ಥಿರವಾಗಿರುತ್ತವೆ ಎಂಬುದಕ್ಕೆ ಇದು ಪುರಾವೆ ನೀಡುತ್ತವೆ.

ಒಂದು ವೇಳೆ ನಾವು ವಿಕಾಸಾತ್ಮಕ ಫಲಿತಾಂಶಗಳಿಂದ ವಂಶವಾಹಿ ಪ್ರವೃತ್ತಿಗಳನ್ನು ಹೊರತುಪಡಿಸಿದರೆ, ಕೆಲವು ಜನರು ಏಕೆ ಸಾಮಾಜಿಕವಾಗಿ ಒಪ್ಪಿತವಾದ ಕ್ರಮಗಳನ್ನು ಉಲ್ಲಂಘಿಸುತ್ತಾರೆ ಮತ್ತು ಇನ್ನು ಕೆಲವರು ಸಮಾಜದ ಎಲ್ಲಾ ನಿಯಮಗಳನ್ನು ಏಕೆ ಪಾಲಿಸುತ್ತಾರೆ? ಇದು ಮನುಷ್ಯನ ನಡವಳಿಕೆಯ ಬಗ್ಗೆ ಒಂದು ಪ್ರಸ್ತಾವನೆಯನ್ನು ಮುಂದಿಡುತ್ತದೆ: ಮನೋವಿಜ್ಞಾನವನ್ನು ಯಾವಾಗಲೂ ಕೇವಲ ಪರೋಪಕಾರಿ ದೃಷ್ಟಿಕೋನದಿಂದ ಅಥವಾ ಪ್ರಪಂಚದ ಒಂದು ನಿರ್ದಿಷ್ಟ ಹಾದಿಯಾಗಿ ನೋಡಲು ಸಾಧ್ಯವಿಲ್ಲ. ವಾಸ್ತವವಾಗಿ, ಕೆಲವು ಪರಿಸ್ಥಿತಿಗಳಲ್ಲಿ ಮನುಷ್ಯನ ಸಹಜ ನಡವಳಿಕೆಯು ಕ್ರೂರವಾಗಿರುವುದು, ವಂಚಿಸುವುದು, ನಿಂದಿಸುವುದು ಮತ್ತು ಅಪರಾಧ ಪ್ರವೃತ್ತಿಗೆ ಒಳಗಾಗುವುದೇ ಆಗಿರಬಹುದು. ಇಂತಹ ನೈತಿಕತೆ ಎಂಬುದು ಕೇವಲ ಜಾತಿ ಮತ್ತು ವರ್ಗಗಳಲ್ಲಿ ಆರ್ಥಿಕವಾಗಿ ಸಮಾನವಾಗಿರುವ, ಸುಸ್ಥಿರವಾಗಿ ನೆಲೆಗೊಂಡಿರುವ ಸಮಾಜದ ಒಂದು ಸವಲತ್ತು ಮಾತ್ರವಾಗಿದೆ.

ಬದುಕುಳಿಯುವವನ ಮನೋವಿಜ್ಞಾನ

ನಾಗರಿಕತೆಯ ಅಂತ್ಯವು ಒಂದು ನೈಜ ಸಾಧ್ಯತೆಯೆಂದು ನಂಬುವವರು ಕೆಲವು ಜನರಿದ್ದಾರೆ, ವಿಶೇಷವಾಗಿ ಅಮೆರಿಕದಲ್ಲಿ. ಅವರು ಪರಮಾಣು ವಿನಾಶ (ಇಂದಿನ ದಿನಗಳಲ್ಲಿ ಜೈವಿಕ ಯುದ್ಧದ ಸಾಧ್ಯತೆ ಹೆಚ್ಚು) ಅಥವಾ ಬಂಡವಾಳಶಾಹಿ ವ್ಯವಸ್ಥೆಯ ಪತನದಿಂದ ಉಂಟಾಗುವ ಸಾಮಾಜಿಕ ಅಸ್ಥಿರತೆ ಮತ್ತು ನಾಗರಿಕ ಅಶಾಂತಿಯನ್ನು ನಿರೀಕ್ಷಿಸುತ್ತಾರೆ. ಈ ವ್ಯಕ್ತಿಗಳನ್ನು 'ಸರ್ವೈವಲಿಸ್ಟ್‌ಗಳು' ಎಂದು ಕರೆಯಲಾಗುತ್ತದೆ. ದೇಶಾದ್ಯಂತ ಅಲೆದಾಡುವ ಅನಿಯಂತ್ರಿತ ಗುಂಪುಗಳ ವಿರುದ್ಧ ರಕ್ಷಿಸಿಕೊಳ್ಳಲು ಅವರು ಶಸ್ತ್ರಾಸ್ತ್ರಗಳನ್ನು ಸಂಗ್ರಹಿಸುತ್ತಾರೆ ಮತ್ತು

ಆರ್ಥಿಕ ಕುಸಿತದಿಂದ ಉಂಟಾಗಬಹುದಾದ ಆಹಾರದ ಕೊರತೆಯನ್ನು ಎದುರಿಸಲು ಆಹಾರವನ್ನು ದಾಸ್ತಾನು ಮಾಡುತ್ತಾರೆ. ಸಾಮಾಜಿಕ ಕುಸಿತ ಮತ್ತು ಭದ್ರತಾ ನಿಯಮಗಳ ಕೊರತೆಯ ಸಂದರ್ಭದಲ್ಲಿ, ತಮ್ಮನ್ನು ಮತ್ತು ತಮ್ಮ ಕುಟುಂಬವನ್ನು ರಕ್ಷಿಸಿಕೊಳ್ಳುವುದು ತಮ್ಮ ಮೂಲಭೂತ ಹಕ್ಕು ಎಂದು ಇವರು ಭಾವಿಸುತ್ತಾರೆ. ಈ ಗುಂಪುಗಳು ಕೆಲವೊಮ್ಮೆ ಪ್ರಸ್ತುತ...

ಫೆಡರಲ್ ಬ್ಯೂರೋ ಆಫ್ ಇನ್ವೆಸ್ಟಿಗೇಷನ್ ನಂತಹ ಫೆಡರಲ್ ಏಜೆನ್ಸಿಗಳು ಜಾರಿಗೆ ತಂದ ಕಾನೂನು ಶಾಸನಗಳು. ಆದ್ದರಿಂದ, ಸಮಾಜದೊಂದಿಗೆ ಸಂಘರ್ಷದಲ್ಲಿದ್ದರೂ ಸಹ, ಒಂದು ಕಡೆ ಸರ್ವೈವಲಿಸ್ಟ್‌ನ ನಿಲುವನ್ನು ಭವಿಷ್ಯದ ವಿಪತ್ತುಗಳ ವಿರುದ್ಧ ತನ್ನ ಸ್ವಂತ ಹಣೆಬರಹವನ್ನು ನಿರ್ವಹಿಸುವ ಪ್ರಾಮಾಣಿಕ ಪ್ರಯತ್ನವಾಗಿ ನೋಡಲಾಗುತ್ತದೆ.

ಅಂತಿಮವಾಗಿ, ವಿಮಾ ಕಂಪನಿಗಳು ಕೇವಲ ಭವಿಷ್ಯದ ಅನಿಶ್ಚಿತತೆಯ ಮೇಲೆ ಅಭಿವೃದ್ಧಿ ಹೊಂದುತ್ತವೆ—ಮತ್ತು ವಿಪರ್ಯಾಸವೆಂದರೆ, ೨೦೦೮/೯ ರಲ್ಲಿ ಪ್ರಪಂಚದಾದ್ಯಂತ ಅನೇಕ ಬ್ಯಾಂಕುಗಳ ಕುಸಿತವು ತೋರಿಸಿದಂತೆ, ಬಂಡವಾಳಶಾಹಿ ವ್ಯವಸ್ಥೆಯ ಆರ್ಥಿಕ ಸ್ಥಗಿತ ಉಂಟಾದಾಗ ಅವುಗಳೇ ಮೊದಲು ಉಳಿಯುವುದಿಲ್ಲ. ಇಂದು ಬಾಕ್ಸ್ ಆಫೀಸ್‌ನಲ್ಲಿ ಅತ್ಯಂತ ಪ್ರಸಿದ್ಧವಾದ ಚಲನಚಿತ್ರಗಳೆಂದರೆ ವಿಪತ್ತು ಚಲನಚಿತ್ರಗಳು ಇವುಗಳಲ್ಲಿ ಭೂಕಂಪಗಳು, ಸೌರಜ್ವಾಲೆಗಳು ಜೈವಿಕ ಯುದ್ಧಗಳು, ಪರಕೀಯರ ಆಕ್ರಮಣ ಮತ್ತು ಇತರ ದುರಂತಗಳು ನಾಗರಿಕತೆಯ ಪತನಕ್ಕೆ ಕಾರಣವಾಗುವುದನ್ನು ತೋರಿಸಲಾಗುತ್ತದೆ. ಈ ಚಿತ್ರಗಳ ನಾಯಕರು ಸಾಮಾನ್ಯವಾಗಿ ಸಂಪನ್ಮೂಲವುಳ್ಳ ಬದುಕುಳಿಯುವವರಾಗಿರುತ್ತಾರೆ, ಅವರು ಹಿಂಸೆಯ ಮೂಲಕ ತಮ್ಮವರನ್ನು ಎಲ್ಲರಿಂದ ರಕ್ಷಿಸುತ್ತಾರೆ. ಸಾರ್ವಜನಿಕರು ಇಂತಹ ಜನರನ್ನು ನಾಯಕರೆಂದು ಏಕೆ ಇಷ್ಟಪಡುತ್ತಾರೆ? ಮತ್ತು ವಾಸ್ತವ ಜೀವನದಲ್ಲಿ ಇಂತಹ ಬದುಕುಳಿಯುವವರನ್ನು ಸಮಾಜದ ವೈರಿಗಳಂತೆ ಏಕೆ ಬಿಂಬಿಸಲಾಗುತ್ತದೆ? ಈ ಚಿತ್ರಗಳ ಜನಪ್ರಿಯತೆಯನ್ನು ಗಮನಿಸಿದರೆ, ಸಮಾಜದ ಪತನವು ಸಂಭವಿಸಬಹುದಾದ ಅಥವಾ ಅನಿವಾರ್ಯವಾದ ಸಂಗತಿ ಎಂದು ಸಾಮಾನ್ಯ ಜನರು ಅರಿತುಕೊಂಡಿದ್ದಾರೆ ಎಂದು ತೋರುತ್ತದೆ. ಆದ್ದರಿಂದ ಅವರು ಈ ಚಿತ್ರಗಳನ್ನು ತಮ್ಮ ದೈನಂದಿನ ಪ್ರಪಂಚದ ಕುಸಿತದಿಂದ ಉಂಟಾಗಬಹುದಾದ ಮತ್ತೊಂದು ಭವಿಷ್ಯದ ಭರವಸೆಯಾಗಿ ನೋಡುತ್ತಾರೆ.

ವಿಕಾಸವಾಗಿ ಮನೋವಿಜ್ಞಾನ

ಮಾನವ ಇತಿಹಾಸದ ಆರಂಭದಲ್ಲಿ ಎಲ್ಲಾ ವ್ಯಕ್ತಿಗಳು ಆಹಾರ ಮತ್ತು ಬೆಚ್ಚಗಿನ ಹೊದಿಕೆಗಾಗಿ ಪ್ರಾಣಿಗಳನ್ನು ಹುಡುಕುತ್ತಾ ಅಲೆದಾಡುವ ಬೇಟೆಗಾರರು ಮತ್ತು ಸಂಗ್ರಹಕಾರರಾಗಿದ್ದರು. ಕಾಲ ಕಳೆದಂತೆ, ಈ ಸಮುದಾಯಗಳು ಕೃಷಿ ಆಧಾರಿತ ವಸಾಹತುಗಳಲ್ಲಿ ನೆಲೆಸುವುದನ್ನು ನಾವು ಕಾಣುತ್ತೇವೆ. ಅಲ್ಲಿ ಅವರು ನಿಯಮಗಳು, ನಿಬಂಧನೆಗಳು, ಪ್ರತಿನಿಧಿಗಳು ಮತ್ತು ನೈತಿಕ ಸಂಹಿತೆಯನ್ನು ಸ್ಥಾಪಿಸಿದರು. ಈ ನೆಲೆಗೊಂಡ ಸಮಾಜಗಳು ವಿಕಸನಗೊಳ್ಳುತ್ತಾ ಹೋದಂತೆ, ತಾವು ನಿರ್ಮಿಸಿದ ಸಮಾಜದ ಮಿತಿಗಳ ನಡುವಿನ ಸೀಮಿತ ಜೀವನವನ್ನು ಸರಿದೂಗಿಸಲು ಕಲೆ, ಸಂಗೀತ ಮತ್ತು ಧರ್ಮವನ್ನು ಸೃಷ್ಟಿಸಿದವು. ಈ ಆರಂಭದಿಂದಲೇ ಭೂಮಿ ಮತ್ತು ಆಸ್ತಿ ಎಂಬುದು ಪ್ರಮುಖವಾಯಿತು.

ಅಭಿವೃದ್ಧಿ ಎಂಬುದು ಸರಕು ಮತ್ತು ಆಸ್ತಿಪಾಸ್ತಿಗಳ ಸ್ವಾಧೀನವನ್ನು ಒಳಗೊಂಡಿರುತ್ತದೆ. ಕಾಲ ಕಳೆದಂತೆ, ಈ ವಸಾಹತುಗಳು ಹಳ್ಳಿಗಳಾಗಿ, ಪಟ್ಟಣಗಳಾಗಿ ಮತ್ತು ನಗರಗಳಾಗಿ ಬದಲಾದವು; ಕ್ರಮೇಣ ಗಡಿಗಳನ್ನು ಹೊಂದಿರುವ ದೇಶಗಳನ್ನು ಸೃಷ್ಟಿಸಿದವು. ಮಾನವನ ನೈಸರ್ಗಿಕ ಪ್ರವೃತ್ತಿಯು ಕಾಲದ ಆರಂಭದಿಂದಲೂ ಇದ್ದಂತೆ, ಈಗ ಬದುಕುಳಿಯುವಿಕೆ ಎಂಬುದು ವೈಯಕ್ತಿಕವಾಗುಳಿಯದೆ ಸಮುದಾಯದ ವಿಷಯವಾಯಿತು. ಆದರೂ, ಅಂತಿಮವಾಗಿ ಇವುಗಳಲ್ಲಿ ಅನೇಕ ಸಂಸ್ಕೃತಿಗಳು ಕ್ಷೀಣಿಸಿ ಮರೆಯಾದವು.

ದಕ್ಷಿಣ ಅಮೇರಿಕದ ಮಾಯನ್ನರು ಮತ್ತು ಇತರ ಸಂಸ್ಕೃತಿಗಳಂತೆ ಕೆಲವು ವಿವರಿಸಲಾಗದ ಕಾರಣಗಳಿಗಾಗಿ ಕಣ್ಮರೆಯಾದವು. ಇನ್ನು ಕೆಲವು ಸಂಸ್ಕೃತಿಗಳು ಸಾಮ್ರಾಜ್ಯಗಳಾಗಿ ಬೆಳೆದು, ಬಡವರನ್ನು ತಮ್ಮದೇ ಆದ ಕಾನೂನು ಮತ್ತು ಧರ್ಮಗಳ ಮೂಲಕ ಆಳಲು ಹೆಣಗಾಡಿದವು. ಇತಿಹಾಸವು ನಮಗೆ ಕಲಿಸುವ ಒಂದು ವಿಷಯವೆಂದರೆ, ನಾಗರಿಕತೆಗಳು ಎಲ್ಲಾ ರೀತಿಯ ಕಾರಣಗಳಿಗಾಗಿ ನಾಶವಾಗುತ್ತವೆ. ಈ ಎಲ್ಲಾ ಸಂಸ್ಕೃತಿಗಳಲ್ಲಿ ಇದ್ದ ಒಂದು ಸಾಮ್ಯತೆಯೆಂದರೆ, ಅವುಗಳು ತಮ್ಮದೇ ಆದ ಅವನತಿಯನ್ನು ಊಹಿಸಿರಲಿಲ್ಲ. ಇಂದಿನ ಜಗತ್ತಿನಲ್ಲಿ ಒಬ್ಬ ಯುರೋಪಿಯನ್ ಅಥವಾ ಅಮೇರಿಕನ್ ತಾನು ವಾಸಿಸುವ ಒಕ್ಕೂಟ ಅಥವಾ ದೇಶದ ಪತನವನ್ನು ಕಲ್ಪಿಸಿಕೊಳ್ಳಲೂ ಸಾಧ್ಯವಿಲ್ಲ, ಆದರೆ ಈ ಆಧುನಿಕ ಸಾಮ್ರಾಜ್ಯಗಳು ತಮ್ಮದೇ ಆದ "ಬಂಡವಾಳಶಾಹಿ" ಎಂಬ ಅಕಿಲೀಸ್ ಹೀಲ್ ಅನ್ನು

ಹೊಂದಿವೆ. ಕಾರ್ಲ್ ಮಾರ್ಕ್ಸ್ ಬಂಡವಾಳಶಾಹಿಯ ದುಷ್ಪರಿಣಾಮಗಳನ್ನು ಮತ್ತು ಅದರ ಅಂತಿಮ ಪತನವನ್ನು ಕಂಡಿದ್ದರೂ ಸಹ, ತೈಲ ಮತ್ತು ಅನಿಲಕ್ಕಾಗಿ ನಡೆಯುವ ಯುದ್ಧಗಳು ೨೧ನೇ ಶತಮಾನವನ್ನು ಹೇಗೆ ಆಳುತ್ತವೆ ಎಂಬುದನ್ನು ಅವರು ಊಹಿಸಿರಲಿಲ್ಲ. ಏನೇ ಇರಲಿ, ೨೦೦೯ರಲ್ಲಿ ವಿಶ್ವದ ಮೊದಲ ರಾಷ್ಟ್ರಗಳಲ್ಲಿ ಕಂಡುಬಂದ ದುರಾಸೆ ಮತ್ತು ಸಾಲದ ಮೇಲೆ ನಿರ್ಮಿತವಾದ ಹಣಕಾಸು ವ್ಯವಸ್ಥೆಯ ಕುಸಿತವನ್ನು ನೋಡಿ ಮಾರ್ಕ್ಸ್ ಬಹುಶಃ ಸಂತೋಷದಿಂದ ನಗುತ್ತಿದ್ದರು.

ಹೆಚ್ಚಿನ ವಿಫಲತೆಗಳು ದುರ್ಬಲ ನಿರ್ವಹಣೆಗೆ ಕಾರಣವಾಗಬಹುದು, ಆದರೆ ವಾಸ್ತವದಲ್ಲಿ, ಹಣಕಾಸು ವ್ಯವಸ್ಥೆಯ ಮೇಲೆ ಸಾಮಾನ್ಯ ವ್ಯಕ್ತಿಗಳು ಇಟ್ಟಿದ್ದ ನಂಬಿಕೆಯ ಕೊರತೆಯು ನಿಧಿಯ ಮೇಲೆ ಒತ್ತಡವನ್ನು ಉಂಟುಮಾಡಿತು. ಹೆಚ್ಚಿನ ಬಡ್ಡಿ ದರಗಳು ಮತ್ತು ಹೂಡಿಕೆಯ ಮೇಲಿನ ಕಡಿಮೆ ಲಾಭದ ಕಾರಣದಿಂದಾಗಿ ಸಾಲಗಳನ್ನು ತೀರಿಸಲಾಗದೆ ವ್ಯವಸ್ಥೆಯು ಕುಸಿಯಿತು. ಜನರು ಭಯಭೀತರಾದಾಗ, ಅವರು ಮೊದಲು ತಮ್ಮ ಬಗ್ಗೆ ಯೋಚಿಸುತ್ತಾರೆ ಮತ್ತು 'ಬದುಕುಳಿಯುವ ಹಂತ'ಕ್ಕೆ ಹೋಗುತ್ತಾರೆ. ಈ ಸಂಶೋಧನೆಗಳಿಂದ ಈ ಹಂತದಲ್ಲಿ ಒಂದು ತೀರ್ಮಾನಕ್ಕೆ ಬರುವ ಸಮಯ ಬಂದಿದೆ: ಮಾನವರಿಗೆ ಸಾಮಾಜಿಕ ನಿಯಮಗಳು, ಕಾನೂನುಗಳು ಮತ್ತು ನೈತಿಕತೆ ಎಂಬುದು ಕೇವಲ "ಸಾಮಾನ್ಯವಾದುದ್ದಲ್ಲ".

ಮತ್ತು ಸಮಾಜವು ಆಗಾಗ್ಗೆ ಶಕ್ತಿಹೀನರ ಮೇಲೆ ಶಕ್ತಿಶಾಲಿಗಳ ಇಚ್ಛೆಗೆ ಅನುಗುಣವಾಗಿ ಗುಂಪು ಕ್ರಮಗಳನ್ನು ಹೇರುತ್ತದೆ. ವಾಸ್ತವವಾಗಿ, ಬದುಕುಳಿಯುವ ಮನೋಭಾವವೇ ನಮ್ಮ ಸಹಜ ಸ್ಥಿತಿ. ಸಮಾಜವು ವಾಸ್ತವವಾಗಿ ಮಾಡುತ್ತಿರುವುದು ಏನೆಂದರೆ - ಪ್ರತಿಯೊಬ್ಬ ಮನುಷ್ಯನೊಳಗಿನ 'ಕಾಡು ಪ್ರಾಣಿ'ಯನ್ನು ನಿಯಂತ್ರಿಸಲು ಪ್ರಯತ್ನಿಸುತ್ತಿದೆ. ಬಾಲ್ಯದಿಂದಲೇ ಆಡಳಿತ ನಡೆಸುವ ಸಮುದಾಯದ (ಸಾಮಾನ್ಯವಾಗಿ ನಮ್ಮ ಸರ್ಕಾರಗಳು ಮತ್ತು ಸಂಸ್ಥೆಗಳನ್ನು ನಿಯಂತ್ರಿಸುವ ಶ್ರೀಮಂತ ವರ್ಗದ) ಕಾನೂನುಗಳು, ನಿಯಮಗಳು ಮತ್ತು ನೈತಿಕತೆಯನ್ನು ಪಾಲಿಸುವಂತೆ ಅವರಿಗೆ ಕಲಿಸಲಾಗುತ್ತದೆ.

ಆದ್ದರಿಂದ, ಸಮಾಜವು ತಮಗೆ ನ್ಯಾಯಯುತವಾದ ಅವಕಾಶವನ್ನು ನೀಡುತ್ತಿಲ್ಲ ಎಂದು ಭಾವಿಸುವವರನ್ನು ನಾವು ಖಂಡಿಸಬೇಕೇ? ಶಿಕ್ಷಣ, ಕುಟುಂಬ ಅಥವಾ ಸಂಪತ್ತಿನ ಆಧಾರದ ಮೇಲೆ ಸವಲತ್ತುಗಳು ನಿರ್ಧರಿಸಲ್ಪಡುವ ಈ ಪ್ರತಿಕೂಲ ಜಗತ್ತಿನಲ್ಲಿ, ಬದುಕಲು ತಮಗೆ

ಬೇಕಾದುದನ್ನು ತಾವು ಪಡೆದುಕೊಳ್ಳಬೇಕು ಎಂದು ಅವರು ಭಾವಿಸುವುದು ತಪ್ಪೇ? ಸ್ಥಿರವಾದ ಸಮಾಜಗಳು ಮತ್ತು ಕಾನೂನುಗಳು ಮಾನವನ ಸಹಜ ನಡವಳಿಕೆಗೆ ವಿರುದ್ಧವಾಗಿವೆ ಎಂಬ ಸತ್ಯವನ್ನು ಮನೋವಿಜ್ಞಾನವು ಒಪ್ಪಿಕೊಳ್ಳುವ ಸಮಯ ಬಂದಿದೆಯೇ? ವಾಸ್ತವವಾಗಿ, ಜನರು ಸಮಾಜವನ್ನು ದ್ವೇಷಿಸುತ್ತಾರೆ, ಆದರೆ ಕಾನೂನು ರೂಪಿಸುವವರು ಮತ್ತು ನೈತಿಕತೆಯನ್ನು ನಿರ್ಧರಿಸುವವರ ಮುಂದೆ ತಾವು ಶಕ್ತಿಹೀನರು ಎಂಬ ಕಾರಣಕ್ಕೆ ಅಸಹಾಯಕರಾಗಿ ಬದುಕುತ್ತಾರೆ. ಹಾಗಿದ್ದಲ್ಲಿ, ಸಮಾಜದ ಬಿಗಿ ನಿಯಮಗಳಿಂದ ದೂರವಿದ್ದು, ಹೆಚ್ಚು ಸ್ವತಂತ್ರವಾದ ಮತ್ತು ಸ್ವಯಂ-ನಿಯಂತ್ರಿತ ಜೀವನವನ್ನು ನಡೆಸಲು ಒಬ್ಬ ವ್ಯಕ್ತಿಯು ತನ್ನದೇ ಆದ ರೀತಿಯಲ್ಲಿ ಸಮಾಜದ ವಾತಾವರಣವನ್ನು ಮಾರ್ಪಡಿಸಿಕೊಳ್ಳಲು ಕಾನೂನನ್ನು ಕೈಗೆತ್ತಿಕೊಳ್ಳುವುದರಲ್ಲಿ ಆಶ್ಚರ್ಯವೇನಿದೆ? ನಮಗೆ ತಿಳಿದಿರುವಂತೆ, ಸಮುದಾಯಗಳು ಅನಿವಾರ್ಯವಾಗಿ ಕುಸಿಯುತ್ತವೆ ಮತ್ತು ಹೊಸ ಶ್ರೀಮಂತ ವರ್ಗವು ಮತ್ತೆ ಅಧಿಕಾರ ಹಿಡಿದಾಗ ತಮ್ಮನ್ನು ತಾವು ಮರುಶೋಧಿಸಿಕೊಳ್ಳುತ್ತವೆ.

ಕಳೆದ ಶತಮಾನದಲ್ಲಿ ಚೀನಾವು ಸರ್ವಾಧಿಕಾರಿಗಳ ಆಳ್ವಿಕೆಯ ಸಾಮ್ರಾಜ್ಯದಿಂದ ಶ್ರೀಮಂತರು ಮತ್ತು ಶಕ್ತಿಶಾಲಿಗಳು ಆಳುವ ಮಿಲಿಟರಿ ಸರ್ವಾಧಿಕಾರಕ್ಕೆ ಬದಲಾಗುವುದನ್ನು ನಾವು ನೋಡಿದ್ದೇವೆ. ನಂತರ ೧೯೫೦ರ ದಶಕದಲ್ಲಿ ಅದು ಕಮ್ಯುನಿಸ್ಟ್ ರಾಷ್ಟ್ರವಾಗಿ ಮಾರ್ಪಟ್ಟಿತು, ಅಲ್ಲಿ ಮಾರ್ಕ್ಸ್ ವಾದವು ಎಲ್ಲರಿಗೂ ಸಮಾನ ಜೀವನವನ್ನು ನಿರ್ಧರಿಸುತ್ತದೆ ಎಂದು ಹೇಳಲಾಗಿತ್ತು. ಆದರೆ ಇಂದು ಅದು ರಾಜಕೀಯ ಪಕ್ಷವೊಂದರ ಆಧಾರದ ಮೇಲೆ ಬಂಡವಾಳಶಾಹಿ-ಸಮಾಜವಾದಿ ರಾಷ್ಟ್ರವಾಗಿ ಮಾರ್ಪಟ್ಟಿದೆ. ಎಲ್ಲರಿಗೂ ನ್ಯಾಯಯುತ ಜೀವನಕ್ಕಾಗಿ ಹೋರಾಡಿದ ಇದೇ ಪಕ್ಷವು ಇಂದು ಶಕ್ತಿಹೀನ ಜನರ ಜೀವನವನ್ನು ನಿರ್ಧರಿಸುತ್ತಿದೆ. ಭವಿಷ್ಯದಲ್ಲಿ ಚೀನಾದಲ್ಲಿ ಮತ್ತೊಂದು ಕ್ರಾಂತಿ ನಡೆಯಲಿದೆಯೇ? ಸದ್ಯಕ್ಕಂತೂ ಅದು...

ಚೀನಾದ ಅನೇಕ ಭಾಗಗಳಲ್ಲಿ ಕೇಂದ್ರ ಆಡಳಿತಕ್ಕೆ ಅನಿವಾರ್ಯವಾಗಿ ಶರಣಾಗಬೇಕಾದ ಅಲ್ಪಸಂಖ್ಯಾತರ ಸಂಕಷ್ಟಗಳನ್ನು ಗಮನಿಸಿದರೆ, ಇದು ಅಸಾಧ್ಯವೆಂದು ತೋರುತ್ತದೆ. ಎಲ್ಲಾ ಸಾಮ್ರಾಜ್ಯಗಳೂ ತಮ್ಮ ಅವನತಿಯನ್ನು ಕಾಣುವುದಿಲ್ಲ!

ಹಾಗಾದರೆ, ಮನುಷ್ಯರು ಮೂಲಭೂತವಾಗಿ ಆಕ್ರಮಣಕಾರಿ, ಕ್ರೂರ ಮತ್ತು ಅಶಕ್ತರ ಮೇಲೆ ಪ್ರಭುತ್ವ ಸಾಧಿಸುವ ಬದುಕುಳಿಯುವ ತಂತ್ರವನ್ನೇ

ಹೊಂದಿದ್ದಾರೆ ಎಂಬ ಈ ಸಮಸ್ಯೆಗೆ ಮನೋವಿಜ್ಞಾನವು ಹೇಗೆ ಉತ್ತರಿಸಬಲ್ಲದು? ಮಾನಸಿಕ ಆಸ್ಪತ್ರೆಗಳಲ್ಲಿನ ಮನೋವಿಜ್ಞಾನವನ್ನು ಸಹ ಸಾಮಾಜಿಕ ನಿಯಂತ್ರಣದ ಸಾಧನವಾಗಿ ಬಳಸಲಾಗುತ್ತದೆ - ಅಂದರೆ, ನೀವು ಸಮಾಜ ಮತ್ತು ಅದರ ಕಾನೂನುಗಳನ್ನು ಪಾಲಿಸದಿದ್ದರೆ, ನೀವು 'ಹುಚ್ಚರು' ಎಂದು ಪರಿಗಣಿಸಲ್ಪಡುತ್ತೀರಿ ಮತ್ತು ಇತರರ ಸುರಕ್ಷತೆಗಾಗಿ ನಿಮ್ಮನ್ನು ಕಣ್ಗಾವಲಿನಲ್ಲಿ ಇರಿಸಲಾಗುತ್ತದೆ. ಇನ್ನೊಂದು ಕಡೆ, ಮನೋವಿಜ್ಞಾನವನ್ನು ಮಾನಸಿಕ ಸ್ವಾಸ್ಥ್ಯದ ವಿಮೋಚನಾ ಅಂಶವೆಂದು ನೋಡಲಾಗುತ್ತದೆ; ಅಲ್ಲಿ ನಾವು ಸಮಾಜದೊಂದಿಗೆ ಹೊಂದಾಣಿಕೆ ಮಾಡಿಕೊಳ್ಳಲು ಕಷ್ಟಪಡುವವರಿಗೆ ಸಹಾಯ ಮಾಡಿ, ಅವರನ್ನು ಸಮುದಾಯದ 'ಸಾಮಾನ್ಯ ನಡವಳಿಕೆ'ಗೆ ಒಗ್ಗಿಕೊಳ್ಳುವಂತೆ ಮಾಡುತ್ತೇವೆ. ಆದರೆ, ಶ್ರೀಮಂತರ ಹಸ್ತಕ್ಷೇಪವಿಲ್ಲದೆ ತಮಗೆ ಬೇಕಾದಂತೆ ಬದುಕುವ ಹಕ್ಕನ್ನು ಬಯಸುವವರಿಗೆ ಮತ್ತು ತಾವು ಬದುಕುತ್ತಿರುವ ಪ್ರಪಂಚದ ವಿರುದ್ಧ ದಂಗೆ ಎದ್ದು ಬೇರೊಂದು ಅಸ್ತಿತ್ವವನ್ನು ಬಯಸುವವರಿಗೆ ಪರಿಹಾರ ಎಲ್ಲಿದೆ?

ಅಥವಾ ಮಾನವಕುಲಕ್ಕೆ ಕಾಯುತ್ತಿರುವ ದುರಂತಕ್ಕಾಗಿ ಮತ್ತು 'ಬಲಿಷ್ಠನೇ ಬದುಕುಳಿಯುವ' ನೈಜ ಸಾಮಾಜಿಕ ಮಾನದಂಡಕ್ಕೆ ಮರಳಲು ನಾವು ಕಾಯಬೇಕೇ? ಅಂದರೆ ಸಿನಿಮಾಗಳು ನಿಜವಾಗುವ ಕ್ಷಣಕ್ಕಾಗಿ ಕಾಯಬೇಕೇ!

ಇಂದು ಕತ್ತಲೆ ಮನೋವಿಜ್ಞಾನವನ್ನು ಹೇಗೆ ಬಳಸಲಾಗುತ್ತಿದೆ?

ಸಾಮಾನ್ಯವಾಗಿ, ಮಾರಾಟ ಅಥವಾ ಮಾರುಕಟ್ಟೆ ವ್ಯವಸ್ಥೆಗಳು ಕರಾಳ, ಅನೈತಿಕ ಮನೋವಿಜ್ಞಾನ ಮತ್ತು ಪ್ರಚೋದನಾ ತಂತ್ರಗಳನ್ನು ಕಲಿಸುವ ತರಬೇತಿ ಕಾರ್ಯಕ್ರಮಗಳಾಗಿವೆ. ಇಂತಹ ಅನೇಕ ಕಾರ್ಯಕ್ರಮಗಳು ಬ್ರ್ಯಾಂಡ್ ನಿರ್ಮಿಸಲು ಅಥವಾ ಉತ್ಪನ್ನವನ್ನು ಮಾರಾಟ ಮಾಡಲು ಕರಾಳ ತಂತ್ರಗಳನ್ನು ಬಳಸುತ್ತವೆ. ಇಲ್ಲಿ ಗ್ರಾಹಕನಿಗಿಂತ ಹೆಚ್ಚಾಗಿ ಆ ಕಂಪನಿಯ ಅಥವಾ ವ್ಯಕ್ತಿಯ ಸ್ವಾರ್ಥವೇ ಮುಖ್ಯವಾಗಿರುತ್ತದೆ. ಇಂತಹ ತರಬೇತಿ ಕಾರ್ಯಕ್ರಮಗಳು ಗ್ರಾಹಕರಿಗೆ ಈ ತಂತ್ರಗಳನ್ನು ಬಳಸುವುದು ತಪ್ಪಲ್ಲ, ಏಕೆಂದರೆ ಇದು ಖರೀದಿದಾರನ ಒಳಿತಿಗಾಗಿಯೇ ಇದೆ ಎಂದು ಮನವರಿಕೆ ಮಾಡುತ್ತವೆ. ಮತ್ತು ಸಹಜವಾಗಿ, ಗ್ರಾಹಕರು ಒಂದು ಉತ್ಪನ್ನ ಅಥವಾ ಸೇವೆಯನ್ನು ಖರೀದಿಸಿದಾಗ, ಅವರ...

ಜೀವನವು ತುಂಬಾ ಸುಲಭವಾಗುತ್ತದೆ. ಹಾಗಾದರೆ, ಕರಾಳ ಮನೋವಿಜ್ಞಾನ ಮತ್ತು ಕುಶಲತೆಯ ತಂತ್ರಗಳನ್ನು ಯಾರು ಬಳಸುತ್ತಿದ್ದಾರೆ? ಈ ತಂತ್ರಗಳನ್ನು ಹೆಚ್ಚಾಗಿ ಬಳಸುವ ವ್ಯಕ್ತಿಗಳ ಪಟ್ಟಿ ಇಲ್ಲಿದೆ:

ಅಹಂಕಾರಿಗಳು: ನೈಜ ನಾರ್ಸಿಸಿಸ್ಟಿಕ್ ಗುಣವುಳ್ಳವರಲ್ಲಿ ತಮ್ಮ ಬಗ್ಗೆ ಅತಿಯಾದ ಸ್ವಯಂ-ಪ್ರತಿಷ್ಠೆಯ ಭಾವನೆ ಇರುತ್ತದೆ. ತಾವು ಶ್ರೇಷ್ಠರು ಎಂಬ ತಮ್ಮ ಊಹೆಯನ್ನು ಖಚಿತಪಡಿಸಿಕೊಳ್ಳಲು ಅವರಿಗೆ ಇತರರ ಅಗತ್ಯವಿರುತ್ತದೆ. ತಾವು ಎಲ್ಲರಿಂದ ಆರಾಧಿಸಲ್ಪಡಬೇಕು ಮತ್ತು ಪೂಜಿಸಲ್ಪಡಬೇಕು ಎಂಬ ಕಲ್ಪನೆಯಲ್ಲಿ ಅವರು ಬದುಕುತ್ತಾರೆ. ತಮ್ಮ ಈ ಬಿಂಬವನ್ನು ಉಳಿಸಿಕೊಳ್ಳಲು ಅವರು ಕರಾಳ ಮನೋವಿಜ್ಞಾನ, ಬಲವಂತ ಮತ್ತು ಅನೈತಿಕ ಪ್ರಚೋದನಾ ತಂತ್ರಗಳನ್ನು ಬಳಸುತ್ತಾರೆ.

ಸೋಷಿಯೋಪಾತ್‌ಗಳು: ನೈಜ ಸೋಷಿಯೋಪಾಥಿಕ್ ವ್ಯಕ್ತಿಗಳು ಆಕರ್ಷಕವಾಗಿ ಮಾತನಾಡಬಲ್ಲವರಾಗಿದ್ದರೂ ಸಹ ಪ್ರಚೋದನಾಶೀಲರಾಗಿರುತ್ತಾರೆ. ಅವರು ಭಾವರಹಿತವಾಗಿರುವುದರಿಂದ ಮತ್ತು ಅಪರಾಧ ಪ್ರಜ್ಞೆಯ ಕೊರತೆಯಿಂದಾಗಿ, ಇತರರೊಂದಿಗೆ ಮೇಲ್ಪದರದ ಸಂಬಂಧವನ್ನು ಬೆಳೆಸಿ ನಂತರ ಅವರ ದುರುಪಯೋಗ ಮಾಡಿಕೊಳ್ಳಲು ಕರಾಳ ತಂತ್ರಗಳನ್ನು ಬಳಸುತ್ತಾರೆ.

ವಕೀಲರು: ಕೆಲವು ವಕೀಲರು ತಮ್ಮ ಕೇಸನ್ನು ಗೆಲ್ಲುವುದರ ಮೇಲೆ ಎಷ್ಟು ಗಮನ ಹರಿಸುತ್ತಾರೆಂದರೆ, ತಾವು ಬಯಸಿದ ಫಲಿತಾಂಶವನ್ನು ಪಡೆಯಲು ಅವರು ಕರಾಳ ಕುಶಲ ತಂತ್ರಗಳನ್ನು ಬಳಸಲು ಮುಂದಾಗುತ್ತಾರೆ.

ರಾಜಕಾರಣಿಗಳು: ತಾವು ಹೇಳುವುದೇ ಸರಿ ಎಂದು ಜನರಿಗೆ ಮನವರಿಕೆ ಮಾಡಲು ಮತ್ತು ಮತಗಳನ್ನು ಪಡೆಯಲು, ಕೆಲವು ರಾಜಕಾರಣಿಗಳು ಕರಾಳ ಮನೋವೈಜ್ಞಾನಿಕ ತಂತ್ರಗಳನ್ನು ಮತ್ತು ಕುತಂತ್ರದ ಪ್ರಚೋದನಾ ವಿಧಾನಗಳನ್ನು ಬಳಸುತ್ತಾರೆ.

ಮಾರಾಟಗಾರರು: ಅನೇಕ ಮಾರಾಟಗಾರರು ಕೇವಲ ಲಾಭ ಗಳಿಸುವುದರ ಮೇಲೆ ಗಮನ ಹರಿಸುತ್ತಾರೆ. ಆದ್ದರಿಂದ ತಮ್ಮ ಉತ್ಪನ್ನವನ್ನು ಖರೀದಿಸುವಂತೆ ಇತರರನ್ನು ಒಪ್ಪಿಸಲು ಮತ್ತು ಪ್ರಚೋದಿಸಲು ಅವರು ಕರಾಳ ತಂತ್ರಗಳನ್ನು ಅಳವಡಿಸಿಕೊಳ್ಳುತ್ತಾರೆ.

ನಾಯಕರು: ಕೆಲವು ನಾಯಕರು ತಮ್ಮ ಕೆಳಹಂತದ ಉದ್ಯೋಗಿಗಳಿಂದ ಹೆಚ್ಚಿನ ಸಹಕಾರ, ಶ್ರಮ ಅಥವಾ ಉತ್ತಮ ದಕ್ಷತೆಯನ್ನು ಪಡೆಯಲು

ಕರಾಳ ತಂತ್ರಗಳನ್ನು ಬಳಸುತ್ತಾರೆ.

ಸಾರ್ವಜನಿಕ ಭಾಷಣಕಾರರು: ಕೆಲವು ಭಾಷಣಕಾರರು ಪ್ರೇಕ್ಷಕರ ಭಾವನಾತ್ಮಕ ಸ್ಥಿತಿಯನ್ನು ಕೆರಳಿಸಲು ಕರಾಳ ತಂತ್ರಗಳನ್ನು ಬಳಸುತ್ತಾರೆ. ಭಾಷಣದ ಕೊನೆಯಲ್ಲಿ ತಮ್ಮ ಉತ್ಪನ್ನಗಳು ಅಥವಾ ಸೇವೆಗಳು ಹೆಚ್ಚು ಮಾರಾಟವಾಗಲಿ ಎಂಬುದು ಅವರ ಉದ್ದೇಶವಾಗಿರುತ್ತದೆ.

ಸ್ವಾರ್ಥಿ ವ್ಯಕ್ತಿಗಳು: ಇವರು ಇತರರಿಗಿಂತ ಮೊದಲು ತಮ್ಮದೇ ಆದ ಕಾರ್ಯಸೂಚಿಯನ್ನು ಹೊಂದಿರುತ್ತಾರೆ. ಇತರರಿಗೆ ತೊಂದರೆಯಾದರೂ ಪರವಾಗಿಲ್ಲ, ಮೊದಲು ತಮ್ಮ ಕೆಲಸವಾಗಬೇಕು ಎಂದು ಬಯಸುವವರು ಇವರು.

ತಮ್ಮ ಅಗತ್ಯಗಳನ್ನು ಪೂರೈಸಿಕೊಳ್ಳಲು ಅವರು ಈ ತಂತ್ರಗಳನ್ನು ಬಳಸುತ್ತಾರೆ. ಇವರಿಗೆ ಫಲಿತಾಂಶವು 'ಗೆಲುವು-ಸೋಲು' (ಅಂದರೆ ತಾನು ಗೆದ್ದು ಇತರರು ಸೋಲುವ ಸ್ಥಿತಿ) ಆಗಿದ್ದರೂ ಯಾವುದೇ ಅಭ್ಯಂತರವಿರುವುದಿಲ್ಲ.

ಹೌದು, ನನಗೆ ಗೊತ್ತು. ಬಹುಶಃ ನಾನು ಇಲ್ಲಿ ಕೆಲವು ಸೂಕ್ಷ್ಮ ವಿಚಾರಗಳನ್ನು ಪ್ರಸ್ತಾಪಿಸಿರಬಹುದು. ಒಬ್ಬ ಭಾಷಣಕಾರನಾಗಿ ಮತ್ತು ಸೇವೆಗಳನ್ನು ಮಾರಾಟ ಮಾಡಲು ಆಸಕ್ತಿ ಹೊಂದಿರುವ ವ್ಯಕ್ತಿಯಾಗಿ, ನಾನೂ ಸಹ ಇದೇ ವರ್ಗಕ್ಕೆ ಸೇರುತ್ತೇನೆ. ಆದ್ದರಿಂದಲೇ, ನನ್ನ ಕೆಲಸ, ಲೇಖನಗಳು, ಮಾತುಗಳು ಮತ್ತು ಮಾರಾಟ ಪ್ರಕ್ರಿಯೆಗಳಲ್ಲಿ ಕುಶಲತೆಯ ಅಥವಾ ಬೆದರಿಸುವ ತಂತ್ರಗಳನ್ನು ಬಳಸದೆ, ಗೌರವಯುತವಾಗಿ ಮತ್ತು ಪ್ರಾಮಾಣಿಕತೆಯಿಂದ ಕಾರ್ಯನಿರ್ವಹಿಸಬೇಕೆಂದು ನಾನು ಪದೇ ಪದೇ ನನಗೆ ನೆನಪಿಸಿಕೊಳ್ಳುತ್ತಿರಬೇಕು.

ಕರಾಳ ಪ್ರೇರಣೆ ಮತ್ತು ಕುಶಲ ತಂತ್ರಗಳಿಗೂ ಹಾಗೂ ನೈತಿಕ ತಂತ್ರಗಳಿಗೂ ನಡುವಿನ ವ್ಯತ್ಯಾಸವನ್ನು ತಿಳಿಯಲು ನಿಮ್ಮ ಉದ್ದೇಶವೇನು ಎಂಬುದನ್ನು ನಿರ್ಧರಿಸುವುದು ಬಹಳ ಮುಖ್ಯ. ನಾವು ಬಳಸುವ ತಂತ್ರಗಳು ನಿಜವಾಗಿಯೂ ಇನ್ನೊಬ್ಬ ವ್ಯಕ್ತಿಗೆ ಸಹಾಯ ಮಾಡಲು ಉದ್ದೇಶಿಸಲಾಗಿದೆಯೇ ಎಂದು ನಾವೇ ಕೇಳಿಕೊಳ್ಳಬೇಕು.

ನಿಮಗೆ ಸಹಾಯವಾಗುವ ಉದ್ದೇಶದಿಂದ ಈ ತಂತ್ರಗಳನ್ನು ಬಳಸುವುದು ತಪ್ಪಲ್ಲ, ಆದರೆ ಅದು ಕೇವಲ ನಿಮ್ಮ ವೈಯಕ್ತಿಕ ಲಾಭಕ್ಕಾಗಿ ಮಾತ್ರವಾಗಿದ್ದರೆ, ನೀವು ಸುಲಭವಾಗಿ ಕರಾಳ ಮತ್ತು ಅನೈತಿಕ ಹಾದಿಗೆ ಜಾರಬಹುದು.

ನಮ್ಮ ಗುರಿಯು ಯಾವಾಗಲೂ ಪರಸ್ಪರ ಪ್ರಯೋಜನಕಾರಿ ಅಥವಾ (ಎರಡೂ ಕಡೆಯವರಿಗೆ ಜಯ) ಫಲಿತಾಂಶವನ್ನು ಹೊಂದುವುದೇ ಆಗಿರಬೇಕು. ಆದರೆ, ಈ ವ್ಯವಹಾರದಿಂದ ಎದುರಿಗಿನ ವ್ಯಕ್ತಿಯು ನಿಜವಾಗಿಯೂ ಲಾಭ ಪಡೆಯುತ್ತಾನೆಯೇ ಎಂಬ ವಿಷಯದಲ್ಲಿ ನೀವು ಪ್ರಾಮಾಣಿಕವಾಗಿರಬೇಕು.

ಇದಕ್ಕೊಂದು ಉದಾಹರಣೆಯೆಂದರೆ, ತನ್ನ ಉತ್ಪನ್ನದಿಂದ ಪ್ರತಿಯೊಬ್ಬರಿಗೂ ಲಾಭವಾಗುತ್ತದೆ ಮತ್ತು ಅದನ್ನು ಖರೀದಿಸುವುದರಿಂದ ಗ್ರಾಹಕನ ಜೀವನ ಸುಲಭವಾಗುತ್ತದೆ ಎಂದು ಭಾವಿಸುವ ಮಾರಾಟಗಾರ. ಇಂತಹ ಮನಸ್ಥಿತಿಯ ಮಾರಾಟಗಾರನು ಗ್ರಾಹಕನಿಂದ ಹೇಗಾದರೂ ಮಾಡಿ ಖರೀದಿಸುವಂತೆ ಮಾಡಲು ಕರಾಳ ತಂತ್ರಗಳನ್ನು ಬಳಸಲು ಆರಂಭಿಸಬಹುದು. ಇಲ್ಲಿ "ಗುರಿಯು ಮಾರ್ಗವನ್ನು ಸಮರ್ಥಿಸುತ್ತದೆ" ಎಂಬ ಆಲೋಚನೆ ಬರುತ್ತದೆ. ಇದು ಮಾರಾಟವನ್ನು ಕುದುರಿಸಲು ಯಾವುದೇ ರೀತಿಯ ಕೆಟ್ಟ ವಿಧಾನಗಳನ್ನು ಬಳಸಲು ಆ ವ್ಯಕ್ತಿಗೆ ದಾರಿ ಮಾಡಿಕೊಡುತ್ತದೆ.

ಅಧ್ಯಾಯ ನಾಲ್ಕು

ಗುಪ್ತ ಭಾವನಾತ್ಮಕ ಸ್ಥಿತಿ ಮತ್ತು ಕುತಂತ್ರದ ಮೂಲತತ್ವಗಳು

ಗುಪ್ತ ಕುತಂತ್ರ ಎಂದರೇನು?

ಸಾವಿರಾರು ವರ್ಷಗಳಿಂದಲೂ ಗುಪ್ತ ಶೋಷಣೆಯ ಹಲವು ವಿಧಾನಗಳು ಅಸ್ತಿತ್ವದಲ್ಲಿವೆ ಎಂಬುದರಲ್ಲಿ ಸಂದೇಹವಿಲ್ಲ. ಆದಾಗ್ಯೂ, ಇಂಟರ್ನೆಟ್ ಆವಿಷ್ಕಾರದೊಂದಿಗೆ, ಕಳೆದ ೧೫ ವರ್ಷಗಳಲ್ಲಿ 'ನ್ಯೂರೋ-ಲಿಂಗ್ವಿಸ್ಟಿಕ್ ಪ್ರೋಗ್ರಾಮಿಂಗ್' ಮತ್ತು 'ಪಿಕ್-ಅಪ್ ಆರ್ಟಿಸ್ಟ್' ತಂತ್ರಗಳಂತಹ ಹೊಸ ಮತ್ತು ವ್ಯವಸ್ಥಿತವಾದ ಗುಪ್ತ ಕುಶಲತೆಯ ವಿಧಾನಗಳು ಹೆಚ್ಚು ಜನಪ್ರಿಯವಾಗಿವೆ. ಹಿಂದೆಂದಿಗಿಂತಲೂ ಇಂದು ಹೆಚ್ಚಿನ ಸಂಖ್ಯೆಯ ಸಾಮಾನ್ಯ ಜನರು ಇಂತಹ ಪರೋಕ್ಷ ವಂಚನೆಗಳಲ್ಲಿ ತೊಡಗಿಸಿಕೊಂಡಿರುವ ಸಾಧ್ಯತೆಯಿದೆ.

'ಪರೋಕ್ಷ' ಎಂದರೆ ಮರೆಮಾಚಿದ, ರಹಸ್ಯವಾದ ಅಥವಾ ವೇಷ ಮರೆಸಿದ ಎಂಬ ಅರ್ಥವನ್ನು ನೀಡುವ ವಿಶೇಷಣವಾಗಿದೆ.

'ಕುಶಲತೆ' ಎಂದರೆ ಯಾವುದನ್ನಾದರೂ ಕೈಯಿಂದ ಚಲಿಸುವುದು ಅಥವಾ ಮುಖ್ಯವಾಗಿ ಕಲಾತ್ಮಕ, ಅನ್ಯಾಯದ ಅಥವಾ ಕುತಂತ್ರದ ವಿಧಾನಗಳ ಮೂಲಕ ತನ್ನ ಸ್ವಂತ ಅನುಕೂಲಕ್ಕಾಗಿ ಬಳಸಿಕೊಳ್ಳುವ ಕ್ರಿಯೆಯಾಗಿದೆ. ಎಲ್ಲಾ ಪರೋಕ್ಷ ಕುಶಲ ತಂತ್ರಗಳು ಮೂಲಭೂತವಾಗಿ ಹಾನಿಕಾರಕವಲ್ಲ ಮತ್ತು ಈ ವಿಧಾನಗಳನ್ನು ಬಳಸುವ ಪ್ರತಿಯೊಬ್ಬರೂ ಇತರರನ್ನು ನೋಯಿಸುವ, ನಿಯಂತ್ರಿಸುವ ಅಥವಾ ವಂಚಿಸುವ ಉದ್ದೇಶದಿಂದಲೇ ಬಳಸುತ್ತಿರುವುದಿಲ್ಲ ಎಂಬುದು ನೆನಪಿನಲ್ಲಿಡಬೇಕಾದ ಅಂಶ.

ಆದಾಗ್ಯೂ, ಬಳಸುವವರ ಉದ್ದೇಶ ಏನೇ ಇರಲಿ, ಕೆಳಗೆ ಪಟ್ಟಿ ಮಾಡಲಾದ ಎಲ್ಲಾ ವಿಧಾನಗಳಿಗೆ 'ಪರೋಕ್ಷ ಕುಶಲತೆ' ಎಂಬುದು ಒಂದು ನಿಖರವಾದ ವಿವರಣೆಯಾಗಿದೆ. ಒಳ್ಳೆಯದಕ್ಕಾಗಲಿ ಅಥವಾ ಕೆಟ್ಟದ್ದಕ್ಕಾಗಲಿ, ತನ್ನ ರಹಸ್ಯ ಕಾರ್ಯಸೂಚಿಯನ್ನು ಬಹಿರಂಗಪಡಿಸದೆ, ಇತರರನ್ನು ಸೂಕ್ಷ್ಮವಾಗಿ ಒಪ್ಪಿಸುವುದು ಅಥವಾ ಅವರ ಹಾದಿಯನ್ನು ಬದಲಿಸುವುದೇ ಇದರ ಗುರಿಯಾಗಿರುತ್ತದೆ.

ಪರೋಕ್ಷ ಭಾವನಾತ್ಮಕ ಕುಶಲತೆ ಎನ್ನುವುದು ಕೇಳುಗನ ಸುಪ್ತ ಮನಸ್ಸಿನೊಂದಿಗೆ ಸಂಭಾಷಿಸುವ ಮೂಲಕ, ಅವರ ಅರಿವಿಲ್ಲದೆಯೇ ಅವರ ಮನಸ್ಸಿನ ಮೇಲೆ ಪ್ರಭುತ್ವ ಸಾಧಿಸುವ ಒಂದು ಕಾರ್ಯವಿಧಾನವಾಗಿದೆ. ಇಲ್ಲಿನ ಅಂತಿಮ ಉದ್ದೇಶವೆಂದರೆ, ಪ್ರಶ್ನೆಯಲ್ಲಿರುವ ವ್ಯಕ್ತಿಯ ಆಲೋಚನೆಗಳ ಮೇಲೆ ಪ್ರಭಾವ ಬೀರಿ ಅವರ ದೃಷ್ಟಿಕೋನವನ್ನು ಬದಲಾಯಿಸುವುದು ಮತ್ತು ಅವರು ನಿಮ್ಮ ಹಾದಿಯಲ್ಲಿ ನಡೆಯುವಂತೆ ಮಾಡುವುದು. ಈ ಪ್ರಕ್ರಿಯೆಯಲ್ಲಿ ಕುಶಲಕರ್ಮಿಯು ಜನರ ಆಲೋಚನಾ ಕ್ರಮಗಳು, ಕ್ರಿಯೆಗಳು, ಭಾವನೆಗಳು ಮತ್ತು ಜೀವನದ ತಿಳುವಳಿಕೆಯನ್ನು ಸುಪ್ತ ಮನಸ್ಸಿನ ಮಟ್ಟದಲ್ಲಿ ಬದಲಾಯಿಸುತ್ತಾನೆ. ಸಾಂಪ್ರದಾಯಿಕ ಸಂಮೋಹನ ಚಿಕಿತ್ಸೆಗಳಂತೆ ಈ ಪರೋಕ್ಷ ಪ್ರಚೋದನೆಗೆ ಕಣ್ಣುಗಳನ್ನು ಮುಚ್ಚುವುದು ಅಥವಾ ಯಾವುದೋ ತಿರುಗುವ ಲೋಲಕ ಅಥವಾ ವಿಚಿತ್ರವಾದ ಕೈಚಲನೆಗಳ ಅಗತ್ಯವಿರುವುದಿಲ್ಲ.

ಪ್ರಚಾರ, ನ್ಯೂರೋ-ಲಿಂಗ್ವಿಸ್ಟಿಕ್ ಪ್ರೋಗ್ರಾಮಿಂಗ್, ಪಿಕ್-ಅಪ್ ಆರ್ಟಿಸ್ಟ್ ತಂತ್ರಗಳು, ಗೊಂದಲಗೊಳಿಸುವುದು, ವಿಚ್ಛಿದ್ರಕಾರಕ ಸಾಂಕೇತಿಕತೆ ಮುಂತಾದವುಗಳು ವಿಶಿಷ್ಟವಾದ ಪರೋಕ್ಷ ಶೋಷಣೆಯ ತಂತ್ರಗಳನ್ನು ಒಳಗೊಂಡಿವೆ. ಪರೋಕ್ಷ ಪ್ರಚೋದನಾ ವಿಧಾನಗಳು ಮನಸ್ಸಿನ ನಿಯಂತ್ರಣದ ಒಂದು ರೂಪವಾಗಿದ್ದರೂ, ನೇರವಾದ ಮಿದುಳು ತೊಳೆಯುವ ವಿಧಾನಗಳಿಗಿಂತ ಹೆಚ್ಚು ಸೂಕ್ಷ್ಮವಾಗಿರುತ್ತವೆ.

ಪ್ರಾಯೋಗಿಕವಾಗಿ, ಪರೋಕ್ಷ ಬಲವಂತದ ತಂತ್ರಗಳು ಈ ಕೆಳಗಿನವುಗಳನ್ನು ಒಳಗೊಂಡಿರಬಹುದು: ಇತರರು ನಿಮ್ಮನ್ನು ಇಷ್ಟಪಡುವಂತೆ ಅಥವಾ ನಿಮ್ಮೊಂದಿಗೆ ಸಮ್ಮತಿಸುವಂತೆ ಮಾಡಲು ಮೌಖಿಕವಲ್ಲದ ಸೂಚನೆಗಳನ್ನು ಬಳಸುವುದು, ಆಯ್ದ ಮಾಹಿತಿಯನ್ನು ಮಾತ್ರ ಬಹಿರಂಗಪಡಿಸುವ ರೀತಿಯಲ್ಲಿ ಸಂಭಾಷಣೆಯನ್ನು ನಿರ್ದೇಶಿಸುವುದು, ಮಾತು ಅಥವಾ ಸನ್ನೆಗಳಲ್ಲಿ ಸುಪ್ತ ಆದೇಶಗಳನ್ನು

ಅಡಗಿಸುವುದು, ಗುರಿಯಾಗಿಸಿಕೊಂಡ ವ್ಯಕ್ತಿಯೊಂದಿಗೆ ನಂಬಿಕೆ ಅಥವಾ ಸಂಬಂಧದ ಸುಳ್ಳು ಭಾವನೆಯನ್ನು ಸೃಷ್ಟಿಸಲು ಪ್ರಯತ್ನಿಸುವುದು, ಅವರ ಉದ್ದೇಶಗಳು, ಅವಶ್ಯಕತೆಗಳು ಅಥವಾ ಬುದ್ಧಿವಂತಿಕೆಯ ಬಗ್ಗೆ ತಪ್ಪು ಕಲ್ಪನೆಗಳನ್ನು ಹೊಂದಿರುವುದು, ಸಂಬಂಧಿತ ಸತ್ಯಗಳು ಮತ್ತು ಮಾಹಿತಿಯನ್ನು ಪೂರ್ಣವಾಗಿ ನೀಡದಿರುವುದು ಅಥವಾ ಸತ್ಯವನ್ನು ಮರೆಮಾಚುವುದು.

ಕುಶಲತೆಯನ್ನು ನಡೆಸುತ್ತಿರುವ ವ್ಯಕ್ತಿಯು ನೀಡುವ ಸೂಚನೆಗಳು ಅಥವಾ ಶಿಫಾರಸುಗಳು ಹೆಚ್ಚಾಗಿ ರೂಪಕಗಳಂತೆ ಇರುತ್ತವೆ ಮತ್ತು ಪರೋಕ್ಷವಾಗಿ ವ್ಯಕ್ತಪಡಿಸಲಾಗುತ್ತದೆ, ಆದರೂ ಕೆಲವು ಸಂದರ್ಭಗಳಲ್ಲಿ ಅವುಗಳನ್ನು ನೇರವಾಗಿಯೂ ನೀಡಲಾಗುತ್ತದೆ. ಕಥೆಗಳು...

ನಿಜವಾದ ಸಂದೇಶವನ್ನು ಪರಿಣಾಮಕಾರಿಯಾಗಿ ರವಾನಿಸಲು ಮತ್ತು ಅದು ದೀರ್ಘಕಾಲ ನೆನಪಿನಲ್ಲಿ ಉಳಿಯುವಂತೆ ಮಾಡಲು ಬಳಸುವ ಪರೋಕ್ಷ ವಂಚನೆಯ ತಂತ್ರಗಳಲ್ಲಿ ಇದು ಒಂದಾಗಿದೆ. ಆದರೆ, ಪರೋಕ್ಷ ಕುಶಲತೆಯ ಮೊದಲ ಹೆಜ್ಜೆಯೆಂದರೆ ಕೇಳುಗನೊಂದಿಗೆ ಒಂದು ಬಾಂಧವ್ಯವನ್ನು ಬೆಳೆಸಿಕೊಳ್ಳುವುದು. ಇದನ್ನು ಸ್ನೇಹಿತರು ಮತ್ತು ಕುಟುಂಬದವರೊಂದಿಗೆ ಮಾಡುವುದು ಸುಲಭ, ಆದರೆ ಅಪರಿಚಿತರೊಂದಿಗೆ ಮಾಡುವುದು ಅಷ್ಟೇನೂ ಕಷ್ಟವಲ್ಲ. ಅಪರಿಚಿತ ಕೇಳುಗನೊಂದಿಗೆ ಆತ್ಮೀಯತೆಯನ್ನು ಸ್ಥಾಪಿಸಲು ನೀವು ಮಾಡಬೇಕಾಗಿರುವುದು ಇಷ್ಟೇ: ಅವರಿಗೆ ಕೆಲವು ಮೆಚ್ಚುಗೆಯ ಮಾತುಗಳನ್ನು ಹೇಳುವುದು ಅಥವಾ ಅವರ ಜೋಕುಗಳಿಗೆ ನಗುವುದು. ಬಾಂಧವ್ಯ ಬೆಳೆಸಲು ನೀವು ಅತಿರೇಕವಾಗಿ ವರ್ತಿಸುವ ಅಗತ್ಯವಿಲ್ಲ.

ಕುಶಲತೆಗೆ ಒಳಗಾಗಬೇಕಾದ ವ್ಯಕ್ತಿಯೊಂದಿಗೆ ಸಂಬಂಧ ಸ್ಥಾಪಿಸಿದ ನಂತರ, ನೀವು ಅವರ ವಿಶ್ಲೇಷಣಾತ್ಮಕ ಮನಸ್ಸನ್ನು ಆಫ್ ಮಾಡಲು ಪ್ರಯತ್ನಿಸಬೇಕು. ಇದು ಕೇಳುಗನ ಮನಸ್ಸನ್ನು ಅದರ ಸಹಜ ಆಲೋಚನಾ ಸ್ಥಿತಿಯಿಂದ ಕಲ್ಪನಾ ಸ್ಥಿತಿಗೆ ತಿರುಗಿಸುವುದಕ್ಕಿಂತ ಹೆಚ್ಚೇನೂ ಅಲ್ಲ. ನೀವು ಯಾವಾಗಲೂ ಕೆಲವು ಸನ್ನಿವೇಶಗಳನ್ನು ನೀಡಿ "ಒಂದು ವೇಳೆ ಹೀಗಾದರೆ..." ಅಥವಾ "ಹೀಗಿದೆ ಎಂದು ಕಲ್ಪಿಸಿಕೊಳ್ಳಿ..." ಎಂಬಂತಹ ಪ್ರಶ್ನೆಗಳನ್ನು ಕೇಳುವ ಮೂಲಕ ಇದನ್ನು ಪ್ರಾರಂಭಿಸಬಹುದು. ಇದು ಅವರ ತರ್ಕಬದ್ಧ ಮನಸ್ಸನ್ನು ತಕ್ಷಣವೇ ನಿಲ್ಲಿಸುತ್ತದೆ ಮತ್ತು ಅವರ ಆಲೋಚನಾ ಪ್ರಕ್ರಿಯೆಯನ್ನು ಕಲ್ಪನಾಶಕ್ತಿಯು

ಆಕ್ರಮಿಸಿಕೊಳ್ಳಲು ಅನುವು ಮಾಡಿಕೊಡುತ್ತದೆ. ಕೇಳುಗನನ್ನು ಅವರ ಜಾಗೃತ ಮನಸ್ಥಿತಿಯಿಂದ ಯಶಸ್ವಿಯಾಗಿ ಹೊರತಂದ ನಂತರ, ನೀವು ಈಗ ನಿಮ್ಮ ಅಪ್ರತಿಮ ಆದೇಶಗಳನ್ನು ನೀಡಬಹುದು ಮತ್ತು ಅವರು ಏನು ಮಾಡಬೇಕೆಂದು ನೀವು ಬಯಸುತ್ತೀರೋ ಅದನ್ನು ವಿವರಿಸಬಹುದು. ಈ ವಿಧಾನದ ಯಶಸ್ಸು ನೀವು ಅದರಲ್ಲಿ ಬಳಸುವ ಹಲವಾರು ವಿಷಯಗಳ ಮೇಲೆ ಅವಲಂಬಿತವಾಗಿದೆ. ನೀವು ಅವರ ಮನಸ್ಸನ್ನು ತಾರ್ಕಿಕ ಚಿಂತನೆಯಿಂದ ಸೃಜನಶೀಲತೆಗೆ ಹೇಗೆ ತಿರುಗಿಸುತ್ತೀರಿ ಮತ್ತು ಅವರಿಗೆ ನೀಡುತ್ತಿರುವ ಕೆಲಸವನ್ನು ಮಾಡುವಂತೆ ಅವರನ್ನು ಎಷ್ಟು ಚೆನ್ನಾಗಿ ಒಪ್ಪಿಸುತ್ತೀರಿ ಎಂಬುದರ ಮೇಲೆ ಇದು ನಿಂತಿದೆ. ಮಾರಾಟಗಾರರು, ಉದ್ಯಮಿಗಳು, ಚಿಕಿತ್ಸಕರು ಮುಂತಾದವರು ಈ ತಂತ್ರವನ್ನು ಚೆನ್ನಾಗಿ ಅಭ್ಯಾಸ ಮಾಡಬೇಕು.

ಕೇಳುಗನು ಇದನ್ನು ಮೂಲಭೂತವಾಗಿ ಸಕಾರಾತ್ಮಕ ಫಲಿತಾಂಶಗಳನ್ನು ಪಡೆಯಲು ಬಳಸುತ್ತಾನೆ, ಆದರೆ ಕೆಲವೊಮ್ಮೆ ಈ ಕಲೆಯಲ್ಲಿ ಪರಿಣಿತಿ ಪಡೆದ ದುಷ್ಟರು ಇದನ್ನು ದುರುಪಯೋಗಪಡಿಸಿಕೊಳ್ಳಬಹುದು. ಇದು ಇತರರಿಗೆ ಬೆಂಬಲ ನೀಡಲು ಕಲಿಸಬಹುದಾದ ಒಂದು ಆನಂದದಾಯಕ ಅಭ್ಯಾಸವೂ ಹೌದು. ಹಾಗಾದರೆ, ನಿಮ್ಮ ಸಂಬಂಧಗಳನ್ನು ಮತ್ತು ವ್ಯವಹಾರ ಸಂಬಂಧಗಳನ್ನು ವೃದ್ಧಿಸಿಕೊಳ್ಳಲು ಹಾಗೂ ಇತರರಿಗೆ ಲಾಭವಾಗಲು ಈ ವಿಧಾನವನ್ನು ಏಕೆ ಬಳಸಬಾರದು?

ಅದೇ ಬಲವೂ ಕೂಡ. ಈ ಯಾವುದೇ ನಿರ್ದಿಷ್ಟ ವಿಧಾನಗಳನ್ನು ನಾವು ವಿವರವಾಗಿ ಚರ್ಚಿಸುವ ಮೊದಲು ನಾನು ರೂಪಿಸಿದ ತೀರ್ಮಾನವನ್ನು ಮೊದಲು ತಿಳಿಸಬಹುದು. ರಹಸ್ಯವಾಗಿ ಬಲವಂತಪಡಿಸುವ ಎಲ್ಲಾ ವಿಧಾನಗಳೂ ಅನೈತಿಕವಾಗಿವೆ, ಮತ್ತು ಅದಕ್ಕೆ ಕಾರಣ ಇಲ್ಲಿದೆ: ಅದು ನಮಗೆ ಸಹಾಯ ಮಾಡುವಾಗ, ಮನವೊಲಿಸುವ ರಹಸ್ಯ ತಂತ್ರಗಳನ್ನು ಬಳಸಲು ನಾವು ಪ್ರಚೋದಿತರಾಗಬಹುದು, ಆದರೆ ನಮ್ಮ ಅರಿವಿಲ್ಲದೆ ಯಾರಾದರೂ ನಮ್ಮನ್ನು ರಹಸ್ಯವಾಗಿ ಕುಶಲತೆಯಿಂದ ನಿಯಂತ್ರಿಸುವುದನ್ನು ನಾವು ಇಷ್ಟಪಡುವುದಿಲ್ಲ. ಇತರರು ನಿಮ್ಮನ್ನು ಹೇಗೆ ನಡೆಸಿಕೊಳ್ಳಬೇಕೆಂದು ನೀವು ಬಯಸುತ್ತೀರೋ, ಹಾಗೆಯೇ ನೀವು ಅವರನ್ನು ನಡೆಸಿಕೊಳ್ಳಬೇಕು.

ಇತರರು ಇವುಗಳನ್ನು ನನ್ನ ವಿರುದ್ಧ ಬಳಸುವುದು ಕಷ್ಟವಾಗಲಿ ಎಂಬ ಕಾರಣಕ್ಕಾಗಿ ನಾನು ಈ ತಂತ್ರಗಳನ್ನು ವೈಯಕ್ತಿಕವಾಗಿ ಕಲಿಯಲು

ಪ್ರಾರಂಭಿಸಿದೆ. ಅವುಗಳಲ್ಲಿ ಕೆಲವು ತುಲನಾತ್ಮಕವಾಗಿ ಸೌಮ್ಯವೆಂದು ಕಂಡುಬಂದರೂ, ಇನ್ನು ಕೆಲವು ಮೊದಲ ನೋಟಕ್ಕೆ ವಂಚನೆಯಿಂದ ಕೂಡಿದಂತೆ ತೋರುತ್ತವೆ. ವಾಸ್ತವವಾಗಿ, ಈ ತಂತ್ರಗಳನ್ನು ಕಲಿಯುವಾಗ, ವಿಶೇಷವಾಗಿ ಉದ್ಯೋಗ ಸಂದರ್ಶನಗಳಲ್ಲಿ ಅಥವಾ ಪ್ರತಿಕೂಲ ಸಂದರ್ಭಗಳಲ್ಲಿ ನನ್ನ ಸ್ವಂತ ಅನುಕೂಲಕ್ಕಾಗಿ ಇವುಗಳನ್ನು ಬಳಸುವ ಹಂಬಲವು ಬಲವಾಗಿತ್ತು. ಆದರೆ ಇದು ನೈತಿಕ ಮತ್ತು ಸತ್ಯವೇ ಎಂದು ಯೋಚಿಸಲು ನಾನು ನಿಲ್ಲಿಸಿದಾಗ ಮಾತ್ರ ಆ ಹಂಬಲ ದೂರವಾಯಿತು. ವಿವೇಕವು ಯಾವಾಗಲೂ "ಇದು ಸರಿಯೇ?" ಎಂದು ಕೇಳುತ್ತದೆ. ಇದನ್ನು ನನಗೆ ಮಾಡಿದರೆ ನಾನು ಇಷ್ಟಪಡುತ್ತೇನೆಯೇ? ಹಿಂಸೆಯಿಲ್ಲದೆ ಅಥವಾ ಕೇವಲ ವೈಯಕ್ತಿಕ ಲಾಭ ಮತ್ತು ಲಾಭಕ್ಕಾಗಿ ಈ ಜ್ಞಾನವನ್ನು ಬಳಸಲು ನಾನು ಶಕ್ತನೇ? ಯಾರಾದರೂ ನಮ್ಮನ್ನು ರಹಸ್ಯವಾಗಿ ಶೋಷಿಸುವ ಆಲೋಚನೆಯು ಹಿತಕರವಾಗಿದ್ದರೂ ಸಹ, ಅವರು ಹಾಗೆ ಮಾಡುವುದು ಸರಿಯಾಗುವುದಿಲ್ಲ. ರಹಸ್ಯ ಬಲವಂತದ ವಿಧಾನಗಳು, ಇತರರಿಗೆ ಮೂಲಭೂತವಾಗಿ ಹಾನಿಕಾರಕವಲ್ಲದಿದ್ದರೂ ಸಹ, ಅವರ ಅರಿವಿಲ್ಲದೆ ಅವರ ಸ್ವತಂತ್ರ ಇಚ್ಛೆಯನ್ನು ವೈಯಕ್ತಿಕ ಲಾಭಕ್ಕಾಗಿ ಅಥವಾ ಅಘೋಷಿತ ಕಾರ್ಯಸೂಚಿಗೆ ಹೊಂದಿಕೊಳ್ಳುವಂತೆ ಮಾಡುವ ಪ್ರಯತ್ನವಾಗಿದೆ. ರಹಸ್ಯ ಬಲವಂತ ಎಂದರೆ ಇತರರ ಮೇಲೆ ನಿಯಂತ್ರಣವನ್ನು ಪಡೆಯುವುದು ಎಂದರ್ಥ, ಮತ್ತು ಆ ಶಕ್ತಿಯೊಂದಿಗೆ ಅದನ್ನು ದುರ್ಬಳಕೆ ಮಾಡುವ ಸಾಮರ್ಥ್ಯವೂ ಬರುತ್ತದೆ.

ಪ್ರಚಾರ ಕಾರ್ಯ

ಪ್ರಚಾರ ಎಂಬುದು ಗುಪ್ತವಾಗಿ ಸಮೂಹವನ್ನು ಉದ್ದೇಶಿಸಿ ಮಾಡುವ ಪ್ರಸಾರವಾಗಿದೆ. ಇದರ ಕೆಲವು ವಿಧಾನಗಳಲ್ಲಿ ತರ್ಕಬದ್ಧ ಸಂವಾದಗಳ ಬಳಕೆ (ಬಯಸಿದ ಫಲಿತಾಂಶದ ಮೇಲೆ ಪ್ರಭಾವ ಬೀರಲು, ಸಾರ್ವಜನಿಕರಿಗೆ ಮೊದಲೇ ಯೋಜಿತ ಆಯ್ಕೆಗಳನ್ನು ಒದಗಿಸುವುದು), ದಾರಿ ತಪ್ಪಿಸುವುದು, ಮಾನಸಿಕ ತಾಂತ್ರಿಕತೆ ಮತ್ತು ಗೊಂದಲಗೊಳಿಸುವಿಕೆ ಸೇರಿವೆ.

ಸಾರ್ವಜನಿಕ ಅಭಿಪ್ರಾಯವನ್ನು ವಿರೂಪಗೊಳಿಸಲು ಸಂಬಂಧಿತ ಪುರಾವೆಗಳನ್ನು ಬಳಸುವುದು ಇತ್ಯಾದಿ. ಮೌಖಿಕವಲ್ಲದ ವಿಧಾನಗಳು ಕೂಡ ಪ್ರಚಾರವನ್ನು ಒಳಗೊಂಡಿರಬಹುದು. ಕ್ರೀಡಾಕೂಟಗಳಲ್ಲಿ ಮತ್ತು ಮಿಲಿಟರಿ ಪರೇಡ್‌ಗಳಲ್ಲಿ, ದೇಶಭಕ್ತಿಯ ಸಂಗೀತವನ್ನು ಉದ್ದೇಶಪೂರ್ವಕವಾಗಿ ಮನಸ್ಸಿನ ತರ್ಕಬದ್ಧ ಸಾಮರ್ಥ್ಯವನ್ನು ಬದಿಗೊತ್ತಲು ಬಳಸಲಾಗುತ್ತದೆ,

ಏಕೆಂದರೆ ಸಂಗೀತವು ಮೆದುಳಿನ ಬಲಭಾಗ ಮತ್ತು ಭಾವನೆಗಳನ್ನು ಆಕರ್ಷಿಸುತ್ತದೆ.

ದೇಶಭಕ್ತಿಯ ಸಂಗೀತವು ಒಂದು ನಿರ್ದಿಷ್ಟ ಸಮುದಾಯ ಅಥವಾ ದೇಶಕ್ಕೆ ಪರಸ್ಪರ ಒಗ್ಗಟ್ಟು ಅಥವಾ ಗುರುತನ್ನು ಬೆಳೆಸಲು ಒಂದು ಅಮೂಲ್ಯವಾದ ಭಾವನಾತ್ಮಕ ಸಾಧನವಾಗಿದೆ. ಇತರ ರಹಸ್ಯ ವಂಚನೆಯ ವಿಧಾನಗಳಂತೆ, ಪ್ರಚಾರವು ಸಾಮಾನ್ಯವಾಗಿ ಅನೈತಿಕವಾಗಿರುತ್ತದೆ ಏಕೆಂದರೆ ಅದು ವಿಧ್ವಂಸಕವಾಗಿದೆ; ಇದು ವ್ಯಕ್ತಿಯ ಮುಕ್ತ ಇಚ್ಛೆ ಮತ್ತು ಸಮುದಾಯವನ್ನು ಕುಸಿಯುವಂತೆ ಮಾಡಲು ಕೆಟ್ಟ ಅಥವಾ ಸುಪ್ತಾವಸ್ಥೆಯ ಮೂಲಕ ಮಾಡುವ ಪ್ರಯತ್ನವಾಗಿದೆ.

ನರ-ಭಾಷಾ ಕಾರ್ಯಕ್ರಮ

ನರ-ಭಾಷಾ ಕಾರ್ಯಕ್ರಮ ಅಥವಾ ಎನ್. ಎಲ್. ಪಿ ಎಂಬುದು ನವಯುಗದ ಮತ್ತು ಸ್ವಯಂ-ಸಹಾಯ ಚಳುವಳಿಗಳಿಂದ ಜನಪ್ರಿಯಗೊಂಡ ಸಂವಹನ, ಸ್ವಯಂ-ಸುಧಾರಣೆ ಮತ್ತು ನಡವಳಿಕೆಯ ಬದಲಾವಣೆಯಲ್ಲಿ ಬಳಸುವ ವಿಧಾನಗಳ ಒಂದು ಸಮೂಹವಾಗಿದೆ. ಎನ್. ಎಲ್. ಪಿ ಮೇಲ್ನೋಟಕ್ಕೆ ಎರಡು ಗುರಿಗಳನ್ನು ಹೊಂದಿದೆ. ಕೆಟ್ಟ ಅಭ್ಯಾಸಗಳನ್ನು ಗೆಲ್ಲಲು, ಹೆಚ್ಚು ಉತ್ಪಾದಕವಾಗಲು ಮತ್ತು ಇತ್ಯಾದಿಗಳಿಗಾಗಿ ಮನಸ್ಸಿಗೆ ತರಬೇತಿ ನೀಡಲು ನೀವು ಇದನ್ನು ಬಳಸಬಹುದು. ಅವು ನಿಮಗೆ ಉಪಯುಕ್ತವೆಂದು ಕಂಡುಬಂದಲ್ಲಿ, ಎನ್. ಎಲ್. ಪಿ ತಂತ್ರಗಳನ್ನು ನಿಮ್ಮ ಮೇಲೆ ಬಳಸಿಕೊಳ್ಳುವಲ್ಲಿ ಯಾವುದೇ ನೈತಿಕ ಸಮಸ್ಯೆಯಿಲ್ಲ.

ಆದಾಗ್ಯೂ, ಎನ್. ಎಲ್. ಪಿ ಇತರರ ಮೇಲೆ ಮನವೊಲಿಸುವ ತಂತ್ರಗಳ ನೆಪದಲ್ಲಿ ಬಳಸಬಹುದಾದ ರಹಸ್ಯ ವಂಚನೆಯ ಪ್ರಬಲ ಸಾಧನವನ್ನು ಹೋಲುತ್ತದೆ. ಎನ್.ಎಲ್.ಪಿ ದೇಹಭಾಷೆಯ ಉದ್ದೇಶಪೂರ್ವಕ ಬಳಕೆಯನ್ನು ಒಳಗೊಂಡಿರಬಹುದು, ಉದಾಹರಣೆಗೆ 'ಮಿರರಿಂಗ್' ಅಥವಾ ಪ್ರತಿಬಿಂಬಿಸುವುದು (ಇತರರು ನಿಮ್ಮನ್ನು ಇಷ್ಟಪಡುವಂತೆ ಅಥವಾ ನಿಮ್ಮೊಂದಿಗೆ ಒಪ್ಪುವಂತೆ ಮಾಡಲು ಅವರು ಕಾಲು ಮೇಲೆ ಕಾಲು ಹಾಕಿದಾಗ ನೀವು ಹಾಗೆಯೇ ಮಾಡುವ ಮೂಲಕ ಅವರನ್ನು ಸೂಕ್ಷ್ಮವಾಗಿ ಅನುಕರಿಸುವುದು), ಚರ್ಚೆಗಳನ್ನು ನಿಮ್ಮ ಅನುಕೂಲಕ್ಕೆ ತಕ್ಕಂತೆ ಮುನ್ನಡೆಸುವುದು ಅಥವಾ ತಿರುಗಿಸುವುದು, 'ಆಂಕರಿಂಗ್' ಅಥವಾ ಲಂಗರು ಹಾಕುವುದು (ಇತರರ ಆಲೋಚನಾ ಪ್ರಕ್ರಿಯೆಗಳನ್ನು

ಮಾರ್ಗದರ್ಶನ ಮಾಡಲು ನಿರ್ದಿಷ್ಟ ಪದಗಳನ್ನು ಬಳಸುವುದು), ಸಜ್ಞೆಗಳ ವಾಕ್ಯಗಳೊಳಗೆ ಸುಪ್ತಾವಸ್ಥೆಯ ಸಲಹೆಗಳನ್ನು ಅಡಗಿಸುವುದು ಮತ್ತು ಗುರಿಯಾಗಿಟ್ಟುಕೊಂಡ ವ್ಯಕ್ತಿಯ ಮೇಲೆ ಅನಗತ್ಯ ಪ್ರಭಾವ ಬೀರಲು ನಂಬಿಕೆ ಅಥವಾ ಬಾಂಧವ್ಯವನ್ನು ಬೆಳೆಸಲು ಪ್ರಯತ್ನಿಸುವುದು.

ವಿರೋಧಾತ್ಮಕ ಸಂದರ್ಭಗಳಲ್ಲಿ, ಯಾರಾದರೂ ನಿಮ್ಮ ಮೇಲೆ ಎನ್. ಎಲ್. ಪಿ ಬಳಸಿದರೆ ನಿಮ್ಮನ್ನು ನೀವು ರಕ್ಷಿಸಿಕೊಳ್ಳಲು ಮತ್ತು ಪರಿಣಾಮಕಾರಿಯಾಗಿ ಪ್ರತಿಕ್ರಿಯಿಸಲು ಎನ್. ಎಲ್. ಪಿ ಬಗ್ಗೆ ತಿಳಿದುಕೊಳ್ಳುವುದು ಅಗತ್ಯವಾಗಿದೆ. ಎನ್. ಎಲ್. ಪಿ ತರ್ಕದ ಕೆಲವು ಪ್ರತಿಪಾದಕರು ಸಾಂಪ್ರದಾಯಿಕ ಚರ್ಚೆ ಮತ್ತು ವಾಕ್ಚಾತುರ್ಯದ ಕೌಶಲಗಳನ್ನು ಬಳಸುವುದರಿಂದ ತೃಪ್ತರಾಗುವುದಿಲ್ಲ; ತಮ್ಮ ವಾದಗಳನ್ನು ಮಂಡಿಸಲು ಅವರು ಕುತಂತ್ರದ ಮೇಲೆ ಗಮನಹರಿಸಲೇಬೇಕು. ವಿಧ್ವಂಸಕ ಎನ್. ಎಲ್. ಪಿ ವಿರುದ್ಧದ ರಕ್ಷಣೆಗಳೆಂದರೆ: ಇತರರು ನಿಮ್ಮನ್ನು ಮಧ್ಯದಲ್ಲಿ ತಡೆದಾಗ, ಪ್ರಶ್ನೆಗೆ ಉತ್ತರಿಸಲು ಬಿಡದಿದ್ದಾಗ, ವಿಷಯವನ್ನು ಬದಲಾಯಿಸಿದಾಗ ಅಥವಾ ಉದ್ದೇಶಪೂರ್ವಕವಾಗಿ ಸಂಭಾಷಣೆಯನ್ನು ದಾರಿ ತಪ್ಪಿಸಲು ಪ್ರಯತ್ನಿಸಿದಾಗ ಅದನ್ನು ದೃಢವಾಗಿ ಎತ್ತಿ ತೋರಿಸುವುದು. ಯಾರಾದರೂ ಮಾಡುತ್ತಿರುವ ಕುತಂತ್ರವನ್ನು ನೀವು ಬಹಿರಂಗವಾಗಿ ಪ್ರಶ್ನಿಸಿದಾಗ, ಅವರಿಗೆ ಇನ್ನು ಮುಂದೆ ಯಾವುದೇ ಲಾಭವಿರುವುದಿಲ್ಲ.

ಜನರನ್ನು ಆಕರ್ಷಿಸುವ ತಂತ್ರ

ಹೆಣ್ಣುಬಾಕತನ ಅಥವಾ ಪಿ.ಯು. ಎ ಎಂಬುದು ಜನಪ್ರಿಯ ಮನೋವಿಜ್ಞಾನ, ಆಟದ ಸಿದ್ಧಾಂತ ಮತ್ತು ವಿಕಸನೀಯ ಮನೋವಿಜ್ಞಾನದ ಅಂಶಗಳನ್ನು ಅವಲಂಬಿಸಿರುವ ರಹಸ್ಯ ಕುಶಲತೆಯ ತಂತ್ರಗಳ ಒಂದು ಗುಂಪಾಗಿದೆ. ಇದರ ಸಾಮಾನ್ಯ ಉದ್ದೇಶವೆಂದರೆ ವ್ಯಕ್ತಿಗಳ ದೈಹಿಕ ಲಕ್ಷಣಗಳು ಅಥವಾ ಲೈಂಗಿಕ ಶ್ರೇಣಿಯ ಆಧಾರದ ಮೇಲೆ ಗುರಿಗಳನ್ನು ನಿರ್ಧರಿಸುವುದು ಮತ್ತು ಅವರನ್ನು ಮರುಳು ಮಾಡಲು ಅಥವಾ ರಕ್ಷಿಸಲು ಪ್ರಣಯ ಸಂಗಾತಿಯಂತೆ ರಹಸ್ಯ ಬಲವಂತವನ್ನು ಬಳಸುವುದು. ಈ ಗುರಿ ತಲುಪಲು ಇರುವ ಒಂದು ಸಾಧನವೇ 'ಪಿಕ್ ಅಪ್ ಆರ್ಟಿಸ್ಟ್'. ಅಂತಿಮ ಉದ್ದೇಶವು ನಿಮ್ಮ ಸ್ವಂತ ಕಾರ್ಯಸೂಚಿಯನ್ನು ಮುಂದುವರಿಸುವುದಾಗಿರುತ್ತದೆ, ಅದು ಒಬ್ಬ ಒಳ್ಳೆಯ ಸ್ನೇಹಿತನನ್ನು ಹುಡುಕುವುದರಿಂದ ಹಿಡಿದು ಒಬ್ಬ ಅಪರಿಚಿತ ವ್ಯಕ್ತಿಯನ್ನು ಆದಷ್ಟು ಬೇಗ ಹಾಸಿಗೆಗೆ ಕರೆಯುವವರೆಗೆ ಏನಾದರೂ ಆಗಿರಬಹುದು.

ಪಿ.ಯು.ಎ ತಂತ್ರಗಳು ಆತ್ಮವಿಶ್ವಾಸ ಅಥವಾ ಸ್ವಾಭಿಮಾನದ ಸ್ಪಷ್ಟ ಪ್ರದರ್ಶನಗಳನ್ನು ಒಳಗೊಂಡಿರಬಹುದು, ಸಂಬಂಧಗಳನ್ನು ವೇಗವಾಗಿ ಬೆಳೆಸುವ ಮೂಲಕ ಇತರರು ನಿಮ್ಮನ್ನು ನಂಬುವಂತೆ ಮಾಡುವುದು, ನಿಮ್ಮ ಸ್ವಂತ ಶ್ರೇಷ್ಠತೆಯನ್ನು ಸಾಬೀತುಪಡಿಸಲು ಯಾರನ್ನಾದರೂ ಸೂಕ್ಷ್ಮವಾಗಿ ಕೆಳಮಟ್ಟಕ್ಕಿಳಿಸುವುದು ಲೈಂಗಿಕ ಅನುಭವವನ್ನು ವೇಗವಾಗಿ ತೀವ್ರಗೊಳಿಸಲು ಯಾರನ್ನಾದರೂ ಸ್ಪರ್ಶಿಸುವುದು, ನಿಮ್ಮ ಉದ್ದೇಶ ಲೈಂಗಿಕ ಸುಖವಲ್ಲ ಎಂದು ನಂಬಿಸಲು ದಾರಿ ತಪ್ಪಿಸುವುದು ಮುಂತಾದವುಗಳನ್ನು ಒಳಗೊಂಡಿರುತ್ತವೆ. ಇದನ್ನು ಬಳಸುವ ವ್ಯಕ್ತಿಯ ಉದ್ದೇಶಗಳನ್ನು ಅವಲಂಬಿಸಿ, ಪಿ.ಯು. ಎ ಸಂಪೂರ್ಣ ಸುಳ್ಳು ಹೇಳುವುದನ್ನು ಸಹ ಒಳಗೊಂಡಿರಬಹುದು.

ಅನೇಕ ಪಿ.ಯು. ಎ ವಿಮರ್ಶೆಗಳು ಸ್ತ್ರೀವಾದಿಗಳಿಂದ ಬರುತ್ತವೆ, ಅವರು ಮಹಿಳೆಯರನ್ನು ಕೇವಲ ವಸ್ತುವಾಗಿ ನೋಡುವ ಪರಭಕ್ಷಕ ಪುರುಷರು ಇದನ್ನು ಅಭ್ಯಾಸ ಮಾಡುತ್ತಾರೆ ಎಂದು ಪ್ರತಿಪಾದಿಸುತ್ತಾರೆ. ಲಿಂಗಕ್ಕೆ ಸಂಬಂಧಿಸಿದ ಸಮಸ್ಯೆಗಳು ಪಿ.ಯು. ಎ ನಲ್ಲಿ ಅಂತರ್ಗತವಾಗಿರುವ ನೈತಿಕ ಸಮಸ್ಯೆಗಳಿಗಿಂತ ಭಿನ್ನವಾಗಿವೆ ಎಂದು ನಾನು ಸೂಚಿಸುತ್ತೇನೆ, ಆದರೂ ಕೆಲವು ಪಿ.ಯು. ಎ ಅಭ್ಯಾಸಿಗಳು ಖಂಡಿತವಾಗಿಯೂ ಪರಭಕ್ಷಕ ಗುಣದವರಾಗಿರುತ್ತಾರೆ. ಹೆಚ್ಚಿನ ಪಿ.ಯು. ಎ ಅಭ್ಯಾಸಿಗಳು ಪುರುಷರು ಎಂಬುದು ನನಗೆ ತಿಳಿದಿದೆ, ಆದರೆ ಕೆಲವರು ಮಹಿಳೆಯರೂ ಇದ್ದಾರೆ.

ಇದು ಸ್ತ್ರೀವಾದ ಅಥವಾ ಪುರುಷರ ಹಕ್ಕುಗಳ ಬಗ್ಗೆ ಅಲ್ಲ. ಪಿ.ಯು. ಎ ತಂತ್ರವನ್ನು ಎರಡೂ ಲಿಂಗದವರು ಬಳಸಿದಾಗಲೂ ಅದು ಸಮಾನವಾಗಿ ಅನೈತಿಕವಾಗಿರುತ್ತದೆ ಎಂದು ನಾನು ವಾದಿಸುತ್ತೇನೆ. ಒಂದು ಲಿಂಗವು ಮತ್ತೊಂದಕ್ಕಿಂತ ಶ್ರೇಷ್ಠ ಅಥವಾ ಮೇಲುಗೈ ಹೊಂದಿರಬೇಕು ಎಂದು ಪ್ರಚಾರ ಮಾಡುವ ಯಾವುದೇ ನಂಬಿಕೆಯ ವ್ಯವಸ್ಥೆಯು ಮೂಲಭೂತವಾಗಿ ಅನೈತಿಕವಾಗಿದೆ. ಎರಡೂ ಲಿಂಗಗಳು ಪರಸ್ಪರ ಪೂರಕವಾಗಿವೆ. ಯಾವುದೇ ಲಿಂಗವು ಇನ್ನೊಂದನ್ನು ಬಲವಂತವಾಗಿ ನಿಯಂತ್ರಿಸಲು ಪ್ರಯತ್ನಿಸದಿರುವುದೇ ಸಮಾನತಾವಾದದ ಸಹಜ ಉತ್ಪನ್ನವಾಗಿದೆ.

ಪಿ.ಯು. ಎ ನ ನೈತಿಕ ಸಮಸ್ಯೆಗಳು ಸಮಾನತಾವಾದದ ವಿಫಲತೆಯಿಂದಲೇ ಪ್ರಾರಂಭವಾಗುತ್ತವೆ. ಯಾರನ್ನಾದರೂ ಸಮಾನತೆಯಿಂದ ಅಥವಾ ಮಾನವ ಘನತೆಯಿಂದ ನೋಡುವ ಬದಲು,

ನೀವು ಶ್ರೇಷ್ಠತೆಯ ಭಾವನೆಯಿಂದ ಮತ್ತು ಅವರ ತುಲನಾತ್ಮಕ ಮೌಲ್ಯದ ಬಾಹ್ಯ ಮೌಲ್ಯಮಾಪನದೊಂದಿಗೆ ಅವರನ್ನು ಸಮೀಪಿಸುತ್ತೀರಿ. ನಿಮ್ಮ ಮನೋವಿಜ್ಞಾನದ ಶ್ರೇಷ್ಠ ಜ್ಞಾನವನ್ನು ಬಳಸಿಕೊಂಡು, ನಿಮ್ಮ ಗುಟ್ಟನ್ನು ಬಿಟ್ಟುಕೊಡದೆ ಅವರಿಂದ ನೀವು ಏನನ್ನು ಕಲಿಯಬಹುದು ಅಥವಾ ಅವರನ್ನು ಹೇಗೆ ಬಳಸಿಕೊಳ್ಳಬಹುದು ಅಥವಾ ಪ್ರಭಾವಿಸಬಹುದು ಎಂಬುದರ ಬಗ್ಗೆ ಮಾತ್ರ ನೀವು ಯೋಚಿಸುತ್ತೀರಿ. ನೀವು ಪಿ.ಯು.ಎ ಬಳಕೆಯಲ್ಲಿ ಪರಭಕ್ಷಕರಲ್ಲದಿದ್ದರೂ ಸಹ, ಈ ಅಭ್ಯಾಸವು ಇತರರ ಮೇಲೆ ರಹಸ್ಯ ನಿಯಂತ್ರಣವನ್ನು ಹೊಂದುವುದನ್ನು ಒಳಗೊಂಡಿರುತ್ತದೆ; ಮತ್ತು ಕಡಿಮೆ ನೈತಿಕತೆ ಹೊಂದಿರುವ ಅಭ್ಯಾಸಿಗಳಿಗೆ, ಇದು ಇನ್ನೊಬ್ಬರ ಹಿತಾಸಕ್ತಿಯನ್ನು ಬಲಿಗೊಟ್ಟು ಅಧಿಕಾರ ಚಲಾಯಿಸುವುದಾಗಿರುತ್ತದೆ.

ಸಂಗಾತಿಗಳನ್ನು ಹುಡುಕುವುದು ಕಷ್ಟಕರವಾಗಿರಬಹುದು ಮತ್ತು ಪ್ರಣಯ ಪ್ರಕ್ರಿಯೆಗಳನ್ನು ನಿಯಂತ್ರಿಸಲು ವಿವಿಧ ಬಾಹ್ಯ ಮತ್ತು ಸಾಮಾಜಿಕ ನಿಯಮಗಳಿವೆ ಎಂಬುದನ್ನು ನಾನು ಒಪ್ಪುತ್ತೇನೆ. ಆದರೆ, ನಿಮ್ಮ ಆಸೆಗಳ ಬಗ್ಗೆ ಪ್ರಾಮಾಣಿಕವಾಗಿ ಮತ್ತು ದೃಢವಾಗಿರುವುದು ನೈತಿಕತೆ ಮತ್ತು ಉತ್ತಮ ವ್ಯಕ್ತಿತ್ವದ ಲಕ್ಷಣವಾಗಿದೆ ಎಂಬ ಸತ್ಯವನ್ನು ಇದು ಬದಲಿಸುವುದಿಲ್ಲ. ಇತರರನ್ನು ವಂಚಿಸಲು ಮತ್ತು ಗುಪ್ತ ಮಾರ್ಗಗಳ ಮೂಲಕ ಅವರನ್ನು "ಆಟವಾಡಿಸಲು" ಅಥವಾ ಅವರಿಗೆ ರಕ್ಷಣೆಯ ಸುಳ್ಳು ಭರವಸೆ ನೀಡಿ ಮರುಳು ಮಾಡುವುದು ಸರಿಯಲ್ಲ. ಪಿ.ಯು. ಎ ತಂತ್ರಗಳು ಕೆಲಸ ಮಾಡುತ್ತವೆ ಎನ್ನುವುದು ಮಾನವಕುಲದ ಪ್ರಸ್ತುತ ಬೌದ್ಧಿಕ ಮತ್ತು ನೈತಿಕ ಸ್ಥಿತಿಯ ವಿಷಾದನೀಯ ಪ್ರತಿಬಿಂಬವಾಗಿದೆ.

ಗುಪ್ತ ಕುತಂತ್ರದ ತಂತ್ರಗಳ ವಿರುದ್ಧ ರಕ್ಷಣಾತ್ಮಕ ತಂತ್ರಗಳು

ರಹಸ್ಯ ಕುಶಲತೆಯ ತಂತ್ರಗಳು ಅಸ್ತಿತ್ವದಲ್ಲಿವೆ ಮತ್ತು ಅವು ಸಮಾಜದಲ್ಲಿ ಸಾಮಾನ್ಯ ಎಂಬ ಸತ್ಯವನ್ನು ಮೊದಲು ಗುರುತಿಸುವುದು ಅವುಗಳ ವಿರುದ್ಧದ ಮೊದಲ ರಕ್ಷಣಾ ಕವಚವಾಗಿದೆ. ನಾನು ವೈಚಾರಿಕ ದೃಷ್ಟಿಕೋನವನ್ನು ಬೆಂಬಲಿಸುತ್ತೇನೆಯೇ ಹೊರತು, ನಿರಾಶಾವಾದಿ ಅಥವಾ ಕುಹಕದ ಜಾಗತಿಕ ದೃಷ್ಟಿಕೋನವನ್ನಲ್ಲ. ಪ್ರತಿಯೊಬ್ಬರೂ ಪ್ರಾಮಾಣಿಕರಾಗಿ, ದೃಢವಾಗಿ ಅಥವಾ ಪಾರದರ್ಶಕವಾಗಿ ಇರುವುದಿಲ್ಲ; ಮತ್ತು ಅನೇಕ ವ್ಯಕ್ತಿಗಳು, ಕಂಪನಿಗಳು ಹಾಗೂ ಸರ್ಕಾರಗಳು ತಮ್ಮದೇ ಆದ ರಹಸ್ಯ ಕಾರ್ಯಸೂಚಿಗಳನ್ನು ಜಾರಿಗೆ ತರಲು ಪ್ರಯತ್ನಿಸುತ್ತವೆ.

ಈ ತಂತ್ರಗಳು ನಿಮ್ಮ ಮೇಲೆ ಪ್ರಯೋಗಿಸಲ್ಪಟ್ಟಾಗ ಅಥವಾ ಮಾಧ್ಯಮಗಳು ಅವುಗಳನ್ನು ಬಳಸುವುದನ್ನು ನೀವು ಕಂಡಾಗ, ಅವುಗಳನ್ನು ಅರ್ಥಮಾಡಿಕೊಳ್ಳಲು ಮತ್ತು ಗುರುತಿಸಲು ಇರುವ ಎರಡನೇ ರಕ್ಷಣಾ ಸಾಲೆಂದರೆ ಲಭ್ಯವಿರುವ ಎಲ್ಲಾ ತಂತ್ರಗಳನ್ನು ಆಳವಾಗಿ ಸಂಶೋಧಿಸುವುದು. ನಾವು ಒಪ್ಪದ ವಿಷಯಗಳ ಬಗ್ಗೆಯೂ ಸಹ ನಾವು ಆಲೋಚಿಸಬೇಕು. ಪ್ರಚಾರದಂತಹ ರಹಸ್ಯ ಶೋಷಣೆಯ ಕೆಲವು ವಿಧಾನಗಳು ಹೆಚ್ಚು ಕಡಿಮೆ ಪರೋಕ್ಷವಾಗಿರುತ್ತವೆ. ನೀವು ಕುಶಲತೆಯ ಮೂಲದೊಂದಿಗೆ ನೇರವಾಗಿ ಸಂವಹನ ನಡೆಸುತ್ತಿರುವುದಿಲ್ಲ, ಆದರೆ ಅದು ಪಡೆಯುವ ರೂಪಗಳನ್ನು ಇನ್ನೂ ಗುರುತಿಸಬಹುದು.

ಯಾರಾದರೂ ಸಂಭಾಷಣೆಯನ್ನು ದಾರಿ ತಪ್ಪಿಸುತ್ತಿದ್ದಾರೆ, ನಿಮ್ಮನ್ನು ಒಪ್ಪಿಸಲು ಪ್ರಯತ್ನಿಸುತ್ತಿದ್ದಾರೆ, ನಿಮ್ಮ ವೈಯಕ್ತಿಕ ಜಾಗವನ್ನು ಅತಿಕ್ರಮಿಸುತ್ತಿದ್ದಾರೆ ಅಥವಾ ನಿಮಗೆ ಇಷ್ಟವಿಲ್ಲದ ವಿಷಯದ ಕಡೆಗೆ ನಿಮ್ಮನ್ನು ಸೆಳೆಯುತ್ತಿದ್ದಾರೆ ಎಂದು ನೀವು ನಂಬಿದರೆ, ದೃಢವಾದ ಸಂವಹನವು ಎನ್. ಎಲ್. ಪಿ ಅಥವಾ ಪಿ.ಯು. ಎ ತಂತ್ರಗಳ ವಿರುದ್ಧ ನಿಮ್ಮನ್ನು ರಕ್ಷಿಸಲು ಸಹಾಯ ಮಾಡುತ್ತದೆ. ಪರಭಕ್ಷಕರಿಂದ ಮತ್ತು ಕುಶಲಕರ್ಮಿಗಳಿಂದ ನಿಮ್ಮನ್ನು ರಕ್ಷಿಸಿಕೊಳ್ಳಲು ಸ್ಪಷ್ಟವಾದ ವೈಯಕ್ತಿಕ ಗಡಿಗಳನ್ನು ಹೊಂದಿರುವುದು ಕೂಡ ಒಂದು ಉತ್ತಮ ಆಲೋಚನೆಯಾಗಿದೆ.

ಅಧ್ಯಾಯ ಐದು

ಕತ್ತಲೆ ಮನೋವಿಜ್ಞಾನದ ವಿಶ್ಲೇಷಣೆ

ಕರಾಳ ಮನೋವಿಜ್ಞಾನವು ಮಾನವಕುಲವು ಯಾವುದೇ ಸುಸಂಬದ್ಧ ತರ್ಕವಿಲ್ಲದೆ ಇತರರ ವಿರುದ್ಧ ದುರುದ್ದೇಶದ ಸೆಲೆಯನ್ನು ಹೊಂದಿದೆ ಎಂದು ನಂಬುತ್ತದೆ. ಇದು ಅತ್ಯಂತ ಕಡಿಮೆ ಅಡ್ಡಿಪಡಿಸುವ ಮತ್ತು ಕ್ಷಣಿಕ ಆಲೋಚನೆಗಳಿಂದ ಹಿಡಿದು ಸಂಪೂರ್ಣ ಮನೋವಿಕೃತ ವಿಚಲಿತ ಕ್ರಿಯೆಗಳವರೆಗೆ ಇರುತ್ತದೆ. ಇದನ್ನು 'ನೆರಳಿನ ವರ್ಣಪಟಲ' ಎಂದು ಕರೆಯಲಾಗುತ್ತದೆ. ಒಬ್ಬ ವ್ಯಕ್ತಿಯ ಘೋರ ಕೃತ್ಯಗಳು ಈ ಕರಾಳ ವರ್ಣಪಟಲದ ಎಲ್ಲಿ ಬೀಳುತ್ತವೆ ಎಂಬುದನ್ನು ಮತ್ತು 'ಕರಾಳ ಏಕರೂಪತೆ'ಯನ್ನು ತಲುಪಲು ವೇಗವರ್ಧಕವಾಗಿ ಅಥವಾ ಆಕರ್ಷಕವಾಗಿ ಕಾರ್ಯನಿರ್ವಹಿಸುವ ಅಂಶಗಳನ್ನು ಕರಾಳ ಮನೋವಿಜ್ಞಾನವು 'ಕರಾಳ ಅಂಶ' ಎಂದು ಕರೆಯುತ್ತದೆ.

ಕರಾಳ ಮನೋವಿಜ್ಞಾನವು ಈ ಲೇಖಕರು ಹದಿನೈದು ವರ್ಷಗಳಿಂದ ಸಂಶೋಧಿಸುತ್ತಿರುವ ವಿಷಯವಾಗಿದೆ. ಇತ್ತೀಚೆಗಷ್ಟೇ ಮಾನವ ಅನುಭವದ ಈ ಭಾಗದ ಅರ್ಥ, ಸಿದ್ಧಾಂತ ಮತ್ತು ಮನೋವಿಜ್ಞಾನವನ್ನು ಅಂತಿಮವಾಗಿ ರೂಪಿಸಲಾಯಿತು. ಕರಾಳ ಮನೋವಿಜ್ಞಾನವು ನಮ್ಮೊಳಗಿನ ಕರಾಳ ಗುಣಗಳಿಗೆ ಹೋಲಿಸಿದರೆ ನಮ್ಮನ್ನು ನಾವಾಗಿಸಿರುವ ಎಲ್ಲವನ್ನೂ ಒಳಗೊಂಡಿದೆ. ಎಲ್ಲಾ ಸಂಸ್ಕೃತಿಗಳಲ್ಲಿ, ಎಲ್ಲಾ ಧರ್ಮಗಳಲ್ಲಿ ಮತ್ತು ಎಲ್ಲಾ ಮಾನವಕುಲದಲ್ಲಿ ಈ ಸುಪ್ರಸಿದ್ಧ ಕಾಯಿಲೆಯು ಅಡಗಿದೆ. ನಾವು ಹುಟ್ಟಿದ ಕ್ಷಣದಿಂದ ಸಾಯುವವರೆಗೂ ನಮ್ಮೊಳಗೆ ಹೊಂಚು ಹಾಕುತ್ತಿರುವ ಒಂದು ಬದಿಯಿದೆ, ಇದನ್ನು ಕೆಲವರು ಕೆಡುಕು ಎಂದು ಕರೆದರೆ, ಇನ್ನು ಕೆಲವರು ಅಪರಾಧದ ವಿಚಲಿತತೆ ಮತ್ತು ರೋಗಗ್ರಸ್ತ ಲಕ್ಷಣ ಎಂದು ಬಣ್ಣಿಸಿದ್ದಾರೆ. ಕರಾಳ ಮನೋವಿಜ್ಞಾನವು ಮೂರನೇ ಮನೋವೈಜ್ಞಾನಿಕ ವಂಚನೆಯ

ಕೆಲಸವನ್ನು ಪರಿಚಯಿಸುತ್ತದೆ, ಇದು ಧಾರ್ಮಿಕ ಸಿದ್ಧಾಂತಗಳು ಮತ್ತು ಮುಖ್ಯವಾಹಿನಿಯ ಸಮಾಜ ವಿಜ್ಞಾನದ ಸಿದ್ಧಾಂತಗಳಿಗಿಂತ ಭಿನ್ನವಾಗಿ ಈ ಪದ್ಧತಿಗಳನ್ನು ಸಮೀಪಿಸುತ್ತದೆ.

ಕರಾಳ ಮನೋವಿಜ್ಞಾನವು ಇಂತಹ ಕೃತ್ಯಗಳನ್ನು ವ್ಯಕ್ತಿಗಳು ಯಾವುದೇ ಪ್ರಭಾವ, ಸಂಪತ್ತು, ಲೈಂಗಿಕತೆ, ಸೇಡು ಅಥವಾ ಯಾವುದೇ ಇತರ ತಿಳಿದಿರುವ ಉದ್ದೇಶಗಳಿಗಾಗಿ ಮಾಡುವುದಿಲ್ಲ ಎಂದು ನಂಬುತ್ತದೆ. ಯಾವುದೇ ನಿರ್ದಿಷ್ಟ ಗುರಿಯಿಲ್ಲದೆಯೂ ಅವರು ಇಂತಹ ಭಯಾನಕ ಕೃತ್ಯಗಳನ್ನು ಎಸಗುತ್ತಾರೆ. ಸಂಕ್ಷಿಪ್ತವಾಗಿ ಹೇಳುವುದಾದರೆ, ಅವರ ಅಂತಿಮ ಉದ್ದೇಶಗಳು ಅವರು ಬಳಸುವ ಮಾರ್ಗಗಳನ್ನು ಸಮರ್ಥಿಸುವುದಿಲ್ಲ. ಕೇವಲ ಅಂತಹ ಕೃತ್ಯವೆಸಗುವ ಉದ್ದೇಶಕ್ಕಾಗಿಯೇ ಇತರರನ್ನು ಹಿಂಸಿಸುವ ಮತ್ತು ಕೊಲ್ಲುವ ವ್ಯಕ್ತಿಗಳಿದ್ದಾರೆ. ಈ ಸಾಮರ್ಥ್ಯವು ನಮ್ಮೆಲ್ಲರ ಒಳಗೂ ಇದೆ. ಯಾವುದೇ ಕಾರಣ, ವಿವರಣೆ ಅಥವಾ ಉದ್ದೇಶವಿಲ್ಲದೆ ಇತರರಿಗೆ ಹಾನಿ ಮಾಡುವ ಸಾಧ್ಯತೆಯ ಬಗ್ಗೆ ಲೇಖಕರು ಇಲ್ಲಿ ಚರ್ಚಿಸುತ್ತಾರೆ. ಈ ಕರಾಳ ಸಾಮರ್ಥ್ಯವನ್ನು ವಿವರಿಸುವುದು ಅತ್ಯಂತ ಸಂಕೀರ್ಣ ಮತ್ತು ಸವಾಲಿನ ಕೆಲಸ ಎಂದು ಕರಾಳ ಮನೋವಿಜ್ಞಾನವು ನಂಬುತ್ತದೆ.

ನಮ್ಮೆಲ್ಲರಿಗೂ ಪರಭಕ್ಷಕ ವರ್ತನೆಯ ಸಾಮರ್ಥ್ಯವಿದೆ ಮತ್ತು ನಮ್ಮ ಭಾವನೆಗಳು, ಸಂವೇದನೆಗಳು ಹಾಗೂ ನಂಬಿಕೆಗಳು ಈ ಸಾಮರ್ಥ್ಯದ ಕಡೆಗೆ ಒಲವು ಹೊಂದಿವೆ ಎಂದು ಕರಾಳ ಮನೋವಿಜ್ಞಾನವು ನಂಬುತ್ತದೆ. ಈ ಹಸ್ತಪ್ರತಿಯಲ್ಲಿ ನೀವು ಓದಿದಂತೆ, ನಮ್ಮೆಲ್ಲರಿಗೂ ಈ ಸಾಮರ್ಥ್ಯವಿದೆ, ಆದರೆ ನಮ್ಮಲ್ಲಿ ಕೆಲವರು ಮಾತ್ರ ಅದರಂತೆ ನಡೆದುಕೊಳ್ಳುತ್ತಾರೆ. ಯಾವುದೋ ಒಂದು ಸಂದರ್ಭದಲ್ಲಿ, ನಾವಿಬ್ಬರೂ ಕ್ರೂರವಾಗಿ ವರ್ತಿಸಬೇಕೆಂಬ ಆಲೋಚನೆ ಮತ್ತು ಭಾವನೆಗಳನ್ನು ಹೊಂದಿರುತ್ತೇವೆ. ಯಾವುದೇ ಕರುಣೆಯಿಲ್ಲದೆ ಜನರಿಗೆ ತೀವ್ರವಾಗಿ ಹಾನಿ ಮಾಡಬೇಕೆಂಬ ಆಲೋಚನೆಗಳು ನಮ್ಮೆಲ್ಲರಿಗೂ ಬಂದಿರುತ್ತವೆ. ನೀವು ನಿಮ್ಮೊಂದಿಗೆ ಪ್ರಾಮಾಣಿಕವಾಗಿದ್ದರೆ, ನಾವೆಲ್ಲರೂ ಘೋರ ಕೃತ್ಯಗಳನ್ನು ಎಸಗಬೇಕೆಂಬ ಆಲೋಚನೆ ಮತ್ತು ಭಾವನೆಗಳನ್ನು ಹೊಂದಿದ್ದೆವು ಎಂಬುದನ್ನು ನೀವು ಒಪ್ಪಿಕೊಳ್ಳಲೇಬೇಕು.

ನಾವು ನಮ್ಮನ್ನು ದಯಾಮಯ ಜೀವಿಗಳು ಎಂದು ಪರಿಗಣಿಸಿದರೂ, ಇಂತಹ ಆಲೋಚನೆಗಳು ಮತ್ತು ಭಾವನೆಗಳು ಅಸ್ತಿತ್ವದಲ್ಲಿಲ್ಲ ಎಂದು

ಭಾವಿಸಲು ನಾವು ಬಯಸುತ್ತೇವೆ. ದುರದೃಷ್ಟವಶಾತ್, ನಮ್ಮೆಲ್ಲರಿಗೂ ಇಂತಹ ಆಲೋಚನೆಗಳು ಬರುತ್ತವೆ, ಮತ್ತು ಸುದೈವವಶಾತ್ ನಾವು ಎಂದಿಗೂ ಅವುಗಳಂತೆ ವರ್ತಿಸುವುದಿಲ್ಲ. ಕರಾಳ ಮನೋವಿಜ್ಞಾನವು ಸೂಚಿಸುವಂತೆ, ಇತರರಂತೆಯೇ ಭಾವನೆಗಳು, ಸಂವೇದನೆಗಳು ಮತ್ತು ಅನುಭವಗಳನ್ನು ಹೊಂದಿರುವ ಕೆಲವು ವ್ಯಕ್ತಿಗಳು ಅವುಗಳನ್ನು ಪೂರ್ವಯೋಜಿತವಾಗಿ ಅಥವಾ ಆವೇಶದ ರೀತಿಯಲ್ಲಿ ಕಾರ್ಯರೂಪಕ್ಕೆ ತರುತ್ತಾರೆ. ಇಲ್ಲಿನ ಸ್ಪಷ್ಟ ವ್ಯತ್ಯಾಸವೆಂದರೆ, ಇವರು ಈ ಭಾವನೆಗಳ ಮೇಲೆ ಕಾರ್ಯನಿರ್ವಹಿಸುತ್ತಾರೆ, ಆದರೆ ಇತರರು ಕೇವಲ ಅಂತಹ ಕ್ಷಣಿಕ ಆಲೋಚನೆ ಮತ್ತು ಭಾವನೆಗಳನ್ನು ಹೊಂದಿರುತ್ತಾರೆ.

ಈ ರೀತಿಯ ಪರಭಕ್ಷಕ ವ್ಯಕ್ತಿಯು ಉದ್ದೇಶಪೂರ್ವಕವಾಗಿರುತ್ತಾನೆ ಮತ್ತು ಯಾವುದೋ ಒಂದು ತಾರ್ಕಿಕ, ಗುರಿ-ಆಧಾರಿತ ಪ್ರೇರಣೆಯನ್ನು ಹೊಂದಿರುತ್ತಾನೆ ಎಂದು ಕರಾಳ ಮನೋವಿಜ್ಞಾನವು ನಂಬುತ್ತದೆ.

ಧರ್ಮ, ತತ್ವಶಾಸ್ತ್ರ, ಮನೋವಿಜ್ಞಾನ ಮತ್ತು ಇತರ ಸಿದ್ಧಾಂತಗಳು ಕರಾಳಮನೋವಿಜ್ಞಾನವನ್ನುಸುಸಂಬದ್ಧವಾಗಿನಿರೂಪಿಸಲುಪ್ರಯತ್ನಿಸಿವೆ. ಕೆಟ್ಟ ಕೃತ್ಯಗಳಿಗೆ ಸಂಬಂಧಿಸಿದ ಹೆಚ್ಚಿನ ಮಾನವ ನಡವಳಿಕೆಗಳು ಉದ್ದೇಶಪೂರ್ವಕ ಮತ್ತು ಗುರಿ-ಆಧಾರಿತವಾಗಿರುತ್ತವೆ ಎಂಬುದು ನಿಜ, ಆದರೆ ಉದ್ದೇಶಿತ ನಡವಳಿಕೆ ಮತ್ತು ಗುರಿ-ಆಧಾರಿತ ಪ್ರೇರಣೆಗಳು ಅಸ್ಪಷ್ಟವಾಗಿ ಕಂಡುಬರುವಂತಹ ಒಂದು ಪರಿಸರ ಅಸ್ತಿತ್ವದಲ್ಲಿದೆ ಎಂದು ಕರಾಳ ಮನೋವಿಜ್ಞಾನವು ಊಹಿಸುತ್ತದೆ. ಕರಾಳ ಮನೋವಿಜ್ಞಾನದ ಬಲಿಪಶುವಾಗುವಿಕೆಯಲ್ಲಿ ಒಂದು ವರ್ಣಪಟಲವಿದ್ದು, ಅದು ಯಾವುದೇ ಸ್ಪಷ್ಟ ತರ್ಕ ಅಥವಾ ಉದ್ದೇಶವನ್ನು ಮೀರಿ, ಕೇವಲ ಆಲೋಚನೆಗಳಿಂದ ಹಿಡಿದು ಸಂಪೂರ್ಣ ಮನೋವಿಕೃತ ವಿಚಲಿತತೆಯವರೆಗೆ ವ್ಯಾಪಿಸಿದೆ. ಈ ನಿರಂತರ ಶ್ರೇಣಿಯಾದ 'ಕರಾಳ ವರ್ಣಪಟಲ'ವು ಕರಾಳ ಮನೋವಿಜ್ಞಾನದ ಸಿದ್ಧಾಂತವನ್ನು ಅರ್ಥಮಾಡಿಕೊಳ್ಳಲು ಸಹಾಯ ಮಾಡುತ್ತದೆ.

ಪರಭಕ್ಷಕ ಕ್ರಿಯೆಗಳಿಗೆ ಅವಕಾಶ ನೀಡುವ ಮತ್ತು ಅವುಗಳನ್ನು ಪ್ರೇರೇಪಿಸುವ ಮಾನವನ ಮಾನಸಿಕ ಸ್ಥಿತಿ ಅಥವಾ ಸಾರ್ವತ್ರಿಕ ಮಾನವ ಸ್ಥಿತಿಯ ಬಗ್ಗೆ ಕರಾಳ ಮನೋವಿಜ್ಞಾನವು ಚರ್ಚಿಸುತ್ತದೆ. ಕೆಲವು ಉದಾಹರಣೆಗಳಲ್ಲಿ, ಸ್ಪಷ್ಟವಾದ ತಾರ್ಕಿಕ ಪ್ರೇರಣೆಯ ಕೊರತೆ, ಅದರ ಸಾರ್ವತ್ರಿಕತೆ ಮತ್ತು ಅದರ ಅನಿರೀಕ್ಷಿತತೆಯು ಈ ನಡವಳಿಕೆಯ ಪ್ರವೃತ್ತಿಯ ಕೆಲವು ಲಕ್ಷಣಗಳಾಗಿವೆ. ಈ ಪ್ರಾಥಮಿಕ ಮಾನವ ಸ್ಥಿತಿಯು

ವಿಕಾಸದ ಒಂದು ವಿಶಿಷ್ಟ ಭಾಗ ಅಥವಾ ವಿಕಾಸದ ವಿಸ್ತರಣೆ ಎಂದು ಕರಾಳ ಮನೋವಿಜ್ಞಾನವು ನಂಬುತ್ತದೆ.

ವಿಕಾಸದ ಕೆಲವು ಮೂಲಭೂತ ತತ್ವಗಳನ್ನು ನಾವು ಗಮನಿಸೋಣ. ಮೊದಲನೆಯದಾಗಿ, ನಾವು ಇತರ ಪ್ರಾಣಿಗಳಿಂದ ವಿಕಸನಗೊಂಡಿದ್ದೇವೆ ಮತ್ತು ಪ್ರಸ್ತುತ ಎಲ್ಲಾ ಪ್ರಾಣಿ ಸಂಕುಲಕ್ಕೆ ಮಾದರಿಯಾಗಿದ್ದೇವೆ ಎಂಬುದನ್ನು ನೆನಪಿಡಿ. ನಮ್ಮ ಮೆದುಳಿನ ಮುಂಭಾಗದ ಹಾಲೆ ನಮಗೆ ಸರ್ವಶ್ರೇಷ್ಠ ಜೀವಿಗಳಾಗಲು ಅವಕಾಶ ಮಾಡಿಕೊಟ್ಟಿತು. ಸರ್ವಶ್ರೇಷ್ಠ ಜೀವಿಗಳಾಗಿರುವುದು ನಮ್ಮನ್ನು ನಮ್ಮ ಪ್ರಾಣಿ ಸಹಜ ಪ್ರವೃತ್ತಿಗಳಿಂದ ಮತ್ತು ಪರಭಕ್ಷಕ ಸ್ವಭಾವದಿಂದ ಸಂಪೂರ್ಣವಾಗಿ ದೂರವಿಡುವುದಿಲ್ಲ ಎಂದು ನಾವು ಭಾವಿಸೋಣ. ನೀವು ವಿಕಾಸವಾದವನ್ನು ನಂಬುವುದಾದರೆ ಮತ್ತು ಎಲ್ಲಾ ಕ್ರಿಯೆಗಳು ಮೂರು ಪ್ರಾಥಮಿಕ ಪ್ರವೃತ್ತಿಗಳಿಗೆ ಸಂಬಂಧಿಸಿವೆ ಎಂದು ಊಹಿಸುವುದಾದರೆ: ಲೈಂಗಿಕತೆ, ಆಕ್ರಮಣಶೀಲತೆ ಮತ್ತು ಆತ್ಮರಕ್ಷಣೆಯ ಸಹಜ ಬಯಕೆ ಇವು ಮಾನವನ ಮೂರು ಪ್ರಮುಖ ಪ್ರೇರಣೆಗಳಾಗಿವೆ. ವಿಕಾಸವು ಪ್ರಭೇದಗಳ ಉಳಿವಿಕೆ ಮತ್ತು ಸಂತಾನೋತ್ಪತ್ತಿಯ ಪರಿಕಲ್ಪನೆಗಳನ್ನು ಅನುಸರಿಸುತ್ತದೆ. ನಾವು ಇತರ ಎಲ್ಲಾ ಜೀವಿಗಳಂತೆ ಸಂತಾನೋತ್ಪತ್ತಿ ಮಾಡಲು ಮತ್ತು ಬದುಕಲು ಒಂದು ನಿರ್ದಿಷ್ಟ ರೀತಿಯಲ್ಲಿ ವರ್ತಿಸುತ್ತೇವೆ. ನಮ್ಮ ಪ್ರದೇಶವನ್ನು ಗುರುತಿಸಲು, ನಮ್ಮ ಪ್ರದೇಶವನ್ನು ರಕ್ಷಿಸಲು ಮತ್ತು ಅಂತಿಮವಾಗಿ ಸಂತಾನೋತ್ಪತ್ತಿಯ ಹಕ್ಕನ್ನು ಪಡೆದುಕೊಳ್ಳುವ ಉದ್ದೇಶಕ್ಕಾಗಿ ಹಿಂಸೆ ಸಂಭವಿಸುತ್ತದೆ. ಇದು ಕೇಳಲು...

ತಾರ್ಕಿಕವಾಗಿದೆ, ಆದರೆ ಇದು ಇನ್ನು ಮುಂದೆ ಶುದ್ಧ ಅರ್ಥದಲ್ಲಿ ಮಾನವ ಸ್ಥಿತಿಯ ಭಾಗವಾಗಿ ಉಳಿದಿಲ್ಲ. ಈ ಕರಾಳ ಬದಿಯು ಊಹಿಸಲೂ ಅಸಾಧ್ಯವಾದುದು ಎಂದು ಕರಾಳ ಮನೋವಿಜ್ಞಾನವು ಪದೇ ಪದೇ ನಂಬುತ್ತದೆ. ಇಂತಹ ಅಪಾಯಕಾರಿ ಪ್ರಚೋದನೆಗಳ ಮೇಲೆ ಯಾರು ಕಾರ್ಯನಿರ್ವಹಿಸುತ್ತಾರೆ ಎಂಬ ಅರಿವಿನ ವಿಷಯದಲ್ಲಿ ಇದು ಅನಿರೀಕ್ಷಿತವಾಗಿದೆ, ಮತ್ತು ಇತರರು ತಮ್ಮ ಕರುಣೆಯ ಭಾವನೆಯನ್ನು ಸಂಪೂರ್ಣವಾಗಿ ತೊರೆದು ಎಷ್ಟು ಹಂತದವರೆಗೆ ಹೋಗಬಲ್ಲರು ಎಂಬುದರ ಕುರಿತು ಇದು ಇನ್ನೂ ಹೆಚ್ಚು ಅನಿರೀಕ್ಷಿತವಾಗಿದೆ. ಯಾವುದೇ ಕಾರಣ ಅಥವಾ ಉದ್ದೇಶವಿಲ್ಲದೆ ಅತ್ಯಾಚಾರ, ಕೊಲೆ ಮತ್ತು ಚಿತ್ರಹಿಂಸೆ ನೀಡುವ ಜನರಿದ್ದಾರೆ. ಮಾನವ ಶಿಕಾರಿಯನ್ನು ಹುಡುಕುವ ಪರಭಕ್ಷಕನಂತೆ

ವರ್ತಿಸುವ, ಯಾವುದೇ ನಿರ್ದಿಷ್ಟ ಉದ್ದೇಶಗಳಿಲ್ಲದ ಇಂತಹ ಕೃತ್ಯಗಳ ಬಗ್ಗೆ ಕರಾಳ ಮನೋವಿಜ್ಞಾನವು ಮಾತನಾಡುತ್ತದೆ. ಮಾನವರಾಗಿ, ನಮಗೆ ನಾವೇ ಮತ್ತು ಇತರ ಯಾವುದೇ ಜೀವಿಗಳಿಗೆ ನಾವು ಅತ್ಯಂತ ಅಪಾಯಕಾರಿ. ಇದಕ್ಕೆ ಹಲವಾರು ವಿವರಣೆಗಳಿವೆ ಮತ್ತು ಕರಾಳ ಮನೋವಿಜ್ಞಾನವು ಕೆಲವು ಅಪಾಯಕಾರಿ ಘಟಕಗಳನ್ನು ಪರೀಕ್ಷಿಸಲು ಪ್ರಯತ್ನಿಸುತ್ತದೆ. ಓದುಗರು ಕರಾಳ ಮನೋವಿಜ್ಞಾನವನ್ನು ಎಷ್ಟು ಹೆಚ್ಚು ಕಲ್ಪಿಸಿಕೊಳ್ಳಬಲ್ಲರೋ, ಅಷ್ಟು ಹೆಚ್ಚಾಗಿ ಅವರು ಮಾನವ ಪರಭಕ್ಷಕರಿಂದ ಬಲಿಪಶುವಾಗುವ ಅಪಾಯವನ್ನು ಕಡಿಮೆ ಮಾಡಲು ಸಿದ್ಧರಾಗುತ್ತಾರೆ. ಮುಂದೆ ಮುಂದುವರಿಯುವ ಮೊದಲು ಕರಾಳ ಮನೋವಿಜ್ಞಾನದ ಬಗ್ಗೆ ಕನಿಷ್ಠ ಮಟ್ಟದ ತಿಳುವಳಿಕೆಯನ್ನು ಹೊಂದಿರುವುದು ಮುಖ್ಯವಾಗಿದೆ. ಈ ರಚನೆಯನ್ನು ವಿಸ್ತರಿಸುವ ಭವಿಷ್ಯದ ಹಸ್ತಪ್ರತಿಗಳಲ್ಲಿ ಈ ಲೇಖಕರು ಅತ್ಯಂತ ಪ್ರಸ್ತುತವಾದ ತತ್ವಗಳ ಬಗ್ಗೆ ಆಳವಾಗಿ ವಿವರಿಸುತ್ತಾರೆ. ಕರಾಳ ಮನೋವಿಜ್ಞಾನವನ್ನು ಮತ್ತು ಮುಂದಿನ ವಿಷಯಗಳನ್ನು ಸಂಪೂರ್ಣವಾಗಿ ಅರ್ಥಮಾಡಿಕೊಳ್ಳಲು ಅಗತ್ಯವಿರುವ ಆರು ಪರಿಕಲ್ಪನೆಗಳು ಇಲ್ಲಿವೆ:

1. ಕರಾಳ ಮನೋವಿಜ್ಞಾನವು ಮಾನವ ಅನುಭವದ ಒಂದು ಸಾರ್ವತ್ರಿಕ ಅಂಶವಾಗಿದೆ. ಇತಿಹಾಸದುದ್ದಕ್ಕೂ ಈ ಪರಿಕಲ್ಪನೆಯು ಪ್ರಭಾವ ಬೀರಿದೆ. ಮಾನವ ಸ್ಥಿತಿಯ ಈ ಮುಖವನ್ನು ಎಲ್ಲಾ ಸಂಸ್ಕೃತಿಗಳು, ಸಮುದಾಯಗಳು ಮತ್ತು ಅವುಗಳಲ್ಲಿ ವಾಸಿಸುವ ಜನರು ಉಳಿಸಿಕೊಂಡು ಬಂದಿದ್ದಾರೆ. ಅತ್ಯಂತ ದಯಾಪರರೆಂದು ಹೆಸರುವಾಸಿಯಾದ ವ್ಯಕ್ತಿಗಳಲ್ಲೂ ಈ ಕೆಟ್ಟ ಪ್ರಪಂಚದ ಆಲೋಚನೆಗಳಿರುತ್ತವೆ, ಆದರೆ ಅವರು ಎಂದಿಗೂ ಅದರಂತೆ ವರ್ತಿಸುವುದಿಲ್ಲ ಮತ್ತು ಅವರಲ್ಲಿ ಹಾನಿಕಾರಕ ಆಲೋಚನೆಗಳು ಹಾಗೂ ಭಾವನೆಗಳ ಪ್ರಮಾಣವು ಕಡಿಮೆಯಿರುತ್ತದೆ.

2. ಕರಾಳ ಮನೋವಿಜ್ಞಾನವು ಮಾನವ ಸ್ಥಿತಿಯ ಅಧ್ಯಯನವಾಗಿದೆ. ಇದು ನಿರ್ದಿಷ್ಟವಾದ, ವ್ಯಾಖ್ಯಾನಿಸಬಹುದಾದ ಉದ್ದೇಶಗಳಿಲ್ಲದೆ ಇತರರನ್ನು ಕುಶಲತೆಯಿಂದ ನಿಯಂತ್ರಿಸುವ ಅಂತರ್ಗತ ಪ್ರವೃತ್ತಿಗೆ ಸಂಬಂಧಿಸಿದ ಜನರ ಭಾವನೆಗಳು, ಸಂವೇದನೆಗಳು ಮತ್ತು ಮನೋಭಾವನೆಗಳಿಗೆ ಸಂಬಂಧಿಸಿದೆ.

   ನಡೆಸುವ ಪ್ರತಿಯೊಂದು ಕ್ರಿಯೆಯ ಹಿಂದೆಯೂ ಒಂದು ಕಾರ್ಯವಿಧಾನ, ಉದ್ದೇಶ ಮತ್ತು ಗುರಿ ಇರುತ್ತದೆ ಎಂದು

ನಂಬಲಾಗಿದ್ದರೂ, ಕರಾಳ ಮನೋವಿಜ್ಞಾನವು ಒಂದು ವಿಭಿನ್ನ ದೃಷ್ಟಿಕೋನವನ್ನು ಮಂಡಿಸುತ್ತದೆ: ಒಬ್ಬ ವ್ಯಕ್ತಿಯು "ನಿಷ್ಕಲ್ಮಶ ಕೆಡುಕಿನ" ಕರಾಳ ಸುಳಿಗೆ ಎಷ್ಟು ಹತ್ತಿರವಾಗುತ್ತಾನೋ, ಅಷ್ಟು ಅವನ ಕ್ರಿಯೆಯ ಹಿಂದೆ ಒಂದು ಪ್ರೇರಕ ಉದ್ದೇಶವಿರುವ ಸಾಧ್ಯತೆ ಕಡಿಮೆಯಿರುತ್ತದೆ. ನಿಷ್ಕಲ್ಮಶ ಕೆಡುಕು ಎಂಬುದು ಅನಂತವಾದುದರಿಂದ ಅದನ್ನು ಯಾರೂ ಸಂಪೂರ್ಣವಾಗಿ ತಲುಪಲು ಸಾಧ್ಯವಿಲ್ಲ ಎಂದು ಈ ಲೇಖಕರು ನಂಬಿದ್ದರೂ, ಅದರ ಹತ್ತಿರಕ್ಕೆ ಬರುವವರು ಇದ್ದಾರೆ ಎಂದು ಕರಾಳ ಮನೋವಿಜ್ಞಾನವು ಊಹಿಸುತ್ತದೆ. ಕರಾಳ ಮನೋವಿಜ್ಞಾನವನ್ನು ಅದರ ಸುಪ್ತ ರೂಪದಲ್ಲಿ ಕಡೆಗಣಿಸುವ ಸಾಧ್ಯತೆಯಿದೆ, ಏಕೆಂದರೆ ಅದನ್ನು ಕೇವಲ ಅಸಹಜ ಮನೋವಿಕೃತತೆ ಎಂದು ತಪ್ಪಾಗಿ ಅರ್ಥೈಸುವ ಅವಕಾಶವಿರುತ್ತದೆ. ಇತಿಹಾಸದುದ್ದಕ್ಕೂ ಇಂತಹ ಸುಪ್ತ ಪ್ರವೃತ್ತಿಗಳು ಸಕ್ರಿಯ ಮತ್ತು ಹಾನಿಕಾರಕ ಚಟುವಟಿಕೆಗಳಾಗಿ ಹೊರಬಂದ ಉದಾಹರಣೆಗಳು ಹೇರಳವಾಗಿವೆ. ಆಧುನಿಕ ಮನೋವೈಜ್ಞಾನಿಕ ಶಾಸ್ತ್ರವು ಮನೋವಿಕೃತ ವ್ಯಕ್ತಿಯನ್ನು, ತನ್ನ ಕೃತ್ಯಗಳ ಬಗ್ಗೆ ಯಾವುದೇ ಪಶ್ಚಾತ್ತಾಪವಿಲ್ಲದ ಪರಭಕ್ಷಕ ಎಂದು ವಿವರಿಸುತ್ತದೆ. ಕರಾಳ ಮನೋವಿಜ್ಞಾನವು ತಾರ್ಕಿಕ ಉದ್ದೇಶ ಅಥವಾ ಪ್ರೇರಣೆಯಿಲ್ಲದ ತೀವ್ರತೆಯ ಒಂದು ವರ್ಣಪಟಲವಿದೆಯೆಂದು ಪ್ರತಿಪಾದಿಸುತ್ತದೆ; ಇದು ಕೇವಲ ಆಕ್ರಮಣಕಾರಿ ಆಲೋಚನೆ ಮತ್ತು ಭಾವನೆಗಳಿಂದ ಹಿಡಿದು ತೀವ್ರ ಹಿಂಸೆ ಮತ್ತು ಬಲಿಪಶುವಾಗಿಸುವಿಕೆಯವರೆಗೆ ವ್ಯಾಪಿಸಿದೆ.

3. ಈ ಮಾಪಕದಲ್ಲಿ ಕರಾಳ ಮನೋವಿಜ್ಞಾನದ ತೀವ್ರತೆಯನ್ನು ಕೇವಲ ಬಲಿಪಶು ನಡವಳಿಕೆಯಿಂದ ಘೋರ ಅಥವಾ ಕಡಿಮೆ ಘೋರ ಎಂದು ಪರಿಗಣಿಸಲಾಗುವುದಿಲ್ಲ, ಬದಲಿಗೆ ಅದು ಅಮಾನವೀಯತೆಯ ಒಂದು ವರ್ಣಪಟಲವನ್ನು ಗುರುತಿಸುತ್ತದೆ. ಟೆಡ್ ಬಂಡಿ ಮತ್ತು ಜೆಫ್ರಿ ಡಾಮರ್ ಅವರ ನಡುವಿನ ಹೋಲಿಕೆಯು ಇದಕ್ಕೆ ಸುಲಭವಾದ ಉದಾಹರಣೆಯಾಗಿದೆ. ತಮ್ಮ ಕೃತ್ಯಗಳಲ್ಲಿ ಇಬ್ಬರೂ ತೀವ್ರ ಮನೋವಿಕೃತರು ಮತ್ತು ಹೇಯ ಗುಣದವರಾಗಿದ್ದರು. ವ್ಯತ್ಯಾಸವೆಂದರೆ, ಟೆಡ್ ಬಂಡಿಯು ಕೇವಲ ಶುದ್ಧ ಮನೋವಿಕೃತ ಕೆಡುಕಿನಿಂದ ಮತ್ತು

ಸ್ಯಾಡಿಸ್ಟಿಕ್ ಮನೋಭಾವದಿಂದ ಕೊಲೆ ಮಾಡಿ ಸಂಕಟವನ್ನು ಉಂಟುಮಾಡಿದರೆ, ಜೆಫ್ರಿ ಡಾಮರ್ ತನ್ನ ಒಂಟಿತನವನ್ನು ದೂರಮಾಡಿ ಯಾರಾದರೂ ತನ್ನನ್ನು ಪ್ರೀತಿಸಬೇಕೆಂಬ ಉನ್ಮಾದದ ಹಂಬಲದಿಂದ ಅತಿಮಾನುಷ ಕೊಲೆಗಳನ್ನು ಮಾಡಿದನು. ಕರಾಳ ವರ್ಣಪಟಲದಲ್ಲಿ ಇಬ್ಬರೂ ಬಲಿಷ್ಠರಾಗಿದ್ದರೂ, ಜೆಫ್ರಿ ಡಾಮರ್‌ನನ್ನು ಅವನ ಹುಚ್ಚುತನದ ಪ್ರೇಮದ ಹಂಬಲದ ಮೂಲಕ ಉತ್ತಮವಾಗಿ ಅರ್ಥಮಾಡಿಕೊಳ್ಳಬಹುದು.

4. ಕರಾಳ ಮನೋವಿಜ್ಞಾನವು ಎಲ್ಲಾ ವ್ಯಕ್ತಿಗಳೂ ಹಿಂಸೆ ನೀಡುವ ಸಾಮರ್ಥ್ಯವನ್ನು ಹೊಂದಿದ್ದಾರೆ ಎಂದು ನಂಬುತ್ತದೆ. ಎಲ್ಲಾ ಮಾನವರಲ್ಲಿ ಈ ಸಾಮರ್ಥ್ಯವು ಅಂತರ್ಗತವಾಗಿರುತ್ತದೆ ಮತ್ತು ವಿವಿಧ ಆಂತರಿಕ ಹಾಗೂ ಬಾಹ್ಯ ಪ್ರಭಾವಗಳು ಈ ಸಾಮರ್ಥ್ಯವು ಅನಿರೀಕ್ಷಿತ ನಡವಳಿಕೆಗಳಾಗಿ ಹೊರಹೊಮ್ಮುವ ಅಪಾಯವನ್ನು ಹೆಚ್ಚಿಸುತ್ತವೆ. ಈ ನಡವಳಿಕೆಗಳು ಸ್ವಭಾವತಃ ಪರಭಕ್ಷಕ ಗುಣದವಾಗಿರುತ್ತವೆ ಮತ್ತು ಕೆಲವೊಮ್ಮೆ ಯಾವುದೇ ಉದ್ದೇಶವಿಲ್ಲದೆ ಕಾರ್ಯನಿರ್ವಹಿಸುತ್ತವೆ. ಮಾನವರು ಪರಭಕ್ಷಕ-ಶಿಕಾರಿ ಸಂಬಂಧದ ಸಮತೋಲನವನ್ನು ವಿರೂಪಗೊಳಿಸುತ್ತಾರೆ ಮತ್ತು ಪ್ರಪಂಚದ ಜೀವಿಗಳ ಸಹಜ ಪ್ರವೃತ್ತಿ ಎಂದು ಭಾವಿಸಲಾದ ಎಲ್ಲಾ ಉದ್ದೇಶಗಳನ್ನು ಕಳೆದುಕೊಳ್ಳುತ್ತಾರೆ ಎಂದು ಕರಾಳ ಮನೋವಿಜ್ಞಾನವು ನಂಬುತ್ತದೆ. ಕರಾಳ ಮನೋವಿಜ್ಞಾನವು ಕೇವಲ ಮಾನವ ಸಹಜ ವಿದ್ಯಮಾನವಾಗಿದೆ ಮತ್ತು ಬೇರೆ ಯಾವುದೇ ಜೀವಿಗಳು ಇದನ್ನು ಹಂಚಿಕೊಳ್ಳುವುದಿಲ್ಲ. ಇತರ ಜೀವಿಗಳಲ್ಲಿ ಆಕ್ರಮಣಶೀಲತೆ ಮತ್ತು ಅನಾಹುತಗಳು ಇರಬಹುದು, ಆದರೆ ಯಾವುದೇ ಉದ್ದೇಶವಿಲ್ಲದೆ ಹೀಗೆ ಮಾಡುವ ಸಾಮರ್ಥ್ಯವನ್ನು ಹೊಂದಿರುವ ಏಕೈಕ ಪ್ರಭೇದ ಮಾನವಕುಲ ಮಾತ್ರ.

5. ಕರಾಳ ಮನೋವಿಜ್ಞಾನದ ಮೂಲ ಕಾರಣಗಳು ಮತ್ತು ಪ್ರಚೋದಕಗಳ ಅರಿವು, ಸಮಾಜವು ಅದರ ಪರಿಣಾಮಗಳಲ್ಲಿ ಅಡಗಿರುವ ಅಪಾಯಗಳನ್ನು ಗುರುತಿಸಲು, ಪತ್ತೆಹಚ್ಚಲು ಮತ್ತು ಸಂಭಾವ್ಯವಾಗಿ ಕಡಿಮೆ ಮಾಡಲು ಸಹಾಯ ಮಾಡುತ್ತದೆ. ಕರಾಳ ಮನೋವಿಜ್ಞಾನದ ತತ್ವಗಳನ್ನು ಅರ್ಥಮಾಡಿಕೊಳ್ಳುವುದು ಎರಡು ರೀತಿಯ ಪ್ರಯೋಜನಗಳನ್ನು ನೀಡುತ್ತದೆ. ಮೊದಲನೆಯದಾಗಿ,

ನಮ್ಮೆಲ್ಲರಲ್ಲೂ ಈ ಕೆಟ್ಟ ಸಾಮರ್ಥ್ಯವಿದೆ ಎಂದು ಒಪ್ಪಿಕೊಳ್ಳುವುದು ಈ ಮಾಹಿತಿಯನ್ನು ಹೊಂದಿರುವವರಿಗೆ ಅಂತಹ ಕೆಟ್ಟ ಪ್ರವೃತ್ತಿಗಳು ಸ್ಫೋಟಗೊಳ್ಳುವ ಅಪಾಯವನ್ನು ಕಡಿಮೆ ಮಾಡಲು ಸಹಾಯ ಮಾಡುತ್ತದೆ. ಎರಡನೆಯದಾಗಿ, ಕರಾಳ ಮನೋವಿಜ್ಞಾನದ ಪರಿಕಲ್ಪನೆಗಳನ್ನು ಗುರುತಿಸುವುದು ಬದುಕಲಿಕ್ಕಾಗಿ ಹೋರಾಡುವ ನಮ್ಮ ಆರಂಭಿಕ ವಿಕಸನೀಯ ಉದ್ದೇಶಕ್ಕೆ ಸಂಬಂಧಿಸಿದೆ.

ಅಧ್ಯಾಯ ಆರು

ಕುತಂತ್ರದ ಕಲೆ

ಕಳೆದ ದಶಕದ ಬೌದ್ಧಿಕ ಅಸಮ್ಮತಿಯ ಪ್ರಸಿದ್ಧ ಧ್ವನಿಗಳಲ್ಲಿ ಒಬ್ಬರಾದ, ಖ್ಯಾತ ವಿಮರ್ಶಕ ಮತ್ತು ಎಂ.ಐ.ಟಿ ಭಾಷಾಶಾಸ್ತ್ರಜ್ಞ ನೋಮ್ ಚೋಮ್ಸ್ಕಿ ಅವರು, ಸಾರ್ವಜನಿಕರ ಮೇಲೆ ಮಾಧ್ಯಮಗಳ ಮೂಲಕ ಕುಶಲತೆಯನ್ನು ನಡೆಸಲು "ಅಘೋಷಿತ ಕಾರ್ಯಸೂಚಿಗಳು" ಬಳಸುವ ಹತ್ತು ಅತ್ಯಂತ ಜನಪ್ರಿಯ ಮತ್ತು ಯಶಸ್ವಿ ತಂತ್ರಗಳ ಪಟ್ಟಿಯನ್ನು ಸಿದ್ಧಪಡಿಸಿದ್ದಾರೆ.

ಸಾರ್ವಜನಿಕ ಅಭಿಪ್ರಾಯದ ಮೇಲೆ ಪ್ರಭಾವ ಬೀರುವಲ್ಲಿ ಮಾಧ್ಯಮಗಳು ಸಾಂಪ್ರದಾಯಿಕವಾಗಿ ಅತ್ಯಂತ ಪ್ರಭಾವಶಾಲಿ ಎಂದು ಸಾಬೀತಾಗಿವೆ. ಸಾಮಾಜಿಕ ಚಳುವಳಿಗಳು, ಸಮರ್ಥಿಸಲ್ಪಟ್ಟ ಯುದ್ಧಗಳು, ಹತೋಟಿಗೆ ತಂದ ಆರ್ಥಿಕ ಬಿಕ್ಕಟ್ಟುಗಳು ಮತ್ತು ಪ್ರೇರೇಪಿಸಲ್ಪಟ್ಟ ಕೆಲವು ಸಿದ್ಧಾಂತಗಳು—ಇವೆಲ್ಲವೂ ಮಾಧ್ಯಮಗಳ ಪ್ರಚಾರ ಸಾಮಗ್ರಿಗಳು ಮತ್ತು ಪ್ರಭಾವದ ಮೂಲಕವೇ ಸೃಷ್ಟಿಸಲ್ಪಟ್ಟವು ಅಥವಾ ನಾಶವಾದವು. ಸಾಮೂಹಿಕ ಪ್ರಜ್ಞೆಯೊಳಗೆ 'ಸತ್ಯದ ಸೃಷ್ಟಿಕರ್ತರು' ಎಂಬ ಮಾಧ್ಯಮಗಳ ವಿದ್ಯಮಾನವು ಈ ರೀತಿಯಲ್ಲಿ ಕಾರ್ಯನಿರ್ವಹಿಸುತ್ತದೆ.

ಮಾಧ್ಯಮಗಳ ಕುಶಲತೆಯು ನಮ್ಮ ದೈನಂದಿನ ಜೀವನದ ಭಾಗವಾಗಿದೆ. ಪ್ರತಿಯೊಂದು ಘಟನೆಯನ್ನು ಮಾಧ್ಯಮಗಳು ತಮಗೂ ಮತ್ತು ಅಧಿಕಾರ ಕೇಂದ್ರಗಳಿಗೂ ಹಿತಕರವಾಗುವ ರೀತಿಯಲ್ಲಿ ಚಿತ್ರಿಸುತ್ತವೆ. ಮಾಧ್ಯಮಗಳಿಂದಾಗಿ ಪ್ರೇಕ್ಷಕರಲ್ಲಿ ಉಂಟಾಗುವ ಸತ್ಯದ ಬಗೆಗಿನ ತಪ್ಪು ತಿಳುವಳಿಕೆಯು, ಅನುಚಿತವಾದ ಮಾನವ ಮೌಲ್ಯಮಾಪನ ಮತ್ತು ನಡವಳಿಕೆಗೆ ಕಾರಣವಾಗಬಹುದು. ಮಾಧ್ಯಮಗಳು ಕೇವಲ ಸಾಮಾಜಿಕ ಕಾರ್ಯವನ್ನು ಮಾತ್ರ ಮಾಡುವುದಿಲ್ಲ, ಬದಲಿಗೆ ಅವು ಸಾರ್ವಜನಿಕರ ಭಾವನೆಗಳನ್ನು ನಿಯಂತ್ರಿಸುವ ಸಾಧನಗಳೂ ಆಗಿವೆ. ಮಾಧ್ಯಮದ

ಕುಶಲತೆಯು ಸುದ್ದಿಯನ್ನು ಹೇಗೆ ವ್ಯಾಖ್ಯಾನಿಸಲಾಗುತ್ತದೆ ಎಂಬುದರ ಮೇಲೆ ಅವಲಂಬಿತವಾಗಿದೆ ಮತ್ತು ವ್ಯಕ್ತಿಗಳು ಒಂದು ಕಾರ್ಯವಿಧಾನವನ್ನು ಹೇಗೆ ಅರ್ಥೈಸಿಕೊಳ್ಳುತ್ತಾರೆ ಹಾಗೂ ಅದಕ್ಕೆ ಹೇಗೆ ಪ್ರತಿಕ್ರಿಯಿಸುತ್ತಾರೆ ಎಂಬುದನ್ನು ನೆಚ್ಚಿಕೊಂಡಿದೆ.

ವಿವಿಧ ಹಂತಗಳಲ್ಲಿ, ಮಾಧ್ಯಮಗಳು ಒಂದು ಸಾಮಾಜಿಕ ಪಾತ್ರವನ್ನು ಹೊಂದಿವೆ. ಅವು ಕೆಲವು ಸಮಸ್ಯೆಗಳ ಬಗ್ಗೆ ಮಾತನಾಡುತ್ತವೆ ಮತ್ತು ಇತರ ಕೆಲವು ಸಮಸ್ಯೆಗಳ ಬಗ್ಗೆ ಮೌನವಾಗಿರುತ್ತವೆ. ಇದೇ ಅಂಶವು ಅವುಗಳನ್ನು ಒಂದು ಹೊಸ ರೀತಿಯ ಶಕ್ತಿಯಾಗಿ ಪರಿವರ್ತಿಸುತ್ತದೆ.

ಮುಚ್ಚಿದಮತ್ತುದಬ್ಬಾಳಿಕೆಯದೇಶಗಳಲ್ಲಿ,ಸರ್ಕಾರದಎಲ್ಲಾರಾಜಕೀಯ ಮತ್ತು ಸಾಮಾಜಿಕ ಕಾರ್ಯಗಳನ್ನು ಬೇಷರತ್ತಾಗಿ ಅಂಗೀಕರಿಸಬೇಕು ಎಂದು ಸಾರ್ವಜನಿಕರನ್ನು ಒಪ್ಪಿಸಲು ಮಾಧ್ಯಮಗಳು ಪ್ರಯತ್ನಿಸುತ್ತವೆ. ಹೀಗಾಗಿ ಅವು ರಾಜ್ಯದ ನಿಯಂತ್ರಣ ಸಂಸ್ಥೆಗಳ ಭಾಗವಾಗುತ್ತವೆ. ಮುಕ್ತ ಮತ್ತು ಪ್ರಜಾಸತ್ತಾತ್ಮಕ ಸಮಾಜಗಳಲ್ಲಿ, ಮಾಧ್ಯಮಗಳು ಸರ್ಕಾರ ಮತ್ತು ಸಾರ್ವಜನಿಕರ ನಡುವೆ ಮಧ್ಯವರ್ತಿಯಾಗಿರುತ್ತವೆ. ಅವು ಸಂಸ್ಥೆಗಳಿಂದ ಸಮಾಜಕ್ಕೆ ಮತ್ತು ಸಮಾಜದಿಂದ ಸಂಸ್ಥೆಗಳಿಗೆ ಜ್ಞಾನದ ದ್ವಿಮುಖ ಹರಿವನ್ನು ಹೊಂದಿರಬೇಕು. ಮಾಧ್ಯಮಗಳ ನಡುವಿನ ಪೈಪೋಟಿಯು ಸುದ್ದಿ ಮತ್ತು ಮಾಹಿತಿಯ ಪ್ರತ್ಯೇಕತೆಗೆ ಕಾರಣವಾಗುತ್ತದೆ, ಇದನ್ನು 'ಮಾಧ್ಯಮ ಕುಶಲತೆ' ಎಂದೂ ಕರೆಯಲಾಗುತ್ತದೆ.

ಆದರೆ ನಾವು ಖಂಡಿತವಾಗಿಯೂ ತೊಡಗಿಸಿಕೊಳ್ಳುವ ಈ ಮಾನಸಿಕ-ಸಾಮಾಜಿಕ ಸಾಧನಗಳನ್ನು ವ್ಯಾಖ್ಯಾನಿಸುವ ಅತ್ಯಂತ ಸಾಮಾನ್ಯ ತಂತ್ರಗಳನ್ನು ಹೇಗೆ ಗುರುತಿಸಬಹುದು? ಅದೃಷ್ಟವಶಾತ್, ಈ ಚಟುವಟಿಕೆಗಳನ್ನು ಸಂಶ್ಲೇಷಿಸುವ ಮತ್ತು ಬಹಿರಂಗಪಡಿಸುವ ಕಾರ್ಯವನ್ನು ಚೋಮ್ಸ್ಕಿಯವರಿಗೆ ನೀಡಲಾಯಿತು. ಅವುಗಳಲ್ಲಿ ಕೆಲವು ಹೆಚ್ಚು ಪ್ರಮುಖವಾಗಿವೆ, ಇನ್ನು ಕೆಲವು ಹೆಚ್ಚು ಸಂಕೀರ್ಣವಾಗಿವೆ, ಆದರೆ ಮೇಲ್ನೋಟಕ್ಕೆ ಇವೆಲ್ಲವೂ ಸಮಾನವಾಗಿ ಉತ್ಪಾದಕವಾಗಿವೆ ಮತ್ತು ಒಂದು ದೃಷ್ಟಿಕೋನದಿಂದ ಹೇಳುವುದಾದರೆ ಇವು ಕೀಳುಮಟ್ಟದವುಗಳಾಗಿವೆ. ಮೂರ್ಖತನವನ್ನು ಪ್ರೋತ್ಸಾಹಿಸುವುದು, ಅಪರಾಧ ಪ್ರಜ್ಞೆಯನ್ನು ಉತ್ತೇಜಿಸುವುದು, ಗಮನವನ್ನು ಬೇರೆಡೆಗೆ ಸೆಳೆಯುವುದನ್ನು ಪ್ರಚಾರ ಮಾಡುವುದು ಅಥವಾ ಕೃತಕ ಸಮಸ್ಯೆಗಳನ್ನು ಸೃಷ್ಟಿಸಿ ನಂತರ ಅವುಗಳನ್ನು ಮಾಂತ್ರಿಕವಾಗಿ ಪರಿಹರಿಸುವುದು ಇವುಗಳಲ್ಲಿ ಕೆಲವು ತಂತ್ರಗಳಾಗಿವೆ.

ಇಡೀ ಸಮುದಾಯಗಳನ್ನು ನಿರ್ದೇಶಿಸಲು ಕ್ರಮಗಳಿವೆ. ಸಿಲ್ವೈನ್ ಟಿಮ್ಸಿಟ್ ಅವರ ಹೆಸರನ್ನು ಹೆಸರಿಸಲಾದ ಹಲವಾರು ಸ್ಥಳಗಳಿವೆ. ಇನ್ನು ಕೆಲವು ಕಡೆ ಸಂಶೋಧನೆಯು ಫ್ರೆಂಚ್ ಭಾಷೆಯ ಅಂತರಶಿಸ್ತೀಯ ಜರ್ನಲ್ ಆದ 'ಲೆಸ್ ಕಾಹಿಯರ್ಸ್ ಸೈಕಾಲಜಿ ಪಾಲಿಟಿಕ್'ನಲ್ಲಿ ಕೊನೆಗೊಳ್ಳುತ್ತದೆ ಮತ್ತು ಅಲ್ಲಿ ನೋಮ್ ಚೋಮ್ಸ್ಕಿಯವರನ್ನು ತಪ್ಪಾಗಿ ಲೇಖಕರು ಎಂದು ಗುರುತಿಸಲಾಗಿದೆ.

ಈ ತಂತ್ರಗಳನ್ನು ಮೂಲತಃ ವ್ಯಂಗ್ಯವಾಗಿ ಉದ್ದೇಶಿಸಲಾಗಿದೆಯೇ ಅಥವಾ ಇಲ್ಲವೇ ಎಂಬುದು ನನಗೆ ಮುಖ್ಯವಲ್ಲ. ಈ ವಿಧಾನಗಳು ತುಲನಾತ್ಮಕವಾಗಿ ಸರಳ, ತಾರ್ಕಿಕ ಮತ್ತು ಪ್ರಾಯೋಗಿಕವಾಗಿ ಅಳೆಯಬಹುದಾದವು ಎಂಬುದು ಹೆಚ್ಚು ನಿರ್ಣಾಯಕವಾಗಿದೆ. ಅಂತಹ ವ್ಯಕ್ತಿಗಳು ತಮ್ಮ ಚದುರಿದ ವಿಷಯಗಳ ವ್ಯಾಪ್ತಿ ಮತ್ತು ಅರೆಬರೆ ಜ್ಞಾನದ ಹೊಡೆತದಿಂದಾಗಿ, ಕೇವಲ ಸಮೂಹ ಮಾಧ್ಯಮಗಳನ್ನೇ ಅವಲಂಬಿಸುವುದಿಲ್ಲ ಎಂಬುದನ್ನು ಒಪ್ಪಿಕೊಳ್ಳಬಹುದು.

ಯಾರು ಈ ಲೋಕವನ್ನು ಉದಾರವಾದಿ ಬಹುತ್ವದ ದೃಷ್ಟಿಕೋನದಿಂದ ನೋಡುತ್ತಾರೋ, ಅಂದರೆ ಸಮಾಜದಲ್ಲಿ ಯಾವುದೇ ಅಧಿಕಾರ ಕೇಂದ್ರವಿಲ್ಲ, ಶ್ರೇಣಿ ವ್ಯವಸ್ಥೆಯಿಲ್ಲ ಅಥವಾ ಕಾನೂನಿನ ಕಠಿಣ ನಿಯಮಗಳಿಲ್ಲ ಎಂದು ಭಾವಿಸುತ್ತಾರೋ, ಅವರು ಈ ಪಟ್ಟಿಯನ್ನು ತಳ್ಳಿಹಾಕುವ ಸಾಧ್ಯತೆಯಿದೆ. ಅಂತಹ ದೃಷ್ಟಿಕೋನದ ಪ್ರಕಾರ, ಸಮಾಜದಲ್ಲಿ ಹಲವಾರು ವಿಭಿನ್ನ ಗುಂಪುಗಳು ಸಮತೋಲಿತ ರೀತಿಯಲ್ಲಿ ಪ್ರಭಾವ ಬೀರುತ್ತವೆ ಮತ್ತು ಬಹುಸಂಖ್ಯಾತರ ಮೂಲಭೂತ ಹಿತಾಸಕ್ತಿಗಳಿಗೆ ಅನುಗುಣವಾದ ವಿಚಾರಗಳೇ ಮೇಲುಗೈ ಸಾಧಿಸುತ್ತವೆ ಎಂಬ ನಂಬಿಕೆಯಿರುತ್ತದೆ.

ಗಮನವನ್ನು ಬೇರೆಡೆಗೆ ಸೆಳೆಯುವುದು

ರಾಜಕೀಯ ಮತ್ತು ಆರ್ಥಿಕ ಗಣ್ಯರು ನಿರ್ಧರಿಸಿದ ಪ್ರಮುಖ ಸುಧಾರಣೆಗಳು ಮತ್ತು ಸಮಸ್ಯೆಗಳಿಂದ ಸಾರ್ವಜನಿಕ ಗಮನವನ್ನು ಬೇರೆಡೆಗೆ ತಿರುಗಿಸುವ ತಂತ್ರವು ಸಾಮಾಜಿಕ ನಿಯಂತ್ರಣದ ಒಂದು ಅವಿಭಾಜ್ಯ ಅಂಶವಾಗಿದೆ. ಅನಗತ್ಯ ಮಾಹಿತಿಗಳನ್ನು ಸುರಿಸುವ ಪ್ರಕ್ರಿಯೆ, ಪದೇ ಪದೇ ಉಂಟಾಗುವ ಗೊಂದಲಗಳು ಮತ್ತು ಕ್ಷುಲ್ಲಕ ವಿವರಗಳ ಮೂಲಕ ಮನಸ್ಸು ಹೆಚ್ಚು ವಿನಮ್ರವಾಗುತ್ತದೆ ಮತ್ತು ವಿಮರ್ಶಾತ್ಮಕವಾಗಿ ಯೋಚಿಸುವ ಶಕ್ತಿಯನ್ನು ಕಳೆದುಕೊಳ್ಳುತ್ತದೆ. ವಿಜ್ಞಾನ, ಅರ್ಥಶಾಸ್ತ್ರ,

ಮನೋವಿಜ್ಞಾನ, ನರವಿಜ್ಞಾನ ಮತ್ತು ಸೈಬರ್ನೆಟಿಕ್ಸ್ ವಿಷಯಗಳಲ್ಲಿ ಜನಸಾಮಾನ್ಯರ ಆಸಕ್ತಿಯನ್ನು ತಡೆಯುವಲ್ಲಿಯೂ ಈ ಗಮನ ತಿರುಗಿಸುವ ತಂತ್ರವು ಪ್ರಮುಖವಾಗಿದೆ.

ಇಲ್ಲಿನ ಪ್ರಮುಖ ಪದವೆಂದರೆ "ಅಮುಖ್ಯತೆ". ಏಕಾಗ್ರತೆ ಎಂಬುದು ಒಂದು ಅಲ್ಪ ಸಂಪನ್ಮೂಲ. ಹೆಚ್ಚಿನವರು ಕೇವಲ ವೀಕ್ಷಕರಾಗಿ ಉಳಿದು, ಅದರಿಂದ ಅತ್ಯಲ್ಪ ಲಾಭ ಸಿಗುವಂತೆ ಒಂದು ಪ್ರಜಾಪ್ರಭುತ್ವ ಸಮಾಜವನ್ನು ರೂಪಿಸಬೇಕಾದರೆ, ಬಹುಸಂಖ್ಯಾತರನ್ನು ಇತರ ವಿಷಯಗಳಲ್ಲಿ ಕಾರ್ಯಮಗ್ನರನ್ನಾಗಿ ಮಾಡಬೇಕು. ಆಗ ಅವರ ವೈಯಕ್ತಿಕ ಹಿತಾಸಕ್ತಿಗಳು ಗಣ್ಯರ ಹಾದಿಗೆ ಅಡ್ಡಿಯಾಗುವುದಿಲ್ಲ. ರೋಮನ್ ಗಣರಾಜ್ಯದ ಜುವೆನಲ್ ಎಂಬುವವರು ಇಂತಹ ಸ್ಥಿತಿಯನ್ನು "ರೊಟ್ಟಿ ಮತ್ತು ಸರ್ಕಸ್‌ಗಳು" ಎಂಬ ಪದದ ಮೂಲಕ ವಿವರಿಸಿದ್ದಾರೆ.

ತಮ್ಮ ಸಹವರ್ತಿಗಳ ದೂರದರ್ಶನ, ರೇಡಿಯೋ, ಪತ್ರಿಕೆ ಮತ್ತು ಸಂಭಾಷಣೆಗಳಲ್ಲಿನ ವಿಷಯಗಳ ಆಯ್ಕೆಯನ್ನು ಗಮನಿಸುವ ಯಾರೇ ಆಗಲಿ, ತಮ್ಮ ಜೀವನದ ದೀರ್ಘಕಾಲೀನ ಸಂತೋಷದ ಪರಿಸ್ಥಿತಿಗಳನ್ನು ಪ್ರತಿಬಿಂಬಿಸಬೇಕು. ನಿರ್ದಿಷ್ಟ ವಿಷಯಗಳು ತನ್ನ ಅಥವಾ ಇತರರ ಜೀವನಕ್ಕೆ ಎಷ್ಟು ಮುಖ್ಯ ಎಂಬುದನ್ನು ಪ್ರಶ್ನಿಸಬೇಕು. ನಂತರ, ನಾವು ಯಾವುದಕ್ಕೆ ಸಮಯ ಮತ್ತು ಗಮನವನ್ನು ನೀಡುತ್ತಿದ್ದೇವೆ ಎಂಬ ಹೂಡಿಕೆಗೂ ಮತ್ತು ಜೀವನದ ವಾಸ್ತವಿಕ ಪ್ರಸ್ತುತತೆಗೂ ಇರುವ ಸಂಬಂಧವನ್ನು ವಿಶ್ಲೇಷಿಸಿದಾಗ, ವಿಷಯಗಳ ಒಂದು ರೀತಿಯ "ಪಲ್ಲಟ" ಅಥವಾ "ವಿಲೋಮ" ಹೇಗೆ ನಡೆಯುತ್ತಿದೆ ಎಂಬುದು ಬಹಿರಂಗವಾಗುತ್ತದೆ.

ಅಂಗಡಿಯಲ್ಲಿನ ವಿಶೇಷ ರಿಯಾಯಿತಿಗಳು, ನೆಚ್ಚಿನ ತಂಡಗಳ ಪಟ್ಟಿಗಳು, ಪ್ರಸಿದ್ಧ ವ್ಯಕ್ತಿಗಳ ಪ್ರೇಮ ಪ್ರಕರಣಗಳು, ನೆರೆಹೊರೆಯವರ ಮಗುವಿನ ಹೆಸರಿನ ಕುತೂಹಲ, ಸಾಮಾನ್ಯ ಮಾರ್ಗರಿನ್‌ಗೆ ಹೋಲಿಸಿದರೆ ಮಧ್ಯಮ ಕೊಬ್ಬಿನಂಶದ ಅನುಕೂಲಗಳು ಇತ್ಯಾದಿಗಳು—ಇವುಗಳ ವಿರುದ್ಧವಾಗಿ ನಾಗರಿಕ ಹಕ್ಕುಗಳ ದಮನ, ಪಾಶ್ಚಿಮಾತ್ಯ ಮಾದರಿಗಳಿಂದ ನಡೆಯುವ ಚಿತ್ರಹಿಂಸೆ, ಸಾಮೂಹಿಕ ಹತ್ಯೆಯ ಬೆದರಿಕೆಗಳು ಮತ್ತು ರಹಸ್ಯ ಯುದ್ಧಗಳು, ಯುದ್ಧದ ಉನ್ಮಾದವನ್ನು ಬಿತ್ತುವುದು, ಪೂರ್ವಾಗ್ರಹ ಮತ್ತು ಅಸ್ಥಿರತೆಯನ್ನು ಸಾಮಾನ್ಯಗೊಳಿಸುವುದು ನಡೆಯುತ್ತಲೇ ಇರುತ್ತದೆ.

ಬಲವಂತದ ಸಮಸ್ಯೆ, ಪ್ರತಿಕ್ರಿಯೆ ಮತ್ತು ಪರಿಹಾರದ ಚಕ್ರ

ಈ ತಂತ್ರವನ್ನು ಅಕ್ಷರಶಃ "ಸಮಸ್ಯೆ-ಪ್ರತಿಕ್ರಿಯೆ-ಪರಿಹಾರ" ಎಂದು ಕರೆಯಲಾಗುತ್ತದೆ. ಅವರು ಒಂದು ಸಮಸ್ಯೆಯನ್ನು ಅಥವಾ ಒಂದು "ಪರಿಸ್ಥಿತಿ"ಯನ್ನು ಸೃಷ್ಟಿಸುತ್ತಾರೆ; ಇದು ಜನರಲ್ಲಿ ಒಂದು ಪ್ರತಿಕ್ರಿಯೆಯನ್ನು ಪ್ರಚೋದಿಸಲು ಮತ್ತು ಆ ಮೂಲಕ ಆಡಳಿತವು ಜಾರಿಗೆ ತರಬಯಸುವ ಕ್ರಮಗಳನ್ನು ಜನರೇ ಸ್ವತಃ ಒಪ್ಪಿಕೊಳ್ಳುವಂತೆ ಮಾಡಲು ಬಳಸುವ ತಂತ್ರವಾಗಿದೆ. ಉದಾಹರಣೆಗೆ: 'ನಗರ ಅಪರಾಧಗಳನ್ನು ಹೆಚ್ಚಿಸುವುದು ಅಥವಾ ರಕ್ತಸಿಕ್ತ ದಾಳಿಗಳನ್ನು ಸಂಘಟಿಸುವುದು, ಇದರಿಂದಾಗಿ ಜನರ ಹಕ್ಕುಗಳಿಗೆ ಧಕ್ಕೆಯುಂಟುಮಾಡುವ ಕಠಿಣ ಕಾನೂನುಗಳು ಮತ್ತು ನೀತಿಗಳು ಸಾರ್ವಜನಿಕರಿಗೆ ಅನಿವಾರ್ಯ ಅಥವಾ ಸೂಕ್ತವೆಂದು ಕಂಡುಬರುತ್ತವೆ.' ಅಥವಾ ಆರ್ಥಿಕ ಬಿಕ್ಕಟ್ಟನ್ನು ಪ್ರಚೋದಿಸುವುದು, ಆ ಮೂಲಕ ಸಾಮಾಜಿಕ ಹಕ್ಕುಗಳ ರದ್ದತಿ ಮತ್ತು ಸಾರ್ವಜನಿಕ ಸೇವೆಗಳ ವಿಘಟನೆಯನ್ನು ಜನರು ಒಂದು 'ಅನಿವಾರ್ಯ ಕೆಡುಕು' ಎಂದು ಬೆಂಬಲಿಸುವಂತೆ ಮಾಡುವುದು.

ಜನಸಂಖ್ಯೆಯ ದಿಕ್ಕನ್ನು ಬದಲಿಸಲು ಸಾಮಾಜಿಕ ಸಮಸ್ಯೆಗಳನ್ನು ಯೋಜಿತವಾಗಿ ಸೃಷ್ಟಿಸಿದಾಗ, ಆರಂಭದಿಂದಲೂ ತಾವು ಬಯಸಿದ ಸಿದ್ಧಾಂತದ ದಿಕ್ಕಿನಲ್ಲೇ ಪರಿಹಾರವನ್ನು ನೀಡುವ ಸಾಧ್ಯತೆ ಹೆಚ್ಚಿರುತ್ತದೆ. ವಿಶೇಷವಾಗಿ, ಜನರ ಜೀವನ ಪರಿಸ್ಥಿತಿಗಳು ಹದಗೆಟ್ಟಾಗ ಗಂಭೀರ ಅಪರಾಧಗಳು ಸಂಭವಿಸುತ್ತವೆ.

ನವ-ಉದಾರವಾದಿ ಪ್ರತಿಪಾದಕರು ಈ ವಿಷಯದಲ್ಲಿ ಬಹಳ ಪ್ರತಿಭಾವಂತರು. ಸಾರ್ವಜನಿಕ ಸಾಲವು ಗಗನಕ್ಕೇರಿದಂತೆ ಸರ್ಕಾರದ ಹಣಕಾಸು ವ್ಯವಸ್ಥೆಯನ್ನು ಕ್ರಮೇಣ ದುರ್ಬಲಗೊಳಿಸಿದ ಉದಾಹರಣೆಯನ್ನು ನಾವು ನೋಡಬಹುದು. ಮಾಧ್ಯಮಗಳು ಮತ್ತು ಉದ್ಯಮ ಲಾಬಿಗಳ ಸಹಾಯದಿಂದ, ಸಾಲದ ಮೇಲೆ ಕಡಿವಾಣ ಹಾಕುವ ರೂಪದಲ್ಲಿ ಸುಳ್ಳು ಪರಿಹಾರಗಳನ್ನು ಪರಿಚಯಿಸಲು ಬೇಕಾದ ಅಗತ್ಯ ಭೀತಿಯನ್ನು ಸೃಷ್ಟಿಸಲಾಯಿತು. ಇವು ಅನಿವಾರ್ಯವಾಗಿ ಮುಂದಿನ ಸಮಸ್ಯೆಗಳಿಗೆ (ಹಣಕಾಸಿನ ಅಡಚಣೆಗಳು, ಆರ್ಥಿಕ ಹಣದುಬ್ಬರ, ಸರ್ಕಾರದ ಸಾಲದಲ್ಲಿ ಮತ್ತಷ್ಟು ಹೆಚ್ಚಳ) ದಾರಿ ಮಾಡಿಕೊಡುತ್ತವೆ, ಇದು ಈ ಚಕ್ರವನ್ನು ಮತ್ತೆ ಚುರುಕುಗೊಳಿಸುತ್ತದೆ.

ಖಾಸಗೀಕರಣದ ಹಳೆಯ ಪರಿಚಿತ ಕಲ್ಪನೆಯು ಅಂತಿಮ ಪರಿಹಾರವಾಗಿ ಮೂಡಿಬರುತ್ತದೆ ಮತ್ತು ಬೃಹತ್ ಪ್ರಮಾಣದಲ್ಲಿ ಕೇಂದ್ರೀಕೃತವಾಗಿರುವ

ಖಾಸಗಿ ಬಂಡವಾಳದ ನಿಯಂತ್ರಣದ ವ್ಯಾಪ್ತಿಯನ್ನು ಗಮನಾರ್ಹವಾಗಿ ವಿಸ್ತರಿಸುತ್ತದೆ.

ಇದು ಖಾಸಗೀಕರಣ, ಅನಿರ್ಬಂಧಿತ ಮಾರುಕಟ್ಟೆ ಮತ್ತು ರಾಜ್ಯದ ವೆಚ್ಚಗಳಲ್ಲಿ ಕಡಿತವನ್ನು ಸೂಚಿಸುತ್ತದೆ. ಸರ್ಕಾರದ ಗಾತ್ರವನ್ನು ಕಡಿಮೆ ಮಾಡುವುದಕ್ಕೆ ಆಡಳಿತಶಾಹಿ ಮತ್ತು ಸಬ್ಸಿಡಿಗಳ ಫಲಾನುಭವಿಗಳಿಂದ ಪ್ರತಿರೋಧ ವ್ಯಕ್ತವಾಗುತ್ತದೆ. ಆಗ ರಾಜ್ಯವನ್ನು ಕ್ಷೀಣಿಸುವ ಪ್ರಕ್ರಿಯೆಯು ತೆರಿಗೆ ಕಡಿತದೊಂದಿಗೆ ಪ್ರಾರಂಭವಾಗಬಹುದು, ಇದು ಖಾಲಿ ಬೊಕ್ಕಸದ ಮೂಲಕ ಹೊಸ ನಿಯಮಗಳನ್ನು ಹೇರಲು ಅನುವು ಮಾಡಿಕೊಡುತ್ತದೆ. ಅನುಭವವು ತೋರಿಸುವಂತೆ, ಇದು ಸರ್ಕಾರದ ವಿತ್ತೀಯ ಕೊರತೆಯನ್ನು ಹೆಚ್ಚಿಸುತ್ತದೆ. ಪ್ರಸ್ತುತ ನಡೆಯುತ್ತಿರುವ “ಯೂರೋ-ಬಿಕ್ಕಟ್ಟಿನಲ್ಲಿ” ಇಂತಹ ತಂತ್ರವನ್ನು ಕಾಣಬಹುದು. ಜನ ಕಲ್ಯಾಣ ಯೋಜನೆಗಳ ಕಡಿತದ ಮೂಲಕ ಬೃಹತ್ ನಿರುದ್ಯೋಗವನ್ನು ಸೃಷ್ಟಿಸಲು ಆರ್ಥಿಕ ಕುಸಿತಗಳನ್ನು ಬಲವಂತವಾಗಿ ಹೇರಲಾಗುತ್ತದೆ. ಸಾಮೂಹಿಕ ಚೌಕಾಶಿ ವ್ಯವಸ್ಥೆಯ ವಿಘಟನೆಯು ವೇತನ ನಷ್ಟಕ್ಕೆ ಕಾರಣವಾಗುತ್ತದೆ, ಇದು ಮುಂದಿನ ಪೂರಕ ಸಮಸ್ಯೆಗಳಿಗೆ ಇಂಧನ ನೀಡುತ್ತದೆ.

ನವೋಮಿ ಕ್ಲೈನ್ ಅವರು ತಮ್ಮ “ದ ಶಾಕ್ ಡಾಕ್ಟ್ರಿನ್” ಎಂಬ ಪುಸ್ತಕದಲ್ಲಿ ಈ ಕಾರ್ಯವಿಧಾನದ ಅನೇಕ ಉದಾಹರಣೆಗಳನ್ನು ವಿವರಿಸಿದ್ದಾರೆ. ಸಂಪನ್ಮೂಲಗಳ ಕೊರತೆ ಮತ್ತು ಬಂಡವಾಳಶಾಹಿ ಸಂಬಂಧಗಳ ನಡುವೆ ಸಮೂಹ ಮಾಧ್ಯಮಗಳು “ನಾಲ್ಕನೇ ಅಂಗ”ವಾಗಿ ಕಾರ್ಯನಿರ್ವಹಿಸುವಾಗ, ಜನಸಾಮಾನ್ಯರಿಗಿಂತ ಗಣ್ಯರು ಹೊಂದಿರುವ ಜ್ಞಾನದ ಮೇಲುಗೈಯನ್ನು ಗಮನಿಸುವ ಯಾರಿಗಾದರೂ, ವಿಪತ್ತುಗಳು ಮತ್ತು ಇತರ ಸಮಸ್ಯೆಗಳನ್ನು ಎಷ್ಟು ಬೇಗನೆ ಉಲ್ಬಣಗೊಳಿಸಬಹುದು ಮತ್ತು ಕುಶಲತೆಯಿಂದ ಬಳಸಿಕೊಳ್ಳಬಹುದು ಎಂಬುದನ್ನು ಅರ್ಥಮಾಡಿಕೊಳ್ಳಲು ಹೆಚ್ಚಿನ ಕಲ್ಪನಾ ಶಕ್ತಿಯ ಅಗತ್ಯವಿಲ್ಲ.

ಬದಲಾವಣೆಗಳ ಶ್ರೇಣೀಕರಣ

ಒಂದು ಅನುಚಿತ ಕ್ರಮವನ್ನು ಜನ ಅಂಗೀಕರಿಸುವಂತೆ ಮಾಡಲು, ಸತತ ಕೆಲವು ವರ್ಷಗಳ ಕಾಲ ಹಂತ ಹಂತವಾಗಿ, ಹನಿ ಹನಿಯಾಗಿ ಸೂಕ್ತ ಒತ್ತಡವನ್ನು ಹೇರಬೇಕು. ಈ ರೀತಿಯಾಗಿಯೇ ೧೯೮೦ ಮತ್ತು ೧೯೯೦ ರ ದಶಕಗಳಲ್ಲಿ ಹೊಸ ಆಮೂಲಾಗ್ರ ಸಾಮಾಜಿಕ-ಆರ್ಥಿಕ

ಪರಿಸ್ಥಿತಿಗಳನ್ನು ಹೇರಲಾಯಿತು: ಕನಿಷ್ಠ ಸರ್ಕಾರ, ಖಾಸಗೀಕರಣ, ಬಡತನ, ಅಸ್ಥಿರತೆ, ಬೃಹತ್ ನಿರುದ್ಯೋಗ ಮತ್ತು ಗೌರವಯುತ ಜೀವನಕ್ಕೆ ಸಾಲದ ವೇತನಗಳು. ಇವೆಲ್ಲವನ್ನೂ ಒಂದೇ ಬಾರಿಗೆ ಜಾರಿಗೆ ತಂದಿದ್ದರೆ ಒಂದು ದೊಡ್ಡ ಕ್ರಾಂತಿಯೇ ಉಂಟಾಗುತ್ತಿತ್ತು, ಆದರೆ ಇವುಗಳನ್ನು ಹಂತ ಹಂತವಾಗಿ ಜಾರಿಗೆ ತರಲಾಯಿತು.

ಬೆಳಕು, ಒತ್ತಡ, ಶಬ್ದ ಮುಂತಾದವುಗಳಿಗೆ ಇರುವಂತೆ, ಇವುಗಳ ಹಂತ ಹಂತದ ವರ್ಗೀಕರಣವು ರಾಜಕೀಯ ಬದಲಾವಣೆಯ ಪ್ರಕ್ರಿಯೆಗಳನ್ನು ಅರ್ಥಮಾಡಿಕೊಳ್ಳುವುದರ ಮೇಲೆ ಅವಲಂಬಿತವಾಗಿರುತ್ತದೆ. ಇಂದಿನಿಂದ ನಾಳೆಗೆ ಉಂಟಾಗುವ ಬಿಕ್ಕಟ್ಟಿನಲ್ಲಿ, ಜೀವನದ ಎಲ್ಲಾ ಕ್ಷೇತ್ರಗಳ ಆರ್ಥಿಕೀಕರಣವನ್ನು ಜಾರಿಗೆ ತರಲು ಸಾಧ್ಯವಿಲ್ಲ. ಬದಲಾಗಿ, ವೆಚ್ಚ-ಪ್ರಯೋಜನ, ಮಾರುಕಟ್ಟೆ ಮತ್ತು ನಿರ್ವಹಣಾ ಮಾದರಿಯು ಸರ್ವವ್ಯಾಪಿ ಸಾಮಾಜಿಕ ತತ್ವವಾಗಬೇಕಾದರೆ, ಅದನ್ನು ಪ್ರಬಲ ಸಂಸ್ಥೆಗಳ ಮೂಲಕ ಶತಮಾನಗಳ ಕಾಲ ಸಾಂಸ್ಕೃತಿಕವಾಗಿ ನೆಲೆಗೊಳಿಸಬೇಕು. ಸಣ್ಣ ಪ್ರಮಾಣದಲ್ಲಿಯೂ ಈ ವಿಧಾನಗಳನ್ನು ಅನ್ವಯಿಸಲಾಗುತ್ತದೆ. ಶಾಲೆ ಮತ್ತು ವಿಶ್ವವಿದ್ಯಾಲಯ ಕ್ಷೇತ್ರಗಳಲ್ಲಿ ಪ್ರಸ್ತಾವಿತ ಕಡಿತಗಳ ಸಂದರ್ಭದಲ್ಲಿ, 'ಜಾಗರೂಕ ರಾಜಕೀಯ ಗುಂಪುಗಳು ಪ್ರತಿಭಟಿಸುವ ಸಾಧ್ಯತೆಯಿರುವ ಕಾರಣ' ರಾಜ್ಯದ ಅನುದಾನಗಳನ್ನು ಸ್ಥಿರವಾಗಿಡಬೇಕು ಮತ್ತು ಕಡಿಮೆ ಮಾಡಬಾರದು ಎಂದು ಒಇಸಿಡಿ ಪ್ರಕಟಣೆಯು ಸಲಹೆ ನೀಡುತ್ತದೆ.

ಬದಲಾವಣೆಗಳ ಮುಂದೂಡಿಕೆ

ಆ ಸಮಯದಲ್ಲಿ ಸಾರ್ವಜನಿಕ ಬೆಂಬಲವನ್ನು ಪಡೆಯಲು, ಅಪ್ರಿಯವಾದ ನಿರ್ಧಾರವನ್ನು ಅಂಗೀಕರಿಸುವ ಇನ್ನೊಂದು ವಿಧಾನವೆಂದರೆ ಅದನ್ನು "ನೋವಿನಿಂದಕೂಡಿದಆದರೆಅನಿವಾರ್ಯ" ಎಂದುಚಿತ್ರಿಸುವುದು. ತಕ್ಷಣವೇ ನೀಡಬೇಕಾದ ಬಲಿಗಿಂತ, ಭವಿಷ್ಯದಲ್ಲಿ ನೀಡಬಹುದಾದ ಬಲಿದಾನವನ್ನು ಪರಿಗಣಿಸುವುದು ಸುಲಭವಾಗಿರುತ್ತದೆ. ಮೊದಲನೆಯದಾಗಿ, ಆ ಕ್ರಮವನ್ನು ತಕ್ಷಣವೇ ಜಾರಿಗೆ ತರುವುದಿಲ್ಲ; ಎರಡನೆಯದಾಗಿ, "ನಾಳೆ ಎಲ್ಲವೂ ಸುಧಾರಿಸುತ್ತದೆ" ಮತ್ತು ಅಗತ್ಯವಿರುವ ಬಲಿದಾನವನ್ನು ತಪ್ಪಿಸಬಹುದು ಎಂದು ಸಾರ್ವಜನಿಕರು ಇನ್ನೂ ಮುಗ್ಧವಾಗಿ ನಂಬುತ್ತಾರೆ. ಇದು ಬದಲಾವಣೆಯ ಆಲೋಚನೆಗೆ ಹೊಂದಿಕೊಳ್ಳಲು ಮತ್ತು ಸಮಯ ಬಂದಾಗ ಪ್ರತಿರೋಧವಿಲ್ಲದೆ ಅದನ್ನು ಸ್ವೀಕರಿಸಲು ಸಾರ್ವಜನಿಕರಿಗೆ

ಹೆಚ್ಚಿನ ಸಮಯವನ್ನು ನೀಡುತ್ತದೆ. ಪರಿಸ್ಥಿತಿಗಳ ಯೋಜಿತ ಹದಗೆಡುವಿಕೆಯು ಹೆಚ್ಚಿನ ಜನಸಂಖ್ಯೆಯ ಕಾರ್ಯಸೂಚಿಯಲ್ಲಿದ್ದರೆ, ಅದಕ್ಕೆ ಕಲ್ಪಿತ ಕಾರಣಗಳನ್ನು ಮೊದಲೇ ತಿಳಿಸಬೇಕು. ಸಮಸ್ಯೆಯು ಇನ್ನೂ ತೀವ್ರವಾಗಿಲ್ಲದಿದ್ದಲ್ಲಿ, ನಾಗರಿಕ ಸಮಾಜವು ಅಂತಹ ಹಕ್ಕುಗಳನ್ನು ತನಿಖೆ ಮಾಡಲು ಅಷ್ಟಾಗಿ ಮುಂದಾಗುವುದಿಲ್ಲ. ಸಮಸ್ಯೆ ಉಲ್ಬಣಗೊಂಡಾಗ, ಅದನ್ನು ಒಂದು ಪರಿಚಿತ ವಾಸ್ತವದಂತೆ ತೋರುವಂತೆ ಮಾಡಲಾಗುತ್ತದೆ. ಜರ್ಮನಿಯಲ್ಲಿ, ನಿರಂತರ ಬಂಡವಾಳಶಾಹಿ ಕುಸಿತದ ಸಮಯದಲ್ಲಿ, ಜನಸಂಖ್ಯಾ ಸ್ಥಿತ್ಯಂತರ ಮತ್ತು ಜಾಗತಿಕ ಸ್ಪರ್ಧಾತ್ಮಕತೆಯನ್ನು ಮುಂಚೂಣಿಗೆ ತರಲಾಗಿದೆ; ಅದೇ ಸಮಯದಲ್ಲಿ ವೇತನ, ಪೆನ್ಷನ್ ಮತ್ತು ಸಾಮಾಜಿಕ ಕಡಿತಗಳನ್ನು “ನೋವಿನಿಂದ ಕೂಡಿದ” ಆದರೆ ಆಧುನಿಕ ಅನಿವಾರ್ಯತೆಗಳು ಎಂದು ಬಿಂಬಿಸಲಾಗುತ್ತಿದೆ.

ಮಕ್ಕಳ ಭಾಷೆಯಲ್ಲಿ ಸಂಬೋಧಿಸುವುದು

ಸಾರ್ವಜನಿಕರನ್ನು ಗುರಿಯಾಗಿಸಿಕೊಂಡು ಮಾಡುವ ಹೆಚ್ಚಿನ ಜಾಹೀರಾತುಗಳು ಸಂಭಾಷಣೆ, ವಾದಗಳು ಮತ್ತು ಪಾತ್ರಗಳನ್ನು ಬಳಸುತ್ತವೆ. ಇವುಗಳಲ್ಲಿ ವಿಶೇಷವಾಗಿ ಬಾಲಿಶವಾದ ಧ್ವನಿ ಬದಲಾವಣೆಗಳನ್ನು ಬಳಸಲಾಗುತ್ತದೆ ಮತ್ತು ಪದೇ ಪದೇ ದೌರ್ಬಲ್ಯಗಳನ್ನು ಗುರಿಯಾಗಿಸಲಾಗುತ್ತದೆ. ಪ್ರೇಕ್ಷಕರು ಅತಿ ಸಣ್ಣ ವಯಸ್ಸಿನವರೋ ಅಥವಾ ಮಾನಸಿಕವಾಗಿ ಅಶಕ್ತರೋ ಎಂಬಂತೆ ಇದನ್ನು ಮಾಡಲಾಗುತ್ತದೆ. ಕೇಳುಗನನ್ನು ಎಷ್ಟು ಹೆಚ್ಚು ವಂಚಿಸಲು ಪ್ರಯತ್ನಿಸಲಾಗುತ್ತದೆಯೋ, ಅಳವಡಿಸಿಕೊಂಡ ಧ್ವನಿಯು ಅಷ್ಟು ಹೆಚ್ಚಾಗಿ ಬಾಲಿಶವಾಗುತ್ತದೆ. ಯಾಕೆ ಎಂದು ಕೇಳುವಿರಾ? ಒಂದು ವೇಳೆ ಒಬ್ಬ ವ್ಯಕ್ತಿಯನ್ನು ಅವರು ೧೨ ವರ್ಷದವರು ಅಥವಾ ಅದಕ್ಕಿಂತ ಕಡಿಮೆ ವಯಸ್ಸಿನವರು ಎಂಬಂತೆ ಪರಿಗಣಿಸಿ ಮಾತನಾಡಿಸಿದರೆ, ಸೂಚನಾತ್ಮಕ ಗುಣದ ಕಾರಣದಿಂದಾಗಿ, ಆ ವ್ಯಕ್ತಿಯು ಹೆಚ್ಚಿನ ಆಲೋಚನೆಯಿಲ್ಲದೆ ೧೨ ವರ್ಷದ ಮಗುವಿನಂತೆಯೇ ಪ್ರತಿಕ್ರಿಯಿಸುವ ಸಾಧ್ಯತೆಯಿರುತ್ತದೆ.

ನಕಾರಾತ್ಮಕ ವಿಷಯಗಳನ್ನು ಘೋಷಿಸಲು ಅಸ್ಪಷ್ಟ ಸಂದೇಶಗಳನ್ನು ಬಳಸಲಾಗುತ್ತದೆ, ಅಲ್ಲಿ ಹೇಳಿದ್ದನ್ನು ಹೇಗೆ ಬೇಕಾದರೂ ಅರ್ಥೈಸಿಕೊಳ್ಳಬಹುದು. ತೀವ್ರವಾದ ಟೀಕೆಗಳಿಗೆ ಯಾವುದೇ ಆಧಾರಗಳು ಇರುವುದಿಲ್ಲ. ಮತ್ತೊಂದೆಡೆ, ಜನಸಂಖ್ಯೆಯನ್ನು ಉದ್ದೇಶಿಸಿ

ಸ್ಪಷ್ಟವಾಗಿ ಮಾತನಾಡುವಾಗ, ಸಂಬಂಧಿತ ಮಾಹಿತಿಯನ್ನು ತ್ಯಜಿಸಿ, ಪೋಷಕತ್ವದ ಅಥವಾ ಅನುಕಂಪದ ಧ್ವನಿಯಲ್ಲಿ ಸರಳ ಭಾಷೆಯನ್ನು ಬಳಸುವುದರಿಂದ, ಸಮೂಹ ಪ್ರಜ್ಞೆಯು ಮಕ್ಕಳ ಸ್ಥಾನಕ್ಕೆ ತಳ್ಳಲ್ಪಡುತ್ತದೆ. ಜನರು ತಮ್ಮ ಆರಂಭಿಕ ಹಂತದಲ್ಲಿ ಪರಿಸರದ ಪ್ರಚೋದನೆಗಳಿಂದ ಪ್ರೇರೇಪಿಸಲ್ಪಟ್ಟ ಮಾದರಿಗಳಿಗೆ ಅನುಗುಣವಾಗಿ ನಡೆಯಲು ಅಭ್ಯಾಸ ಮಾಡಿಕೊಂಡಿರುತ್ತಾರೆ. ಸರಳ ಶ್ರೇಣಿ ವ್ಯವಸ್ಥೆಗಳು ಮತ್ತು ವರ್ತನಾ ಮಾದರಿಗಳನ್ನು ಹೊಂದಿರುವ ಅತ್ಯಂತ ಸಂಪ್ರದಾಯಬದ್ಧ ಸಮಾಜದಲ್ಲಿ, ಈ ತಂತ್ರವು ಪ್ರಶ್ನಾತೀತ ವಿಧೇಯತೆ ಮತ್ತು ನಂಬಿಕಸ್ತ ಅಂಗೀಕಾರದ ರೂಪದಲ್ಲಿ ಬಯಸಿದ ಯಶಸ್ಸನ್ನು ಪಡೆಯಬಹುದು.

ಭಾವನೆಗಳ ಬದಲಿಗೆ ಸಂವೇದನೆಗಳನ್ನು ಬಳಸುವುದು

ಈ 'ಸೂತ್ರಧಾರರು' ಜನರ ವೈಚಾರಿಕ ಅಥವಾ ಆಲೋಚನಾ ಶಕ್ತಿಯನ್ನು ಪ್ರಚೋದಿಸಲು ಬಯಸುವುದಿಲ್ಲ. ಅವರು ಜನರ ಸುಪ್ತಾವಸ್ಥೆಯನ್ನು ಪ್ರವೇಶಿಸಿ ಅಲ್ಲಿ ಭಾವನೆಗಳು ಕಲಕುವಂತೆ ಮಾಡಲು ಬಯಸುತ್ತಾರೆ. ಅದಕ್ಕಾಗಿಯೇ ಈ ಸಂದೇಶಗಳಲ್ಲಿ ಭಾವನಾತ್ಮಕ ವಿಷಯಗಳು ಅತಿ ಹೆಚ್ಚಾಗಿ ತುಂಬಿರುತ್ತವೆ. ತಾರ್ಕಿಕ ಆಲೋಚನಾ ಪ್ರಕ್ರಿಯೆಗಳಲ್ಲಿ, ಒಂದು ರೀತಿಯ "ಶಾರ್ಟ್ ಸರ್ಕ್ಯೂಟ್" ಅಥವಾ ಅಲ್ಪ ಮಂಡಲವನ್ನು ಪ್ರಚೋದಿಸುವುದು ಇವರ ಉದ್ದೇಶವಾಗಿರುತ್ತದೆ. ಅವರು...

ಸಂದೇಶದ ಮೂಲ ಸಾರಾಂಶವನ್ನು ಹಿಡಿಯಲು ಭಾವನೆಗಳನ್ನು ಬಳಸುತ್ತಾರೆ, ಆದರೆ ವಿವರಗಳನ್ನಲ್ಲ. ಇದು ಜನರ ವಿಮರ್ಶಾತ್ಮಕ ಆಲೋಚನಾ ಕೌಶಲಗಳನ್ನು ಕೊಲ್ಲುವ ಇನ್ನೊಂದು ಮಾರ್ಗವಾಗಿದೆ.

ವಿಕಾಸದ ಇತಿಹಾಸದಲ್ಲಿ, ಒಂದು ಕೌಶಲವಾಗಿ "ಆಲೋಚನೆ" ಎಂಬುದು ಹೊಸತು. ಮಾನವ ಆತ್ಮದ ಅಡಿಪಾಯವು ಭಾವನಾತ್ಮಕ ಹೃದಯವಾಗಿದೆ, ಇದು ತೀರ್ಪು ನೀಡುವ ಶಕ್ತಿಯತ್ತ ಕೊಂಡೊಯ್ಯುತ್ತದೆ; ಅಂತಹ ಶಕ್ತಿಯ ದ್ವಾರಗಳಲ್ಲಿ ಸಮರ್ಥನೆಯ ಕಾವಲುಗಾರರು ಅಕ್ಷರಶಃ ತಮ್ಮ ಸೇವೆಯನ್ನು ನಿರಾಕರಿಸುತ್ತಾರೆ. ಅಸಮಾನತೆ ಮತ್ತು ನಿರುದ್ಯೋಗವು ವೇಗವಾಗಿ ಬೆಳೆಯುತ್ತಿದೆ; "ಸ್ಪರ್ಧಾತ್ಮಕತೆ" ಮತ್ತು ಜನಸಂಖ್ಯೆಯ ನಡುವಿನ ಪೈಪೋಟಿ ಮಾನವಕುಲದ ಸರ್ವೋಚ್ಚ ಪ್ರೇರಣೆಗಳಾಗಿವೆ, ಮತ್ತು ದಬ್ಬಾಳಿಕೆಯ ಆಡಳಿತಗಾರರಿಗೆ ಜರ್ಮನ್ ಯುದ್ಧ ಟ್ಯಾಂಕರ್‌ಗಳನ್ನು ಪೂರೈಸುವುದು ದಂಗೆಗಳನ್ನು ಹತ್ತಿಕ್ಕಲು ಒಂದು ಸಾಮಾನ್ಯ ವಿಧಾನವಾಗುತ್ತಿದೆ.

ಅಜ್ಞಾನವನ್ನು ಪೋಷಿಸುವುದು

ನಿಯಂತ್ರಿಸಲು ಮತ್ತು ಗುಲಾಮರನ್ನಾಗಿಸಲು ಬಳಸುವ ತಂತ್ರಜ್ಞಾನ ಹಾಗೂ ತಂತ್ರಗಳನ್ನು ಅರ್ಥಮಾಡಿಕೊಳ್ಳಲು ಸಾರ್ವಜನಿಕರಿಗೆ ಸಾಧ್ಯವಾಗದಂತೆ ನೋಡಿಕೊಳ್ಳಿ. ಕೆಳಮಟ್ಟದ ಸಾಮಾಜಿಕ ವರ್ಗಗಳಿಗೆ ಒದಗಿಸಲಾಗುವ ಶಿಕ್ಷಣದ ಗುಣಮಟ್ಟವು ಎಷ್ಟು ಸಾಧ್ಯವೋ ಅಷ್ಟು ದುರ್ಬಲ ಮತ್ತು ಅಸಮರ್ಪಕವಾಗಿರಬೇಕು. ಇದರಿಂದಾಗಿ ಕೆಳವರ್ಗ ಮತ್ತು ಮೇಲ್ವರ್ಗದ ನಡುವಿನ ಅಜ್ಞಾನದ ವ್ಯತ್ಯಾಸವು ಕೆಳವರ್ಗದವರಿಗೆ ಎಂದಿಗೂ ಭರಿಸಲಾಗದಷ್ಟೇ ಉಳಿಯಬೇಕು.

ತಿಳಿದಿಲ್ಲದಿರುವುದು ಮತ್ತು ತಿಳಿಯಲು ಇಷ್ಟಪಡದಿರುವುದು ಅಜ್ಞಾನದ ಭಾಗವಾಗಿರಬಹುದು. ಎರಡೂ ಸಂದರ್ಭಗಳು ನಿಕಟವಾಗಿ ಹೆಣೆದುಕೊಂಡಿರಬಹುದು. ತಿಳಿದಿಲ್ಲದಿರುವುದು ಅಪರಾಧ ಪ್ರಜ್ಞೆಯನ್ನು ಉಂಟುಮಾಡಬಹುದು. ಮುಜುಗರದಿಂದ ತಪ್ಪಿಸಿಕೊಳ್ಳಲು ಜನರು ತಿಳಿಯಲು ಇಷ್ಟಪಡದಿರುವ ಹಾದಿಯನ್ನು ಹಿಡಿಯಬಹುದು. ಒಬ್ಬ ವ್ಯಕ್ತಿಯು ಸಮಾಜ ಮತ್ತು ರಾಜಕೀಯ ಅಧಿಕಾರದ ವಿಷಯಗಳಿಂದ ಸಂಪೂರ್ಣವಾಗಿ ದೂರವಿರಬಹುದು ಮತ್ತು ತನ್ನ ಅಜ್ಞಾನದ ನಾಚಿಕೆಗೇಡಿನ ಜ್ಞಾನವು ಬೆಳಕಿಗೆ ಬರದಂತೆ ನೋಡಿಕೊಳ್ಳಬಹುದು; ಅಥವಾ ಜ್ಞಾನದ ಮೌಲ್ಯವನ್ನು ನಿರ್ಲಕ್ಷಿಸಿ "ಹೇಗಿದ್ದರೂ ಏನೂ ಬದಲಾಗುವುದಿಲ್ಲ!", "ಏನೂ ಮಾಡಲು ಸಾಧ್ಯವಿಲ್ಲ!" ಮತ್ತು "ಜಗತ್ತು ಹೀಗೆಯೇ ನಡೆಯುತ್ತದೆ!" ಎಂಬ ಸೂತ್ರಗಳ ಹಿಂದೆ ಅಡಗಿಕೊಳ್ಳಬಹುದು. ಇಂತಹ ಮಾತುಗಳು ಎಲ್ಲೆಲ್ಲಿ ಆರಾಮದಾಯಕ ವಾತಾವರಣವಿರುತ್ತದೆಯೋ ಅಲ್ಲಿ ತೆರೆಗಳಂತೆ ಕಾರ್ಯನಿರ್ವಹಿಸುತ್ತವೆ.

ಸರ್ಕಾರ ಮತ್ತು ಬಂಡವಾಳಶಾಹಿ ಅಧಿಕಾರಿಗಳು ಬಹುಸಂಖ್ಯಾತ ಜನರ ಹಿತಾಸಕ್ತಿಗೆ ವಿರುದ್ಧವಾಗಿ ಬಳಸುವ ಮಾನವ ಚಟುವಟಿಕೆಯ ವಿವಿಧ ರೂಪಗಳಿವೆ. ಆರ್ಥಿಕ ಸಂಬಂಧಗಳಲ್ಲಿ ಜ್ಞಾನ ಮತ್ತು ಜ್ಞಾನದ ಮೌಲ್ಯದ ನಡುವೆ ಗಮನಾರ್ಹ ಅಂತರವಿದೆ. ಹಣ ಎಂದರೆ ಏನು? ರಾಷ್ಟ್ರೀಯ ಆರ್ಥಿಕತೆಯಲ್ಲಿ ವೇತನ ಮತ್ತು ಉತ್ಪಾದಕತೆಯ ಪಾತ್ರವೇನು? ಸಂಪನ್ಮೂಲಗಳ ವಿತರಣೆಯ ಪರಿಸ್ಥಿತಿಗಳು ಹೇಗಿವೆ ಮತ್ತು ಅವು ಹೇಗೆ ಅಭಿವೃದ್ಧಿಗೊಂಡಿವೆ? ಯಾರ ಬಳಿ ಏಗಿದೆ ಮತ್ತು ಏಕೆ? ಬೃಹತ್ ನಿರುದ್ಯೋಗ ಏಕೆ ಉಂಟಾಗುತ್ತದೆ ಮತ್ತು ಅದು ಸಮಾಜದ ಶ್ರೇಣಿ ವ್ಯವಸ್ಥೆ ಅಥವಾ ಶಕ್ತಿಯ ಸಮತೋಲನದ ಮೇಲೆ ಹೇಗೆ ಪ್ರಭಾವ ಬೀರುತ್ತದೆ?

ಆಶ್ಚರ್ಯಕರ ಸಂಗತಿಯೆಂದರೆ, ಈ ವಿಷಯಗಳ ಬಗ್ಗೆ ಶಾಲೆಗಳಲ್ಲಿ ಮತ್ತು ವಾಣಿಜ್ಯ ದೂರದರ್ಶನಗಳಲ್ಲಿ ಚರ್ಚೆಯೇ ನಡೆಯುವುದಿಲ್ಲ ಅಥವಾ ಅಸ್ಪಷ್ಟವಾಗಿ ಮಾತ್ರ ಚರ್ಚಿಸಲಾಗುತ್ತದೆ—ಆದರೂ ಸಾಮಾಜಿಕ ವ್ಯಾಪ್ತಿಯಲ್ಲಿನ ಸುಧಾರಣೆಗಳನ್ನು ವಿವರಿಸುವಲ್ಲಿ ಇವುಗಳಿಗೆ ಸಂಬಂಧಿಸಿದ ಪ್ರಸ್ತಾವನೆಗಳು ಇಂದಿಗೂ ಪ್ರಸ್ತುತವಾಗಿವೆ. "ಇದು ಉದ್ಯೋಗಗಳನ್ನು ಕಸಿದುಕೊಳ್ಳುತ್ತದೆ!", "ಈ ಸಾಮಾಜಿಕ ಸ್ಥಿತಿಯನ್ನು ನಾವು ಇನ್ನು ಮುಂದೆ ಭರಿಸಲು ಸಾಧ್ಯವಿಲ್ಲ!", "ನಮಗೆ ರಚನಾತ್ಮಕ ಸುಧಾರಣೆಗಳ ಅಗತ್ಯವಿದೆ!" ಮತ್ತು "ಸ್ಪರ್ಧಾತ್ಮಕತೆಯನ್ನು ಹೆಚ್ಚಿಸಲೇಬೇಕು!" ಎಂಬ ಮಾತುಗಳು ಕೇಳಿಬರುತ್ತವೆ. ಇಲ್ಲಿ ಪ್ರಜಾಪ್ರಭುತ್ವದ ಅಗತ್ಯವೆಂದರೆ ಸಂಪೂರ್ಣ ಮಾಹಿತಿ (ಕನಿಷ್ಠ ಪಕ್ಷ ಪ್ರಜಾಪ್ರಭುತ್ವವು ಕೇವಲ ಮತಪೆಟ್ಟಿಗೆಯ ಮುಂದೆ ಮಾಡುವ ಕುರುಡು ಕೆಲಸಕ್ಕೆ ಸೀಮಿತವಾಗಬಾರದು ಎಂದಾದರೆ). ಆದಾಗ್ಯೂ, ಮಾಧ್ಯಮಗಳ ಮಿದುಳು ತೊಳೆಯುವಿಕೆ ಅಥವಾ ಉದ್ಯೋಗದ ಒತ್ತಡ, ಆದಾಯದ ಸ್ಪರ್ಧಾತ್ಮಕತೆ ಮತ್ತು ಗೌರವದ ಬಗೆಗಿನ ಆತಂಕಗಳ ಮೂಲಕ, ಖಾಸಗಿ ಉದ್ಯಮಗಳ ಲಾಬಿಯು ಜನರ ವ್ಯವಸ್ಥಿತ ಉದಾಸೀನತೆಯನ್ನು ಉತ್ತೇಜಿಸುತ್ತದೆ, ಇದು ಜನರ ಗಮನವನ್ನು ಕೇವಲ ತಮ್ಮ ನಿಕಟ ಪರಿಸರಕ್ಕೆ ಮಾತ್ರ ಸೀಮಿತಗೊಳಿಸುತ್ತದೆ.

ಸಾಧಾರಣತೆಯನ್ನು ಪ್ರಚೋದಿಸುವುದು

ಅನೇಕ ಫ್ಯಾಷನ್ ಮತ್ತು ಜೀವನಶೈಲಿಯ ಮಾದರಿಗಳು ಕೇವಲ ಎಲ್ಲಿಂದಲೋ ಬರುವುದಿಲ್ಲ. ಅವುಗಳನ್ನು ಚಾಲನೆಯಲ್ಲಿಡಲು ಮತ್ತು ಪ್ರೋತ್ಸಾಹಿಸಲು ಯಾವಾಗಲೂ ಯಾರೋ ಒಬ್ಬರು ಇರುತ್ತಾರೆ. ಏಕರೂಪದ ಅಭಿರುಚಿಗಳು, ಆಸೆಗಳು ಮತ್ತು ದೃಷ್ಟಿಕೋನಗಳನ್ನು ನಿರ್ಮಿಸಲು ಅವರು ಇದನ್ನು ಮಾಡುತ್ತಾರೆ. ಮಾಧ್ಯಮಗಳು ನಿರಂತರವಾಗಿ ಕೆಲವು ಫ್ಯಾಷನ್‌ಗಳನ್ನು ಮತ್ತು ಪ್ರವೃತ್ತಿಗಳನ್ನು ಮಾರುಕಟ್ಟೆ ಮಾಡುತ್ತವೆ. ಅವುಗಳಲ್ಲಿ ಹೆಚ್ಚಿನವು ಕ್ಷುಲ್ಲಕ, ಅರ್ಥಹೀನ ಮತ್ತು ಹಾಸ್ಯಾಸ್ಪದವಾದ ಜೀವನಶೈಲಿಗೆ ಸಂಬಂಧಿಸಿವೆ. ಈ ರೀತಿ ವರ್ತಿಸುವುದು ಮಾತ್ರ ಈಗಿನ ಫ್ಯಾಷನ್ ಎಂದು ಅವು ಜನರಿಗೆ ಹೇಳುತ್ತವೆ.

ಜೀವಿಸುವುದು, ತಿನ್ನುವುದು, ಸಮೂಹ ಮನರಂಜನೆಯ ಸಾಧ್ಯತೆಗಳ ಪ್ರಯೋಜನ ಪಡೆಯುವುದು ಮತ್ತು ಸಣ್ಣಪುಟ್ಟ ವಿಷಯಗಳಲ್ಲಿ ಎಲ್ಲರಂತೆ ಇರುವುದೇ ಇಂದು 'ಪ್ರಮಾಣೀಕೃತ ವಾಸ್ತವ' ಎನಿಸಿಕೊಂಡಿದೆ. ಜನರು

ಈ ಏಕರೂಪದ ಸತ್ಯವನ್ನು ಒಪ್ಪಿಕೊಳ್ಳುತ್ತಾರೆ ಮತ್ತು ಜವಾಬ್ದಾರಿಯಿಂದ ಅದನ್ನು ತಮ್ಮ ಸಹವರ್ತಿಗಳಿಗೆ ಹಸ್ತಾಂತರಿಸುತ್ತಾರೆ.

ಪ್ರತಿರೋಧಕ್ಕೆ ಕೆಟ್ಟ ಮನಸ್ಸಾಕ್ಷಿಯನ್ನು ನೀಡುವುದು

ತಮ್ಮ ಸ್ವಂತ ದೌರ್ಭಾಗ್ಯಕ್ಕೆ ತಾವೇ ಕಾರಣ ಎಂದು ವ್ಯಕ್ತಿಯು ನಂಬುವಂತೆ ಮಾಡುವುದು ಮತ್ತು ಅವರು ತಮ್ಮ ಬುದ್ಧಿಶಕ್ತಿ, ಪರಿಣತಿ ಅಥವಾ ಪ್ರಯತ್ನಗಳನ್ನು ತಾವೇ ಪ್ರಶ್ನಿಸಿಕೊಳ್ಳುವಂತೆ ಮಾಡುವುದು ಈ ತಂತ್ರದ ಉದ್ದೇಶ. ಹೀಗೆ ಮಾಡುವುದರಿಂದ, ವ್ಯಕ್ತಿಯು ಆರ್ಥಿಕ ವ್ಯವಸ್ಥೆಯ ವಿರುದ್ಧ ದಂಗೆ ಏಳುವ ಬದಲು, ತನ್ನನ್ನು ತಾನೇ ಹೀಯಾಳಿಸಿಕೊಳ್ಳುತ್ತಾನೆ ಮತ್ತು ದೂಷಿಸಿಕೊಳ್ಳುತ್ತಾನೆ. ಇದು ಖಿನ್ನತೆಯ ಸ್ಥಿತಿಯನ್ನು ಸೃಷ್ಟಿಸುತ್ತದೆ, ಇದರ ಮುಖ್ಯ ಉದ್ದೇಶವೇ ಕ್ರಿಯೆಯನ್ನು ಹತ್ತಿಕ್ಕುವುದು; ಮತ್ತು ಯಾವುದೇ ಕ್ರಿಯೆಯಿಲ್ಲದೆ ಕ್ರಾಂತಿ ಸಂಭವಿಸಲು ಸಾಧ್ಯವಿಲ್ಲ. ಖ್ಯಾತ ಪ್ರತಿರೋಧ ಹೋರಾಟಗಾರ ಮತ್ತು ಮಾನವ ಹಕ್ಕುಗಳ ಘೋಷಣೆಯ ಸಹ-ಲೇಖಕ ಸ್ಟೀಫನ್ ಹಿಸೆಲ್ ಅವರು "ಆಕ್ರೋಶಗೊಳ್ಳಿ!" ಎಂದು ಒಂದು ಸಣ್ಣ ಪುಸ್ತಕದಲ್ಲಿ ಒತ್ತಾಯಿಸಿದ್ದರು. ಅವರು ಮೂಲಭೂತವಾಗಿ ಮಾನವೀಯತೆಗೆ ಭೀತಿಯೊಡ್ಡುವ ನಮ್ಮ ಕಾಲದ ತಾರತಮ್ಯದ, ಸಮಾಜವಿರೋಧಿ ಮತ್ತು ಅಧಿಕಾರ ಕೇಂದ್ರೀಕೃತ ಸಂದರ್ಭಗಳನ್ನು ಗುರಿಯಾಗಿಸಿಕೊಂಡಿದ್ದರು ಮತ್ತು ನಾಗರಿಕ ಅವಿಧೇಯತೆಯನ್ನು ಬಳಸುವ ಸಮರ್ಪಿತ ಜೀವನಮಟ್ಟವನ್ನು ಉತ್ತೇಜಿಸಿದರು. ಈ ರೀತಿಯ ಮನಸ್ಥಿತಿಯ ಧೋರಣೆಗಳನ್ನು ಬುಡಮೇಲು ಮಾಡಲು, ಪ್ರಬಲ ಗಣ್ಯರ ದೃಷ್ಟಿಕೋನದಿಂದ ಅಸ್ತಿತ್ವದಲ್ಲಿರುವ ಪರಿಸ್ಥಿತಿಗಳನ್ನು ಉಳಿಸಿಕೊಳ್ಳಲು ಅಡ್ಡಿಯಾಗುವ ನಾಗರಿಕರಲ್ಲಿ ಅಪರಾಧ ಪ್ರಜ್ಞೆಯನ್ನು ತುಂಬಿ ಅವರನ್ನು ಪಾರ್ಶ್ವವಾಯುವಿಗೆ ಒಳಗಾದಂತೆ ಮಾಡಲಾಗುತ್ತದೆ. ಅವರು ದೋಷಪೂರಿತರು ಅಥವಾ ಒಟ್ಟಾರೆಯಾಗಿ ಮಾನವ ಅಸ್ತಿತ್ವವೇ ಕೆಟ್ಟದ್ದು ಎಂದು ಅವರಿಗೆ ಹೇಳಲಾಗುತ್ತದೆ. ವ್ಯಕ್ತಿಯು ಅಹಂಕಾರಿ, ಸ್ವಾರ್ಥಿ ಮತ್ತು ಸೋಮಾರಿ ಎಂದು ಬಿಂಬಿಸಲಾಗುತ್ತದೆ. ತಾನು "ಒಳ್ಳೆಯ ವ್ಯಕ್ತಿ" ಎಂದು ಭಾವಿಸದ ವ್ಯಕ್ತಿ ಸುಲಭವಾಗಿ ನಿಯಂತ್ರಣಕ್ಕೆ ಸಿಗುತ್ತಾನೆ. ವಿವಿಧ ಟಿವಿ ಮನರಂಜನಾ ಕಾರ್ಯಕ್ರಮಗಳಲ್ಲಿ, "ನಾವು ನಮ್ಮ ಮಿತಿಗಿಂತ ಮೀರಿ ಬದುಕಿದ್ದೇವೆ" ಎಂಬಂತಹ ಘೋಷಣೆಗಳ ಮೂಲಕ ಅಥವಾ ಸಾಮಾಜಿಕ ವ್ಯವಸ್ಥೆಯಿಂದ ಸೃಷ್ಟಿಯಾದ ಜೀವನ ಪರಿಸ್ಥಿತಿಗಳನ್ನು ಕೀಳಾಗಿ ಕಾಣುವ

ಮೂಲಕ ಈ ಗುಪ್ತ ಸಂದೇಶವು ಸಾರ್ವಜನಿಕರಿಗೆ ರವಾನೆಯಾಗುತ್ತದೆ. ಇದು ಅಂತಿಮವಾಗಿ ಸಾಮಾಜಿಕವಾಗಿ ಹಿಂದುಳಿದವರ ವಿರುದ್ಧ ಸಾರ್ವಜನಿಕರನ್ನು ಎತ್ತಿಕಟ್ಟುತ್ತದೆ. ಈ ದ್ವೇಷವನ್ನು ನಿಜವಾದ ಸಾಮೂಹಿಕ ಕಾರಣಗಳ ಕಡೆಗೆ ತಿರುಗಿಸುವ ಬದಲಾಗಿ...

ದುಃಖಕ್ಕೆ ಕಾರಣವಾದ ನಿಜವಾದ ಏಜೆಂಟ್‌ಗಳ ವಿರುದ್ಧ ಆಕ್ರೋಶ ವ್ಯಕ್ತಪಡಿಸುವ ಬದಲು, ಇಲ್ಲಿ ಸೃಷ್ಟಿಸಲಾದ ವಾತಾವರಣವು ಜನಸಂಖ್ಯೆಯ ಬಹುಭಾಗದ ನೈತಿಕತೆಯನ್ನು ಕುಗ್ಗಿಸುತ್ತದೆ. ಇದು ಸಾರ್ವಜನಿಕರ ದ್ವೇಷವನ್ನು ಸಾಮಾಜಿಕ ವ್ಯವಸ್ಥೆಗೆ ಅಂಟಿಕೊಂಡಿರುವ ಸಹವರ್ತಿಗಳ ಕಡೆಗೆ ತಿರುಗಿಸುತ್ತದೆ. ಈ ವಾತಾವರಣವು ಏಕತೆಯನ್ನು ಒಡೆಯುತ್ತದೆ; ಪ್ರತಿಯೊಬ್ಬರಿಗೂ ತಪ್ಪು ಮಾಹಿತಿಯನ್ನು ನೀಡಲಾಗುತ್ತದೆ ಮತ್ತು ಅವರು ಕೇವಲ ತಮ್ಮ ತಕ್ಷಣದ ಪರಿಸರದಲ್ಲಿ ಕೆಲಸ ಮಾಡಲು ಸಿದ್ಧರಾಗಿರುವಂತೆ ಮತ್ತು ಹಿಂತೆಗೆದುಕೊಳ್ಳುವಂತೆ ಪ್ರೋತ್ಸಾಹಿಸಲಾಗುತ್ತದೆ.

ಜನರಿಗೆ ತಮ್ಮ ಬಗ್ಗೆ ತಿಳಿಯುವುದಕ್ಕಿಂತ ಹೆಚ್ಚಾಗಿ ಅವರ ಬಗ್ಗೆ ತಿಳಿಯುವುದು

ಕಳೆದ ಕೆಲವು ದಶಕಗಳಲ್ಲಿ ವಿಜ್ಞಾನವು ನಮಗೆ ಮಾನವ ಜೀವಶಾಸ್ತ್ರ ಮತ್ತು ಮನೋವಿಜ್ಞಾನದ ಬಗ್ಗೆ ಇಂತಹ ಮಾಹಿತಿಯ ಲಭ್ಯತೆಯನ್ನು ನೀಡಿದೆ. ಆದರೆ ಹೆಚ್ಚಿನ ವ್ಯಕ್ತಿಗಳಿಗೆ ಇಂದಿಗೂ ಈ ಜ್ಞಾನವಿಲ್ಲ. ಸಾರ್ವಜನಿಕರಿಗೆ ಕೇವಲ ಅತ್ಯಲ್ಪ ಪ್ರಮಾಣದ ದತ್ತಾಂಶ ಮಾತ್ರ ತಲುಪುತ್ತದೆ. ಈ ನಡುವೆ, ಗಣ್ಯರು ಈ ಎಲ್ಲಾ ದತ್ತಾಂಶಗಳನ್ನು ಹೊಂದಿದ್ದಾರೆ ಮತ್ತು ಅದನ್ನು ತಮಗೆ ಬೇಕಾದಂತೆ ಬಳಸಿಕೊಳ್ಳುತ್ತಾರೆ. ಸಮಾಜವನ್ನು ಆಳುವ ಶಕ್ತಿಗಳಿಗೆ ಅಜ್ಞಾನವು ಕೆಲಸವನ್ನು ಹೇಗೆ ಸುಲಭಗೊಳಿಸುತ್ತದೆ ಎಂಬುದನ್ನು ನಾವು ಮತ್ತೊಮ್ಮೆ ನೋಡಬಹುದು. ಈ ಮಾಧ್ಯಮ ಪ್ರಭಾವದ ತಂತ್ರಗಳ ಉದ್ದೇಶವು, ಅತ್ಯಂತ ಪ್ರಭಾವಶಾಲಿ ವ್ಯಕ್ತಿಗಳು ಬಯಸಿದಂತೆ ಪರಿಸರವನ್ನು ಬದಲಾಯಿಸುವುದಾಗಿದೆ. ಅವು ಪ್ರತಿಯೊಬ್ಬರ ವಿಮರ್ಶಾತ್ಮಕ ಆಲೋಚನಾ ಸಾಮರ್ಥ್ಯ ಮತ್ತು ಸ್ವಾತಂತ್ರ್ಯವನ್ನು ತಡೆಯುತ್ತವೆ. ಆದರೆ ನಾವು ನಿಷ್ಕ್ರಿಯವಾಗಿ ಅವರ ಕುಶಲತೆಗೆ ಒಳಗಾಗುವುದನ್ನು ನಿಲ್ಲಿಸುವುದು ನಮ್ಮ ಕರ್ತವ್ಯವಾಗಿದೆ. ನಾವು ಸಾಧ್ಯವಾದಷ್ಟು ಮಟ್ಟಿಗೆ ಅವರನ್ನು ವಿಫಲಗೊಳಿಸಬೇಕಿದೆ.

ವಿವಿಧ ರೀತಿಯ ನಿರಂತರ ಮಾಹಿತಿ ಸುರಿಮಳೆ ಮತ್ತು ವಾಣಿಜ್ಯ ಪ್ರಚಾರದ ಆಕರ್ಷಣೆಗಳು ಸಾಮಾಜಿಕ ಪರಿಸ್ಥಿತಿಗಳ ಬಗ್ಗೆ ಜನಸಂಖ್ಯೆಯನ್ನು ಗೊಂದಲ ಮತ್ತು ವಿಚಲಿತ ಸ್ಥಿತಿಯಲ್ಲಿ ಇರಿಸುತ್ತವೆ. "ಜ್ಞಾನವೇ ಶಕ್ತಿ" ಎಂಬ ಧ್ಯೇಯವಾಕ್ಯದಂತೆ, ಎಲ್ಲವನ್ನೂ ಕಳೆದುಕೊಳ್ಳುವ ಭೀತಿಯಲ್ಲಿರುವವರು ಮತ್ತು ಗಣನೀಯ ಸಂಪನ್ಮೂಲಗಳನ್ನು ಹೊಂದಿರುವವರು ಇದನ್ನು ತಪ್ಪಿಸಲು ಏನನ್ನೂ ಮಾಡುವುದಿಲ್ಲ. ಉದಾಹರಣೆಗೆ, 'ಥಿಂಕ್ ಟ್ಯಾಂಕ್'ಗಳು ಇಲ್ಲಿ ಅಂತಹ ಸಂಸ್ಥೆಗಳಾಗಿ ಕಾರ್ಯನಿರ್ವಹಿಸುತ್ತವೆ; ಅವು ಪ್ರಬಲ ಬಂಡವಾಳಶಾಹಿ ಹಿತಾಸಕ್ತಿಗಳಿಂದ ಲಕ್ಷಾಂತರ ಹಣವನ್ನು ಪಡೆದು, ಗಣ್ಯರು ಮತ್ತು ನಿರ್ಧಾರ ತೆಗೆದುಕೊಳ್ಳುವವರಿಗೆ ಸೂಕ್ತವಾದ ಅಧ್ಯಯನಗಳ ಮೂಲಕ ಪ್ರಬಲವಾದ ಪರಿಣತಿಯನ್ನು ಸೃಷ್ಟಿಸುತ್ತವೆ.

ನೀವು ಈ ಜಗತ್ತನ್ನು ಅತ್ಯಂತ ವಿಭಿನ್ನ ಸ್ತರಗಳಲ್ಲಿ ಒಂದಕ್ಕೊಂದು ಬೆಸೆದುಕೊಂಡಿರುವ ಅಂತ್ಯವಿಲ್ಲದ ವೈವಿಧ್ಯಮಯ ಕಾರಣಗಳು ಮತ್ತು ಪರಿಣಾಮಗಳ ಒಂದು ಜಾಲವಾಗಿ ನೋಡಿದರೆ, ಅಗಾಧವಾದ ಸಂಪನ್ಮೂಲಗಳನ್ನು ಹೊಂದಿರುವ ಸಂಸ್ಥೆಗಳು ಆಮೂಲಾಗ್ರ ಶೈಕ್ಷಣಿಕ ಸಿದ್ಧಾಂತಗಳ ಮೂಲಕ ಅಲ್ಲ, ಬದಲಿಗೆ ಸಮಗ್ರ ದಾಖಲೀಕರಣ ಮತ್ತು ಸಾಂಖ್ಯಿಕ ವಿಶ್ಲೇಷಣೆಗಳ (ಬೃಹತ್ ದತ್ತಾಂಶ ಮತ್ತು ದತ್ತಾಂಶ ಗಣಿಗಾರಿಕೆ - ಮೂಲಕ ಅದ್ಭುತವಾದ ಸಾಮಾಜಿಕ ಮಧ್ಯಸ್ಥಿಕೆಯ ಜ್ಞಾನವನ್ನು ಸೃಷ್ಟಿಸುತ್ತವೆ.

ಅಧ್ಯಾಯ ಏಳು

ಸಂಮೋಹನ ಮತ್ತು ಕಪ್ಪು ಮನೋವಿಜ್ಞಾನ

ಸ್ವಯಂ ಸಂಮೋಹನ

ಇಂದಿನ ನಿರಂತರ ಬದಲಾಗುತ್ತಿರುವ ಜಗತ್ತಿನಲ್ಲಿ, ಹಳೆಯ ಅಭ್ಯಾಸಗಳಿಂದ ಮುಕ್ತಿ ಹೊಂದಲು ಮತ್ತು ನಮ್ಮ ಭಯವನ್ನು ಕಡಿಮೆ ಮಾಡಿಕೊಳ್ಳಲು ನಮಗೆ ಕೆಲವೊಮ್ಮೆ ಬೆಂಬಲದ ಅಗತ್ಯವಿರುತ್ತದೆ. ನಾವು ಸಾಂಪ್ರದಾಯಿಕ ವಿಧಾನಗಳಾದ ವೈದ್ಯರು, ಸರ್ಕಾರಿ ಇಲಾಖೆಗಳು ಮತ್ತು ಔಷಧಿಗಳ ಮೊರೆ ಹೋಗುತ್ತೇವೆ. ಚಿಕಿತ್ಸಕರು ಮತ್ತು ಮನೋವಿಜ್ಞಾನಿಗಳೊಂದಿಗೆ ನಾವು ಸಂವಹನ ನಡೆಸಬಹುದು. ಹಾಗೆಯೇ, ನಾವೇ ಸ್ವತಃ ಪ್ರಯತ್ನಿಸಬಹುದು. ಆದರೂ, ಸಾಂದರ್ಭಿಕವಾಗಿ ನಾವು ಮಾಡುವ ಯಾವುದೇ ಪ್ರಯತ್ನವು ಪರಿಸ್ಥಿತಿಯನ್ನು ಸುಧಾರಿಸದಿದ್ದಾಗ, ನಮಗೆ ಚೌಕಟ್ಟಿನ ಹೊರಗಿನ ಅಲ್ಪ ಸಹಾಯದ ಅಗತ್ಯವಿರುತ್ತದೆ. ಅಂತಹ ಸಮಯದಲ್ಲಿ ಸ್ವಯಂ-ಸಮ್ಮೋಹನವನ್ನು ಪರಿಗಣಿಸುವುದು ಸೂಕ್ತ. ಉಳಿದೆಲ್ಲಾ ವಿಧಾನಗಳು ನಮಗೆ ಕೈಕೊಟ್ಟಾಗ ಇದು ಕೆಲಸ ಮಾಡಬಲ್ಲದು.

ಸಮ್ಮೋಹನಕ್ಕೆ ಹತ್ತಿರವಾದುದೇ ಸ್ವಯಂ-ಸಮ್ಮೋಹನ. ಇದು ಸಮ್ಮೋಹನಕಾರ ಅಥವಾ ತರಬೇತಿ ಪಡೆದ ವ್ಯಕ್ತಿಯ ಬದಲಿಗೆ ಚಿಕಿತ್ಸೆ ಪಡೆಯುವ ವ್ಯಕ್ತಿಯನ್ನೇ ಬಳಸಿಕೊಳ್ಳುತ್ತದೆ. ಅಂದರೆ, ಇಲ್ಲಿ ಸಮ್ಮೋಹನಕಾರನೇ ಚಿಕಿತ್ಸೆ ಪಡೆಯುವವನೂ ಆಗಿರುತ್ತಾನೆ. ಸಮ್ಮೋಹನದಂತೆಯೇ, ಸ್ವಯಂ-ಸಮ್ಮೋಹನವು ಪ್ರಜ್ಞೆ ಮತ್ತು ಸ್ವಯಂ-ಶೋಧನೆಯ ಒಂದು ಸಾಧನವಾಗಿದೆ. ಇದು ಯಾರಾದರೂ ಸುಪ್ತ ಮನಸ್ಸನ್ನು ತಲುಪಲು ಬಳಸಬಹುದಾದ ಒಂದು ಮಾಧ್ಯಮವಾಗಿದೆ. ಸುಪ್ತ ಮನಸ್ಸಿನಲ್ಲಿ ನೆಲೆಸಿರುವ ಅಸ್ತಿತ್ವದಲ್ಲಿರುವ ಆಲೋಚನಾ ಕ್ರಮವನ್ನು

ಬದಲಾಯಿಸುವ ಉದ್ದೇಶದಿಂದ ನೀವು ಇದನ್ನು ಉದ್ದೇಶಪೂರ್ವಕವಾಗಿ ಮಾಡುತ್ತೀರಿ. ಹೀಗೆ ಮಾಡುವ ಮೂಲಕ ನೀವು ಪ್ರಗತಿಗೆ ಅಡಿಪಾಯ ಹಾಕಲು ಪ್ರಾರಂಭಿಸುತ್ತೀರಿ.

ಸ್ವಯಂ-ಸಮ್ಮೋಹನದ ಉದ್ದೇಶವು ವ್ಯಕ್ತಿಯ ಅಗತ್ಯಗಳಿಗೆ ಅನುಗುಣವಾಗಿ ಬದಲಾಗುತ್ತದೆ. ಈ ವಿಧಾನದ ಮೂಲಭೂತ ಕಾರ್ಯವೆಂದರೆ ಒಬ್ಬ ವ್ಯಕ್ತಿಯು ತನ್ನ ಸುಪ್ತ ಮನಸ್ಸಿನ ಆಳವನ್ನು ತಲುಪಲು ಸಹಾಯ ಮಾಡುವುದು. ನೀವು ಏನನ್ನು ಸಾಧಿಸಲು ಬಯಸುತ್ತೀರೋ ಅದನ್ನು ಪ್ರತಿನಿಧಿಸಲು ಮತ್ತು ಸ್ವೀಕರಿಸಲು ನೀವು ನಿಮ್ಮ ಮನಸ್ಸಿಗೆ ಮರು-ತರಬೇತಿ ನೀಡಬೇಕು.

ಸ್ವಯಂ-ಸಮ್ಮೋಹನದ ಕೆಲವು ಸಾಂಪ್ರದಾಯಿಕ ಬಳಕೆಗಳು ಇಲ್ಲಿವೆ:

- ಧೂಮಪಾನವನ್ನು ತ್ಯಜಿಸಲು
- ಆಹಾರ ಪಥ್ಯಕ್ಕೆ ಸಹಾಯ ಮಾಡಲು
- ನಿಮ್ಮ ಒಟ್ಟಾರೆ ಸ್ವಯಂ-ಚಿತ್ರಣವನ್ನು ಸುಧಾರಿಸಲು
- ಯಾವುದೇ ಭಯವನ್ನು ಜಯಿಸಲು ಸಹಾಯ ಮಾಡಲು
- ಕೆಲಸ ಮುಂದೂಡುವ ಅಭ್ಯಾಸವನ್ನು ನಿಲ್ಲಿಸಲು
- ಭೀತಿಗಳನ್ನು ಎದುರಿಸಲು ಸಹಾಯ ಮಾಡಲು
- ನಿಮ್ಮ ಸ್ಮರಣಶಕ್ತಿಯನ್ನು ವೃದ್ಧಿಸಿಕೊಳ್ಳಲು

ವೇದಿಕೆ ಸಂಮೋಹನ

ವೇದಿಕೆಯ ಮೇಲಿನ ಸಮ್ಮೋಹನವು ಚಿಕಿತ್ಸಕ ಸಮ್ಮೋಹನವಲ್ಲ. ಬದಲಾಗಿ, ಮನೋರಂಜನಾ ಉದ್ದೇಶಗಳಿಗಾಗಿ ಸಮ್ಮೋಹನವನ್ನು ಬಳಸುವುದೇ ವೇದಿಕೆ ಸಮ್ಮೋಹನ. ಇಂತಹ ಪ್ರದರ್ಶನಗಳಲ್ಲಿ ಸಮ್ಮೋಹನವು ಒಂದು ಅತೀಂದ್ರಿಯ ಮತ್ತು ನಿಗೂಢ ಶಕ್ತಿಯೆಂದು ಪ್ರೇಕ್ಷಕರನ್ನು ನಂಬಿಸುವುದು ಸಮ್ಮೋಹನಕಾರನ ಕಲೆಯಾಗಿದೆ. ಕುತೂಹಲ ಮತ್ತು ಮಾಯಾಲೋಕದ ಭ್ರಮೆ ಎಷ್ಟು ಹೆಚ್ಚಾಗಿರುತ್ತದೆಯೋ, ಪ್ರದರ್ಶನವು ಅಷ್ಟು ಉತ್ತಮವಾಗಿರುತ್ತದೆ. ಪ್ರೇಕ್ಷಕರು ನೋಡುವುದು ಸಮ್ಮೋಹನ ಶಕ್ತಿಯ ಶುದ್ಧ ಮತ್ತು ಅತೀಂದ್ರಿಯ ಪ್ರದರ್ಶನವಲ್ಲ

ಎಂಬುದನ್ನು ಗುರುತಿಸುವುದು ಅಗತ್ಯವಾಗಿದೆ. ಒಂದು ಉತ್ತಮ ಜಾದೂ ಪ್ರದರ್ಶನದಂತೆ, ಇಲ್ಲಿ ನೀವು ನೋಡುವುದಕ್ಕಿಂತ ಅಥವಾ ನಿಮಗೆ ಹೇಳುವುದಕ್ಕಿಂತ ಹೆಚ್ಚಿನ ಸಂಗತಿಗಳು ನಡೆಯುತ್ತಿರುತ್ತವೆ.

ವೇದಿಕೆಯ ಮೇಲಿರುವ ವ್ಯಕ್ತಿಗಳು ಆಜ್ಞೆಗಳನ್ನು ಪಾಲಿಸುವುದು ಕೇವಲ ಸಮ್ಮೋಹನದಿಂದಲ್ಲ, ಬದಲಾಗಿ 'ಸಮೂಹ ನಿರೀಕ್ಷೆ' ಎಂದು ಕರೆಯಲ್ಪಡುವ ವಿದ್ಯಮಾನದಿಂದಾಗಿ ಎಂಬ ಪ್ರಮುಖ ಅಂಶವು ಅಪರೂಪವಾಗಿ ಹೊರಬರುತ್ತದೆ. ಒಬ್ಬ ವ್ಯಕ್ತಿಯು ಜನಸಂದಣಿಯಲ್ಲಿ ಅಥವಾ ದೊಡ್ಡ ಗುಂಪಿನಲ್ಲಿದ್ದಾಗ, ಅವರ ನಡವಳಿಕೆಯನ್ನು ನಿರೀಕ್ಷಿಸುವುದು ಮತ್ತು ನಿಯಂತ್ರಿಸುವುದು ಹೆಚ್ಚು ಸುಲಭ ಎಂದು ಮನೋವಿಜ್ಞಾನಿಗಳು ತಿಳಿದಿದ್ದಾರೆ.

ಮತ್ತು ಒಬ್ಬ ವ್ಯಕ್ತಿಯ ಕ್ರಿಯೆಗಳನ್ನು ಮೌಲ್ಯಮಾಪನ ಮಾಡುವುದು ಸುಲಭವಾಗುತ್ತದೆ. 'ವೇದಿಕೆ ಅನುಸರಣೆ' ಎಂದು ಕರೆಯಲ್ಪಡುವ ಪ್ರಭಾವಶಾಲಿ ಶಕ್ತಿಯು ವೇದಿಕೆ ಸಮ್ಮೋಹನಕಾರನ ಅಲೌಕಿಕ ಸಾಮರ್ಥ್ಯಗಳನ್ನು ಗಮನಾರ್ಹವಾಗಿ ಬಲಪಡಿಸುತ್ತದೆ.

ಸಮ್ಮೋಹನದ ಪ್ರಭಾವದಿಂದಾಗಿ ಅಲ್ಲ, ಬದಲಾಗಿ ಪ್ರೇಕ್ಷಕರಿಗೆ ನಿರಾಶೆ ಮಾಡಬಾರದು ಎಂಬ ಕಾರಣಕ್ಕಾಗಿ ವೇದಿಕೆಯ ಮೇಲಿರುವ ವ್ಯಕ್ತಿಗಳು ಸಮ್ಮೋಹನಕಾರನೊಂದಿಗೆ ಸಹಕರಿಸಲು ಒಪ್ಪಿಕೊಳ್ಳುತ್ತಾರೆ. ಅವರು ಸಮ್ಮೋಹನಕಾರನ ಅಪ್ಪಣೆಗಳನ್ನು ನಂಬಲಸಾಧ್ಯವಾದ ಮಟ್ಟಕ್ಕೆ ಪಾಲಿಸುತ್ತಾರೆ; ಆದರೆ ಇದು ಅವರು ಸಮ್ಮೋಹನಕ್ಕೊಳಗಾಗಿ ಅಸಹಾಯಕರಾಗಿರುತ್ತಾರೆ ಎಂದಲ್ಲ. ಬದಲಾಗಿ, ಜನರನ್ನು ಮೆಚ್ಚಿಸಲು ಮತ್ತು ತಮಗೆ ವಹಿಸಿದ ಕೆಲಸವನ್ನು ಮಾಡದಿದ್ದರೆ ಗುಂಪಿನ ಮುಂದೆ ಎದುರಿಸಬೇಕಾದ ವೈಯಕ್ತಿಕ ಅವಮಾನದಿಂದ ತಪ್ಪಿಸಿಕೊಳ್ಳಲು ಅವರು ಹೀಗೆ ಮಾಡುತ್ತಾರೆ. ಅವರು ಬಾತುಕೋಳಿಯಂತೆ ಕೂಗುವಂತಹ ಮುಜುಗರದ ಕೆಲಸಗಳನ್ನು ಮಾಡಿದರೂ ಅವರಿಗೆ ಪರವಾಗಿಲ್ಲ; ಅದು ಇಲ್ಲಿ ಮುಖ್ಯವಲ್ಲ.

ಅವರು ಎಷ್ಟು ಜೋರಾಗಿ ಮತ್ತು ವಿಚಿತ್ರವಾಗಿ "ಬಾತುಕೋಳಿಯಂತೆ ಕೂಗುತ್ತಾರೋ," ಸಮ್ಮೋಹನವು ಅಷ್ಟು ಪ್ರಬಲವಾದ ಮನೋನಿಯಂತ್ರಣದಂತೆ ಕಂಡುಬರುತ್ತದೆ... ಆಗ ಅವರು ಕಲಾವಿದನಿಗೆ ಅಷ್ಟು ಉತ್ತಮವಾಗಿ ಕಾಣುತ್ತಾರೆ. ಅವರು ಮನೋರಂಜಕನ

ಆಜ್ಞೆಗಳನ್ನು ವಿರೋಧಿಸುವ ಬದಲಿಗೆ "ಪ್ರದರ್ಶನದೊಂದಿಗೆ ಬೆರೆತರೆ," ಪ್ರೇಕ್ಷಕರು ಅವರನ್ನು ಹೆಚ್ಚು ಮೆಚ್ಚುತ್ತಾರೆ ಮತ್ತು ಒಪ್ಪಿಕೊಳ್ಳುತ್ತಾರೆ. ನಿಜ ಹೇಳಬೇಕೆಂದರೆ, ಸಮ್ಮೋಹನದ ಪ್ರಭಾವಕ್ಕಿಂತಲೂ ಈ ವೇದಿಕೆ ಅನುಸರಣೆಯೇ ಹೆಚ್ಚು ಪ್ರಬಲವಾಗಿರುತ್ತದೆ. ಎರಡು ವಿಭಿನ್ನ ಸಂದರ್ಭಗಳಲ್ಲಿ ವೇದಿಕೆಯ ಮೇಲಿನ ವ್ಯಕ್ತಿಯಾಗಿ ಅನುಭವ ಪಡೆದ ನಾನು ಇದಕ್ಕೆ ಸಾಕ್ಷಿ ನುಡಿಯಬಲ್ಲೆ.

ಹಾಗಿದ್ದರೆ ವೇದಿಕೆ ಪ್ರದರ್ಶನದಲ್ಲಿ ಸಮ್ಮೋಹನವು ಯಾವುದೇ ಪಾತ್ರ ವಹಿಸುವುದಿಲ್ಲವೇ? ಹೌದು, ವಹಿಸುತ್ತದೆ, ಆದರೆ ಅದು ಕೇವಲ ಒಂದು ಮಟ್ಟದವರೆಗೆ ಮಾತ್ರ. ಮನಸ್ಸನ್ನು ಕೇಂದ್ರೀಕರಿಸಲು ಸಹಾಯ ಮಾಡಲು ವೇದಿಕೆ ಪ್ರದರ್ಶನಗಳಲ್ಲಿ ಸಮ್ಮೋಹನವನ್ನು ಬಳಸಲಾಗುತ್ತದೆ. ಮನಸ್ಸನ್ನು ಕೇಂದ್ರೀಕರಿಸಲು ಮತ್ತು ಸ್ಪಷ್ಟಪಡಿಸಲು ಸಮ್ಮೋಹನವನ್ನು ಬಳಸುವುದರಿಂದ, ಆ ಕ್ಷಣಕ್ಕೆ ಪ್ರಜ್ಞಾಪೂರ್ವಕವಾಗಿ ಬರುವ ಹಲವಾರು ಯಾದೃಚ್ಛಿಕ ಆಲೋಚನೆಗಳನ್ನು ಪಕ್ಕಕ್ಕಿರಿಸಲು ಸಾಧ್ಯವಾಗುತ್ತದೆ. ಮತ್ತೊಮ್ಮೆ ಹೇಳುವುದಾದರೆ, ಸ್ಪಷ್ಟವಾದ ಮತ್ತು ಕೇಂದ್ರೀಕೃತವಾದ ಮನಸ್ಸು ಅತ್ಯಂತ ಶಕ್ತಿಯುತವಾದುದು. ಇದು ವೇದಿಕೆ ಅನುಸರಣೆಯೊಂದಿಗೆ ಸೇರಿದಾಗ ಸಮ್ಮೋಹನಕಾರನ ಕೆಲಸ ಅಷ್ಟೇನೂ ಕಷ್ಟವಾಗುವುದಿಲ್ಲ. ಅವರು ತಮ್ಮ ಹೆಚ್ಚಿನ ಶಕ್ತಿಯನ್ನು ಕೇವಲ ಮನೋರಂಜನೆ ಮತ್ತು ಪ್ರದರ್ಶನವನ್ನು ಜೀವಂತವಾಗಿರಿಸಲು ಬಳಸಬಹುದು. ಸಮ್ಮೋಹನವು ಕೇವಲ ಮನೋನಿಯಂತ್ರಣ ಎಂದು ಅವರು ಪ್ರೇಕ್ಷಕರನ್ನು ಎಷ್ಟು ಹೆಚ್ಚು ನಂಬಿಸುತ್ತಾರೋ...

ನಿಯಂತ್ರಣವೆಂದು ಅವರು ಪ್ರೇಕ್ಷಕರನ್ನು ಎಷ್ಟು ಹೆಚ್ಚು ನಂಬಿಸುತ್ತಾರೋ, ಪ್ರದರ್ಶನವು ಅಷ್ಟು ಆಸಕ್ತಿದಾಯಕವಾಗಿರುತ್ತದೆ. ಅಲ್ಲಿ ಪ್ರದರ್ಶಿಸಲಾಗುತ್ತಿರುವುದು ಅದು; ಆದರೆ ಅಲ್ಲಿ ನಡೆಯುತ್ತಿರುವುದು ಅದಲ್ಲ.

ಸಮ್ಮೋಹನವು ಅತ್ಯಂತ ಮೋಜಿನ, ಶಾಂತಿಯುತ ಮತ್ತು ಮಾನಸಿಕವಾಗಿ ಪುನಶ್ಚೇತನ ನೀಡುವ ಒಂದು ಚಟುವಟಿಕೆಯಾಗಿದೆ. ಇದು ವಿಶ್ರಾಂತಿ ನೀಡುವ ಒಂದು ಮಾನಸಿಕ ವಿರಾಮದಂತೆ. ವೇದಿಕೆಯ ಮೇಲಿರುವ ವ್ಯಕ್ತಿಗೆ ಪ್ರದರ್ಶನದೊಂದಿಗೆ ಸಹಕರಿಸುವುದು ಸುಲಭವೆನಿಸುತ್ತದೆ, ಏಕೆಂದರೆ ಹಾಗೆ ಮಾಡದಿದ್ದರೆ ತಾನು ಅನುಭವಿಸುತ್ತಿರುವ ಈ ಆಹ್ಲಾದಕರ ಸಮ್ಮೋಹನದ ಅನುಭವವು ಕೊನೆಗೊಳ್ಳಬಹುದು ಎಂಬ ಭಾವನೆ ಅವರಲ್ಲಿರುತ್ತದೆ. ಇದು ಯಾದೃಚ್ಛಿಕ

ಆಲೋಚನೆಗಳನ್ನು ಹಿಡಿದಿಟ್ಟುಕೊಳ್ಳುವ ಅಥವಾ ಅವುಗಳ ಬೆನ್ನು ಬೀಳುವ ಪ್ರಕ್ರಿಯೆಯಲ್ಲ; ಇಲ್ಲಿ ಮನಸ್ಸು ವಿಶ್ರಾಂತಿ ಪಡೆಯುತ್ತದೆ. ಇದರರ್ಥ ವ್ಯಕ್ತಿಯು ನಿದ್ರಿಸುತ್ತಿದ್ದಾನೆಂದಾಗಲಿ ಅಥವಾ ಪ್ರಜ್ಞಾಹೀನ ಸ್ಥಿತಿಯಲ್ಲಿ ಯಾರೋ ಅವರ ಮನಸ್ಸನ್ನು ವಶಪಡಿಸಿಕೊಂಡಿದ್ದಾರೆಂದಾಗಲಿ ಅಲ್ಲ. ಅಲ್ಲಿ ಏನು ನಡೆಯುತ್ತಿದೆ ಎಂಬುದು ನಿಮಗೆ ತಿಳಿದಿರುತ್ತದೆ ಮತ್ತು ನಿಮ್ಮ ಸುತ್ತಲಿನ ಶಬ್ದಗಳ ಬಗ್ಗೆ ನೀವು ಜಾಗರೂಕರಾಗಿರುತ್ತೀರಿ, ಬಹುಶಃ ಸಾಮಾನ್ಯ ಜಾಗೃತ ಸ್ಥಿತಿಗಿಂತಲೂ ಹೆಚ್ಚಿನ ಗಮನ ನಿಮ್ಮದಾಗಿರುತ್ತದೆ. ನೀವು ನಿಜವಾಗಿಯೂ ಬಯಸಿದರೆ ತಕ್ಷಣವೇ ಎಚ್ಚರಗೊಳ್ಳಬಹುದು ಎಂಬುದು ನಿಮಗೆ ತಿಳಿದಿರುತ್ತದೆ. ಆದರೆ ಅದರಿಂದ ಆಗಬೇಕಾದುದೇನು? ಸಮ್ಮೋಹನಕಾರನು ನಿಮ್ಮ ಮಿತಿಗಳನ್ನು ಗೌರವಿಸುವವರೆಗೂ ಆ ಅನುಭವದೊಂದಿಗೆ ಮುಂದುವರಿಯುವುದು ಉತ್ತಮ.

ವ್ಯಕ್ತಿಗಳಿಗೆ ಅವರ ಕಾನೂನುಬದ್ಧ, ನೈತಿಕ ಅಥವಾ ಧಾರ್ಮಿಕ ನಂಬಿಕೆಗಳಿಗೆ ವಿರುದ್ಧವಾದ ಯಾವುದನ್ನಾದರೂ ಮಾಡಲು ಅಥವಾ ಹೇಳಲು ಸೂಚಿಸಿದಾಗ, ಅವರು ತಕ್ಷಣ ಎಚ್ಚರಗೊಳ್ಳುತ್ತಾರೆ ಅಥವಾ ಸಮ್ಮೋಹನಕಾರನ ಆಜ್ಞೆಯನ್ನು ಪಾಲಿಸುವುದಿಲ್ಲ. ಸಮ್ಮೋಹನಕ್ಕೊಳಗಾದ ವ್ಯಕ್ತಿಯು, ಅದೇ ಪರಿಸರದಲ್ಲಿ ತಾನು ಎಚ್ಚರವಾಗಿದ್ದಾಗ ಸಾಮಾನ್ಯವಾಗಿ ಮಾಡದ ಯಾವುದೇ ಕೆಲಸವನ್ನು ಮಾಡುವುದಿಲ್ಲ. ಒಮ್ಮೆ ವೇದಿಕೆಯ ಮೇಲೆ ಪ್ರದರ್ಶನದ ನಡುವೆ ಒಬ್ಬ ಮಹಿಳೆ ತನ್ನ ಬಟ್ಟೆಗಳನ್ನು ತೆಗೆಯಲು ಪ್ರಾರಂಭಿಸಿದಾಗ ಈ ವಿಷಯವು ಚರ್ಚೆಗೆ ಬಂದಿತ್ತು; ಅದೇ ಸಮಯದಲ್ಲಿ ಇತರ ವ್ಯಕ್ತಿಗಳು ಸಾಮಾಜಿಕವಾಗಿ ಒಪ್ಪಿತವಾಗುವ ಮಿತಿಯವರೆಗೆ ಮಾತ್ರ ಅಂದರೆ ಕೇವಲ ಬಟ್ಟೆ ತೆಗೆಯುವಂತೆ ನಟಿಸಿ ನಿಲ್ಲಿಸಿದ್ದರು. ಸ್ವತಃ ಸಮ್ಮೋಹನಕಾರನೇ ಇದರಿಂದ ಆಘಾತಕ್ಕೊಳಗಾಗಿ ಆಕೆಯನ್ನು ತಡೆಯಬೇಕೆಂದು ಅರಿತು ಹಾಗೆಯೇ ಮಾಡಿದನು. ಪ್ರದರ್ಶನದ ನಂತರ ಆಕೆಯ ವೃತ್ತಿಯು ನಗ್ನ ನೃತ್ಯಗಾರ್ತಿಯದ್ದೆಂದು ತಿಳಿದ ಮೇಲೆಯೇ ಅವನಿಗೆ ವಿಷಯ ಅರ್ಥವಾಯಿತು.

ಅನೇಕ ಸಮ್ಮೋಹನ ಚಿಕಿತ್ಸಕರು ವೇದಿಕೆ ಸಮ್ಮೋಹನವನ್ನು ಒಪ್ಪುವುದಿಲ್ಲ ಅಥವಾ ಬೆಂಬಲಿಸುವುದಿಲ್ಲ. ವೇದಿಕೆ ಸಮ್ಮೋಹನಕಾರರು ಮತ್ತು ಸಮ್ಮೋಹನ ಚಿಕಿತ್ಸಕರ ನಡುವೆ ನಿಜವಾದ ಭಿನ್ನಾಭಿಪ್ರಾಯವಿದೆ. ಸಮ್ಮೋಹನವು ನಿದ್ರೆಯಂತಹ ಒಂದು ಅಪ್ರಜ್ಞಾಪೂರ್ವಕ ಸ್ಥಿತಿ ಎಂಬಂತೆ ಬಿಂಬಿಸಿ ವೇದಿಕೆ ಸಮ್ಮೋಹನವನ್ನು ಪ್ರದರ್ಶಿಸಲಾಗುತ್ತದೆ...

ಇದು ಮನೋನಿಯಂತ್ರಣಕ್ಕೆ ದಾರಿ ಮಾಡಿಕೊಡುತ್ತದೆ ಎಂಬ ತಪ್ಪು ಕಲ್ಪನೆಯನ್ನು ಬಿಂಬಿಸುತ್ತದೆ. ಇದು ಸಮ್ಮೋಹನದ ಬಗೆಗಿನ ಒಂದು ದೋಷಪೂರಿತ ದೃಷ್ಟಿಕೋನ. ಸಮ್ಮೋಹನವು ವಿಚಿತ್ರವಾದದ್ದು, ಅತಿಮಾನುಷವಾದದ್ದು ಮತ್ತು ನಿಗೂಢವಾದದ್ದು ಎಂಬ ಸಮಾಜದಲ್ಲಿರುವ ಆಧಾರರಹಿತ ನಂಬಿಕೆಯನ್ನು ಇದು ಜೀವಂತವಾಗಿರಿಸುತ್ತದೆ; ಆದರೆ ವಾಸ್ತವದಲ್ಲಿ ಸಮ್ಮೋಹನವು ಹಾಗಿರುವುದಿಲ್ಲ. ಇಲ್ಲಿ ನೀವು ಪ್ರಜ್ಞೆ ಕಳೆದುಕೊಳ್ಳುವುದಿಲ್ಲ; ನೀವು ಯಾವುದೇ ಮಂಕು ಸ್ಥಿತಿಯಲ್ಲಿರುವುದಿಲ್ಲ; ನಿಮ್ಮ ಮನಸ್ಸು ಬೇರೆಯವರ ನಿಯಂತ್ರಣದಲ್ಲಿರುವುದಿಲ್ಲ. ಸಮ್ಮೋಹನ ಚಿಕಿತ್ಸಕರು ಇತರರಿಗೆ ಹೆಚ್ಚು ಸಂತೋಷದಾಯಕ, ಆರೋಗ್ಯಕರ ಮತ್ತು ತೃಪ್ತಿಕರ ಜೀವನವನ್ನು ನಡೆಸಲು ಸಹಾಯ ಮಾಡುವ ಒಂದು ಮಾರ್ಗವಾಗಿ ಸಮ್ಮೋಹನವನ್ನು ಬಳಸಲು ಬಯಸುತ್ತಾರೆ. ಇದಕ್ಕೆ ವ್ಯತಿರಿಕ್ತವಾಗಿ, ವೇದಿಕೆ ಸಮ್ಮೋಹನಕಾರರು ತಮ್ಮ ಮನೋರಂಜನಾ ಪ್ರದರ್ಶನಗಳಲ್ಲಿ ಸಮ್ಮೋಹನವನ್ನು ಕೇವಲ ಒಂದು ಪ್ರಮುಖ ಸಾಧನವಾಗಿ ಬಳಸುತ್ತಾರೆ. ಈ ಕಾರಣದಿಂದಲೇ ಅವರ ನಡುವೆ ಭಿನ್ನಾಭಿಪ್ರಾಯವಿರುವುದು ಸ್ಪಷ್ಟವಾಗಿದೆ.

ವೇದಿಕೆ ಸಮ್ಮೋಹನಕಾರ ಮತ್ತು ಸಮ್ಮೋಹನ ಚಿಕಿತ್ಸಕರ ನಡುವಿನ ಈ ವ್ಯತ್ಯಾಸಗಳನ್ನು ಗಮನಿಸಿದಾಗ, ಸಮ್ಮೋಹನಕಾರರು ಅಜಾಗರೂಕತೆಯಿಂದ ಮಾನವಕುಲದ ಒಂದು ಭಾಗವನ್ನು ಪ್ರತಿನಿಧಿಸುತ್ತಿದ್ದಾರೆಂದು ತೋರುತ್ತದೆ. ದೂರದರ್ಶನದ ಚಿತ್ರಣಗಳ ಜೊತೆಗೆ, ವೇದಿಕೆ ಪ್ರದರ್ಶನಗಳು ಸಮ್ಮೋಹನವು ಮನಸ್ಸಿನ ಶಕ್ತಿಯನ್ನು ಬಳಸಿಕೊಳ್ಳುವ ಒಂದು ಪ್ರಬಲ ಮತ್ತು ಮಾಂತ್ರಿಕ ವಿದ್ಯೆ ಎಂಬ ಸಾಮೂಹಿಕ ಭ್ರಮೆಗೆ ತುಪ್ಪ ಸುರಿಯುತ್ತವೆ. ಈ ಎಲ್ಲ ಅಂಶಗಳನ್ನು ಸೇರಿಸಿ ನೋಡುವುದು ಕಷ್ಟವೇನಲ್ಲ. "ನಾನು ಎಲ್ಲವನ್ನೂ ಮಾಡಿ ನೋಡಿದ್ದೇನೆ; ಈಗ ಕೊನೆಯ ದಾರಿಯಾಗಿ ಸಮ್ಮೋಹನವನ್ನು ಏಕೆ ಪ್ರಯತ್ನಿಸಬಾರದು? ವಿಚಿತ್ರವೆಂದರೆ, ಇದು ಹೇಗೆ ಕೆಲಸ ಮಾಡುತ್ತದೆ ಎಂದು ನನಗೆ ತಿಳಿಯದು (ಅಜ್ಞಾತ ಭಯ), ಆದರೆ ಅದು ನನಗೆ ಮುಖ್ಯವಲ್ಲ... ಇದು ಕೆಲಸ ಮಾಡಬಹುದು ಅಷ್ಟೆ." ಹಳದಿ ಪುಟಗಳಲ್ಲಿರುವ ಸಮ್ಮೋಹನ ಚಿಕಿತ್ಸಕರ ಪಟ್ಟಿಗೆ ಅನೇಕ ದೂರವಾಣಿ ಕರೆಗಳು ಹೋಗಲು ಈ ರೀತಿಯ ಆಲೋಚನಾ ಕ್ರಮವೇ ಕಾರಣವಾಗುತ್ತದೆ.

ಒಂದು ಆದರ್ಶ ಜಗತ್ತಿನಲ್ಲಿ, ಸಮ್ಮೋಹನ ಎಂದರೇನು ಮತ್ತು ಅದು ಹೇಗೆ ಕೆಲಸ ಮಾಡುತ್ತದೆ ಎಂಬುದನ್ನು ಶಿಕ್ಷಣದ ಮೂಲಕ ಜನರಿಗೆ ಕಲಿಸಬೇಕಾಗುತ್ತದೆ. ಸಮ್ಮೋಹನದ ಪ್ರಾಮುಖ್ಯತೆ ಮತ್ತು

ಪ್ರಯೋಜನಗಳನ್ನು ಗುರುತಿಸಿ, ಸಂಸ್ಕೃತಿಯಲ್ಲಿ ಅದಕ್ಕೊಂದು ಸಾಮಾನ್ಯ ಸ್ಥಾನವನ್ನು ನೀಡಬೇಕಾಗುತ್ತದೆ. ಆದರೆ, ಇಂದಿನ ಜಗತ್ತು ಹಾಗಿಲ್ಲ. ಸಮ್ಮೋಹನದ ಬಗ್ಗೆ ಜನರಿಗೆ ಶಿಕ್ಷಣ ನೀಡುವ ವಿಷಯದಲ್ಲಿ ಸಮ್ಮೋಹನ ಚಿಕಿತ್ಸಕರಿಗೆ ದೊಡ್ಡ ಜವಾಬ್ದಾರಿಯಿದೆ. ಸಮೂಹ ಶಿಕ್ಷಣವು ಈ ವೃತ್ತಿಯ ದೀರ್ಘಕಾಲದ ಗುರಿಯಾಗಬೇಕು.

ದುರಂತವೆಂದರೆ, ಸಮ್ಮೋಹನ ಚಿಕಿತ್ಸಕರಿಂದಲೇ ಸಾರ್ವಜನಿಕ ಶಿಕ್ಷಣದ ಕೊರತೆಯಿರುವುದನ್ನು ನಾನು ಕಾಣುತ್ತಿದ್ದೇನೆ. ಸ್ವತಃ ಸಮ್ಮೋಹನ ಚಿಕಿತ್ಸಕರೇ ಸಿದ್ಧಪಡಿಸಿದ ಅನೇಕ ಮಾಹಿತಿ ಪತ್ರಿಕೆಗಳು ಸಮ್ಮೋಹನ ಶಿಕ್ಷಣದ ಪ್ರಾಮುಖ್ಯತೆಯನ್ನು ನಿರ್ಲಕ್ಷಿಸಿದಂತೆ ತೋರುತ್ತವೆ. ನಾನು ಊಹಿಸುವಂತೆ...

ಅನೇಕ ಸಮ್ಮೋಹನ ಚಿಕಿತ್ಸಕರು ಸಮ್ಮೋಹನದ "ಮಾಂತ್ರಿಕ" ಮತ್ತು "ನಿಗೂಢ" ಲಕ್ಷಣಗಳನ್ನು ಹಾಗೆಯೇ ಉಳಿಸಿಕೊಳ್ಳಲು ಬಯಸುತ್ತಾರೆ, ಏಕೆಂದರೆ ನಿಸ್ಸಂದೇಹವಾಗಿ ಇಂತಹ ನಂಬಿಕೆಗಳು ಅವರ ಗ್ರಾಹಕರ ಸಂಖ್ಯೆಯನ್ನು ಹೆಚ್ಚಿಸುತ್ತವೆ. ಈ ಹಂತದಲ್ಲಿ, ವೇದಿಕೆ ಸಮ್ಮೋಹನವನ್ನು ಸಂಪೂರ್ಣವಾಗಿ ಖಂಡಿಸುವುದು ಅಕಾಲಿಕವಾದೀತು.

ತಮ್ಮ ಪ್ರದರ್ಶನಗಳಿಗೆ ಬರುವ ಸಾವಿರಾರು ಜನರನ್ನು ನೇರವಾಗಿ ಭೇಟಿಯಾಗುವ ಅಪರೂಪದ ಅವಕಾಶ ವೇದಿಕೆ ಸಮ್ಮೋಹನಕಾರರಿಗಿದೆ. ಸಮ್ಮೋಹನ ಮತ್ತು ಸಮ್ಮೋಹನ ಚಿಕಿತ್ಸೆಯ ಪ್ರಯೋಜನಗಳ ಬಗ್ಗೆ ಜನರಿಗೆ ಮಾಹಿತಿ ನೀಡಲು ಮತ್ತು ಶಿಕ್ಷಣ ನೀಡಲು ತಮಗಿರುವ ಈ ಪ್ರಬಲ ನಿಯಂತ್ರಣವನ್ನು ಬಳಸಿಕೊಳ್ಳುವಂತೆ ವೇದಿಕೆ ಸಮ್ಮೋಹನಕಾರರನ್ನು ಪ್ರೋತ್ಸಾಹಿಸಬೇಕಿದೆ. ಬಹುಶಃ ಅವರು ಪ್ರದರ್ಶನದ ಕೊನೆಯಲ್ಲಿ ಪ್ರೇಕ್ಷಕರಿಗೆ ಹೀಗೆ ನೆನಪಿಸಬಹುದು: "ನಾವು ಇಂದು ಇಲ್ಲಿ ಅದ್ಭುತ ಸಮಯವನ್ನು ಕಳೆದಿದ್ದೇವೆ. ನೀವು ಇಂದು ಇಲ್ಲಿ ನೋಡಿರುವುದು ಕೇವಲ ಒಂದು ದೃಢವಾದ ಮನಸ್ಸು ಏನನ್ನು ಸಾಧಿಸಬಲ್ಲದು ಎಂಬುದರ ಒಂದು ಸಣ್ಣ ತುಣುಕು ಮಾತ್ರ ಎಂಬುದನ್ನು ಪ್ರತಿಯೊಬ್ಬರೂ ಅರಿತುಕೊಳ್ಳಬೇಕೆಂದು ನಾನು ಬಯಸುತ್ತೇನೆ. ಕೇವಲ ಮನೋರಂಜನೆಯ ಹೊರತಾಗಿ, ಜನರ ಜೀವನವನ್ನು ಸುಧಾರಿಸಲು ಸಹಾಯ ಮಾಡುವಲ್ಲಿ ಸಮ್ಮೋಹನವು ಅಷ್ಟೇ ಮುಖ್ಯವಾಗಿದೆ. ನೀವು ಹೆಚ್ಚು ಸಂತೋಷದಾಯಕ, ಆರೋಗ್ಯಕರ ಮತ್ತು ತೃಪ್ತಿಕರ ಜೀವನವನ್ನು ನಡೆಸಲು ನಿಮ್ಮ ಮನಸ್ಸನ್ನು ಕೇಂದ್ರೀಕರಿಸಲು ಸಮ್ಮೋಹನ ಚಿಕಿತ್ಸಕರು ಸಮ್ಮೋಹನವನ್ನು ಬಳಸಬಹುದು."

ಸ್ವಯಂ ಸಂಮೋಹನ ಮತ್ತು ವೇದಿಕೆ ಸಂಮೋಹನದ ನಡುವಿನ ವ್ಯತ್ಯಾಸವೇನು?

ಸಮ್ಮೋಹನ ಮತ್ತು ಸ್ವಯಂ-ಸಮ್ಮೋಹನಗಳು ಗೌರವಾನ್ವಿತ ಚಿಕಿತ್ಸಾ ಪದ್ಧತಿಗಳಾಗಿವೆ. ಈ ರೀತಿಯ ಸಮ್ಮೋಹನ ಚಿಕಿತ್ಸೆಗಳನ್ನು ಒಂದು ನಿರ್ದಿಷ್ಟ ಗುರಿಯನ್ನು ತಲುಪಲು ಬಳಸಲಾಗುತ್ತದೆ—ಇಲ್ಲಿ ಕೇವಲ ಸುಧಾರಣೆ ಅಥವಾ ಗುಣಮುಖರಾಗಲು ಬಯಸುವ ವ್ಯಕ್ತಿ ಮತ್ತು ಚಿಕಿತ್ಸಕರು ಮಾತ್ರ ಭಾಗಿಯಾಗಿರುತ್ತಾರೆ. ಚಿಕಿತ್ಸಕ ಮತ್ತು ಗ್ರಾಹಕರು ಇಟ್ಟುಕೊಂಡಿರುವ ನಿರೀಕ್ಷೆಗಳು ವೈಯಕ್ತಿಕವಾಗಿದ್ದು, ನಿರ್ದಿಷ್ಟ ಅಗತ್ಯವನ್ನು ಪೂರೈಸಲು ವಿನ್ಯಾಸಗೊಳಿಸಲಾಗಿರುತ್ತದೆ. ಈ ಅವಧಿಗಳು ಮತ್ತು ವಿಷಯಗಳು ಅತ್ಯಂತ ರಹಸ್ಯವಾಗಿರುತ್ತವೆ, ವೈಯಕ್ತಿಕವಾಗಿರುತ್ತವೆ ಮತ್ತು ಸುರಕ್ಷಿತ ವಾತಾವರಣದಲ್ಲಿ ನಡೆಯುತ್ತವೆ. ನೀವು ಸ್ವಯಂ-ಸಮ್ಮೋಹನವನ್ನು ಬಳಸುತ್ತಿದ್ದರೆ, ನೀವು ಅದನ್ನು ಏಕೆ ಮಾಡುತ್ತಿದ್ದೀರಿ ಎಂಬುದನ್ನು ನೀವು ಅರ್ಥಮಾಡಿಕೊಳ್ಳಬೇಕು. ವೇದಿಕೆ ಸಮ್ಮೋಹನದ ವಿಷಯದಲ್ಲಿ ಮುಖ್ಯ ವ್ಯತ್ಯಾಸವೆಂದರೆ ಅಲ್ಲಿನ ವೇದಿಕೆ. ಇದು ಸಾರ್ವಜನಿಕರಿಗಾಗಿ ನಡೆಸುವ ಒಂದು ಯಶಸ್ವಿ ಪ್ರದರ್ಶನ. ಸಮ್ಮೋಹನಕಾರ ಅಥವಾ ಜಾದೂಗಾರನು ಏನನ್ನು ತೋರಿಸುತ್ತಾನೆ ಎಂಬುದನ್ನು ನೋಡಲು ಹಣ ನೀಡಲಾಗಿರುತ್ತದೆ...

ಅವರು ವ್ಯಕ್ತಿಯೊಬ್ಬರಿಂದ ಏನನ್ನು "ಮಾಡಿಸಬಲ್ಲರು" ಎಂಬುದನ್ನು ನೋಡಲು ಪ್ರೇಕ್ಷಕರು ಕಾತುರರಾಗಿರುತ್ತಾರೆ. ಬಹುಶಃ ಕೆಲವೇ ನಿಮಿಷಗಳ ಪ್ರಸಿದ್ಧಿಯನ್ನು ಹೊರತುಪಡಿಸಿ, ಅಲ್ಲಿರುವ "ಗ್ರಾಹಕ" ಅಥವಾ ವೇದಿಕೆಯ ಮೇಲಿನ ವಸ್ತು ಯಾವುದೇ ವೈಯಕ್ತಿಕ ಉದ್ದೇಶವನ್ನು ಈಡೇರಿಸಿಕೊಳ್ಳಲು ಅಲ್ಲಿ ಇರುವುದಿಲ್ಲ. ತನ್ನ ಗುರಿಗಳನ್ನು ಸಾಧಿಸಲು, ವೇದಿಕೆ ಸಮ್ಮೋಹನಕಾರನು ವಂಚನೆ ಅಥವಾ ಶೋಷಣೆಯ ದಾರಿಯನ್ನೂ ಹಿಡಿಯಬಹುದು. ಅಷ್ಟೇ ಅಲ್ಲದೆ, ಈ ಇಡೀ ತಂತ್ರಕ್ಕೆ ಸ್ವಲ್ಪಮಟ್ಟಿನ ಮೋಸ ಮತ್ತು ಸ್ವಯಂ-ಭ್ರಮೆಯ ಅಗತ್ಯವಿರುತ್ತದೆ.

ಸಂಮೋಹನದ ವಿಧಗಳು

ಇಂದಿನ ಸಮಾಜದಲ್ಲಿ ಮತ್ತೊಬ್ಬರನ್ನು ಅಥವಾ ತಮ್ಮನ್ನೇ ಸಮ್ಮೋಹನಗೊಳಿಸಲು ಬಳಸುವ ನಾಲ್ಕು ಪ್ರಮುಖ ಸಮ್ಮೋಹನ ರೂಪಗಳಿವೆ. ಅವುಗಳೆಂದರೆ ಸಾಂಪ್ರದಾಯಿಕ ಸಮ್ಮೋಹನ, ಎರಿಕ್ಸೋನಿಯನ್ ಸಮ್ಮೋಹನ, ಎನ್. ಎಲ್.ಪಿ. ಸಮ್ಮೋಹನ ಮತ್ತು ಸ್ವಯಂ-ಸಮ್ಮೋಹನ.

ಇವುಗಳು ಬಳಕೆ ಮತ್ತು ಅಭ್ಯಾಸದ ವಿಷಯದಲ್ಲಿ ಪರಸ್ಪರ ಭಿನ್ನವಾಗಿರುತ್ತವೆ. ಈ ನಾಲ್ಕೂ ರೂಪಗಳ ನಡುವಿನ ಸಾಮಾನ್ಯ ಅಂಶವೆಂದರೆ, ಇವೆಲ್ಲವೂ ಸಮ್ಮೋಹನದ ಸ್ಥಿತಿಯನ್ನು ಪ್ರಚೋದಿಸಲು ಒಂದು ಬಗೆಯ 'ಸಮ್ಮೋಹನ ಪ್ರಚೋದಕ'ವನ್ನು ಬಳಸುತ್ತವೆ; ಉದಾಹರಣೆಗೆ ದೃಷ್ಟಿಯನ್ನು ಒಂದು ಕಡೆ ನೆಡುವುದು ಅಥವಾ ಅಂಕಿಗಳನ್ನು ಹಿಂದಕ್ಕೆ ಎಣಿಸುವುದು.

ಸಾಂಪ್ರದಾಯಿಕ ಸಂಮೋಹನ

ಸಾಂಪ್ರದಾಯಿಕ ಸಮ್ಮೋಹನವು ಅತ್ಯಂತ ಸಾಮಾನ್ಯವಾದ ವಿಧವಾಗಿದೆ. ಇದನ್ನು ಯಾರಾದರೂ ಮಾಡಬಹುದು ಎಂಬ ನಂಬಿಕೆಯ ಕಾರಣದಿಂದಾಗಿ, ಅತ್ಯಂತ ಕಡಿಮೆ ತಯಾರಿ ಮತ್ತು ತರಬೇತಿಯೊಂದಿಗೆ ಇದನ್ನು ಅಭ್ಯಾಸ ಮಾಡಲಾಗುತ್ತದೆ. ಸಾಂಪ್ರದಾಯಿಕ ಸಮ್ಮೋಹನವು ಸುಲಭವಾದ ಸಲಹೆಗಳು ಮತ್ತು ಆಜ್ಞೆಗಳ ಮೇಲೆ ಅವಲಂಬಿತವಾಗಿರುವುದರಿಂದ ಇದು ಅತ್ಯಂತ ಸರಳವಾದ ಸಮ್ಮೋಹನ ವಿಧ ಎಂದು ಹೇಳಲಾಗುತ್ತದೆ. ಧ್ವನಿ ಸುರುಳಿಗಳು, ಸಿ.ಡಿ. ಗಳು ಮತ್ತು ಎಂ.ಪಿ.3 ಗಳ ಮೂಲಕ ಸಾಮಾನ್ಯವಾಗಿ ಪ್ರಚಾರ ಮಾಡಲಾಗುವ ಸಮ್ಮೋಹನ ಇದೇ ಆಗಿದೆ. ವ್ಯಕ್ತಿಯು ಸಮ್ಮೋಹನ ಸ್ಥಿತಿಯಲ್ಲಿದ್ದಾಗ, ಸಾಂಪ್ರದಾಯಿಕ ತಂತ್ರಗಳು ಸುಪ್ತ ಮನಸ್ಸಿನೊಂದಿಗೆ ಸಂವಹನ ನಡೆಸುತ್ತವೆ ಮತ್ತು ವ್ಯಕ್ತಿಯ ವರ್ತನೆ, ಭಾವನೆಗಳು, ಸಂವೇದನೆಗಳು ಮತ್ತು ಕ್ರಿಯೆಗಳನ್ನು ನಿಯಂತ್ರಿಸಲು ನೇರ ಸೂಚನೆಗಳನ್ನು ಹಾಗೂ ಆಜ್ಞೆಗಳನ್ನು ಬಳಸುತ್ತವೆ. ಸ್ವಯಂ-ಪ್ರಾಮುಖ್ಯತೆಯ ಬಗ್ಗೆ ಒಂದು ಸಲಹೆ...

ಆತ್ಮವಿಶ್ವಾಸದ ಬಗ್ಗೆ ಅಥವಾ ಮದ್ಯಪಾನ ಮತ್ತು ಧೂಮಪಾನದಂತಹ ಕೆಟ್ಟ ಅಭ್ಯಾಸಗಳನ್ನು ತ್ಯಜಿಸುವ ಬಗ್ಗೆ ನೀಡುವ ಸೂಚನೆಗಳು ಈ ಆಜ್ಞೆಗಳಿಗೆ ಉದಾಹರಣೆಗಳಾಗಿವೆ. ಸಾಂಪ್ರದಾಯಿಕ ಸಮ್ಮೋಹನವು ಕೇವಲ ಸಲಹೆ ಮತ್ತು ಆಜ್ಞೆಗಳ ಮೇಲೆ ಅವಲಂಬಿತವಾಗಿರುವುದರಿಂದ, ತಾರ್ಕಿಕ ಮತ್ತು ವಿಶ್ಲೇಷಣಾತ್ಮಕ ಆಲೋಚನಾ ಕ್ರಮ ಹೊಂದಿರುವ ವ್ಯಕ್ತಿಗಳಲ್ಲಿ ಇದು ಯಾವಾಗಲೂ ಸಂಪೂರ್ಣವಾಗಿ ಯಶಸ್ವಿಯಾಗುವುದಿಲ್ಲ. ಪ್ರಜ್ಞಾಪೂರ್ವಕ ಮನಸ್ಸು ಈ ಸಲಹೆ ಮತ್ತು ಸೂಚನೆಗಳ ಹರಿವಿಗೆ ಅಡ್ಡಿಪಡಿಸುತ್ತದೆ, ಸಂದೇಶಗಳನ್ನು ಪ್ರಶ್ನಿಸುತ್ತದೆ ಮತ್ತು ಸುಪ್ತ ಮನಸ್ಸು ಅವುಗಳನ್ನು ಪೂರ್ಣವಾಗಿ ಗ್ರಹಿಸಲು ಬಿಡುವುದಿಲ್ಲ. ಸಾಂಪ್ರದಾಯಿಕ ಸಮ್ಮೋಹನವು ವೇದಿಕೆ ಸಮ್ಮೋಹನಕ್ಕೂ ಆಧಾರವಾಗಿದೆ, ಇದು ಇಂದಿನ ಸಮಾಜದಲ್ಲಿ

ಕೂಟಗಳಲ್ಲಿ ಮತ್ತು ಹಾಸ್ಯ ಕೂಟಗಳಲ್ಲಿ ಭಾಗವಹಿಸುವವರಲ್ಲಿ ಹೆಚ್ಚು ಸಾಮಾನ್ಯವಾಗಿದೆ.

ಎರಿಕ್ಸೋನಿಯನ್ ಸಮ್ಮೋಹನ

ಎರಿಕ್ಸೋನಿಯನ್ ಸಮ್ಮೋಹನವು ಡಾ. ಮಿಲ್ಟನ್ ಎರಿಕ್ಸನ್ ಅವರು ಅಭಿವೃದ್ಧಿಪಡಿಸಿದ ಪರಿಕಲ್ಪನೆಗಳನ್ನು ಆಧರಿಸಿದೆ. ಸಮ್ಮೋಹನದ ಬಗ್ಗೆ ಜಾಗರೂಕರಾಗಿರುವ ಅಥವಾ ಅನುಮಾನ ಹೊಂದಿರುವವರಿಗೆ ಈ ರೀತಿಯ ಸಮ್ಮೋಹನವು ಅತ್ಯುತ್ತಮವಾಗಿದೆ, ಏಕೆಂದರೆ ಇದು ಕೇವಲ ನೇರ ಸಲಹೆಗಳ ಬದಲಿಗೆ ರೂಪಕಗಳನ್ನು ಬಳಸುತ್ತದೆ. ರೂಪಕಗಳು ಮೆದುಳಿಗೆ ಸೃಜನಾತ್ಮಕವಾಗಿ ಯೋಚಿಸಲು ಮತ್ತು ಸಾಂಪ್ರದಾಯಿಕ ಸಮ್ಮೋಹನದ ಏಕಮುಖ ವಿಧಾನದಿಂದ ಸಾಧ್ಯವಾಗದ ತೀರ್ಮಾನಗಳಿಗೆ ಬರಲು ಸಹಾಯ ಮಾಡುತ್ತವೆ. ಮೂಲಭೂತ ಆಜ್ಞೆಗಳು ಮತ್ತು ಸಲಹೆಗಳಿಗಿಂತ ಹೆಚ್ಚು ಸೂಕ್ಷ್ಮವಾದ ರೀತಿಯಲ್ಲಿ, ರೂಪಕಗಳು ಎರಡು ವಿಷಯಗಳನ್ನು ಹೋಲಿಸುವ ಮತ್ತು ವ್ಯತಿರಿಕ್ತವಾಗಿ ತೋರಿಸುವ ಮೂಲಕ ಕಾರ್ಯನಿರ್ವಹಿಸುತ್ತವೆ.

ನೇರ ಸಲಹೆಗಿಂತ ಹೆಚ್ಚು ಸಹಜವಾದ ರೀತಿಯಲ್ಲಿ, ಇವುಗಳು ಯಾವುದೋ ಒಂದು ಕಲ್ಪನೆ ಅಥವಾ ಪರಿಕಲ್ಪನೆಯನ್ನು ಮನಸ್ಸು ಅಳವಡಿಸಿಕೊಳ್ಳಲು ಪ್ರೋತ್ಸಾಹಿಸುತ್ತವೆ. ಇದೇ ಕಾರಣಕ್ಕಾಗಿ, ಸಾಂಪ್ರದಾಯಿಕ ವಿಧಾನಕ್ಕೆ ಮಣಿಯದ ಸಂಶಯವಾದಿಗಳನ್ನು ಈ ವಿಧಾನದ ಮೂಲಕ ಸಮ್ಮೋಹನಗೊಳಿಸಲು ಸಾಧ್ಯವಾಗುತ್ತದೆ. ಎರಿಕ್ಸೋನಿಯನ್ ಸಮ್ಮೋಹನದಲ್ಲಿ 'ಸಮಾನರೂಪಿ' ಮತ್ತು 'ಅಂತರವ್ಯಾಪಿ' ರೂಪಕಗಳನ್ನು ಬಳಸಲಾಗುತ್ತದೆ. ಸಮಾನರೂಪಿ ರೂಪಕಗಳು ಒಂದು ನೀತಿಕಥೆಯನ್ನು ಹೇಳುತ್ತವೆ, ಇದು ಸುಪ್ತ ಮನಸ್ಸಿಗೆ ಕಥೆಯ ನೀತಿಗೂ ಮತ್ತು ಈಗಾಗಲೇ ಪರಿಚಿತವಿರುವ ಒಂದು ಸನ್ನಿವೇಶ ಅಥವಾ ಸಮಸ್ಯೆಗೂ ನಡುವೆ ನೇರ ಸಂಬಂಧವನ್ನು ಕಲ್ಪಿಸಲು ಅನುವು ಮಾಡಿಕೊಡುತ್ತದೆ. ಅಂತರವ್ಯಾಪಿ ರೂಪಕಗಳು ಪ್ರಜ್ಞಾಪೂರ್ವಕ ಮನಸ್ಸನ್ನು ಗೊಂದಲಕ್ಕೀಡುಮಾಡುವ ಅಡಕವಾಗಿರುವ ಆಜ್ಞೆಗಳನ್ನು ಬಳಸುತ್ತವೆ, ಇದರಿಂದ ಸುಪ್ತ ಮನಸ್ಸು ರೂಪಕದ ಸಂದೇಶವನ್ನು ಸುಲಭವಾಗಿ ಗ್ರಹಿಸಲು ಸಾಧ್ಯವಾಗುತ್ತದೆ.

ಎರಿಕ್ಸೋನಿಯನ್ ಸಮ್ಮೋಹನ ಚಿಕಿತ್ಸೆಯು ಹೆಚ್ಚು ಸೂಕ್ಷ್ಮವಾದ ಪರೋಕ್ಷ ಸೂಚನೆಗಳನ್ನು ಬಳಸುತ್ತದೆ. ಈ ಪರೋಕ್ಷ ಸೂಚನೆಗಳನ್ನು

ನಿರ್ಲಕ್ಷಿಸುವುದು ತುಂಬಾ ಕಷ್ಟ, ಏಕೆಂದರೆ ಪ್ರಜ್ಞಾಪೂರ್ವಕ ಮನಸ್ಸು ಇವುಗಳನ್ನು ಸೂಚನೆಗಳೆಂದು ಪರಿಗಣಿಸುವುದೇ ಇಲ್ಲ; ಇವುಗಳು ಸಾಮಾನ್ಯವಾಗಿ ಕಥೆಗಳು ಅಥವಾ ರೂಪಕಗಳ ರೂಪದಲ್ಲಿ ಅಡಗಿರುತ್ತವೆ. ಪರೋಕ್ಷ ಸೂಚನೆಗೆ ಒಂದು ಉದಾಹರಣೆ ಎಂದರೆ: "ಮತ್ತು ಈ ಕಥೆಯನ್ನು ಕೇಳುತ್ತಾ ಹೋದಂತೆ ಬಹುಶಃ ನಿಮ್ಮ ಕಣ್ಣುಗಳು ಆಯಾಸಗೊಳ್ಳಬಹುದು, ಮತ್ತು ನೀವು ಅವುಗಳನ್ನು ಮುಚ್ಚಲು ಬಯಸಬಹುದು. ಏಕೆಂದರೆ ಜನರು ತಮ್ಮ ಕಣ್ಣುಗಳನ್ನು ಮುಚ್ಚಲು ಬಿಟ್ಟಾಗ ಒಂದು ಆಹ್ಲಾದಕರವಾದ, ಆಳವಾದ ಆರಾಮದಾಯಕ ಅನುಭವವನ್ನು ಪಡೆಯಬಹುದು ಮತ್ತು ಅವರು ಗಾಢವಾಗಿ ವಿಶ್ರಾಂತಿ ಪಡೆಯಬಹುದು ಎಂಬುದು ನಿಮಗೆ ತಿಳಿದಿದೆ."

ಈ ಕೆಳಗಿನ ಸನ್ನಿವೇಶವನ್ನು ಯೋಚಿಸಿ: ಐದು ವರ್ಷದ ಮಗು ಹಾಲಿನಿಂದ ತುಂಬಿದ ಲೋಟವನ್ನು ಜಾಗರೂಕತೆಯಿಂದ ಊಟದ ಮೇಜಿನ ಬಳಿಗೆ ತರುತ್ತಿದೆ. ಮಗುವಿನ ಪೋಷಕರು ಗಡುಸಾದ ಧ್ವನಿಯಲ್ಲಿ, "ಅದನ್ನು ಕೆಳಗೆ ಚೆಲ್ಲಬೇಡ," ಎಂದು ಎಚ್ಚರಿಸುತ್ತಾರೆ. ಮಗು ಪೋಷಕರನ್ನು ಮೇಲೆ ನೋಡುತ್ತದೆ, ಎಡವುತ್ತದೆ, ಲೋಟವನ್ನು ಕೆಳಗೆ ಹಾಕಿ ಹಾಲನ್ನೆಲ್ಲಾ ಚೆಲ್ಲುತ್ತದೆ. "ನಾನು ನಿನಗೆ ಅದನ್ನು ಚೆಲ್ಲಬೇಡ ಎಂದು ಹೇಳಿದ್ದೆ! ನೀನು ತುಂಬಾ ಅನಾಡಿ. ನೀನು ಎಂದಿಗೂ ಕಲಿಯುವುದಿಲ್ಲ!" ಎಂದು ಈಗ ಕೋಪಗೊಂಡ ಪೋಷಕರು ಕಿರುಚುತ್ತಾರೆ.

ಇದು ಅಚಾತುರ್ಯದಿಂದ ನಡೆದಿದ್ದರೂ ಸಹ, ಸಮ್ಮೋಹನದ ಒಂದು ಉದಾಹರಣೆಯಾಗಿದೆ. ಪ್ರಭಾವಶಾಲಿ ಅಧಿಕೃತ ಧ್ವನಿಯು, ಪರೋಕ್ಷ ಸೂಚನೆಯ ಮೂಲಕ ಒಂದು ಬದಲಾದ ಸ್ಥಿತಿಯನ್ನು ಸೃಷ್ಟಿಸಿ, ಸ್ಪಷ್ಟವಾದ ನಂತರದ-ಸಮ್ಮೋಹನ ಸೂಚನೆಯನ್ನು ("ನೀನು ತುಂಬಾ ಅನಾಡಿ. ನೀನು ಎಂದಿಗೂ ಕಲಿಯುವುದಿಲ್ಲ") ನೀಡಿದೆ. ಭವಿಷ್ಯದಲ್ಲಿ, ಪೋಷಕರು ನೀಡಿದ ಈ ನಂತರದ-ಸಮ್ಮೋಹನ ಸೂಚನೆಯು ಮಗುವಿನ ಮನಸ್ಸಿನಲ್ಲಿ ಅಚ್ಚೊತ್ತಿ, ಮಗುವಿನ ಪ್ರಗತಿಗೆ ಅಡ್ಡಿಯಾಗಬಹುದು.

ಎನ್. ಎಲ್. ಪಿ ಸಂಮೋಹನ (ನರ-ಭಾಷಾ ಕಾರ್ಯಕ್ರಮ ಸಂಯೋಜನೆ)

ಅದ್ಭುತ ಫಲಿತಾಂಶಗಳನ್ನು ನೀಡಲು ಎನ್. ಎಲ್.ಪಿ. ಸಮ್ಮೋಹನವು ನರ-ಭಾಷಾ ಕಾರ್ಯಕ್ರಮ ಮತ್ತು ಸಮ್ಮೋಹನವನ್ನು ಸಂಯೋಜಿಸುತ್ತದೆ. ಎನ್. ಎಲ್.ಪಿ. ಎನ್ನುವುದು ಒಂದು ರೀತಿಯ ಮನೋಚಿಕಿತ್ಸೆಯಾಗಿದ್ದು,

ಇದು ವರ್ತನಾ ನಡವಳಿಕೆಗಳನ್ನು ನರಮಂಡಲದ ಪ್ರಕ್ರಿಯೆಗಳಿಗೆ ಜೋಡಿಸುತ್ತದೆ—ಅಂದರೆ ಮೂಲಭೂತವಾಗಿ ನಾವು ಮಾಡುವ ಕೆಲಸಗಳನ್ನು ನಮ್ಮ ಭಾವನೆಗಳಿಗೆ ಜೋಡಿಸುತ್ತದೆ. ಸಮ್ಮೋಹನವು ಸುಪ್ತ ಮನಸ್ಸಿನೊಂದಿಗೆ ನೇರವಾಗಿ ವ್ಯವಹರಿಸುವ ಒಂದು ಮಾರ್ಗವಾಗಿದೆ, ಇದು ಕೆಲವೊಮ್ಮೆ ಪ್ರಜ್ಞಾಪೂರ್ವಕ ಮನಸ್ಸನ್ನು ಬದಿಗಿರಿಸುತ್ತದೆ; ಇದು ಸೂಚಿಸುವುದೇನೆಂದರೆ...

ಸಮ್ಮೋಹನಕ್ಕೊಳಗಾದ ವ್ಯಕ್ತಿಯು ಬದಲಾದ ಆಲೋಚನೆ ಮತ್ತು ಸೂಚನೆಗಳಿಗೆ ಅತ್ಯಂತ ಸುಲಭವಾಗಿ ಸ್ಪಂದಿಸುವ ಅಥವಾ ಮಣಿಯುವ ಸ್ಥಿತಿಯಲ್ಲಿರುತ್ತಾನೆ ಎಂಬುದನ್ನು ಇದು ತೋರಿಸುತ್ತದೆ.

ಆತ್ಮವಿಶ್ವಾಸ, ಸ್ವಾಭಿಮಾನ ಮತ್ತು ಸಾಮಾನ್ಯ ಮಾನಸಿಕ ಕ್ಷೇಮಕ್ಕೆ ಸಂಬಂಧಿಸಿದ ಸಮಸ್ಯೆಗಳನ್ನು ನಿವಾರಿಸಲು ಸ್ವಯಂ-ಸಮ್ಮೋಹನದ ಜೊತೆಗೆಎನ್.ಎಲ್.ಪಿ.ಸಮ್ಮೋಹನವನ್ನುಬಳಸಲಾಗುತ್ತದೆ.ಆತಂಕ,ಭೀತಿ ಮತ್ತು ಗಾಬರಿಯನ್ನು ಹೋಗಲಾಡಿಸಲು ಸಹ ಇದನ್ನು ಬಳಸಲಾಗುತ್ತದೆ. ಈ ಸಮ್ಮೋಹನ ವಿಧಾನವು ಹೆಚ್ಚು ಪರಿಣಾಮಕಾರಿಯಾಗಿದೆ ಏಕೆಂದರೆ ಇದು ಭಯ ಅಥವಾ ಸಮಸ್ಯೆಯನ್ನು ಸೃಷ್ಟಿಸಿದ ಅದೇ ಆಲೋಚನಾ ಕ್ರಮವನ್ನು ಬಳಸಿಕೊಂಡು ಆ ಸಮಸ್ಯೆಯನ್ನು ಹೋಗಲಾಡಿಸಲು ಅಥವಾ ಹಿಮ್ಮುಖಗೊಳಿಸಲು ಸಹಾಯ ಮಾಡುತ್ತದೆ.

ಬಹುಶಃ 'ಆಂಕರಿಂಗ್' (- ಲಂಗರು ಹಾಕುವಿಕೆ) ಎಂಬುದು ಅತ್ಯಂತ ಜನಪ್ರಿಯ ಎನ್. ಎಲ್.ಪಿ. ತಂತ್ರವಾಗಿದೆ ಮತ್ತು ಪ್ರತಿಯೊಬ್ಬರೂ ಯಾವುದಾದರೊಂದು ಸಂದರ್ಭದಲ್ಲಿ ಇದನ್ನು ಅನುಭವಿಸಿರುತ್ತಾರೆ. ನೀವು ಯಾವುದಾದರೂ ಹಾಡನ್ನು ಕೇಳಿದಾಗ ಅದು ನಿಮ್ಮ ಹಳೆಯ ನೆನಪುಗಳನ್ನು ಅಥವಾ ಭಾವನೆಗಳನ್ನು ಬಡಿದೆಬ್ಬಿಸುತ್ತದೆಯೇ? ಹಾಗಿದ್ದಲ್ಲಿ, ಆ ಹಾಡು ಆ ಭಾವನೆಗಳಿಗೆ ಒಂದು 'ಲಂಗರು' ಅಥವಾ ಆಧಾರವಾಗಿದೆ ಎಂದರ್ಥ. ಎನ್. ಎಲ್.ಪಿ. ಸಮ್ಮೋಹನದ ಮೂಲಕ ನೀವು ಬಯಸುವ ಯಾವುದೇ ಮಾನಸಿಕ ಸ್ಥಿತಿ ಅಥವಾ ಭಾವನೆಗಳಿಗೆ ಯಾವುದನ್ನಾದರೂ ಆಧಾರವಾಗಿ ಜೋಡಿಸಬಹುದು. ಉದಾಹರಣೆಗೆ, ನಿಮ್ಮ ಕಿವಿಯನ್ನು ಮುಟ್ಟುವ ಕ್ರಿಯೆಯನ್ನು ಆತ್ಮವಿಶ್ವಾಸದ ಭಾವನೆಗೆ ಜೋಡಿಸಬಹುದು.

ನಿಮಗೆ ಯಾವುದಾದರೂ ವಿಷಯದ ಬಗ್ಗೆ ಆತಂಕವಿದ್ದರೆ ಅಥವಾ ವೇದಿಕೆಯ ಮೇಲೆ ಭಯವಾಗುತ್ತಿದ್ದರೆ, ನೀವು ಸುಲಭವಾಗಿ ನಿಮ್ಮ

ಕಿವಿಯನ್ನು ಮುಟ್ಟಿ ಆ ಆತ್ಮವಿಶ್ವಾಸ ಮತ್ತು ಶಕ್ತಿಯ ಭಾವನೆಗಳನ್ನು ಮರಳಿ ಪಡೆಯಬಹುದು. ಒಂದು ಆಧಾರವನ್ನು (ಉದಾಹರಣೆಗೆ ನಿಮ್ಮ ಬಲಗಿವಿಯ ಮೇಲ್ಭಾಗವನ್ನು ಮುಟ್ಟುವುದು) ಆಯ್ಕೆ ಮಾಡುವಾಗ ಅದು ನಿಖರವಾಗಿರಬೇಕು ಮತ್ತು ಸಾಂದರ್ಭಿಕವಾಗಿರಬೇಕು (ಇಲ್ಲದಿದ್ದರೆ ಅದರ ಪರಿಣಾಮ ಕಡಿಮೆಯಾಗುತ್ತದೆ) ಎಂಬುದು ಮುಖ್ಯ. ಅಲ್ಲದೆ, ಅದು ಒಂದು ನಿರ್ದಿಷ್ಟ ಮತ್ತು ವಿಶಿಷ್ಟ ಪ್ರತಿಕ್ರಿಯೆಗೆ ಜೋಡಿಸಲ್ಪಟ್ಟಿರಬೇಕು (ಇಲ್ಲದಿದ್ದರೆ ಆ ಸಂಬಂಧ ಏರ್ಪಡುವುದಿಲ್ಲ).

'ಫ್ಲ್ಯಾಶ್' ಎನ್ನುವುದು ಎನ್. ಎಲ್.ಪಿ. ಸಮ್ಮೋಹನದ ಮತ್ತೊಂದು ಅತ್ಯಾಧುನಿಕ ತಂತ್ರವಾಗಿದೆ. ಸರಳವಾಗಿ ಹೇಳುವುದಾದರೆ, ಇದನ್ನು ಒಂದು ಅಭ್ಯಾಸಬಲದ ಪ್ರತಿಕ್ರಿಯೆಯನ್ನು ಮುರಿಯಲು ಅಥವಾ ಎರಡು ನಡವಳಿಕೆಗಳ ನಡುವಿನ ಸಂಬಂಧವನ್ನು ತೆಗೆದುಹಾಕಲು ಬಳಸಲಾಗುತ್ತದೆ. ಉದಾಹರಣೆಗೆ, ಅನೇಕ ಜನರು ಹಸಿವಾದಾಗ ಧೂಮಪಾನ ಮಾಡಲು ಇಷ್ಟಪಡುತ್ತಾರೆ. ಕಾಲಕ್ರಮೇಣ, ಅವರ ಮನಸ್ಸು ಧೂಮಪಾನ ಮಾಡುವುದನ್ನು ಹಸಿವಿನ ಭಾವನೆಗೆ ಜೋಡಿಸಿಬಿಡುತ್ತದೆ, ಮತ್ತು ಪ್ರತಿ ಬಾರಿ ಹಸಿವಾದಾಗಲೂ ಅವರಿಗೆ ಸಿಗರೇಟ್ ಬೇಕೆನಿಸುತ್ತದೆ. ಈ ಸಂಬಂಧವನ್ನು ಕಡಿದುಹಾಕಲು 'ಫ್ಲ್ಯಾಶ್' ತಂತ್ರವನ್ನು ಬಳಸಬಹುದು.

ಎನ್. ಎಲ್.ಪಿ. ಸಮ್ಮೋಹನದ ಮತ್ತೊಂದು ವಿಧಾನವನ್ನು 'ರಿಸೆಪ್ಷನ್' ಎಂದು ಕರೆಯಲಾಗುತ್ತದೆ ಮತ್ತು ಇದನ್ನು ವ್ಯಕ್ತಿಯ ನಡವಳಿಕೆಯನ್ನು ಬದಲಾಯಿಸಲು ಬಳಸಲಾಗುತ್ತದೆ. ಇಲ್ಲಿ ಫಲಿತಾಂಶವನ್ನು ಮೊದಲು ನಿರ್ಧರಿಸಲಾಗುತ್ತದೆ (ವ್ಯಕ್ತಿಯ ಗುರಿ ಏನೆಂದು), ನಂತರ ಸುಪ್ತ ಮನಸ್ಸನ್ನು ತಲುಪಿ, ಒಂದು ನಿರ್ದಿಷ್ಟ ನಡವಳಿಕೆಯ ಬದಲಿಗೆ ಮತ್ತೊಂದು ನಡವಳಿಕೆಯನ್ನು ಅಳವಡಿಸಲಾಗುತ್ತದೆ. ಇದು ಪ್ರಜ್ಞಾಪೂರ್ವಕ ಮನಸ್ಸಿಗೆ ಸೂಕ್ತವಾದುದೂ ಮತ್ತು ಗುರಿಯನ್ನು ತಲುಪಲು ಹಿಂದಿನ ನಡವಳಿಕೆಗಿಂತ ಹೆಚ್ಚು ಪರಿಣಾಮಕಾರಿಯೂ ಆಗಿರುತ್ತದೆ.

ಎನ್. ಎಲ್.ಪಿ. ಸಮ್ಮೋಹನದ ಆಕರ್ಷಣೆಯೆಂದರೆ, ಇದರ ಪ್ರಯೋಜನ ಪಡೆಯಲು ನೀವು ಈ ಸಂಪೂರ್ಣ ಕಲೆಯಲ್ಲಿ ಪರಿಣಿತರಾಗಬೇಕಿಲ್ಲ. ಎನ್. ಎಲ್.ಪಿ. ಸಮ್ಮೋಹನದ ಕೇವಲ ಒಂದು ತತ್ವ ಅಥವಾ ತಂತ್ರವನ್ನು ಮಾತ್ರ ನೀವು ತಿಳಿದಿದ್ದರೂ ಸಹ, ನಿಮ್ಮ ಜೀವನವನ್ನು ಸುಧಾರಿಸಲು ನೀವು ಅದನ್ನು ಸ್ವತಂತ್ರವಾಗಿ ಬಳಸಬಹುದು. ಕಲಿಯಲು ಅತ್ಯಂತ ಸರಳವಾದ ತಂತ್ರವೆಂದರೆ 'ಆಂಕರಿಂಗ್', ಮತ್ತು ನೀವು ಮೊದಲು ಅದನ್ನೇ ಪ್ರಯತ್ನಿಸಲು

ನಾವು ಶಿಫಾರಸು ಮಾಡುತ್ತೇವೆ. ಈ ವಿಧಾನಗಳನ್ನು ಪ್ರತ್ಯೇಕವಾಗಿ ಅಥವಾ ಒಟ್ಟಾಗಿ ಬಳಸಿದಾಗ, ಎನ್. ಎಲ್.ಪಿ. ಸಮ್ಮೋಹನವು ಅತ್ಯಂತ ಶಕ್ತಿಶಾಲಿ ಸಮ್ಮೋಹನ ವಿಧಗಳಲ್ಲಿ ಒಂದೆಂದು ಪರಿಗಣಿಸಲ್ಪಡುತ್ತದೆ.

ಸ್ವಯಂ-ಸಮ್ಮೋಹನ

ಈಗಾಗಲೇ ತಿಳಿಸಿದಂತೆ, ಮೇಲೆ ಹೇಳಲಾದ ಯಾವುದೇ ಸಮ್ಮೋಹನ ವಿಧಗಳನ್ನು ಬಳಸಿಕೊಂಡು ಗಾಢವಾದ ವಿಶ್ರಾಂತಿ ಸ್ಥಿತಿಯನ್ನು ತಲುಪಲು ವ್ಯಕ್ತಿಯು ತಾನೇ ಮಾಡಿಕೊಳ್ಳುವ ಪ್ರಕ್ರಿಯೆಯೇ ಸ್ವಯಂ-ಸಮ್ಮೋಹನ. ಸಮ್ಮೋಹನಕಾರ ಅಥವಾ ಸಮ್ಮೋಹನ ಚಿಕಿತ್ಸಕರಿಲ್ಲದೆಯೇ, ಸ್ವಯಂ-ಸಮ್ಮೋಹನವು ಮನಸ್ಸನ್ನು ವಿಶ್ರಾಂತಗೊಳಿಸಲು ಮತ್ತು ಸಮ್ಮೋಹನ ಸ್ಥಿತಿಯನ್ನು ಪ್ರವೇಶಿಸಲು ಸಹಾಯ ಮಾಡುತ್ತದೆ. ಈ ಸಮ್ಮೋಹನದ ಅವಧಿಯಲ್ಲಿ, ಸಲಹೆಗಳು ಮತ್ತು ಆಜ್ಞೆಗಳನ್ನು ನೀವೇ ರೂಪಿಸಿಕೊಳ್ಳಬಹುದು ಅಥವಾ ನಿಮಗೆ ಮಾರ್ಗದರ್ಶನ ನೀಡುವ ಸಿ.ಡಿ. ಅಥವಾ ಎಂ.ಪಿ.3 ಗಳನ್ನು ಬಳಸಬಹುದು. ಮಾರ್ಗದರ್ಶಿತ ಸಮ್ಮೋಹನಕ್ಕಿಂತ ಈಗ ಅನೇಕ ಜನರು ಸ್ವಯಂ-ಸಮ್ಮೋಹನವನ್ನೇ ಇಷ್ಟಪಡುತ್ತಾರೆ, ಏಕೆಂದರೆ ಅವರು ತಮ್ಮ ಸೂಕ್ಷ್ಮ ಮತ್ತು ಪ್ರಭಾವಶಾಲಿ ಸುಪ್ತ ಮನಸ್ಸನ್ನು ಬೇರೆಯವರ ಕೈಗೆ ಒಪ್ಪಿಸಲು ನಂಬುವುದಿಲ್ಲ.

ಸುಪ್ತಪ್ರಜ್ಞೆಯ ಸಂದೇಶ

ನೀವು ಬದಲಾವಣೆಯನ್ನು ತರಲು ಪ್ರಯತ್ನಿಸುತ್ತಿದ್ದರೂ ಫಲಿತಾಂಶಗಳು ಸಿಗುತ್ತಿಲ್ಲವೆಂದಾದರೆ, ನಿಮ್ಮನ್ನು ತಡೆಯುತ್ತಿರುವ ಕೆಲವು ಮಿತಿಗಳಿರುತ್ತವೆ; ನೀವು ಅವುಗಳನ್ನು ತೆಗೆದುಹಾಕಿ ಹೊಸ ಆಲೋಚನೆಗಳನ್ನು ಅಳವಡಿಸಿಕೊಳ್ಳಬೇಕಾಗುತ್ತದೆ. ಇದು ಕೇವಲ...

ಸುಪ್ತ ಮನಸ್ಸಿನ ಮೂಲಕ ಮಾತ್ರ ಈ ಪ್ರಕ್ರಿಯೆ ನಡೆಯಲು ಸಾಧ್ಯ. ಮೂಲ ಕೇಂದ್ರವಾದ ಸುಪ್ತ ಮನಸ್ಸಿನೊಂದಿಗೆ ನೇರವಾಗಿ ವ್ಯವಹರಿಸುವ ಅತ್ಯಂತ ಪರಿಣಾಮಕಾರಿ, ಸರಳ, ಉತ್ಪಾದಕ ಮತ್ತು ಆಹ್ಲಾದಕರ ತಂತ್ರವೆಂದರೆ 'ಅಂತರ್ಗತ ಸಂದೇಶಗಳು'.

ಅಂತರ್ಗತ ಸಂದೇಶಗಳ ಬಗ್ಗೆ ಸಮಗ್ರವಾಗಿ ಅಧ್ಯಯನ ಮಾಡಲಾಗಿದೆ ಮತ್ತು ಮೂಲಭೂತ ಸುಧಾರಣೆಗಳನ್ನು ತರಲು ಇದು ಅತ್ಯುತ್ತಮ ಮಾರ್ಗವೆಂದು ಪದೇ ಪದೇ ಸಾಬೀತಾಗಿದೆ. ಯಾರಾದರೂ ಈ ತಂತ್ರವನ್ನು ಅನುಸರಿಸಬಹುದು; ಇದರ ದಕ್ಷತೆ, ಕಾರ್ಯಕ್ಷಮತೆ

ಮತ್ತು ಬಳಕೆಯ ಸುಲಭತೆಯು ಇದನ್ನು ಅತ್ಯಂತ ಸಾಮಾನ್ಯವಾದ ಮತ್ತು ಹೆಚ್ಚು ಸಂಶೋಧನೆಗೆ ಒಳಗಾದ ವಿಧಾನವನ್ನಾಗಿ ಮಾಡಿದೆ. ಗಣ್ಯ ವ್ಯಕ್ತಿಗಳು ಬಳಸುವ ಅಲ್ಪ ಪರಿಚಿತ ತಂತ್ರವೊಂದರ ಮೂಲಕ ಅಂತರ್ಗತ ಸಂದೇಶಗಳು ಲಕ್ಷಾಂತರ ಜನರಲ್ಲಿ ಜನಪ್ರಿಯವಾಗಿವೆ.

ಮಲಗಿರುವಾಗ ಸುಪ್ತಪ್ರಜ್ಞೆಯ ಸಂದೇಶಗಳನ್ನು ಪ್ಲೇ ಮಾಡಿ

ನಿದ್ರೆಯ ಅವಧಿಯಲ್ಲಿ ಅಂತರ್ಗತ ಸಂದೇಶಗಳನ್ನು ಕೇಳಿಸಿಕೊಳ್ಳುವುದು ನೀವು ಉತ್ತಮ ಸುಧಾರಣೆಗಳನ್ನು ಮಾಡಿಕೊಳ್ಳಲು ಮತ್ತು ಅವುಗಳನ್ನು ದೀರ್ಘಕಾಲದವರೆಗೆ ಉಳಿಸಿಕೊಳ್ಳಲು ಸಹಾಯ ಮಾಡುತ್ತದೆ. ಕನಿಷ್ಠ ಪ್ರಯತ್ನದೊಂದಿಗೆ, ನಿಮ್ಮ 6–8 ಗಂಟೆಗಳ ನಿದ್ರೆಯ ಸಮಯವನ್ನು ವೈಯಕ್ತಿಕ ಬೆಳವಣಿಗೆಯ ಒಂದು ಕಾರ್ಯಾಗಾರವನ್ನಾಗಿ ಪರಿವರ್ತಿಸಬಹುದು. ನಿಮ್ಮ ದಿನದ 1/3 ಭಾಗವನ್ನು ಅಂತರ್ಗತ ಸಂದೇಶಗಳಿಗೆ ನಿಮ್ಮ ಮೆದುಳನ್ನು ಒಡ್ಡುವ ಮೂಲಕ, ನೀವು ಎದುರಿಸುತ್ತಿರುವ ಸಮಸ್ಯೆಗಳನ್ನು ಸುಧಾರಿಸಲು ಮತ್ತು ಹಾನಿಕಾರಕ ಆಲೋಚನಾ ಕ್ರಮಗಳಿಂದ ಮುಕ್ತಿ ಪಡೆಯಲು ನಿಮ್ಮ ಸುಪ್ತ ಮನಸ್ಸಿಗೆ ತರಬೇತಿ ನೀಡಬಹುದು.

ಅಂತರ್ಗತ ಸಂಕೇತಗಳು ನಿಮ್ಮನ್ನು ಎಂದಿಗಿಂತಲೂ ಹೆಚ್ಚು ಮುಂದೆ ಕೊಂಡೊಯ್ಯುತ್ತವೆ! ಈ ರೀತಿಯಾಗಿ, ಪ್ರಭಾವಶಾಲಿ ವ್ಯಕ್ತಿಗಳು ಬಳಸುವಂತೆ ನೀವು ಅಂತರ್ಗತ ಸಂದೇಶಗಳನ್ನು ಬಳಸಬಹುದು. ನೀವು ಅಂತರಜಾಲದಲ್ಲಿ ದೈನಂದಿನ ಸುದ್ದಿಗಳನ್ನು ಓದುತ್ತಿರುವಾಗ ಹಂತಹಂತವಾಗಿ ನಿಮ್ಮ ಆತ್ಮವಿಶ್ವಾಸವನ್ನು ಬೆಳೆಸಿಕೊಳ್ಳಬಹುದು; ನಿಮ್ಮ ನೆಚ್ಚಿನ ತಿಂಡಿಯ ಪಾಕವಿಧಾನಗಳನ್ನು ನೋಡುತ್ತಿರುವಾಗ ಅದ್ಭುತ ಸಾಮಾಜಿಕ ಕೌಶಲಗಳನ್ನು ವೃದ್ಧಿಸಿಕೊಳ್ಳಬಹುದು ಮತ್ತು ಸುಲಭವಾಗಿ ಹೊಸ ಸ್ನೇಹ ಬೆಳೆಸುವುದನ್ನು ಕಲಿಯಬಹುದು. ನಿಮ್ಮ ಮಿಂಚಂಚೆಗಳನ್ನು ಪರಿಶೀಲಿಸುವಾಗ ನೀವು ಸಂತೋಷವಾಗಿರುವಂತೆ ನಿಮ್ಮನ್ನು ರೂಪಿಸಿಕೊಳ್ಳಬಹುದು; ಸಾಮಾಜಿಕ ಜಾಲತಾಣಗಳಲ್ಲಿನ ಪೋಸ್ಟ್‌ಗಳನ್ನು ಮೆಚ್ಚುವಾಗ ಹಣದ ಬಗ್ಗೆ ಆಶಾವಾದಿ ದೃಷ್ಟಿಕೋನಗಳನ್ನು ಬೆಳೆಸಿಕೊಳ್ಳಬಹುದು.

ಕೇವಲ ಕೆಲವೇ ಕ್ಷಣಗಳ ಕಾಲ ಇದನ್ನು ಕೇಳುವುದರಿಂದ ನಿಮ್ಮ ಮನಸ್ಸು ಮತ್ತು ದೇಹದಿಂದ ಒತ್ತಡವು ದೂರವಾಗುತ್ತಿರುವುದನ್ನು ನೀವು

ಅನುಭವಿಸಲು ಪ್ರಾರಂಭಿಸುತ್ತೀರಿ. ನೀವು ಸಂಪೂರ್ಣ ಆರಾಮದಾಯಕ ಮತ್ತು ಚಿಂತೆಯಿಲ್ಲದ ಗಾಢವಾದ ಸ್ಥಿತಿಯಲ್ಲಿ ನಿಮ್ಮನ್ನು ಕಂಡುಕೊಳ್ಳುತ್ತೀರಿ.

ಅಂತರ್ಗತ ಸಂದೇಶಗಳನ್ನು ಬಳಸುವ ಮೂಲಕ ನೀವು ಸಾಧಿಸಬಹುದಾದ ಎಲ್ಲಾ ಸುಂದರ ಗುರಿಗಳ ಜೊತೆಗೆ, ಸಕಾರಾತ್ಮಕ ಮನೋಭಾವದಿಂದ ನಿಮ್ಮ ನಿದ್ರೆಯನ್ನು ಉತ್ತಮಪಡಿಸಿಕೊಳ್ಳಬಹುದು ಮತ್ತು ಹೊಸ ಹುರುಪು ಹಾಗೂ ಚೈತನ್ಯದೊಂದಿಗೆ ಎಚ್ಚರಗೊಳ್ಳಬಹುದು. 'ವರ್ಟೆಕ್ಸ್ ಪರ್ಫಾರ್ಮೆನ್ಸ್' ಆಡಿಯೋ ಲೈಬ್ರರಿಯಲ್ಲಿ ಜೀವನವನ್ನೇ ಬದಲಿಸಬಲ್ಲ ಇಂತಹ ಹಲವಾರು ಅಂತರ್ಗತ ಸಂದೇಶಗಳು ನಿಮಗೆ ಲಭ್ಯವಿವೆ.

ನಿಮ್ಮ ಗಣಕಯಂತ್ರದ ಪರದೆಯ ಮೇಲೆ ಸುಪ್ತಾವಸ್ಥೆಯ ಮಿಂಚುಗಳನ್ನು ವೀಕ್ಷಿಸಿ

ನಿಮಗೆ ತಿಳಿದಿರುವಂತೆ, ಅಂತರ್ಗತ ಸಂದೇಶಗಳನ್ನು ಧ್ವನಿಯ ಮೂಲಕ ಮಾತ್ರವಲ್ಲದೆ ದೃಶ್ಯಗಳ ಮೂಲಕವೂ ತಲುಪಿಸಬಹುದು. ಈ ದೃಶ್ಯ ಸಂಕೇತಗಳು ನಿಮ್ಮ ಗಣಕಯಂತ್ರದ ಪರದೆಯ ಮೇಲೆ ಸಣ್ಣ ಹೊಳಪುಗಳಂತೆ ಕಾಣಿಸಿಕೊಳ್ಳುತ್ತವೆ. ದಿನಕ್ಕೆ ಕೇವಲ ಕೆಲವು ನಿಮಿಷಗಳನ್ನು ಈ ವ್ಯವಸ್ಥೆಯ ಮೂಲಕ ನೀವು ಕಳೆಯಬಹುದು. ಈ ಅಂತರ್ಗತ ಸಂದೇಶಗಳಲ್ಲಿ ಆಶಾವಾದಿ ದೃಢೀಕರಣಗಳಿದ್ದು, ಅವುಗಳನ್ನು ಪದೇ ಪದೇ ನೋಡುವುದರಿಂದ ನಿಮ್ಮ ಮೆದುಳಿನಲ್ಲಿ ಹೊಸ ನರಮಂಡಲದ ಜಾಲವೊಂದು ಸೃಷ್ಟಿಯಾಗುತ್ತದೆ. ಇದರ ಸಾರಾಂಶವೇನೆಂದರೆ, ನೀವು ಯಾವ ರೀತಿಯ ವ್ಯಕ್ತಿಯಾಗಲು ಬಯಸುತ್ತೀರೋ ಅಂತಹ ವ್ಯಕ್ತಿಯಾಗಲು ಇದು ಸಹಾಯ ಮಾಡುತ್ತದೆ.

ಈ ಅಂತರ್ಗತ ಹಕ್ಕುಗಳು ನಿಮ್ಮ ವಾಸ್ತವವಾಗುತ್ತವೆ ಮತ್ತು ಕೊನೆಗೂ ನೀವು ಯಾವಾಗಲೂ ಬಯಸುತ್ತಿದ್ದ ಬಲಿಷ್ಠ ವ್ಯಕ್ತಿಯಾಗಿ ನಿಮ್ಮನ್ನು ನೀವು ಬದಲಿಸಿಕೊಳ್ಳಬಹುದು. ಈ 'ಫ್ಲ್ಯಾಶ್' ರೂಪದ ಅಂತರ್ಗತ ಸಂದೇಶಗಳ ಮೂಲಕ ನೀವು ದೃಢೀಕರಣಗಳನ್ನು ತ್ವರಿತವಾಗಿ ಕಾರ್ಯರೂಪಕ್ಕೆ ತರಬಹುದು. ನಿಮ್ಮ ವೈಯಕ್ತಿಕ ಗಣಕಯಂತ್ರದಲ್ಲಿ ಅಂತರ್ಗತ ಸಂದೇಶಗಳನ್ನು ಅಳವಡಿಸುವುದು ಬಹಳ ಸುಲಭ; ಈ ವೀಡಿಯೊವನ್ನು ವೀಕ್ಷಿಸಿ, ಕೆಳಕ್ಕೆ ಚಲಿಸಿ ಮತ್ತು ಅದು ಹೇಗೆ ಕಾರ್ಯನಿರ್ವಹಿಸುತ್ತದೆ ಎಂದು ತಿಳಿಯಲು 'ಲೈವ್ ಡೆಮೊ' ಗುಂಡಿಯನ್ನು ಒತ್ತಿ.

ಹಗಲಿನಲ್ಲಿ ಎಂ.ಪಿ.3 ಸುಪ್ತಪ್ರಜ್ಞೆಯ ಸಂದೇಶಗಳನ್ನು ಪ್ಲೇ ಮಾಡಿ

ನಿದ್ರಿಸುವ ಮೊದಲು ಅಥವಾ ನಿದ್ರೆಯ ಸಮಯದಲ್ಲಿ ಅಂತರ್ಗತ ಸಂದೇಶಗಳನ್ನು ಕೇಳಲು ಸಲಹೆ ನೀಡಲಾಗುತ್ತದೆಯಾದರೂ, ಹಗಲಿನಲ್ಲಿ ಮನಸ್ಸು ಯಾವುದನ್ನಾದರೂ ಸ್ವೀಕರಿಸುವ ಸ್ಥಿತಿಯಲ್ಲಿದ್ದಾಗಲೂ ಈ ಸಂದೇಶಗಳನ್ನು ಬಳಸಲು ಇತರ ಯಶಸ್ವಿ ಮಾರ್ಗಗಳಿವೆ.

ನಾವು ಜೀವಂತವಿರುವಾಗ, ಸುಪ್ತ ಮನಸ್ಸು ಈ ಅಂತರ್ಗತ ಸಂಕೇತಗಳನ್ನು ಸ್ವೀಕರಿಸಲು ಮತ್ತು ಅದರಂತೆ ರೂಪಿತಗೊಳ್ಳಲು ಸಾಧ್ಯವೇ? ಖಂಡಿತವಾಗಿಯೂ ಸಾಧ್ಯ! ಎಚ್ಚರವಾಗಿರುವ ಸಮಯದಲ್ಲಿ ಮೆದುಳು 'ಬೀಟಾ' ಅಲೆಗಳೊಂದಿಗೆ ಕೆಲಸ ಮಾಡುತ್ತದೆ, ಆದರೂ ಹೊಸ ಜ್ಞಾನವು ಸುಪ್ತ ಮನಸ್ಸನ್ನು ಪ್ರವೇಶಿಸಬಲ್ಲದು. ಎಲ್ಲಾ ಸಮಯದಲ್ಲೂ ಹೊಸ ಜ್ಞಾನವು ಸುಪ್ತ ಮನಸ್ಸನ್ನು ಪ್ರವೇಶಿಸುತ್ತಲೇ ಇರುತ್ತದೆ. ಏಕೈಕ ವ್ಯತ್ಯಾಸವೆಂದರೆ, 'ಆಲ್ಫಾ' ಮತ್ತು 'ಥೀಟಾ' ಅಲೆಗಳ ಸಂಸ್ಕರಣೆಯ ಸಮಯದಲ್ಲಿ ನಾವು ಸುಪ್ತ ಮನಸ್ಸಿನೊಂದಿಗೆ ಹೆಚ್ಚು ಪರಿಣಾಮಕಾರಿಯಾಗಿ ಸಂವಹನ ನಡೆಸಬಹುದು. ದಿನವಿಡೀ ನಾವು ಪ್ರಜ್ಞಾಪೂರ್ವಕವಾಗಿ ಸುಪ್ತ ಮನಸ್ಸಿನೊಂದಿಗೆ ವ್ಯವಹರಿಸಬೇಕಿಲ್ಲ; ಅದು ಅಪ್ರಜ್ಞಾಪೂರ್ವಕವಾಗಿಯೇ ಅಂತರ್ಗತ ಸಂದೇಶಗಳನ್ನು ಹೀರಿಕೊಳ್ಳಲು ನಾವು ಬಿಡಬಹುದು.

ಹಗಲಿನ ವೇಳೆಯಲ್ಲಿ ಅಂತರ್ಗತ ಸಂದೇಶಗಳನ್ನು ಬಳಸುವ ಮತ್ತೊಂದು ಅತ್ಯಂತ ಉತ್ಪಾದಕ ಮಾರ್ಗವೆಂದರೆ, ಅಂತರ್ಗತ ಹೊಳಪುಗಳ ಜೊತೆಗೆ ಹಿನ್ನೆಲೆಯಲ್ಲಿ ಅಂತರ್ಗತ ಎಂ.ಪಿ.3 ಧ್ಯಾನಗಳನ್ನು ಪ್ಲೇ ಮಾಡುವುದು. ನೀವು ಅಡುಗೆ ಮಾಡುವಾಗ, ಮನೆ ಸ್ವಚ್ಛಗೊಳಿಸುವಾಗ, ವಿಶ್ರಾಂತಿ ಪಡೆಯಲು ಸ್ನಾನ ಮಾಡುವಾಗ ಅಥವಾ ನಿಮ್ಮ ಆಯ್ಕೆಯ ದೂರದರ್ಶನ ಕಾರ್ಯಕ್ರಮವನ್ನು ವೀಕ್ಷಿಸುವಾಗಲೂ ಇವುಗಳನ್ನು ಕೇಳಬಹುದು.

ಅಧ್ಯಾಯ ಎಂಟು

ಮನವೊಲಿಸುವ ಕಲೆ ಮತ್ತು ಕತ್ತಲೆ ಮನೋವಿಜ್ಞಾನ

ಮನವೊಲಿಸುವುದು ಎಂದರೆ ಏನು?

ಪ್ರಚೋದನೆ ಅಥವಾ ಮನವೊಲಿಸುವಿಕೆಯ ಬಗ್ಗೆ ಯೋಚಿಸುವಾಗ ನಿಮ್ಮ ಮನಸ್ಸಿಗೆ ಮೊದಲು ಬರುವುದು ಯಾವುದು? ಕೆಲವರು ವೀಕ್ಷಕರಿಗೆ ನಿರ್ದಿಷ್ಟ ಉತ್ಪನ್ನವನ್ನು ಖರೀದಿಸಲು ಒತ್ತಾಯಿಸುವ ಪ್ರಚಾರದ ಜಾಹೀರಾತುಗಳ ಬಗ್ಗೆ ಯೋಚಿಸಬಹುದು, ಇನ್ನು ಕೆಲವರು ಮತಪೆಟ್ಟಿಗೆಯಲ್ಲಿ ತಮ್ಮ ಹೆಸರನ್ನೇ ಆರಿಸುವಂತೆ ಮತದಾರರ ಮನವೊಲಿಸಲು ಪ್ರಯತ್ನಿಸುವ ರಾಜಕೀಯ ಅಭ್ಯರ್ಥಿಯ ಬಗ್ಗೆ ಯೋಚಿಸಬಹುದು. ದೈನಂದಿನ ಜೀವನದಲ್ಲಿ, ಪ್ರಚೋದನೆಯು ಒಂದು ಪ್ರಬಲ ಶಕ್ತಿಯಾಗಿದೆ ಮತ್ತು ಒಟ್ಟಾರೆಯಾಗಿ ಸಮಾಜದ ಮೇಲೆ ಗಮನಾರ್ಹ ಪ್ರಭಾವ ಬೀರುತ್ತದೆ. ರಾಜಕೀಯ, ಕಾನೂನು ತೀರ್ಪುಗಳು, ಸಮೂಹ ಮಾಧ್ಯಮಗಳು, ಸುದ್ದಿಗಳು ಮತ್ತು ಜಾಹೀರಾತುಗಳೆಲ್ಲವೂ ಈ ಪ್ರಚೋದನಾ ಶಕ್ತಿಯಿಂದ ಪ್ರಭಾವಿತವಾಗಿವೆ ಮತ್ತು ಪ್ರತಿಯಾಗಿ ನಮ್ಮ ಮೇಲೆ ಪ್ರಭಾವ ಬೀರುತ್ತವೆ.

ನಾವು ಪ್ರಚೋದನೆಗೆ ಮಣಿಯುವುದಿಲ್ಲ ಅಥವಾ ಅದನ್ನು ಪ್ರತಿರೋಧಿಸುತ್ತೇವೆ ಎಂದು ಭಾವಿಸಲು ಇಷ್ಟಪಡುತ್ತೇವೆ. ಮಾರಾಟಗಾರರ ಆಕರ್ಷಕ ಮಾತುಗಳ ಆಚೆಗೂ ನೋಡುವ, ಪ್ರಕರಣವೊಂದರ ಸತ್ಯಾಸತ್ಯತೆಗಳನ್ನು ಗ್ರಹಿಸುವ ಮತ್ತು ನಮ್ಮದೇ ಆದ ತೀರ್ಮಾನಕ್ಕೆ ಬರುವ ಸಹಜ ಸಾಮರ್ಥ್ಯ ನಮಗಿದೆ ಎಂದು ನಾವು ನಂಬುತ್ತೇವೆ. ಕೆಲವು ಸಂದರ್ಭಗಳಲ್ಲಿ ಇದು ನಿಜವಿರಬಹುದು, ಆದರೆ ಪ್ರಚೋದನೆ ಎಂಬುದು ಕೇವಲ ನಿಮಗೆ ಕಾರನ್ನು ಮಾರಾಟ ಮಾಡಲು ಪ್ರಯತ್ನಿಸುವ ಆತುರದ ಮಾರಾಟಗಾರ ಅಥವಾ ಇತ್ತೀಚಿನ ಮತ್ತು ಅತ್ಯುತ್ತಮ ಉತ್ಪನ್ನವನ್ನು ಖರೀದಿಸಲು ನಿಮ್ಮನ್ನು ಪ್ರಲೋಭಿಸುವ ದೂರದರ್ಶನದ ಜಾಹೀರಾತು

ಮಾತ್ರವಲ್ಲ. ಪ್ರಚೋದನೆಯು ಅತ್ಯಂತ ಸೂಕ್ಷ್ಮವಾಗಿರಬಹುದು ಮತ್ತು ಅಂತಹ ಪ್ರಭಾವಗಳಿಗೆ ನಾವು ಹೇಗೆ ಪ್ರತಿಕ್ರಿಯಿಸುತ್ತೇವೆ ಎಂಬುದು ಹಲವಾರು ಅಂಶಗಳ ಮೇಲೆ ಅವಲಂಬಿತವಾಗಿರುತ್ತದೆ.

ಪ್ರಚೋದನೆಯ ಬಗ್ಗೆ ಯೋಚಿಸುವಾಗ ನಮಗೆ ಯಾವಾಗಲೂ ನಕಾರಾತ್ಮಕ ಉದಾಹರಣೆಗಳೇ ಮೊದಲು ನೆನಪಿಗೆ ಬರುತ್ತವೆ, ಆದರೆ ಪ್ರಚೋದನೆಯನ್ನು ಸಕಾರಾತ್ಮಕ ಶಕ್ತಿಯಾಗಿಯೂ ಬಳಸಬಹುದು. ಜನರ ಜೀವನವನ್ನು ಬದಲಾಯಿಸಲು ಪ್ರಚೋದನೆಯನ್ನು ಬಳಸುವ ಉತ್ತಮ ಉದಾಹರಣೆಗಳೆಂದರೆ ಮರುಬಳಕೆಯನ್ನು ಉತ್ತೇಜಿಸುವ ಅಥವಾ ಧೂಮಪಾನವನ್ನು ನಿಲ್ಲಿಸಲು ಪ್ರೋತ್ಸಾಹಿಸುವ ಸಾರ್ವಜನಿಕ ಸೇವಾ ಜಾಹೀರಾತುಗಳು.

ಹಾಗಾದರೆ ನಿಖರವಾಗಿ ಪ್ರಚೋದನೆ ಎಂದರೇನು? ಪರ್ಲೋಫ್ (2003) ಅವರ ಪ್ರಕಾರ, ಪ್ರಚೋದನೆಯನ್ನು "ಒಂದು ಸಾಂಕೇತಿಕ ಪ್ರಕ್ರಿಯೆ ಎಂದು ನಿರೂಪಿಸಬಹುದು, ಇದರಲ್ಲಿ ಸಂವಹನಕಾರರು ಸಂದೇಶದ ರವಾನೆಯ ಮೂಲಕ ಮುಕ್ತ ಆಯ್ಕೆಯ ವಾತಾವರಣದಲ್ಲಿ ಯಾವುದಾದರೂ ವಿಷಯಕ್ಕೆ ಸಂಬಂಧಿಸಿದಂತೆ ಇತರ ಜನರ ವರ್ತನೆಗಳು ಅಥವಾ ನಡವಳಿಕೆಗಳನ್ನು ಬದಲಾಯಿಸಲು ಮನವೊಲಿಸಲು ಪ್ರಯತ್ನಿಸುತ್ತಾರೆ."

ಪ್ರಚೋದನೆಯ ಈ ವ್ಯಾಖ್ಯಾನದಲ್ಲಿನ ಮುಖ್ಯ ಅಂಶಗಳೆಂದರೆ:

- ಪ್ರಚೋದನೆಯು ಸಾಂಕೇತಿಕವಾಗಿದೆ, ಅಂದರೆ ಇದು ಪದಗುಚ್ಛಗಳು, ಚಿತ್ರಗಳು, ಶಬ್ದಗಳು ಇತ್ಯಾದಿಗಳನ್ನು ಬಳಸುತ್ತದೆ.
- ಇತರರ ಮನವೊಲಿಸಲು ನಡೆಸುವ ಪ್ರಜ್ಞಾಪೂರ್ವಕ ಪ್ರಯತ್ನ ಇದರಲ್ಲಿ ಅಡಗಿದೆ.
- ಸ್ವಯಂ-ಪ್ರಚೋದನೆಯು ಮುಖ್ಯವಾಗಿದೆ. ಜನರನ್ನು ಬಲವಂತಪಡಿಸುವುದಿಲ್ಲ; ಬದಲಾಗಿ ಅವರು ಆಯ್ಕೆ ಮಾಡಲು ಮುಕ್ತರಾಗಿರುತ್ತಾರೆ.

ಮನವೊಲಿಸುವ ಸಂದೇಶಗಳನ್ನು ರವಾನಿಸಲು ಮೌಖಿಕ ಮತ್ತು ಮೌಖಿಕವಲ್ಲದ ವಿಧಾನಗಳು, ದೂರದರ್ಶನ, ಆಕಾಶವಾಣಿ, ಅಂತರಜಾಲ ಅಥವಾ ಮುಖಾಮುಖಿ ಸಂಪರ್ಕ ಸೇರಿದಂತೆ ಹಲವಾರು ಮಾರ್ಗಗಳಿರಬಹುದು.

ಇಂದು ಮನವೊಲಿಸುವ ವಿಧಾನ ಹೇಗೆ ಭಿನ್ನವಾಗಿದೆ?

ಪ್ರಚೋದನೆಯ ಕಲೆ ಮತ್ತು ವಿಜ್ಞಾನವು ಪ್ರಾಚೀನ ಗ್ರೀಕರ ಕಾಲದಿಂದಲೂ ಆಸಕ್ತಿಯ ವಿಷಯವಾಗಿದ್ದರೂ ಸಹ, ಇಂದು ಪ್ರಚೋದನೆಯು ನಡೆಯುವ ರೀತಿಗೂ ಮತ್ತು ಹಿಂದೆ ನಡೆಯುತ್ತಿದ್ದ ರೀತಿಗೂ ಪ್ರಮುಖ ವ್ಯತ್ಯಾಸಗಳಿವೆ. ರಿಚರ್ಡ್ ಎಂ. ಪರ್ಲೋಫ್ ಅವರು ತಮ್ಮ 'ದ ಡೈನಾಮಿಕ್ಸ್ ಆಫ್ ಪರ್ಸುವೇಶನ್: ಕಮ್ಯುನಿಕೇಶನ್ ಅಂಡ್ ಆಟಿಟ್ಯೂಡ್ಸ್ ಇನ್ ದ 21 ಸೆಂಚುರಿ' ಎಂಬ ಪುಸ್ತಕದಲ್ಲಿ ಇಂದಿನ ಪ್ರಚೋದನೆಯು ಹಿಂದಿನಿಂದ ಭಿನ್ನವಾಗಿರುವ ಐದು ಮುಖ್ಯ ಮಾರ್ಗಗಳನ್ನು ವಿವರಿಸುತ್ತಾರೆ:

ಮನವೊಲಿಸುವ ಸಂದೇಶಗಳ ಪ್ರಮಾಣವು ಅಗಾಧವಾಗಿ ಹೆಚ್ಚಾಗಿದೆ. ಒಂದು ಸಾಮಾನ್ಯ...

ನಿಮ್ಮ ಅಡುಗೆಮನೆ ಅಥವಾ ನಿಮ್ಮ ವಾಹನ ನಿಲುಗಡೆ ಕೋಣೆ - ಅಲ್ಲಿ ನೀವು ನೋಡುವ ಪ್ರತಿಯೊಂದು ವಸ್ತುವೂ ಒಂದು ಸಮರದ ಸ್ಮರಣಿಕೆಯಂತಿದೆ. ಅದು ಕೆಲವು ಕಂಪನಿಗಳು ತಮ್ಮ ಪ್ರತಿಸ್ಪರ್ಧಿಗಳ ಮೇಲೆ ಸಾಧಿಸಿದ ವಿಜಯವನ್ನು ಪ್ರತಿಬಿಂಬಿಸುತ್ತದೆ. ಯಾವುದೋ ಒಂದು ಕಾರಣಕ್ಕಾಗಿ—ಅಥವಾ ಯಾವುದೇ ಕಾರಣವಿಲ್ಲದಿದ್ದರೂ ಸಹ—ನಿಮ್ಮ ಕಷ್ಟದ ಗಳಿಕೆಯನ್ನು ನೀಡಿ ಅವರ ಸರಕನ್ನು ಖರೀದಿಸುವಂತೆ ಅವರು ನಿಮ್ಮ ಮನವೊಲಿಸಿದ್ದಾರೆ. ಅವರು ಇದನ್ನು ನಿಖರವಾಗಿ ಹೇಗೆ ಮಾಡಿದರು? ತಪ್ಪು ತಿಳಿಯಬೇಡಿ, ನಮ್ಮ ಸಂಸ್ಕೃತಿಯಲ್ಲಿ ಇಂತಹ ಪ್ರಭಾವಶಾಲಿ ಶಕ್ತಿಗಳ ದೊಡ್ಡ ಪಡೆಯೇ ಕೆಲಸ ಮಾಡುತ್ತಿದೆ. ಅವರು ತಾವು ಬಯಸಿದಂತೆ ನೀವು ಯೋಚಿಸುವಂತೆ ಮತ್ತು ಕಾರ್ಯನಿರ್ವಹಿಸುವಂತೆ ಮಾಡುವ ಮೂಲಕ ಅಭಿವೃದ್ಧಿ ಹೊಂದುತ್ತಾರೆ; ಅವರು ಪ್ರಭಾವದ ಶಿಖರದಲ್ಲಿ ಜೀವನ ನಡೆಸುತ್ತಾರೆ.

ಅನೇಕ ವ್ಯಕ್ತಿಗಳು ಈ ಅಂಶಗಳ ಬಗ್ಗೆ ಅಜ್ಞಾನಿಗಳಾಗಿದ್ದಾರೆ, ಅಥವಾ ಒಂದು ವೇಳೆ ಅವರಿಗೆ ತಿಳಿದಿದ್ದರೂ ಸಹ, ತಮ್ಮ ಸ್ವಂತ ನಿರ್ಧಾರಗಳನ್ನು ತೆಗೆದುಕೊಳ್ಳಲು ತಮಗೆ ಹೆಚ್ಚಿನ ಸ್ವಾತಂತ್ರ್ಯವಿದೆ ಎಂದು ಅವರು ಅತಿಯಾಗಿ ನಂಬುತ್ತಾರೆ. ಆದರೆ ಒಬ್ಬ ದಕ್ಷ ಪ್ರಭಾವಶಾಲಿ ಏಜೆಂಟನಿಗೆ ತಿಳಿದಿದೆ: ತಾನು ಪರಿಸ್ಥಿತಿಯನ್ನು ನಿಭಾಯಿಸಿ ಸರಿಯಾದ ಕ್ರಮವನ್ನು ಆರಿಸಿಕೊಂಡರೆ, ತನ್ನ ತಂತ್ರಕ್ಕೆ ಸಿಗುವ ಪ್ರತಿಕ್ರಿಯೆಯು ಇಲಿ ಬೋನಿಗೆ ಇಲಿ ಬೀಳುವಷ್ಟೇ ಖಚಿತವಾಗಿರುತ್ತದೆ ಎಂದು.

ಪ್ರಚೋದನಾ ತಂತ್ರಗಳು

ಪ್ರಚೋದನೆಯ ಅಂತಿಮ ಉದ್ದೇಶವೆಂದರೆ, ಗುರಿಯಾಗಿರಿಸಿಕೊಂಡ ವ್ಯಕ್ತಿಯು ಆ ಪ್ರಚೋದನಾತ್ಮಕ ಪ್ರತಿಪಾದನೆಯನ್ನು ತನ್ನದಾಗಿಸಿಕೊಳ್ಳುವಂತೆ ಮಾಡುವುದು ಮತ್ತು ಈ ಹೊಸ ದೃಷ್ಟಿಕೋನವನ್ನು ತನ್ನ ಮೂಲ ಮೌಲ್ಯಗಳ ಒಂದು ಭಾಗವಾಗಿ ಸ್ವೀಕರಿಸುವಂತೆ ಪ್ರೋತ್ಸಾಹಿಸುವುದು. ಅತ್ಯಂತ ಪರಿಣಾಮಕಾರಿ ಪ್ರಚೋದನೆಯ ಕೆಲವು ತಂತ್ರಗಳು ಇಲ್ಲಿವೆ. ಪ್ರೋತ್ಸಾಹಕಗಳು, ದಂಡನೆಗಳು, ಧನಾತ್ಮಕ ಅಥವಾ ನಕಾರಾತ್ಮಕ ಪರಿಣತಿ ಮತ್ತು ಇನ್ನೂ ಅನೇಕ ವಿಧಾನಗಳನ್ನು ಇದಕ್ಕಾಗಿ ಬಳಸಲಾಗುತ್ತದೆ.

ಅಗತ್ಯವನ್ನು ಸೃಷ್ಟಿಸುವುದು

ಪ್ರಚೋದನೆಯ ಒಂದು ರೂಪವೆಂದರೆ ಹೊಸದೊಂದು ಅಗತ್ಯವನ್ನು ಸೃಷ್ಟಿಸುವುದು ಅಥವಾ ಈಗಾಗಲೇ ಇರುವ ಅಗತ್ಯಕ್ಕೆ ಮೊರೆ ಹೋಗುವುದು. ಪ್ರಚೋದನೆಯ ಈ ವಿಧಾನವು ವ್ಯಕ್ತಿಯ ಮೂಲಭೂತ ಅಗತ್ಯಗಳಾದ ವಸತಿ, ಪ್ರೀತಿ, ಸ್ವಾಭಿಮಾನ ಮತ್ತು ಆತ್ಮ ಸಾಕ್ಷಾತ್ಕಾರದ ಮೇಲೆ ಪ್ರಭಾವ ಬೀರುತ್ತದೆ. ಜಾಹೀರಾತುದಾರರು ತಮ್ಮ ಸರಕುಗಳನ್ನು ಮಾರಾಟ ಮಾಡಲು ಈ ತಂತ್ರವನ್ನು ಬಳಸುತ್ತಾರೆ. ಉದಾಹರಣೆಗೆ, ಸಂತೋಷವಾಗಿರಲು, ಆರೋಗ್ಯವಾಗಿರಲು, ಗೌರವ ಪಡೆಯಲು ಅಥವಾ ಮೆಚ್ಚುಗೆ ಗಳಿಸಲು ಜನರು ಒಂದು ನಿರ್ದಿಷ್ಟ ಉತ್ಪನ್ನವನ್ನು ಖರೀದಿಸಬೇಕು ಎಂದು ಎಷ್ಟು ಜಾಹೀರಾತುಗಳು ಹೇಳುತ್ತವೆ ಎಂಬುದನ್ನು ಗಮನಿಸಿ.

ಸಾಮಾಜಿಕ ಅಗತ್ಯತೆಗಳ ಮನವಿ

ಪ್ರಸಿದ್ಧರಾಗುವ, ಪ್ರತಿಷ್ಠೆ ಪಡೆಯುವ ಅಥವಾ ಇತರರಂತೆ ಕಾಣುವ ಬಯಕೆಯು ಮತ್ತೊಂದು ಯಶಸ್ವಿ ಪ್ರಚೋದನಾ ಪ್ರಕ್ರಿಯೆಯಾಗಿದೆ. ದೂರದರ್ಶನದ ಜಾಹೀರಾತುಗಳು ಈ ರೀತಿಯ ಪ್ರಚೋದನೆಗೆ ಅನೇಕ ಉದಾಹರಣೆಗಳನ್ನು ನೀಡುತ್ತವೆ. ಪ್ರೇಕ್ಷಕರು ತಾವು ಮೆಚ್ಚುವ ಅಥವಾ ಪ್ರಸಿದ್ಧ ವ್ಯಕ್ತಿಯಂತೆ ಕಾಣಲು ಅಥವಾ ಅವರಂತಾಗಲು ಕೆಲವು ವಸ್ತುಗಳನ್ನು ಖರೀದಿಸುವಂತೆ ಪ್ರಚೋದಿಸಲಾಗುತ್ತದೆ. ಕೆಲವು ವರದಿಗಳ ಪ್ರಕಾರ, ಸರಾಸರಿ ಅಮೆರಿಕನ್ನರು ವರ್ಷಕ್ಕೆ 1,500 ರಿಂದ 2,000 ಗಂಟೆಗಳ ಕಾಲ ದೂರದರ್ಶನವನ್ನು ವೀಕ್ಷಿಸುತ್ತಾರೆ, ಇದು ಪ್ರಚೋದನಾತ್ಮಕ ಪ್ರಚಾರಕ್ಕೆ ದೊಡ್ಡ ಮೂಲವಾಗಿದೆ.

ಭಾವನಾತ್ಮಕ ಚಿತ್ರಗಳು ಮತ್ತು ಪದಗಳ ಬಳಕೆ

ಪ್ರಚೋದನೆಯು ಕೆಲವೊಮ್ಮೆ ಪ್ರಭಾವಶಾಲಿ ಪದಗಳು ಮತ್ತು ಚಿತ್ರಗಳನ್ನು ಬಳಸಿಕೊಳ್ಳುತ್ತದೆ. ಜಾಹೀರಾತುದಾರರಿಗೆ ಸಕಾರಾತ್ಮಕ ಪದಗಳ ಶಕ್ತಿಯ ಬಗ್ಗೆ ಚೆನ್ನಾಗಿ ತಿಳಿದಿದೆ. ಇದೇ ಕಾರಣಕ್ಕಾಗಿ 'ಹೊಸ ಮತ್ತು ಸುಧಾರಿತ' ಅಥವಾ 'ಸಂಪೂರ್ಣ ನೈಸರ್ಗಿಕ' ಎಂಬ ಪದಗುಚ್ಛಗಳನ್ನು ಅನೇಕ ಜಾಹೀರಾತುದಾರರು ಬಳಸುತ್ತಾರೆ.

ಹೆಜ್ಜೆಯೂರವ ತಂತ್ರ

ಅಥವಾ 'ಹೆಜ್ಜೆಯೂರವ' ತಂತ್ರವು ಜನರು ವಿನಂತಿಯೊಂದನ್ನು ಪಾಲಿಸುವಂತೆ ಮಾಡುವಲ್ಲಿ ಮತ್ತೊಂದು ಪರಿಣಾಮಕಾರಿ ವಿಧಾನವೆಂದು ಗುರುತಿಸಲ್ಪಟ್ಟಿದೆ. ಈ ಪ್ರಚೋದನಾ ತಂತ್ರವು ವ್ಯಕ್ತಿಯನ್ನು ಮೊದಲು ಸಣ್ಣ ವಿನಂತಿಗೆ ಒಪ್ಪುವಂತೆ ಮಾಡುವುದನ್ನು ಒಳಗೊಂಡಿರುತ್ತದೆ, ಉದಾಹರಣೆಗೆ ಸಣ್ಣ ವಸ್ತುವೊಂದನ್ನು ಖರೀದಿಸಲು ಕೇಳುವುದು. ನಂತರ ಅದೇ ವ್ಯಕ್ತಿಯ ಮುಂದೆ ದೊಡ್ಡ ವಿನಂತಿಯನ್ನು ಇಡಲಾಗುತ್ತದೆ. ಆರಂಭಿಕ ಸಣ್ಣ ವಿನಂತಿಗೆ ಸಮ್ಮತಿಸುವಂತೆ ಮಾಡುವ ಮೂಲಕ ಅರ್ಜಿದಾರರು ಈಗಾಗಲೇ ತಮ್ಮ "ಹೆಜ್ಜೆಯನ್ನು ಬಾಗಿಲೊಳಗೆ" ಇಟ್ಟಿರುತ್ತಾರೆ, ಇದು ಆ ವ್ಯಕ್ತಿಯು ದೊಡ್ಡ ವಿನಂತಿಯನ್ನು ಪಾಲಿಸುವ ಸಾಧ್ಯತೆಯನ್ನು ಹೆಚ್ಚಿಸುತ್ತದೆ. ಉದಾಹರಣೆಗೆ, ನೆರೆಯವರು ತಮ್ಮ ಇಬ್ಬರು ಮಕ್ಕಳನ್ನು ಒಂದು ಅಥವಾ ಎರಡು ಗಂಟೆಗಳ ಕಾಲ ನೋಡಿಕೊಳ್ಳಲು ನಿಮ್ಮನ್ನು ಕೇಳುತ್ತಾರೆ. ಒಮ್ಮೆ ನೀವು ಆ ಸಣ್ಣ ಪ್ರಸ್ತಾಪಕ್ಕೆ ಒಪ್ಪಿಕೊಂಡರೆ, ನಂತರ ಅವರು ಇಡೀ ದಿನ ಮಕ್ಕಳನ್ನು ನೋಡಿಕೊಳ್ಳಲು ಸಾಧ್ಯವೇ ಎಂದು ಕೇಳುತ್ತಾರೆ.

ನೀವು ಈಗಾಗಲೇ ಸಣ್ಣ ವಿನಂತಿಗೆ ಒಪ್ಪಿಗೆ ನೀಡಿರುವುದರಿಂದ, ದೊಡ್ಡ ವಿನಂತಿಗೂ ಸಮ್ಮತಿಸಬೇಕೆಂಬ ಜವಾಬ್ದಾರಿಯ ಭಾವನೆ ನಿಮ್ಮಲ್ಲಿ ಉಂಟಾಗುತ್ತದೆ. ಇದನ್ನು ಮನೋವಿಜ್ಞಾನಿಗಳು 'ಸಮರ್ಪಣಾ ನಿಯಮ' ಎಂದು ಕರೆಯುತ್ತಾರೆ. ಜಾಹೀರಾತುದಾರರು ಸಹ ಗ್ರಾಹಕರು ಸರಕು ಮತ್ತು ಸೇವೆಗಳನ್ನು ಖರೀದಿಸುವಂತೆ ಪ್ರಚೋದಿಸಲು ಇದೇ ತಂತ್ರವನ್ನು ಬಳಸುತ್ತಾರೆ.

ಮೊದಲು ದೊಡ್ಡದು ನಂತರ ಸಣ್ಣದು

ಇದು 'ಹೆಜ್ಜೆಯೂರವ' ತಂತ್ರಕ್ಕೆ ಸಂಪೂರ್ಣ ವಿರುದ್ಧವಾದ ವಿಧಾನವಾಗಿದೆ. ಇಲ್ಲಿ ಮಾರಾಟಗಾರನು ಮೊದಲು ದೊಡ್ಡದಾದ, ಕೆಲವೊಮ್ಮೆ ಅವಾಸ್ತವಿಕವೆನಿಸುವ ವಿನಂತಿಯೊಂದಿಗೆ ಸಂಭಾಷಣೆ ಆರಂಭಿಸಬಹುದು.

ವ್ಯಕ್ತಿಯು ಅದನ್ನು ನಿರಾಕರಿಸುವ ಮೂಲಕ ಆ ವ್ಯವಹಾರದ ಬಾಗಿಲನ್ನು ಮುಚ್ಚುತ್ತಾನೆ. ಆಗ ಮಾರಾಟಗಾರನು ಸಮಾಧಾನಪಡಿಸುವಂತೆ ನಟಿಸುತ್ತಾ ಅತ್ಯಂತ ಸಣ್ಣ ಪ್ರಸ್ತಾಪವನ್ನು ಮುಂದಿಡುತ್ತಾನೆ. ಇಂತಹ ಪ್ರಸ್ತಾಪಗಳಿಗೆ ಪ್ರತಿಕ್ರಿಯಿಸಲು ವ್ಯಕ್ತಿಗಳು ಅನಿವಾರ್ಯತೆಯನ್ನು ಅನುಭವಿಸುತ್ತಾರೆ. ಆರಂಭಿಕ ವಿನಂತಿಯನ್ನು ತಿರಸ್ಕರಿಸಿದ್ದರಿಂದ, ಸಣ್ಣ ವಿನಂತಿಯನ್ನು ಒಪ್ಪಿಕೊಳ್ಳುವ ಮೂಲಕ ಮಾರಾಟಗಾರನಿಗೆ ಸಹಾಯ ಮಾಡಬೇಕೆಂಬ ನೈತಿಕ ಹೊಣೆಗಾರಿಕೆ ಅವರಲ್ಲಿ ಮೂಡುತ್ತದೆ.

ಪರಸ್ಪರ ವಿನಿಮಯ ಶಕ್ತಿಯ ಬಳಕೆ

ಯಾರಾದರೂ ನಿಮಗೆ ಉಪಕಾರ ಮಾಡಿದಾಗ, ಅದಕ್ಕೆ ಪ್ರತಿಯಾಗಿ ಉಪಕಾರ ಮಾಡಬೇಕೆಂಬ ಅತಿಯಾದ ಜವಾಬ್ದಾರಿ ನಿಮ್ಮ ಮೇಲಿರುತ್ತದೆ. ಇದನ್ನು 'ವಿನಿಮಯ ನಿಯಮ' ಎಂದು ಕರೆಯಲಾಗುತ್ತದೆ. ಅಂದರೆ ಯಾರಾದರೂ ನಮಗೆ ಮೊದಲು ಏನನ್ನಾದರೂ ಮಾಡಿದಾಗ, ಅವರಿಗಾಗಿ ನಾವು ಏನನ್ನಾದರೂ ಮಾಡಬೇಕೆಂಬ ಸಾಮಾಜಿಕ ಹೊಣೆಗಾರಿಕೆ ಇದಾಗಿದೆ. ಜಾಹೀರಾತುದಾರರು "ಹೆಚ್ಚುವರಿ ಕೊಡುಗೆಗಳು" ಅಥವಾ ರಿಯಾಯಿತಿಗಳನ್ನು ನೀಡುವ ಮೂಲಕ ತಮಗೆ ಉಪಕಾರ ಮಾಡುತ್ತಿದ್ದಾರೆ ಎಂಬಂತೆ ಬಿಂಬಿಸಿ ಈ ನಿಯಮವನ್ನು ಬಳಸಿಕೊಳ್ಳಬಹುದು. ಇದು ವ್ಯಕ್ತಿಗಳು ಆ ವ್ಯವಹಾರವನ್ನು ಒಪ್ಪಿಕೊಳ್ಳುವಂತೆ ಮತ್ತು ಖರೀದಿಸುವಂತೆ ಒತ್ತಾಯಿಸುತ್ತದೆ.

ಮಾತುಕತೆಗಳಿಗೆ ಒಂದು ಆಧಾರ ಬಿಂದುವನ್ನು ರೂಪಿಸಿ

'ಆಂಕರಿಂಗ್ ಬಯಾಸ್' ಎನ್ನುವುದು ಒಂದು ಸೂಕ್ಷ್ಮ ಅರಿವಿನ ಪೂರ್ವಾಗ್ರಹವಾಗಿದ್ದು, ಇದು ಮಾತುಕತೆಗಳು ಮತ್ತು ನಿರ್ಧಾರಗಳ ಮೇಲೆ ಬಲವಾದ ಪರಿಣಾಮ ಬೀರುತ್ತದೆ. ವ್ಯವಹಾರದಲ್ಲಿ ಮೊದಲ ಬಾರಿಗೆ ಮಂಡಿಸುವ ದರ ಅಥವಾ ಪ್ರಸ್ತಾಪವು ಮುಂದಿನ ಎಲ್ಲಾ ಚರ್ಚೆಗಳಿಗೆ ಒಂದು ಆಧಾರ ಬಿಂದುವಿನಂತೆ ಕೆಲಸ ಮಾಡುತ್ತದೆ.

ಯಾವುದೇ ಒಂದು ನಿರ್ಧಾರಕ್ಕೆ ಬರುವ ಸಂದರ್ಭದಲ್ಲಿ ಇದು ಸಂಭವಿಸುತ್ತದೆ. ಹಾಗಾಗಿ, ನೀವು ಸಂಬಳದ ಏರಿಕೆಯ ಬಗ್ಗೆ ಮಾತುಕತೆ ನಡೆಸಲು ಪ್ರಯತ್ನಿಸುತ್ತಿದ್ದರೆ, ಮೊದಲು ಒಂದು ಮೊತ್ತವನ್ನು ಪ್ರಸ್ತಾಪಿಸುವುದು ಸಂಭಾವ್ಯ ಮಾತುಕತೆಗಳನ್ನು ನಿಮ್ಮ ಪರವಾಗಿ ತಿರುಗಿಸಲು ಸಹಾಯ ಮಾಡುತ್ತದೆ; ವಿಶೇಷವಾಗಿ ಆ ಮೊತ್ತವು ಸ್ವಲ್ಪ ಹೆಚ್ಚಾಗಿದ್ದಾಗ ಇದು ಹೆಚ್ಚು ಪರಿಣಾಮಕಾರಿ. ಆ ಮೊದಲ ಸಂಖ್ಯೆಯು

ಚರ್ಚೆಯ ಆರಂಭಿಕ ಬಿಂದುವಾಗುತ್ತದೆ. ನಿಮಗೆ ಅಷ್ಟೇ ಮೊತ್ತ ಸಿಗದೇ ಇರಬಹುದು, ಆದರೆ ಹೆಚ್ಚಿನ ಮೊತ್ತದಿಂದ ಚರ್ಚೆ ಆರಂಭಿಸುವುದರಿಂದ ನಿಮ್ಮ ಉದ್ಯೋಗದಾತರು ಅಂತಿಮವಾಗಿ ಉತ್ತಮ ಮೊತ್ತಕ್ಕೆ ಒಪ್ಪುವಂತೆ ಮಾಡಬಹುದು.

ನಿಮ್ಮ ಲಭ್ಯತೆಯನ್ನು ಸೀಮಿತಗೊಳಿಸಿ

ಮನೋವಿಜ್ಞಾನಿ ರಾಬರ್ಟ್ ಸಿಯಾಲ್ಡಿನಿ ಅವರು ತಮ್ಮ 1984ರ ಪ್ರಸಿದ್ಧ ಪುಸ್ತಕವಾದ 'ಇನ್‌ಫ್ಲುಯೆನ್ಸ್: ದ ಸೈಕಾಲಜಿ ಆಫ್ ಪರ್ಸುವೇಶನ್'ನಲ್ಲಿ ವಿವರಿಸಿದ ಪ್ರಭಾವದ ಆರು ಪರಿಕಲ್ಪನೆಗಳಿಗಾಗಿ ಹೆಸರಾಗಿದ್ದಾರೆ. ಅವರು ವ್ಯಾಖ್ಯಾನಿಸಿದ ಪ್ರಮುಖ ಪರಿಕಲ್ಪನೆಗಳಲ್ಲಿ ಒಂದನ್ನು 'ಕೊರತೆ' ಅಥವಾ ವಸ್ತುವಿನ ಲಭ್ಯತೆಯ ಮೇಲಿನ ನಿರ್ಬಂಧ ಎಂದು ಕರೆಯಲಾಗುತ್ತದೆ. ಯಾವುದೇ ವಸ್ತುವು ವಿರಳವಾಗಿದ್ದಾಗ ಅಥವಾ ಅದರ ಲಭ್ಯತೆ ಕಡಿಮೆಯಾದಾಗ, ಅವು ಹೆಚ್ಚು ಆಕರ್ಷಕವಾಗಿ ಕಾಣುತ್ತವೆ ಎಂದು ಸಿಯಾಲ್ಡಿನಿ ಸೂಚಿಸುತ್ತಾರೆ. ಯಾವುದಾದರೂ ಒಂದು ವಸ್ತುವು "ಕೊನೆಯದಾಗಿ ಉಳಿದಿದೆ" ಅಥವಾ "ಮಾರಾಟವು ಶೀಘ್ರದಲ್ಲೇ ಕೊನೆಗೊಳ್ಳುತ್ತದೆ" ಎಂದು ಕೇಳಿದಾಗ ಜನರು ಅದನ್ನು ಖರೀದಿಸುವ ಸಾಧ್ಯತೆ ಹೆಚ್ಚು. ಉದಾಹರಣೆಗೆ, ಒಬ್ಬ ಕಲಾವಿದನು ತನ್ನ ನಿರ್ದಿಷ್ಟ ಕಲಾಕೃತಿಯ ಕೆಲವು ಪ್ರತಿಗಳನ್ನು ಮಾತ್ರ ಸೀಮಿತ ಅವಧಿಗೆ ಹೊರತರಬಹುದು. ಕೇವಲ ಬೆರಳೆಣಿಕೆಯಷ್ಟು ಪ್ರತಿಗಳು ಮಾತ್ರ ಲಭ್ಯವಿವೆ ಎಂಬ ಕಾರಣಕ್ಕಾಗಿ, ಜನರು ಅದನ್ನು ಖರೀದಿಸಲು ಹೆಚ್ಚು ಆಸಕ್ತಿ ತೋರುತ್ತಾರೆ.

ಪ್ರಚೋದನಾ ಸಂದೇಶಗಳನ್ನು ಗಮನಿಸಲು ಸಮಯ ಕಳೆಯಿರಿ

ಮೇಲೆ ತಿಳಿಸಿದ ಉದಾಹರಣೆಗಳು ಸಾಮಾಜಿಕ ಮನೋವಿಜ್ಞಾನಿಗಳು ಉಲ್ಲೇಖಿಸಿರುವ ಅನೇಕ ಪ್ರಚೋದನಾ ವಿಧಾನಗಳಲ್ಲಿ ಕೇವಲ ಕೆಲವು ಮಾತ್ರ. ನಿಮ್ಮ ದೈನಂದಿನ ಜೀವನದಲ್ಲಿ ಇಂತಹ ಮನವೊಲಿಸುವ ಉದಾಹರಣೆಗಳನ್ನು ಹುಡುಕಿ. ಅರ್ಧ ಗಂಟೆಯ ಕಾಲ ಯಾವುದಾದರೂ ದೂರದರ್ಶನ ಕಾರ್ಯಕ್ರಮವನ್ನು ವೀಕ್ಷಿಸುವುದು ಮತ್ತು ಅದರಲ್ಲಿ ಬರುವ ಪ್ರಚೋದನಾತ್ಮಕ ಜಾಹೀರಾತುಗಳನ್ನು ನೆನಪಿಟ್ಟುಕೊಳ್ಳುವುದು ಒಂದು ಆಸಕ್ತಿದಾಯಕ ಪ್ರಯೋಗವಾಗಿದೆ. ಅಷ್ಟು ಕಡಿಮೆ ಅವಧಿಯಲ್ಲಿ ಬಳಸಲಾಗುವ ಪ್ರಚೋದನಾ ತಂತ್ರಗಳ ಪ್ರಮಾಣವನ್ನು ಕಂಡು ನೀವು ಆಶ್ಚರ್ಯಚಕಿತರಾಗಬಹುದು.

ಅಧ್ಯಾಯ ಒಂಬತ್ತು

ವಂಚನೆಯ ಕಲೆ ಮತ್ತು ಕತ್ತಲೆ ಮನೋವಿಜ್ಞಾನ

ವಂಚನೆ ಎಂದರೇನು?

ವಂಚನೆ ಎಂದರೆ ಸತ್ಯವಲ್ಲದ ವಿಷಯವನ್ನು ಮತ್ತೊಬ್ಬರು ನಂಬುವಂತೆ ಮಾಡುವ ಕ್ರಿಯೆ—ಅದು ದೊಡ್ಡದಿರಲಿ ಅಥವಾ ಸಣ್ಣದಿರಲಿ, ಕ್ರೂರವಾಗಿರಲಿ ಅಥವಾ ದಯೆಯಿಂದ ಕೂಡಿರಲಿ.

ಸರಾಸರಿ ವ್ಯಕ್ತಿಯು ದಿನಕ್ಕೆ ಹಲವಾರು ಬಾರಿ ಸುಳ್ಳು ಹೇಳುತ್ತಾನೆ ಎಂದು ವಿವಿಧ ಸಂಶೋಧನೆಗಳು ತೋರಿಸಿಕೊಟ್ಟಿವೆ; ಅತ್ಯಂತ ಪ್ರಾಮಾಣಿಕ ವ್ಯಕ್ತಿಗಳೂ ಸಹ ಕೆಲವೊಮ್ಮೆ ವಂಚನೆಯ ಹಾದಿ ಹಿಡಿಯುತ್ತಾರೆ. ಆ ಸುಳ್ಳುಗಳಲ್ಲಿ ಕೆಲವು ಬಹಳ ದೊಡ್ಡದಾಗಿರಬಹುದು ("ನಾನು ನಿನಗೆ ಎಂದಿಗೂ ಮೋಸ ಮಾಡಿಲ್ಲ!"), ಆದರೆ ಹೆಚ್ಚಿನವು ಸಣ್ಣ ಪುಟ್ಟ ಸುಳ್ಳುಗಳಾಗಿರುತ್ತವೆ ("ಆ ಉಡುಪು ನಿನಗೆ ಚೆನ್ನಾಗಿ ಕಾಣುತ್ತಿದೆ"). ಇಂತಹ ಸಣ್ಣ ಸುಳ್ಳುಗಳನ್ನು ಮುಜುಗರದ ಸನ್ನಿವೇಶಗಳನ್ನು ತಪ್ಪಿಸಲು ಅಥವಾ ಇತರರ ಭಾವನೆಗಳಿಗೆ ನೋವುಂಟು ಮಾಡದಿರಲು ಬಳಸಲಾಗುತ್ತದೆ.

ವಂಚನೆಯು ಯಾವಾಗಲೂ ಕೇವಲ ಹೊರಗಿನ ಜಗತ್ತಿಗೆ ತೋರುವ ಕ್ರಿಯೆಯಾಗಿರುವುದಿಲ್ಲ. ಜನರು ತಮ್ಮ ಸ್ವಾಭಿಮಾನವನ್ನು ಉಳಿಸಿಕೊಳ್ಳುವ ಆರೋಗ್ಯಕರ ಕಾರಣದಿಂದ ಹಿಡಿದು, ತಮ್ಮ ನಿಯಂತ್ರಣ ಮೀರಿ ಹೋಗುವ ತೀವ್ರ ಭ್ರಮೆಗಳವರೆಗೆ ವಿವಿಧ ಕಾರಣಗಳಿಗಾಗಿ ತಮಗೆ ತಾವೇ ಸುಳ್ಳು ಹೇಳಿಕೊಳ್ಳುತ್ತಾರೆ. ತನಗೆ ತಾನೇ ಸುಳ್ಳು ಹೇಳಿಕೊಳ್ಳುವುದು ಸಾಮಾನ್ಯವಾಗಿ ನಕಾರಾತ್ಮಕವಾಗಿ ಕಂಡುಬಂದರೂ ಸಹ, ಕೆಲವು

ರೀತಿಯ ಸ್ವಯಂ-ವಂಚನೆಯು ಒಟ್ಟಾರೆ ಕ್ಷೇಮದ ಮೇಲೆ ಸಕಾರಾತ್ಮಕ ಪರಿಣಾಮ ಬೀರಬಹುದು ಎಂದು ಕೆಲವು ತಜ್ಞರು ವಾದಿಸುತ್ತಾರೆ. ಉದಾಹರಣೆಗೆ, ಪುರಾವೆಗಳು ವಿರುದ್ಧವಾಗಿದ್ದರೂ ಸಹ, ತಾನು ಒಂದು ಕಠಿಣ ಗುರಿಯನ್ನು ಸಾಧಿಸಬಹುದು ಎಂದು ನಂಬುವುದು.

ದೀರ್ಘಕಾಲದವರೆಗೆ, ಸಂಶೋಧಕರು ಒಬ್ಬ ವ್ಯಕ್ತಿಯು ಸುಳ್ಳು ಹೇಳುತ್ತಿದ್ದಾನೆಯೇ ಎಂಬುದನ್ನು ನಿಖರವಾಗಿ ಪತ್ತೆಹಚ್ಚುವ ಮಾರ್ಗಗಳನ್ನು ಹುಡುಕುತ್ತಲೇ ಇದ್ದಾರೆ. ಪಾಲಿಗ್ರಾಫ್ (ಸುಳ್ಳು ಪತ್ತೆ ಯಂತ್ರ) ...

ಅತ್ಯಂತ ಜನಪ್ರಿಯ ವಿಧಾನಗಳಲ್ಲಿ ಒಂದಾದ ಈ ಪರೀಕ್ಷೆಯು ದೀರ್ಘಕಾಲದಿಂದ ವಿವಾದಾಸ್ಪದವಾಗಿದೆ. 'ಆಂಟಿಸೋಶಿಯಲ್ ಪರ್ಸನಾಲಿಟಿ ಡಿಸಾರ್ಡರ್' (ಸಮಾಜವಿರೋಧಿ ವ್ಯಕ್ತಿತ್ವ ಅಸ್ವಸ್ಥತೆ) ನಂತಹ ಮಾನಸಿಕ ಸ್ಥಿತಿಗಳನ್ನು ಹೊಂದಿರುವವರ ಸುಳ್ಳನ್ನು ಪತ್ತೆಹಚ್ಚುವಲ್ಲಿ ಪಾಲಿಗ್ರಾಫ್ ಅಥವಾ ಇತರ ವ್ಯಾಪಕವಾಗಿ ಬಳಸಲಾಗುವ ವಿಧಾನಗಳು ವಿಶ್ವಾಸಾರ್ಹವಲ್ಲ ಎಂದು ಸಂಶೋಧನೆಗಳು ಸೂಚಿಸುತ್ತವೆ.

ಜೀವನದಲ್ಲಿ ಸುಳ್ಳಿಗೆ ಏನಾದರೂ ಉಪಯುಕ್ತ ಉದ್ದೇಶವಿದೆಯೇ? ನಿಮ್ಮ ಪೋಷಕರು ನಿಮಗೆ ಏನು ಹೇಳಿದ್ದರೂ ಸಹ, ಕೆಲವು ಸಂದರ್ಭಗಳಲ್ಲಿ ಸಂಪೂರ್ಣ ಸತ್ಯವನ್ನು ಬಹಿರಂಗಪಡಿಸುವುದು ನಿಮ್ಮನ್ನು ಹಿನ್ನಡೆಗೆ ತಳ್ಳಬಹುದು ಎಂದು ಮನೋವಿಜ್ಞಾನಿಗಳು ಒಪ್ಪುತ್ತಾರೆ. ಅಷ್ಟೇ ಅಲ್ಲ, ನೀವು ಅಂದುಕೊಂಡಿದ್ದಕ್ಕಿಂತ ಸುಳ್ಳು ಹೇಳುವುದು ಹೆಚ್ಚು ಸಾಮಾನ್ಯ ಎಂದು ಅಧ್ಯಯನಗಳು ತೋರಿಸುತ್ತವೆ. ಡಾ. ಬೆಲ್ಲಾ ಡಿಪಾಲೋ ನೇತೃತ್ವದ ಸಂಶೋಧನೆಯು ಜನರು ದಿನಕ್ಕೆ ಸರಾಸರಿ ಎರಡು ಬಾರಿ ಸುಳ್ಳು ಹೇಳುತ್ತಾರೆ ಎಂದು ಕಂಡುಹಿಡಿದಿದೆ. ಒಬ್ಬ ವ್ಯಕ್ತಿಯು ಒಂದು ವಾರದ ಅವಧಿಯಲ್ಲಿ ತಾನು ಮುಖಾಮುಖಿಯಾಗಿ ಮಾತನಾಡುವ ಪ್ರತಿ ಮೂವರಲ್ಲಿ ಒಬ್ಬರಿಗೆ ಸರಾಸರಿ ಒಂದು ಸುಳ್ಳನ್ನು ಹೇಳುತ್ತಾನೆ. ನಮಗೆ ಇಷ್ಟವಿರಲಿ ಅಥವಾ ಇಲ್ಲದಿರಲಿ, ಕೇವಲ ಸತ್ಯವನ್ನು ಹೇಳುವುದರಿಂದಲೇ ನಾವು ಯಾವಾಗಲೂ ಪ್ರಗತಿ ಹೊಂದಲು ಸಾಧ್ಯವಾಗದಂತಹ ಜಗತ್ತನ್ನು ನಾವು ನಿರ್ಮಿಸಿಕೊಂಡಿದ್ದೇವೆ. ವಾಸ್ತವದಲ್ಲಿ, ಸುಳ್ಳುಗಳು ನಿಮ್ಮ ಸುತ್ತಮುತ್ತಲಿನ ಜನರೊಂದಿಗೆ ಹೊಂದಾಣಿಕೆಯಿಂದ ಇರಲು ಸುಲಭವಾಗಿಸಬಹುದು. ವ್ಯಕ್ತಿಗಳು ನಿಯಮಿತವಾಗಿ ಇತರರ ಹಿತದೃಷ್ಟಿಯಿಂದ ಸುಳ್ಳು ಹೇಳುತ್ತಾರೆ ಎಂಬುದನ್ನು ಸಂಶೋಧನಾ ಸಂಶೋಧನೆಗಳು ಸಾಬೀತುಪಡಿಸಿವೆ.

ಇತರರಿಗೆ ಒಳ್ಳೆಯದಾಗಲಿ ಎಂಬ ಒಂದೇ ಕಾರಣಕ್ಕಾಗಿ ವ್ಯಕ್ತಿಗಳು ಸುಳ್ಳು ಹೇಳುವುದು ಸಾಮಾನ್ಯ ಎಂದು ಡಿಪಾಲೋ ಕಂಡುಹಿಡಿದರು. ಪುರುಷರಿಗಿಂತ ಮಹಿಳೆಯರು ಇದನ್ನು ಹೆಚ್ಚಾಗಿ ಮಾಡುತ್ತಾರೆ. ಇನ್ನು ಪುರುಷರು ತಮ್ಮ ಸ್ವಂತ ಪ್ರತಿಷ್ಠೆಯನ್ನು ಹೆಚ್ಚಿಸಿಕೊಳ್ಳಲು ಹೆಚ್ಚು ಸುಳ್ಳು ಹೇಳುತ್ತಾರೆ ಎಂದು ಕಂಡುಬಂದಿದೆ. ವಾಸ್ತವವಾಗಿ, ಇಬ್ಬರು ಪುರುಷರ ನಡುವಿನ ಸಂಭಾಷಣೆಯಲ್ಲಿ ಸಾಮಾನ್ಯವಾಗಿ ಇತರ ವಿಷಯಗಳಿಗಿಂತ ತಮ್ಮ ಬಗ್ಗೆಯೇ ಹೇಳಿಕೊಳ್ಳುವ ಸುಳ್ಳುಗಳು ಎಂಟು ಪಟ್ಟು ಹೆಚ್ಚಾಗಿರುತ್ತವೆ.

ಇಂತಹ ಸಣ್ಣ ಸುಳ್ಳುಗಳು ಯಾರಿಗೆ ಹೇಳಲಾಗುತ್ತದೆಯೋ ಅವರಿಗೂ ಸಹ ಸಹಾಯ ಮಾಡುತ್ತವೆ. 'ಜರ್ನಲ್ ಆಫ್ ಮಾರ್ಕೆಟ್ ರಿಸರ್ಚ್'ನ ಏಪ್ರಿಲ್ 2012ರ ಆವೃತ್ತಿಯಲ್ಲಿ ಪ್ರಕಟವಾದ ಅಧ್ಯಯನದ ಪ್ರಕಾರ, ಯಾರಿಗೆ ಸುಳ್ಳು ಹೇಳಲಾಗುತ್ತದೆಯೋ ಅಂತಹವರನ್ನು ನಂತರ ಹೆಚ್ಚು ಸಹಾನುಭೂತಿ ಮತ್ತು ಉದಾರತೆಯಿಂದ ನೋಡಲಾಗುತ್ತದೆ. ನಾವು ಸುಳ್ಳು ಹೇಳುತ್ತಿದ್ದೇವೆ ಎಂದು ನಮಗೆ ತಿಳಿಯುವುದಿಲ್ಲ ಎಂದಲ್ಲ; ನಮಗೆ ಅದು ತಿಳಿದಿರುತ್ತದೆ ಮತ್ತು ನಾವು ಸಾಕಷ್ಟು ಬಾರಿ ತಪ್ಪಿತಸ್ಥ ಭಾವನೆಯನ್ನು ಅನುಭವಿಸುತ್ತೇವೆ, ಅದು ಭವಿಷ್ಯದಲ್ಲಿ ನಮ್ಮ ಕ್ರಿಯೆಗಳ ಮೇಲೆ ಪ್ರಭಾವ ಬೀರುತ್ತದೆ.

ಪರಸ್ಪರ ವಂಚಿಸುವ ಪ್ರಕ್ರಿಯೆಯು ಬಹಳ ಸುಲಭವಾಗಿರುವುದು ಮತ್ತು ಸುಳ್ಳು ಹೇಳುವಿಕೆಯ ಜನಪ್ರಿಯತೆಯು 'ಅಪ್ರಾಮಾಣಿಕತೆ'ಯನ್ನು ನಮ್ಮ ಸಂಸ್ಕೃತಿಯ ಒಂದು ಅವಿಭಾಜ್ಯ ಅಂಗವನ್ನಾಗಿ ಮಾಡಿದೆ. ಇದನ್ನು ನಿರ್ಲಕ್ಷಿಸಲು ಸಾಧ್ಯವಿಲ್ಲ ಮತ್ತು ಇದು ಅಷ್ಟು ಬೇಗ ಮಾಯವಾಗುವಂತದ್ದೂ ಅಲ್ಲ. ಹಾಗಾದರೆ, ಹೆಚ್ಚಿನ ವ್ಯಕ್ತಿಗಳು ಯಶಸ್ಸು ಪಡೆಯುವ ಉದ್ದೇಶದಿಂದಲೇ ಸುಳ್ಳು ಹೇಳುತ್ತಾರೆಯೇ? ಹೆಚ್ಚಿನ ಸುಳ್ಳುಗಳ ಹಿಂದೆ ವೈಯಕ್ತಿಕ ಲಾಭವೇ ಮುಖ್ಯ ಕಾರಣವಾಗಿರುವಂತೆ ಕಾಣುವುದಿಲ್ಲ. ಅಲ್ಲದೆ, ನಿಮ್ಮ ವೃತ್ತಿಪರ ಅಥವಾ ವೈಯಕ್ತಿಕ ಜೀವನದಲ್ಲಿ ಪದೇ ಪದೇ ಸುಳ್ಳು ಹೇಳುವುದು ಖಂಡಿತವಾಗಿಯೂ ಭವಿಷ್ಯದಲ್ಲಿ ನಿಮಗೆ ತೊಂದರೆ ಉಂಟುಮಾಡುತ್ತದೆ.

ಇದಕ್ಕೆ ವ್ಯತಿರೇಕವಾಗಿ, ನಾವು ನಮ್ಮ ಪ್ರಗತಿಗಿಂತ ಹೆಚ್ಚಾಗಿ ಇತರರ ಬಗ್ಗೆ ಮತ್ತು ಎಲ್ಲರೊಂದಿಗೆ ಸೌಹಾರ್ದತೆಯಿಂದ ಇರಲು ಹೆಚ್ಚು ಸುಳ್ಳುಗಳನ್ನು ಹೇಳುತ್ತೇವೆ ಎಂಬುದಕ್ಕೆ ಅತಿ ಹೆಚ್ಚಿನ ಪುರಾವೆಗಳಿವೆ.

ಯಾರೂ ಸಹ ವಂಚನೆಗೆ ಒಳಗಾಗಲು ಇಷ್ಟಪಡುವುದಿಲ್ಲ, ಮತ್ತು ಸಾರ್ವಜನಿಕ ವ್ಯಕ್ತಿಗಳು ಸುಳ್ಳು ಹೇಳಿ ಸಿಕ್ಕಿಬಿದ್ದಾಗ ಅದು ದೊಡ್ಡ ಹಗರಣವಾಗುತ್ತದೆ. ಅನೇಕ ವ್ಯಕ್ತಿಗಳು ತಮ್ಮ ಕಟ್ಟುನಿಟ್ಟಾದ ಪ್ರಾಮಾಣಿಕತೆಯ ಬಗ್ಗೆ ಹೆಮ್ಮೆ ಪಡುತ್ತಾರೆ ಮತ್ತು ಸುಳ್ಳು ಹೇಳುವವರಿಂದ ತಮ್ಮನ್ನು ಪ್ರತ್ಯೇಕಿಸಿಕೊಳ್ಳಲು ಪ್ರಯತ್ನಿಸುತ್ತಾರೆ. ಆದರೆ ಸತ್ಯವೇನೆಂದರೆ, ವಿವಿಧ ಕಾರಣಗಳಿಗಾಗಿ ಪ್ರತಿಯೊಬ್ಬರೂ ಸುಳ್ಳು ಹೇಳುತ್ತಾರೆ. ವಾಸ್ತವವಾಗಿ, ಒಂದು ಸ್ಥಿರವಾದ ಮತ್ತು ಸುಸೂತ್ರವಾಗಿ ನಡೆಯುವ ಸಮುದಾಯವನ್ನು ನಿರ್ವಹಿಸಲು ಒಂದು ನಿರ್ದಿಷ್ಟ ಪ್ರಮಾಣದ ವಂಚನೆ ಅಥವಾ ಅಸತ್ಯವು ಸೂಕ್ತವಾಗಬಹುದು ಎಂದು ಕೆಲವು ತಜ್ಞರು ಅಭಿಪ್ರಾಯಪಡುತ್ತಾರೆ. ಹಿಂದೆ ವಂಚನೆಯ ವ್ಯವಸ್ಥಿತ ಅಧ್ಯಯನವು ಕೇವಲ ನೀತಿಶಾಸ್ತ್ರಜ್ಞರು ಮತ್ತು ಧರ್ಮಶಾಸ್ತ್ರಜ್ಞರ ಕ್ಷೇತ್ರವಾಗಿತ್ತು, ಆದರೆ ಇತ್ತೀಚೆಗೆ ಮನೋವಿಜ್ಞಾನಿಗಳು ಜನರು ಏಕೆ ಸುಳ್ಳು ಹೇಳುತ್ತಾರೆ ಮತ್ತು ಯಾವ ಸಂದರ್ಭಗಳು ಅವರನ್ನು ಸುಳ್ಳು ಹೇಳುವಂತೆ ಪ್ರೇರೇಪಿಸುತ್ತವೆ ಎಂಬುದರ ಕಡೆಗೆ ಗಮನ ಹರಿಸಿದ್ದಾರೆ.

ಪ್ರಕರಣ ಸಂಶೋಧನಾ ಅಧ್ಯಯನಗಳು

ಮಾಂಸಾಹಾರಿಗಳು ಸಸ್ಯಾಹಾರಿಗಳಿಗಿಂತ ಹೆಚ್ಚು ಅಹಂಕಾರಿಗಳೇ? ಗೊಂದಲಮಯ ಸಂದರ್ಭಗಳು ರೂಢಿಗತ ನಂಬಿಕೆಗಳನ್ನು ಉತ್ತೇಜಿಸುತ್ತವೆಯೇ? ನಮ್ಮ ಹತ್ತಿರದವರು ಪ್ರಶಸ್ತಿಗಳನ್ನು ಗೆದ್ದಾಗ ನಾವು ಹೆಚ್ಚು ಬುದ್ಧಿವಂತರೆಂದು ಭಾವಿಸುತ್ತೇವೆಯೇ? ಪ್ರಭಾವಿ ಡಚ್ ಮನೋವಿಜ್ಞಾನಿ ಡಿಡೆರಿಕ್ ಸ್ಟಾಪೆಲ್ ಅವರ ಸಂಶೋಧನೆಗಳು ಇತ್ತೀಚೆಗೆ ಇಂತಹ ಅನೇಕ ಆಸಕ್ತಿದಾಯಕ ಪ್ರಶ್ನೆಗಳಿಗೆ ಉತ್ತರಿಸಿವೆ. ಸ್ಟಾಪೆಲ್ ಅವರು ತಮ್ಮ ಪಿಎಚ್. ಡಿ ಪಡೆದ ಕೇವಲ 15 ವರ್ಷಗಳಲ್ಲಿ 130ಕ್ಕೂ ಹೆಚ್ಚು ಸಂಶೋಧನಾ ಪ್ರಬಂಧಗಳನ್ನು ಪ್ರಕಟಿಸಿದ್ದರು.

1997 ರಲ್ಲಿ ಗೌರವಗಳೊಂದಿಗೆ ಪದವಿ ಪಡೆದ ನಂತರ, ಸೊಸೈಟಿ ಆಫ್ ಎಕ್ಸ್‌ಪರಿಮೆಂಟಲ್ ಸೋಶಿಯಲ್ ಸೈಕಾಲಜಿಯಿಂದ 'ಕೆರಿಯರ್ ಟ್ರ್ಯಾಜೆಕ್ಟರಿ' ಪ್ರಶಸ್ತಿಯನ್ನು ಪಡೆದರು ಮತ್ತು ತಮ್ಮ ವಿಶ್ವವಿದ್ಯಾಲಯದ ವಿಭಾಗವೊಂದರ ಡೀನ್ ಆಗಿ ಪದೋನ್ನತಿ ಹೊಂದಿದರು. ಆದರೆ, ೨೦೧೧ರಲ್ಲಿ ಅವರ ವಿದ್ಯಾರ್ಥಿಗಳಿಗೆ ಒಂದು ವಿಷಯ ಅರ್ಥವಾಗತೊಡಗಿತು: ಅವರ ಸಂಶೋಧನೆಯಲ್ಲಿ ಒಂದು ದೊಡ್ಡ ದೋಷವಿತ್ತು, ಅದೇನೆಂದರೆ ಅವರು ದತ್ತಾಂಶಗಳನ್ನು ತಾವೇ ಸೃಷ್ಟಿಸುತ್ತಿದ್ದರು!

ಅವರ ಕನಿಷ್ಠ ೫೫ ಪ್ರಬಂಧಗಳಲ್ಲಿ ಸ್ಟ್ಯಾಪೆಲ್ ಫಲಿತಾಂಶಗಳನ್ನು ಸುಳ್ಳಾಗಿ ಸೃಷ್ಟಿಸಿದ್ದಾರೆ ಎಂಬುದು ವಿಶ್ವವಿದ್ಯಾಲಯದ ತನಿಖೆಯಿಂದ ಇದುವರೆಗೆ ತಿಳಿದುಬಂದಿದೆ. ಇದು 'ಸೈನ್ಸ್' ಸೇರಿದಂತೆ ಅನೇಕ ಪ್ರಭಾವಿ ವೈಜ್ಞಾನಿಕ ನಿಯತಕಾಲಿಕೆಗಳು ಅವರ ಪ್ರಬಂಧಗಳನ್ನು ಹಿಂಪಡೆಯುವಂತೆ ಮಾಡಿತು. ಅಂದಿನಿಂದ, ಸ್ಟ್ಯಾಪೆಲ್ ತಮ್ಮ ಉದ್ಯೋಗದಾತರು ಮತ್ತು ವಿದ್ಯಾರ್ಥಿಗಳಿಗೆ ಬಹಿರಂಗವಾಗಿ ಕ್ಷಮೆಯಾಚಿಸಿದ್ದಾರೆ. ವೈಜ್ಞಾನಿಕ ದುರ್ನಡತೆಗೆ ತಾವು ಹೇಗೆ ಇಳಿದೆವು ಎಂಬುದನ್ನು ವಿವರಿಸುವ 'ಡಿರೇಲ್ಡ್' ಎಂಬ ಅವರ ಆತ್ಮಕಥೆಯೂ ಪ್ರಕಟವಾಯಿತು. ಇದನ್ನು ಸಹೋದ್ಯೋಗಿ ಮನೋವಿಜ್ಞಾನಿಗಳು "ಬಹಳ ಅಮೂಲ್ಯ ಮತ್ತು ಸತ್ಯವನ್ನು ಹೊರಹಾಕುವಂತಹದ್ದು" ಎಂದು ಬಣ್ಣಿಸಿದ್ದಾರೆ, ವಿಶೇಷವಾಗಿ ಅದರ "ಅನಿರೀಕ್ಷಿತ ಸುಂದರ" ಅಂತಿಮ ಅಧ್ಯಾಯದ ಬಗ್ಗೆ ಮೆಚ್ಚುಗೆ ವ್ಯಕ್ತಪಡಿಸಿದ್ದಾರೆ. ಆದರೂ, ಆ ಪುಸ್ತಕದಲ್ಲಿ ರೇಮಂಡ್ ಕಾರ್ವರ್ ಮತ್ತು ಜೇಮ್ಸ್ ಜಾಯ್ಸ್ ಅವರ ಬರಹಗಳಿಂದ ಕದಿಯಲಾದ ಸಾಲುಗಳು ತುಂಬಿವೆ ಎಂಬುದನ್ನೂ ಅವರು ಗಮನಿಸಿದ್ದಾರೆ.

'ದಿ ನ್ಯೂಯಾರ್ಕ್ ಟೈಮ್ಸ್' ನಂತಹ ಪತ್ರಿಕೆಗಳಲ್ಲಿ ಕೆಲಸ ಪ್ರಕಟವಾಗುತ್ತಿದ್ದ ಇಂತಹ ಜಾಗತಿಕ ಮಟ್ಟದ ಮನೋವಿಜ್ಞಾನಿ ವಂಚನೆಯ ಜಾಲದಲ್ಲಿ ಸಿಲುಕಿದ್ದು ಹೇಗೆ? ಮನೋವಿಜ್ಞಾನದಂತಹ ವೈಜ್ಞಾನಿಕ ಕ್ಷೇತ್ರದಲ್ಲಿ ಇಂತಹ ವಂಚನೆ ಎಂಬುದು ಕೇವಲ ಕಾಕತಾಳೀಯ ಅಥವಾ ಯಾವುದೋ ಒಬ್ಬ ಸಂಶೋಧಕನ ವಿಲಕ್ಷಣ ನಡವಳಿಕೆ ಎಂದು ನಾವು ಭಾವಿಸಲು ಇಷ್ಟಪಡುತ್ತೇವೆ. ಆದರೆ, ಈ ಸಮಸ್ಯೆಯ ಬೇರುಗಳು ಬಹಳ ಆಳವಾದವು ಮತ್ತು ವ್ಯಾಪಕವಾದವು. ಈ ವಿಷಯವು ಸಮಕಾಲೀನ ಮನೋವಿಜ್ಞಾನದ ಅಂತರಾಳವನ್ನೇ ಪ್ರಶ್ನಿಸುತ್ತದೆ: ಅನೇಕ ಮನೋವಿಜ್ಞಾನ ಸಂಶೋಧಕರು ಸತ್ಯದ ಹುಡುಕಾಟದಲ್ಲಿ 'ವಂಚನೆ'ಯನ್ನು ಅನಿವಾರ್ಯ ಅಥವಾ ಅಗತ್ಯವಾದ ಕೆಡುಕು ಎಂದು ಒಪ್ಪಿಕೊಂಡಿದ್ದಾರೆ.

ಈ ಕೆಳಗಿನ ವರದಿಯನ್ನು ಗಮನಿಸಿ

ಒಂದು ದೊಡ್ಡ ನಗರ ಸಂಶೋಧನಾ ವಿಶ್ವವಿದ್ಯಾಲಯದಲ್ಲಿ ಬೆತ್ ಎಂಬುವವರು ದ್ವಿತೀಯ ವರ್ಷದ ಮನೋವಿಜ್ಞಾನ ವಿದ್ಯಾರ್ಥಿನಿ. ಅಂತರಜಾಲದಲ್ಲಿ ನಡೆಯುವ ಸಂಪರ್ಕಗಳ ನಡುವಿನ ವ್ಯತ್ಯಾಸವನ್ನು ಅನ್ವೇಷಿಸುವ ಅಧ್ಯಯನವೊಂದರಲ್ಲಿ ಅವರು ಸ್ವಯಂಸೇವಕ ಭಾಗವಹಿಸುವವರಾಗಿ ಸೇರಿಕೊಂಡರು...

ಮತ್ತು ತನ್ನ ಮನೋವಿಜ್ಞಾನದ ಪ್ರವೇಶ ಹಂತದ ಪಠ್ಯಕ್ರಮದ ಪೂರ್ವಸಿದ್ಧತೆಯಾಗಿ ಮುಖಾಮುಖಿ ಸಂವಹನದ ಕುರಿತಾದ ಅಧ್ಯಯನವೊಂದರಲ್ಲಿ ಭಾಗವಹಿಸಿದಳು. ಬಿಳಿ ಲ್ಯಾಬ್ ಕೋಟ್ ಧರಿಸಿದ್ದ ಇಬ್ಬರು ಸ್ನಾತಕೋತ್ತರ ವಿದ್ಯಾರ್ಥಿಗಳು ಅವಳನ್ನು ಒಂದು ಸಣ್ಣ ಕೋಣೆಗೆ ಕರೆದೊಯ್ದರು. ಅಲ್ಲಿ ಅವಳು ವೈದ್ಯಕೀಯ ಇತಿಹಾಸದ ಬಗ್ಗೆ ಒಂದು ಸಣ್ಣ ಲೇಖನವನ್ನು ಓದಿದಳು ಮತ್ತು ಚಾಟ್ ರೂಮ್‌ನಲ್ಲಿ ಮತ್ತೊಬ್ಬ ವಿದ್ಯಾರ್ಥಿ ಎಂದು ಹೇಳಲಾದ ವ್ಯಕ್ತಿಯೊಂದಿಗೆ ಅದರ ಬಗ್ಗೆ ಚರ್ಚಿಸಿದಳು. ಆ ಚಾಟ್ ಪಾಲುದಾರನು ಆಫ್ರಿಕನ್ ಅಮೇರಿಕನ್ ಸಂಶೋಧಕನ ಸಾಧನೆಗಳ ಬಗ್ಗೆ ಅಪನಂಬಿಕೆ ವ್ಯಕ್ತಪಡಿಸಿದಾಗ ಬೆತ್ ಆಘಾತಕ್ಕೊಳಗಾದಳು, ಆದರೆ ಆ ಮಾತನ್ನು ನಿರ್ಲಕ್ಷಿಸಿ ತನ್ನ ಕೆಲಸವನ್ನು ಮುಗಿಸಿದಳು.

ನಂತರ ಮೂರನೇ ಸ್ನಾತಕೋತ್ತರ ವಿದ್ಯಾರ್ಥಿಯು ಅವಳನ್ನು ಬೇರೊಂದು ಕೋಣೆಗೆ ಕರೆದೊಯ್ದು, ವಾಸ್ತವವಾಗಿ ಇದು ಸಮಕಾಲೀನ ಜನಾಂಗೀಯ ದ್ವೇಷದ ಕುರಿತಾದ ಪ್ರಬಂಧದ ಭಾಗವಾಗಿತ್ತು ಎಂದು ತಿಳಿಸಿದನು. ಆಗ ಬೆತ್‌ಗೆ ತಾನು ಇತರ ಸ್ನಾತಕೋತ್ತರ ವಿದ್ಯಾರ್ಥಿಗಳ ಮುಂದೆ ಮತ್ತೊಬ್ಬ ಆಫ್ರಿಕನ್ ಅಮೇರಿಕನ್ ವಿದ್ಯಾರ್ಥಿಯ ಬಗ್ಗೆ ಆಕಸ್ಮಿಕವಾಗಿ ನಕಾರಾತ್ಮಕವಾಗಿ ಮಾತನಾಡಿದ್ದು ನೆನಪಾಯಿತು. ಸಂಶೋಧನೆಯ ವಿವರಗಳನ್ನು ನೀಡುವ ವಿದ್ಯಾರ್ಥಿಯು ಅವಳಿಗೆ ಅಧ್ಯಯನದ ಗುರಿ ಮತ್ತು ಕಾರ್ಯವಿಧಾನಗಳ ಬಗ್ಗೆ ಓದಲು ಕೆಲವು ಕಾಗದಪತ್ರಗಳನ್ನು ನೀಡಿ ಕಳುಹಿಸಿದನು. ಈ ಅನುಭವದ ನಂತರ ಬೆತ್ ತೀವ್ರ ಪಶ್ಚಾತ್ತಾಪ ಮತ್ತು ನಿರಾಸೆಯನ್ನು ಅನುಭವಿಸಿದಳು. ಅವಳಿಗೆ ಯಾಕೆ ಸುಳ್ಳು ಹೇಳಲಾಗಿತ್ತು?

ಸತ್ಯದ ಅನ್ವೇಷಣೆಯಲ್ಲಿ ವಂಚನೆಯನ್ನು ಬಳಸುವುದು ಮೂಲಭೂತವಾಗಿ ಸಮಸ್ಯಾತ್ಮಕವಾದುದು. ಆದರೆ ಮನೋವಿಜ್ಞಾನದ ವಿಜ್ಞಾನದಲ್ಲಿ ಒಂದು ಶತಮಾನಕ್ಕೂ ಹೆಚ್ಚು ಕಾಲ ವಂಚನೆಯು ಪ್ರಮುಖ ಮತ್ತು ಅವಿಭಾಜ್ಯ ಪಾತ್ರವನ್ನು ವಹಿಸಿದೆ. ಸಂಶೋಧನಾ ಅಧ್ಯಯನದಲ್ಲಿ ಭಾಗವಹಿಸುವ ವ್ಯಕ್ತಿಯು ಕೆಲವೊಮ್ಮೆ ಅದರ ನಿಖರವಾದ ಉದ್ದೇಶ, ಸಂಶೋಧಕರು ನಿಜವಾಗಿ ಯಾವುದನ್ನು ಗಮನಿಸುತ್ತಿದ್ದಾರೆ ಮತ್ತು ತನ್ನ ಸಹ-ಭಾಗವಹಿಸುವವರ ನಿಜವಾದ ಗುರುತಿನ ಬಗ್ಗೆ ಗೊಂದಲಕ್ಕೊಳಗಾಗುತ್ತಾನೆ. ಕೆಲವು ಸಂದರ್ಭಗಳಲ್ಲಿ ತಾವು ಸಂಶೋಧನೆಯೊಂದರಲ್ಲಿ ಭಾಗವಹಿಸುತ್ತಿದ್ದೇವೆ ಎಂಬ ವಿಷಯವನ್ನೂ

ಭಾಗವಹಿಸುವವರಿಗೆ ತಿಳಿಸಿರುವುದಿಲ್ಲ. ಮನೋವಿಜ್ಞಾನದಲ್ಲಿ ಈ ವಂಚನೆಯ ಸಂಪ್ರದಾಯ ಹೇಗೆ ಬೆಳೆಯಿತು, ಇಂದು ಅದರ ಸ್ಥಿತಿ ಏನು ಮತ್ತು ಅದರ ನಿರಂತರ ಬಳಕೆಯಲ್ಲಿರುವ ಸಮಸ್ಯೆಗಳೇನು?

ವಂಚನೆಯ ಬಳಕೆಗೆ ವಿವಿಧ ಸಮರ್ಥನೆಗಳನ್ನು ನೀಡಬಹುದು. ಅವುಗಳಲ್ಲಿ ಒಂದು ಏನೆಂದರೆ, ನಮ್ಮ ಸುತ್ತಲಿರುವ ಜಾಹೀರಾತು ಮತ್ತು ರಾಜಕೀಯದಂತಹ ಪ್ರತಿಯೊಂದು ಕ್ಷೇತ್ರವೂ ವಂಚನೆಯಿಂದ ಕೂಡಿದೆ. ಹೀಗಿರುವಾಗ ಮನೋವಿಜ್ಞಾನವನ್ನು ಮಾತ್ರ...

ಸಂಶೋಧಕರನ್ನು ಉನ್ನತ ಮಟ್ಟದ ಮಾನದಂಡಗಳಿಗೆ ಒಳಪಡಿಸಬೇಕೆಂದು ಪ್ರತಿಪಾದಕರು ವಾದಿಸುತ್ತಾರೆ. ವಿಷಯದ ಮೇಲೆ ಯಾವುದೇ ನೈಜ ಹಾನಿಯಾಗುವುದಿಲ್ಲ ಎಂಬುದು ಮತ್ತೊಂದು ಹೇಳಿಕೆಯಾಗಿದೆ. ಭಾವನೆಗಳಿಗೆ ಧಕ್ಕೆ ಬರಬಹುದು, ಆದರೆ ಸುಳ್ಳು ನೆಪದಲ್ಲಿ ಯಾರನ್ನೂ ರಕ್ತದಾನ ಮಾಡಲು ಅಥವಾ ಅಂಗವೈಕಲ್ಯ ಅನುಭವಿಸಲು ಕೇಳಲಾಗುವುದಿಲ್ಲ. ವಂಚನೆಯಿಲ್ಲದೆ ಹೆಚ್ಚಿನ ವಿಶ್ಲೇಷಣೆ ಕಷ್ಟಕರವಾಗುತ್ತದೆ ಎಂಬುದು ಅತ್ಯಂತ ಸಾಮಾನ್ಯವಾದ ವಾದವಾಗಿದೆ. ವೈದ್ಯರು ರೋಗಿಯ ಉಸಿರಾಟದ ಬಗ್ಗೆ ಗಮನ ಸೆಳೆಯದೆ ಅದನ್ನು ಹೇಗೆ ಮೇಲ್ವಿಚಾರಣೆ ಮಾಡುತ್ತಾರೋ, ಹಾಗೆಯೇ ಮನಶ್ಶಾಸ್ತ್ರಜ್ಞರು ಸಹ ವರ್ತನೆಯನ್ನು ಗಮನಿಸುವ ಅಗತ್ಯವಿರುತ್ತದೆ. ಪ್ರಯೋಗಾಲಯದ ವ್ಯವಸ್ಥೆಯಲ್ಲಿ ನೈಸರ್ಗಿಕ ನಡವಳಿಕೆಯನ್ನು ಪುನರಾವರ್ತಿಸಲು ಇರುವ ಏಕೈಕ ಮಾರ್ಗವಾಗಿ ಮೋಸವನ್ನು ಸಮರ್ಥಿಸಲಾಗುತ್ತದೆ.

20ನೇ ಶತಮಾನದ ಮೊದಲ ಎರಡು ಭಾಗದ ಅವಧಿಯಲ್ಲಿ ವಂಚನೆಯು ಮನೋವಿಜ್ಞಾನದ ವಿಶಿಷ್ಟ ಲಕ್ಷಣವಾಯಿತು. ಸಾಮಾಜಿಕ ವಿಜ್ಞಾನದ ವಂಚನೆಯ ಹೊಸ ಇತಿಹಾಸದ ಪ್ರಕಾರ, 1950ರವರೆಗೆ ಕೇವಲ 10% ಸಂಶೋಧನಾ ಲೇಖನಗಳು ದಿಕ್ಕು ತಪ್ಪಿಸುವ ತಂತ್ರಗಳನ್ನು ಒಳಗೊಂಡಿದ್ದವು. 1970ರ ವೇಳೆಗೆ, ವಂಚನೆಯ ಬಳಕೆ 50% ಕ್ಕಿಂತ ಹೆಚ್ಚಾಯಿತು ಮತ್ತು ಕೆಲವು ಪ್ರಬಂಧಗಳಲ್ಲಿ ಈ ಸಂಖ್ಯೆ 2/3 ಭಾಗದಷ್ಟು ಅಧ್ಯಯನಗಳನ್ನು ತಲುಪಿತು. ಇದು ಸಾಮಾಜಿಕ ಮನೋವಿಜ್ಞಾನದ ಅಧ್ಯಯನಗಳಲ್ಲಿ ಭಾಗವಹಿಸುವವರು ಸತ್ಯವನ್ನು ಮರೆಮಾಚುವ, ಅಸತ್ಯ ವಿಷಯಗಳನ್ನು ಕೇಳುವ ಅಥವಾ ರಹಸ್ಯವಾಗಿ ಶೋಷಣೆಗೆ ಒಳಗಾಗುವ ಸಾಧ್ಯತೆಯು 50-50 ಕ್ಕಿಂತ ಹೆಚ್ಚಿತ್ತು ಎಂದು ಸೂಚಿಸುತ್ತದೆ.

ದೊಡ್ಡ ರಹಸ್ಯಗಳನ್ನು ಬಯಲಿಗೆಳೆಯಲು ಸಣ್ಣ ಸುಳ್ಳುಗಳನ್ನು ಬಳಸುವುದಾಗಿ ವಂಚನೆಯ ಪ್ರತಿಪಾದಕರು ಪ್ರತಿಪಾದಿಸುತ್ತಾರೆ. ಅನೇಕ ವಿಷಯಗಳ ಬಗ್ಗೆ ಭಾಗವಹಿಸುವವರು ಯಾವುದೇ ಆಕ್ಷೇಪ ವ್ಯಕ್ತಪಡಿಸುವುದಿಲ್ಲ ಮತ್ತು ಈ ಪ್ರಕ್ರಿಯೆಯು ಸುಸಂಸ್ಕೃತ ನೈತಿಕ ಸಮರ್ಥನೆಗಳನ್ನು ಹೊಂದಿದೆ. ಒಂದು ಆದರ್ಶ ಜಗತ್ತಿನಲ್ಲಿ ವಂಚನೆಯನ್ನು ಸಂಪೂರ್ಣವಾಗಿ ತಪ್ಪಿಸಬಹುದು, ಆದರೆ ನಮ್ಮದು ಪರಿಪೂರ್ಣವಲ್ಲ, ಆದ್ದರಿಂದ ರಾಜಿ ಮಾಡಿಕೊಳ್ಳಲೇಬೇಕು ಎಂದು ವಕೀಲರು ವಾದಿಸುತ್ತಾರೆ. ಖಂಡಿತವಾಗಿಯೂ, ಸಂಶೋಧಕರು ಸಾಧ್ಯವಾದಾಗಲೆಲ್ಲಾ ಕುಶಲತೆಯನ್ನು ತಡೆಯಲು ತಮ್ಮ ಅತ್ಯುತ್ತಮ ಪ್ರಯತ್ನವನ್ನು ಮಾಡಬಹುದು ಮತ್ತು ಅದನ್ನು ಕೊನೆಯ ಆಯ್ಕೆಯಾಗಿ ಮಾತ್ರ ಬಳಸಬಹುದು ಎಂದು ಅವರು ಒಪ್ಪಿಕೊಳ್ಳುತ್ತಾರೆ. ಕೆಲವು ಸಂದರ್ಭಗಳಲ್ಲಿ, ವಂಚನೆಯ ಅಗತ್ಯವಿಲ್ಲದ ಪರ್ಯಾಯ ವಿಧಾನಗಳನ್ನು ರೂಪಿಸಲು ಸಾಧ್ಯವಾಗಬಹುದು. ಆದಾಗ್ಯೂ, ಕೊನೆಯಲ್ಲಿ ಮಾಹಿತಿ ಹುಡುಕಾಟದಲ್ಲಿ ಮೋಸವು ಒಂದು ಪ್ರಮುಖ ಸಾಧನವಾಗಿದೆ.

ಅಮೆರಿಕನ್ ಸೈಕಲಾಜಿಕಲ್ ಅಸೋಸಿಯೇಷನ್ (ಎಪಿಎ), ವೈಜ್ಞಾನಿಕ ಪ್ರಗತಿಯು ಅಪ್ರಾಮಾಣಿಕತೆಯನ್ನು ಒಳಗೊಂಡಿರುತ್ತದೆ ಎಂಬ ಹಕ್ಕು ಪ್ರತಿಪಾದನೆಗೆ ಸ್ಪಷ್ಟ ಬೆಂಬಲವನ್ನು ನೀಡುತ್ತದೆ. "ಮನಶ್ಶಾಸ್ತ್ರಜ್ಞರ ನೈತಿಕ ತತ್ವಗಳು ಮತ್ತು ನಡಾವಳಿ ಸಂಹಿತೆಯಲ್ಲಿ ಉದ್ದೇಶವು ಸಾಧನಗಳನ್ನು ಸಮರ್ಥಿಸುತ್ತದೆ ಎಂಬ ದೃಷ್ಟಿಕೋನವು ಈ ಕೆಳಗಿನಂತೆ ಕಂಡುಬರುತ್ತದೆ: 'ವಂಚನೆಯ ತಂತ್ರಗಳ ಬಳಕೆಯು ಸಂಶೋಧನೆ, ಶೈಕ್ಷಣಿಕ ಅಥವಾ ಅನ್ವಯಿಕ ಪ್ರಯೋಜನದಿಂದ ಸಮರ್ಥಿಸಲ್ಪಟ್ಟಿದೆ ಮತ್ತು ಅಧ್ಯಯನದ ಮೌಲ್ಯವನ್ನು ಬದಲಿಸುವ ಪರಿಣಾಮಕಾರಿ ವಂಚನೆಯಿಲ್ಲದ ಪರ್ಯಾಯ ವಿಧಾನಗಳು ಲಭ್ಯವಿಲ್ಲ ಎಂದು ನಿರ್ಧರಿಸದ ಹೊರತು ಮನಶ್ಶಾಸ್ತ್ರಜ್ಞರು ವಂಚನೆಯನ್ನು ಒಳಗೊಂಡಿರುವ ಅಧ್ಯಯನವನ್ನು ನಡೆಸುವುದಿಲ್ಲ.'"

ಮನೋವಿಜ್ಞಾನವು ದೇಶದ ಎರಡನೇ ಅತ್ಯಂತ ಜನಪ್ರಿಯ ಪದವಿ ವಿಷಯವಾಗಿದ್ದು, 2000ರ ದಶಕದ ಮಧ್ಯಭಾಗದಿಂದ ಸುಮಾರು 90,000 ವಿದ್ಯಾರ್ಥಿಗಳು ಇದನ್ನು ಅಭ್ಯಸಿಸುತ್ತಿದ್ದಾರೆ. ವಂಚನೆಯ ಬಗ್ಗೆ ಇರುವ ಇಂತಹ ಅನುಮತಿಸುವ ಮನೋಭಾವಗಳು ಮನೋವಿಜ್ಞಾನದ ಹೆಚ್ಚಿನ ಪರಿಚಯಾತ್ಮಕ ಪಠ್ಯಕ್ರಮಗಳಲ್ಲಿ ವ್ಯಾಪಿಸಿವೆ. ಮೇಲೆ ತಿಳಿಸಿದಂತೆ, ಪಾಸಿಂಗ್ ಗ್ರೇಡ್ ಪಡೆಯಲು ವಿದ್ಯಾರ್ಥಿಗಳು ಅನೇಕ ಮಾನಸಿಕ

ಪ್ರಯೋಗಗಳಲ್ಲಿ ಭಾಗವಹಿಸುವವರಾಗಿ ಸೇವೆ ಸಲ್ಲಿಸಬೇಕೆಂದು ನಿರೀಕ್ಷಿಸಲಾಗುತ್ತದೆ. ವಿದ್ವಾಂಸರು, ಶಿಕ್ಷಕರು ಮತ್ತು ಸಹಪಾಠಿಗಳಿಂದ ತಾವು ವಂಚನೆಗೆ ಒಳಗಾಗಬಹುದು ಎಂಬ ಕಲ್ಪನೆಯು ಆರಂಭದಲ್ಲಿ ಅನೇಕ ವಿದ್ಯಾರ್ಥಿಗಳಿಗೆ ಇರುವುದಿಲ್ಲ. ಕೋರ್ಸ್ ಮುಂದುವರೆದಂತೆ, 20ನೇ ಶತಮಾನದ ಅತ್ಯಂತ ಪ್ರಸಿದ್ಧ ಮನೋವಿಜ್ಞಾನದ ಅಧ್ಯಯನಗಳು ಯಾವುದೋ ಒಂದು ರೀತಿಯ ವಂಚನೆಯನ್ನು ಆಧರಿಸಿವೆ ಎಂದು ಅವರು ಕಂಡುಕೊಳ್ಳುತ್ತಾರೆ. ಸೆಮಿಸ್ಟರ್ ಮುಗಿಯುವ ವೇಳೆಗೆ, ವಂಚನೆಯು ಒಂದು ಮಾನ್ಯವಾದ ತಂತ್ರವೆಂದು ವಿದ್ಯಾರ್ಥಿಗಳು ಮನಗಾಣುತ್ತಾರೆ.

ಪದವಿ ಓದುತ್ತಿರುವ ಮನೋವಿಜ್ಞಾನದ ವಿದ್ಯಾರ್ಥಿಯೊಬ್ಬಳು ಶಾಲಾ ವಿರಾಮದ ಸಮಯದಲ್ಲಿ ತನ್ನ ಕುಟುಂಬವನ್ನು ಭೇಟಿ ಮಾಡಲು ಮನೆಗೆ ಹೋಗುತ್ತಾಳೆ ಎಂದು ಭಾವಿಸೋಣ. ಆ ಭೇಟಿಯ ಸಮಯದಲ್ಲಿ ಸ್ನೇಹಿತನೊಬ್ಬ ಪ್ರಶ್ನೆಯೊಂದನ್ನು ಕೇಳುತ್ತಾನೆ, ಅದಕ್ಕೆ ಆ ವಿದ್ಯಾರ್ಥಿನಿಯು ಯಾವುದೋ ಕಾರಣಕ್ಕಾಗಿ ಸತ್ಯವಾಗಿ ಉತ್ತರಿಸದಿರಲು ಬಯಸುತ್ತಾಳೆ. ಉನ್ನತ ಉದ್ದೇಶಗಳಿಗಾಗಿ ವಂಚನೆಯು ಯಾವಾಗಲೂ ಸಮರ್ಥನೀಯ ಎಂದು ಪಠ್ಯಪುಸ್ತಕ ಬರಹಗಾರರು ಮತ್ತು ಪ್ರಾಧ್ಯಾಪಕರಿಂದ ಸಲಹೆ ಪಡೆದ ನಂತರ, ಅಂತಹ ವಿದ್ಯಾರ್ಥಿನಿಯು ಮಾಹಿತಿಯನ್ನು ತಡೆಹಿಡಿಯಲು, ದಿಕ್ಕು ತಪ್ಪಿಸುವ ಮಾಹಿತಿಯನ್ನು ನೀಡಲು ಅಥವಾ ಸತ್ಯವನ್ನು ತಪ್ಪಾಗಿ ಪ್ರತಿನಿಧಿಸಲು ಹೆಚ್ಚು ಒಲವು ತೋರಬಹುದೇ? ಅಂತಿಮವಾಗಿ, ಮಾಹಿತಿ ಹುಡುಕಾಟಕ್ಕಾಗಿ ವೈಜ್ಞಾನಿಕ ಪ್ರಯೋಗಗಳಲ್ಲಿ ವಂಚನೆಗೆ ಅವಕಾಶವಿದ್ದರೆ, ದೈನಂದಿನ ಸಂಬಂಧಗಳಲ್ಲಿ ಅದು ಏಕೆ ಅನುಮತಾರ್ಹವಲ್ಲ? ಒಂದು ಸಣ್ಣ ಸುಳ್ಳಿನಲ್ಲಿ ಹಾನಿ ಎಲ್ಲಿದೆ?

ಬಳಸಿದ ಕಾರಿನ ಮಾರಾಟಗಾರ ಮತ್ತು ಗ್ರಾಹಕನ ನಡುವಿನ ಸಂಬಂಧವನ್ನು ಗಮನಿಸಿ. ಮಾರಾಟಗಾರ ಹೇಳುವ ಪ್ರತಿಯೊಂದನ್ನೂ ಖರೀದಿದಾರ ಕುರುಡಾಗಿ ನಂಬಬೇಕೇ? ಖಂಡಿತವಾಗಿಯೂ ಇಲ್ಲ. ಆದರೆ ವಿಜ್ಞಾನ ಮತ್ತು ಉನ್ನತ ಶಿಕ್ಷಣದ ಕ್ಷೇತ್ರಗಳಲ್ಲಿ ಇದೇ ಆಲೋಚನೆ ಅನ್ವಯಿಸುತ್ತದೆಯೇ? ಮಾರುಕಟ್ಟೆಯ ಧ್ಯೇಯವಾಕ್ಯವು "ಖರೀದಿದಾರರೇ ಜಾಗರೂಕರಾಗಿರಿ" ಎಂದಿರಬಹುದು, ಆದರೆ "ಸಂಶೋಧನಾ ವಿಷಯಗಳೇ ಜಾಗರೂಕರಾಗಿರಿ" ಎಂಬ ಫಲಕವು ಪ್ರಯೋಗಾಲಯದ ಬಾಗಿಲಿನ ಮೇಲೆ ನೇತಾಡುವುದನ್ನು ನಾವು ಬಯಸುವುದಿಲ್ಲ. ಸಂಶೋಧನೆಯಲ್ಲಿ,

ವಂಚನೆಯ ಅಭ್ಯಾಸವು ವಿಜ್ಞಾನ ಮತ್ತು ಅದು ಅಧ್ಯಯನ ಮಾಡುವ ಸಮಾಜದ ನಡುವಿನ ಸಂಬಂಧವನ್ನು ದುರ್ಬಲಗೊಳಿಸುತ್ತದೆ. ಭಾಗವಹಿಸುವವರು ಸಂಶೋಧನೆಯನ್ನು ಎಷ್ಟು ಹೆಚ್ಚು ಶಂಕಿಸುತ್ತಾರೋ, ಅವರ ಉಪಸ್ಥಿತಿಯು ವೈಜ್ಞಾನಿಕವಾಗಿ ಅಷ್ಟು ಕಡಿಮೆ ಪ್ರಾಮುಖ್ಯತೆಯನ್ನು ಪಡೆಯುತ್ತದೆ. ನಾವು ಮೋಸ ಹೋಗುತ್ತೇವೆ ಎಂದು ಎಷ್ಟು ಹೆಚ್ಚು ಭಾವಿಸುತ್ತೇವೋ, ನಮ್ಮ ಉತ್ತರಗಳು ನಮ್ಮ ನೈಜ ಆಲೋಚನೆ ಮತ್ತು ಭಾವನೆಗಳನ್ನು ಅಷ್ಟು ಕಡಿಮೆ ಪ್ರಮಾಣದಲ್ಲಿ ಪ್ರತಿಬಿಂಬಿಸುತ್ತವೆ.

ಆದರೆ ಬಹುಶಃ ಇಲ್ಲಿ ಅಪಾಯದಲ್ಲಿರುವ ಅತ್ಯಂತ ಮುಖ್ಯವಾದ ವಿಷಯವೆಂದರೆ ವಿಜ್ಞಾನದ ಮೇಲೆ ವಂಚನೆಯ ಪ್ರಭಾವವಲ್ಲ. ಮೂಲಭೂತ ಸಮಸ್ಯೆಯೆಂದರೆ ನಮ್ಮ ಇಡೀ ಸಮಾಜದ ನೀತಿ ಸಂಹಿತೆ. ವಿಜ್ಞಾನಿಗಳನ್ನು ಉನ್ನತ ಮಟ್ಟದಲ್ಲಿ ನಂಬಲಾಗುತ್ತದೆ. ಇಂತಹ ನಂಬಿಕಸ್ಥ ವ್ಯಕ್ತಿಗಳು ಪದೇ ಪದೇ ವಂಚನೆಯಲ್ಲಿ ತೊಡಗಿದ್ದಾರೆ ಎಂದು ತಿಳಿದಾಗ, ಅವರ ಮೇಲಿನ ಮತ್ತು ಬಹುಶಃ ಉಳಿದವರೆಲ್ಲರ ಮೇಲಿನ ವಿಶ್ವಾಸವು ಅಂತಿಮವಾಗಿ ಕಡಿಮೆಯಾಗುತ್ತದೆ. ಸತ್ಯದ ಹುಡುಕಾಟದಲ್ಲಿ ತೊಡಗಿರುವವರಿಂದ ನಾವು ನೈಜತೆಯನ್ನು ನಿರೀಕ್ಷಿಸಬೇಕು ಎಂಬ ಆಲೋಚನೆಯು ಮನೋವಿಜ್ಞಾನದ ಅಧ್ಯಯನದಲ್ಲಿನ ಮೋಸದಿಂದಾಗಿ ರಾಜಿಗೊಳಗಾಗುತ್ತದೆ.

ಸತ್ಯ ಹೇಳುವಂತೆಯೇ, ವಂಚನೆಯೂ ಸಹ ಅಭ್ಯಾಸವಾಗಿ ಬದಲಾಗಬಹುದು. ನಾವು ಎಷ್ಟು ಹೆಚ್ಚು ಬಾರಿ ಅಪ್ರಾಮಾಣಿಕತೆಯಲ್ಲಿ ತೊಡಗುತ್ತೇವೋ, ಅದು ಅಷ್ಟು ಸರಳ ಮತ್ತು ಸಹಜವಾಗುತ್ತಾ ಹೋಗುತ್ತದೆ. ವಂಚನೆಯ ಅಭ್ಯಾಸವನ್ನು ಪ್ರಯೋಗಾಲಯದೊಳಗೆ ಸುರಕ್ಷಿತವಾಗಿ ಸೀಮಿತಗೊಳಿಸಬಹುದು ಎಂದು ನಾವು ನಿಜವಾಗಿಯೂ ನಂಬಬೇಕೇ? ವೈಜ್ಞಾನಿಕ ಪ್ರಗತಿಯ ಬಗ್ಗೆ ಇರುವ ಗಂಭೀರವಾಗಿ ತಪ್ಪಾದ ಪರಿಕಲ್ಪನೆಗಾಗಿ, ನಾವು ಸತ್ಯಸಂಧತೆಯ ಗುಣಮಟ್ಟ ಮತ್ತು ಪ್ರಾಮಾಣಿಕತೆಯ ಅಭ್ಯಾಸವನ್ನು ರಾಜಿ ಮಾಡಿಕೊಳ್ಳಲು ಸಿದ್ಧರಿದ್ದೇವೆಯೇ? ವೈಜ್ಞಾನಿಕವಾಗಿ ಅನುಮೋದಿಸಲ್ಪಟ್ಟ ವಂಚನೆಯು ಮೂಲಭೂತವಾಗಿ ಸತ್ಯದ ಹುಡುಕಾಟಕ್ಕೆ ಹೊಂದಿಕೆಯಾಗುವುದಿಲ್ಲ ಎಂಬುದನ್ನು ನಾವು ಒಪ್ಪಲೇಬೇಕು.

ಅಧ್ಯಾಯ ಹತ್ತು

ಭಾವನಾತ್ಮಕ ಕುತಂತ್ರದಿಂದ ನಿಮ್ಮನ್ನು ರಕ್ಷಿಸಿಕೊಳ್ಳುವುದು

ಒಂದಲ್ಲ ಒಂದು ಬಾರಿ—ಪುರುಷರು ಮತ್ತು ಮಹಿಳೆಯರು—ನಾವೆಲ್ಲರೂ ವಿರುದ್ಧ ಲಿಂಗದವರನ್ನು ಬೆನ್ನಟ್ಟುವುದನ್ನು ಆನಂದಿಸುತ್ತೇವೆ. ನಾವು ಆ ಬಗ್ಗೆ ಪ್ರಾಮಾಣಿಕರಾಗಿರುವವರೆಗೆ ಮತ್ತು ಅದಕ್ಕೂ ಪ್ರೀತಿಗೂ ಯಾವುದೇ ಸಂಬಂಧವಿಲ್ಲ ಎಂದು ನೆನಪಿನಲ್ಲಿಟ್ಟಿರುವವರೆಗೆ, ಅದು ಮೋಜಿನ ಮತ್ತು ಉತ್ತಮ ಕ್ರೀಡೆಯಾಗಿರುತ್ತದೆ. ಏಕೆ? ಏಕೆಂದರೆ ಕುಶಲತೆಯನ್ನು ಬೆನ್ನಟ್ಟಬಹುದು ಆದರೆ ಪ್ರೀತಿಯನ್ನು ಕುಶಲತೆಯಿಂದ ನಿರ್ವಹಿಸಲು ಸಾಧ್ಯವಿಲ್ಲ—ನಾವು ಪ್ರೀತಿಯನ್ನು ಹುಡುಕುವುದಿಲ್ಲ; ಪ್ರೀತಿಯೇ ನಮಗೆ ಸಿಗುತ್ತದೆ. ಆದ್ದರಿಂದ, ನಾವು ಪ್ರೇಮ ಸಂಬಂಧವನ್ನು ಪವಿತ್ರ ಭೂಮಿ ಎಂದು ಪರಿಗಣಿಸಬೇಕು.

ದುರದೃಷ್ಟವಶಾತ್, ಕೈಗಾರಿಕೆಯಲ್ಲಿ ಹೇಗೋ ಹಾಗೆಯೇ ಸಂಬಂಧಗಳಲ್ಲಿಯೂ ಸಹ ಅನೇಕ ಜನರು ವಂಚನೆಯನ್ನು ನಂಬುತ್ತಾರೆ. ನನ್ನ ಇಪ್ಪತ್ತರ ಹರೆಯದ ಆರಂಭದಲ್ಲಿ, ನಾನು ಓದಿದ ಒಂದು ವಿಷಯ ನನ್ನ ಸುಪ್ತಪ್ರಜ್ಞೆಯಲ್ಲಿ ಶಾಶ್ವತವಾಗಿ ಅಚ್ಚೊತ್ತಿದೆ: ನೀವು ಬ್ರಹ್ಮಾಂಡದೊಂದಿಗೆ ನಿಮ್ಮನ್ನು ಜೋಡಿಸಿಕೊಂಡರೆ, ಯಶಸ್ಸು ಸುಲಭವಾಗಿ ಬರುತ್ತದೆ. ಈ ವಿಷಯಕ್ಕೆ ಸಂಬಂಧಿಸಿದಂತೆ ಅದರ ಅರ್ಥವೇನು? ಇದರರ್ಥ ದಿನದ ಕೊನೆಯಲ್ಲಿ ಯಾವುದನ್ನಾದರೂ ಅಡ್ಡದಾರಿಯಲ್ಲಿ ತಿದ್ದಲು ಅಥವಾ ಕುಶಲತೆ ಮಾಡಲು ಹೋಗುವುದು ವ್ಯರ್ಥ. ಕುಶಲತೆಗಳು ಅಲ್ಪಾವಧಿಯ ಲಾಭವನ್ನು ತರಲು ಸಹಾಯ ಮಾಡಬಹುದು, ಆದರೆ ದೀರ್ಘಾವಧಿಯಲ್ಲಿ ಅನಿವಾರ್ಯವಾಗಿ ಪ್ರತಿಕೂಲ ಪರಿಣಾಮಗಳಿಗೆ ಕಾರಣವಾಗುತ್ತವೆ

ಏಕೆಂದರೆ ಬ್ರಹ್ಮಾಂಡವು ಕುಶಲತೆಗಳನ್ನು ವಿರೋಧಿಸುತ್ತದೆ. ಬದಲಾಗಿ ನಾವು ಬ್ರಹ್ಮಾಂಡದ ಹರಿವಿನೊಂದಿಗೆ ಹೋದರೆ, ನಾವು ಹೆಚ್ಚು ಕಡಿಮೆ ಸಲೀಸಾಗಿ ನಮ್ಮ ಗುರಿಯತ್ತ ಸಾಗುತ್ತೇವೆ. ಇದು ನಿಜವಾಗಲು ತುಂಬಾ ಚೆನ್ನಾಗಿದೆ ಎನಿಸುತ್ತಿದೆಯೇ? ಬ್ರಹ್ಮಾಂಡದ ಆಟದಲ್ಲಿ ನಾವೆಲ್ಲರೂ ಒಂದು ಪಾತ್ರವನ್ನು ನಿರ್ವಹಿಸುತ್ತೇವೆ. ವಿಷಯಗಳ ಯೋಜನೆಯಲ್ಲಿ, ನಾವು ನಮ್ಮ ಪಾತ್ರವನ್ನು ತಿಳಿದುಕೊಳ್ಳಬೇಕು ಮತ್ತು ಅದನ್ನು ಹಾಗೆಯೇ ಬಿಡಬೇಕು.

ಸಂಪೂರ್ಣವಾಗಿ ನಿರ್ವಹಿಸಲು ಬಿಡಬೇಕು. ಅದಕ್ಕಾಗಿಯೇ ಯೇಸು ತನ್ನ ಶಿಲುಬೆಯು ಗರಿಯಷ್ಟೇ ಹಗುರ ಎಂದು ಹೇಳಿದ್ದು. ಇದರರ್ಥ ನಮ್ಮ ಪಾಲಿನ ಪಾತ್ರವಲ್ಲದ ಅನೇಕ ಆಸೆಗಳನ್ನು ಮತ್ತು ಆಕಾಂಕ್ಷೆಗಳನ್ನು ಬಿಟ್ಟುಕೊಡುವುದು ಎಂದರ್ಥ, ಆದರೆ ನಮ್ಮ ಆಕಾಶಮಯ ಉದ್ದೇಶವು ಸಾಮಾನ್ಯವಾಗಿ ನಮ್ಮ ಸಣ್ಣ, ಸ್ವಾರ್ಥಿ ಮಹತ್ವಾಕಾಂಕ್ಷೆಗಳಿಗಿಂತ ಹೆಚ್ಚು ಭವ್ಯವಾಗಿರುತ್ತದೆ.

ಹೀಗೆ ಹೇಳಿದ ನಂತರ, ಇತರ ಜನರ ಬಾಲಿಶ ಕುಶಲತೆಯಿಂದ ನಾವು ನಮ್ಮನ್ನು ಮತ್ತು ನಮ್ಮ ಆಪ್ತರನ್ನು ರಕ್ಷಿಸಿಕೊಳ್ಳುವ ಅಗತ್ಯವೂ ಇದೆ. ಇದನ್ನು ಹಗುರವಾಗಿ ತೆಗೆದುಕೊಳ್ಳಬೇಡಿ; ಭಾವನಾತ್ಮಕವಾಗಿ ಶೋಷಣೆಗೆ ಒಳಗಾಗುವುದು ಕಷ್ಟಕರ ಮತ್ತು ಇದು ಜನರ ಹೃದಯ ಮತ್ತು ಆತ್ಮಗಳ ಮೇಲೆ ಆಳವಾದ ಗಾಯಗಳನ್ನು ಉಂಟುಮಾಡಬಹುದು. ಮತ್ತು ಒಮ್ಮೆ ನೀವು ಇಂತಹ ಕಠಿಣ ಪರಿಸ್ಥಿತಿಯಲ್ಲಿ ಸಿಲುಕಿಕೊಂಡರೆ ಹೊರಬರುವುದು ನಿಜಕ್ಕೂ ಕಷ್ಟ. ಆದರೆ ಈ ವಿಷಯವನ್ನು ಅತಿಯಾಗಿ ಗಂಭೀರವಾಗಿ ಪರಿಗಣಿಸಬೇಡಿ, ನಾವು ಸುಪ್ತಪ್ರಜ್ಞೆಯಿಂದ ಅನೇಕ ಕೆಲಸಗಳನ್ನು ಮಾಡುತ್ತೇವೆ ಮತ್ತು ಬಹುಶಃ ನಿಮ್ಮ ಹೆಂಡತಿ ನಿಮ್ಮನ್ನು ಕುಶಲತೆಯಿಂದ ನಡೆಸುತ್ತಿದ್ದಾಳೆ ಎಂಬುದು ಅವಳಿಗೇ ತಿಳಿದಿಲ್ಲದಿರಬಹುದು. ನಿಮ್ಮ ನಂಬಿಕೆಯನ್ನು ಅಲುಗಾಡಿಸಲು ಪ್ರಯತ್ನಿಸುವ ಜನರು ಯಾವಾಗಲೂ ಇರುತ್ತಾರೆ—ನಿಮ್ಮೊಳಗೆ ಆತ್ಮಸಂದೇಹದ ಬೀಜಗಳನ್ನು ಬಿತ್ತಲು ಪ್ರಯತ್ನಿಸುವ ಜನರು ಇರುತ್ತಾರೆ. ತಮ್ಮ ದೃಷ್ಟಿಕೋನಗಳೇ ಸರಿಯಾದ ವಾಸ್ತವ ಎಂದು ನಿಮ್ಮನ್ನು ನಂಬಿಸಿ ವಂಚಿಸಲು ಈ ಜನರು ತಮ್ಮ ಅತ್ಯುತ್ತಮ ಪ್ರಯತ್ನ ಮಾಡುತ್ತಾರೆ. ಇಡೀ ಜಗತ್ತಿನಲ್ಲಿ ನೀವೊಬ್ಬ ಅಸಭ್ಯ, ಹುಚ್ಚ ಅಥವಾ ಸಮರ್ಥರಲ್ಲದವರು ಎಂದು ಎಲ್ಲರೂ ಭಾವಿಸುತ್ತಾರೆ ಎಂದು ಅವರು ನಿಮಗೆ ಹೇಳುತ್ತಾರೆ. ನಂತರ ಅವರು ನಿಮ್ಮ ಬಗ್ಗೆ, ನಿಮ್ಮ ಜೀವನ

ಶೈಲಿಯ ಬಗ್ಗೆ, ನೀವು ಹಣ ಖರ್ಚು ಮಾಡುವ ಬಗ್ಗೆ, ಮಕ್ಕಳನ್ನು ಬೆಳೆಸುವ ಬಗ್ಗೆ ತಮಗೆ ಎಷ್ಟು ಚಿಂತೆಯಿದೆ ಎಂದು ಹೇಳುತ್ತಲೇ ಹೋಗುತ್ತಾರೆ.

ಅವರು ಬಯಸಿದಂತೆ ನೀವು ಬದಲಾಗದಿದ್ದರೆ ನಿಮ್ಮ ಜೀವನವು ನಾಶವಾಗುತ್ತದೆ ಎಂದು ಅವರು ನೀವು ನಂಬಬೇಕೆಂದು ಬಯಸುತ್ತಾರೆ. ಆದರೆ ವಾಸ್ತವವೆಂದರೆ ನೀವು ಈ ಜನರಿಗೆ ಸಹಾಯ ಮಾಡಲು ಬಯಸುವುದಿಲ್ಲ. ಅವರು ನಿಮ್ಮನ್ನು ಮೇಲ್ವಿಚಾರಣೆ ಮಾಡಲು ಬಯಸುತ್ತಾರೆ. ಅವರು ನಿಮ್ಮನ್ನು ಸುಧಾರಿಸಲು ಬಯಸುವುದು ನಿಮ್ಮ ಜೀವನವನ್ನು ಸುಲಭಗೊಳಿಸಲಿಕ್ಕಲ್ಲ, ಬದಲಾಗಿ ತಮ್ಮ ಜೀವನವನ್ನು ದೃಢಪಡಿಸಿಕೊಳ್ಳಲು ಮತ್ತು ನೀವು ಅವರಿಗಿಂತ ಎತ್ತರಕ್ಕೆ ಬೆಳೆಯುವುದನ್ನು ತಡೆಯಲು. ಗೊಂದಲಕ್ಕೊಳಗಾಗಬೇಡಿ. ಕುಶಲತೆಯಿಂದ ವರ್ತಿಸುವ ಯಾವ ವ್ಯಕ್ತಿಯೂ ನಿಮ್ಮ ಹಿತಾಸಕ್ತಿಗಳ ಬಗ್ಗೆ ಚಿಂತಿತರಾಗಿರುವುದಿಲ್ಲ. ಅವರು ತಮ್ಮ ಸ್ವಂತ ಹಿತಾಸಕ್ತಿಗಳ ಬಗ್ಗೆ ಚಿಂತಿತರಾಗಿರುತ್ತಾರೆ. ಒಮ್ಮೆ ನೀವು ಇಂತಹ ಕುಶಲ ವ್ಯಕ್ತಿಗಳಿಗೆ ನಿಮ್ಮ ಜೀವನದಲ್ಲಿ ಅವಕಾಶ ನೀಡಿದರೆ, ಅವರಿಂದ ಮುಕ್ತಿ ಪಡೆಯುವುದು ಅತ್ಯಂತ ಕಷ್ಟಕರವಾಗಬಹುದು. ಕುಶಲ ವ್ಯಕ್ತಿಗಳಿಗೆ ಸೂಕ್ತವಾದ ಉತ್ತರ ನೀಡಲು ನಿಮ್ಮ ಮೇಲೆ ನೀವು ಸಾಕಷ್ಟು ಆತ್ಮವಿಶ್ವಾಸವನ್ನು ಹೊಂದಿರುವುದು ಮುಖ್ಯವಾಗಿದೆ.

ಗುರುತಿಸಿದ ತಕ್ಷಣ ಅವರನ್ನು ಹೊರಹಾಕಿ. ಕುಶಲತೆಯಿಂದ ವರ್ತಿಸುವ ಜನರನ್ನು ನಿಮ್ಮ ಜೀವನದಿಂದ ಹೊರಹಾಕಲು ಇಲ್ಲಿ ಕೆಲವು ತಂತ್ರಗಳಿವೆ:

ಅವರ ಬಲೆಗೆ ಬೀಳಬೇಡಿ

ನಮ್ಮಲ್ಲಿ ಹೆಚ್ಚಿನವರು ಇತರರು ನಮ್ಮ ಭಾವನೆಗಳು, ಗ್ರಹಿಕೆ ಅಥವಾ ನಡವಳಿಕೆಯನ್ನು ನಿಯಂತ್ರಿಸಲು ಪ್ರಯತ್ನಿಸುವ ಮತ್ತು ತಮ್ಮ ಸ್ವಂತ ಲಾಭಕ್ಕಾಗಿ ನಮ್ಮನ್ನು ಬಳಸಿಕೊಳ್ಳುವ ಸಂದರ್ಭಗಳನ್ನು ಎದುರಿಸುತ್ತೇವೆ. ಇಂತಹ ಸಮಯದಲ್ಲಿ ನೀವು ಅವರ ನೈಜ ಉದ್ದೇಶವನ್ನು ಅರಿಯಲು ವಿಫಲರಾಗುತ್ತೀರಿ. ಆ ವ್ಯಕ್ತಿಯು ನಿಮ್ಮನ್ನು ಮಾನಸಿಕವಾಗಿ ನಿಯಂತ್ರಿಸುತ್ತಾನೆ ಮತ್ತು ನೀವು ಬಲೆಗೆ ಬೀಳುತ್ತೀರಿ. ಈ ಭಾವನಾತ್ಮಕ ಕುಶಲತೆಯು ಕೆಲವೊಮ್ಮೆ ನಿಮಗೆ ಭಾರಿ ಬೆಲೆ ತೆರುವಂತೆ ಮಾಡುತ್ತದೆ; ನೀವು ಮತ್ತೊಬ್ಬ ವ್ಯಕ್ತಿಯ ಪ್ರಭಾವಕ್ಕೆ ಒಳಗಾಗಿ ಕೆಲವು ಪ್ರಮುಖ ನಿರ್ಧಾರಗಳನ್ನು ತೆಗೆದುಕೊಳ್ಳುತ್ತೀರಿ ಮತ್ತು ಬಹಳ ತಡವಾದ ಮೇಲೆ ಅದರ ಅರಿವಾಗುತ್ತದೆ.

ಯಾವುದಾದರೊಂದು ಸಂಬಂಧವು ನಂಬಲಸಾಧ್ಯ ಎನ್ನುವಷ್ಟು ಉತ್ತಮವಾಗಿ ಕಂಡಾಗ, ನೀವು ಜಾಗರೂಕರಾಗಿರಬೇಕು. ಅವರು ನಿಮ್ಮ ಮೇಲೆ ಪ್ರೀತಿ, ಹೊಗಳಿಕೆ, ಮೆಚ್ಚುಗೆ ಮತ್ತು ಪ್ರೀತಿಯ ಸುರಿಮಳೆಗರೆಯುತ್ತಾರೆ. ಪ್ರತಿಯೊಂದೂ ಪರಿಪೂರ್ಣವಾಗಿ ಕಾಣುವ ಕನಸಿನ ಲೋಕದಲ್ಲಿ ನೀವು ಬದುಕುತ್ತಿರುವಂತೆ ನಿಮಗೆ ಅನಿಸುತ್ತದೆ. ಅವರು ನಿಮಗೆ ದೂರು ನೀಡಲು ಯಾವುದೇ ಕಾರಣವನ್ನು ಕೊಡುವುದಿಲ್ಲ. ಅವರಲ್ಲಿ ನಿಮಗೆ ಯಾವುದೇ ತಪ್ಪುಗಳು ಕಾಣಿಸುವುದಿಲ್ಲ. ಯಾವುದಾದರೂ ತಪ್ಪಾದಲ್ಲಿ, ಅವರು ಅಳಲು ಅಥವಾ ಕ್ಷಮೆ ಕೇಳಲು ಪ್ರಾರಂಭಿಸಬಹುದು. ನೀವು ತೀವ್ರವಾದ ದೈಹಿಕ ಆಕರ್ಷಣೆಗೆ ಬಲಿಯಾಗಬಹುದು ಮತ್ತು ಅದೊಂದು ಕಾಲ್ಪನಿಕ ಕಥೆಯ ಪ್ರೇಮದಂತೆ ನಿಮಗೆ ಭಾಸವಾಗಬಹುದು.

ಸಂಬಂಧವು ವಾಸ್ತವವಾಗಿ 'ಲವ್ ಬಾಂಬಿಂಗ್' (ಅತಿಯಾದ ಪ್ರೀತಿ ತೋರುವುದು) ಮೂಲಕ ಪ್ರಾರಂಭವಾಗಿ, ಇದ್ದಕ್ಕಿದ್ದಂತೆ ನೀವು ನಿರ್ಲಕ್ಷ್ಯಕ್ಕೆ ಒಳಗಾಗಲು ಪ್ರಾರಂಭಿಸಿದಾಗ ಇಂತಹ ಫಲಿತಾಂಶ ಕಂಡುಬರುತ್ತದೆ. ನಿಮಗೆ ಮೆಚ್ಚುಗೆ, ಉಡುಗೊರೆಗಳು ಮತ್ತು ಹೊಗಳಿಕೆಗಳು ಸಿಗುತ್ತವೆ, ಆದರೆ ಬಹಳ ಅಪರೂಪವಾಗಿ. ನಿಮ್ಮ ಮೇಲಿನ ಹಿಡಿತವನ್ನು ನೀವು ಕಳೆದುಕೊಳ್ಳುತ್ತಿದ್ದೀರಿ ಅಥವಾ ಅವರ ಜೀವನದಲ್ಲಿ ಬೇರೆ ಯಾರೋ ಇದ್ದಾರೆ ಎಂದು ನಿಮಗೆ ಅನಿಸುತ್ತದೆ. ನೀವು ಮುಂದೆ ಸಾಗಲು ಮನಸ್ಸು ಮಾಡಿದ ತಕ್ಷಣ, ಅವರಿಂದ ನಿಮಗೆ ಮತ್ತೊಂದು ಉಡುಗೊರೆ ಬರುತ್ತದೆ. ಆಗ ನಿರ್ಧಾರ ತೆಗೆದುಕೊಳ್ಳುವುದು ನಿಮಗೆ ಕಷ್ಟವಾಗುತ್ತದೆ. ಇಂತಹ ಪರಿಸ್ಥಿತಿಯಲ್ಲಿ ಅವರು ನಿಮ್ಮ ಮೇಲೆ ನಿಯಂತ್ರಣ ಸಾಧಿಸಲು ಪ್ರಯತ್ನಿಸುತ್ತಾರೆ. ಆಶ್ಚರ್ಯಕರವಾಗಿ, ಹೆಚ್ಚಿನ ಸಂದರ್ಭಗಳಲ್ಲಿ ಇದು ಕೆಲಸ ಮಾಡುತ್ತದೆ. ನೀವು ಅವರ ಬಳಿಗೆ ಮತ್ತಷ್ಟು ಹತ್ತಿರವಾಗುತ್ತೀರಿ.

ಬಿಟ್ಟು ಬಿಟ್ಟು ನೀಡುವ ಇಂತಹ ಪ್ರೋತ್ಸಾಹದ ನಂತರ, ಜನರು ತಮ್ಮ ಬಲಿಪಶುಗಳನ್ನು ನಿಯಂತ್ರಿಸುವಲ್ಲಿ ಬಹುಪಾಲು ಯಶಸ್ವಿಯಾಗುತ್ತಾರೆ. ನೀವು ತಿರುಗಿ ಬಿದ್ದಾಗ ಅಥವಾ ವಿವರಣೆಯನ್ನು ಕೇಳಿದಾಗ, ಅವರು ಅದೇ ರೀತಿ ವರ್ತಿಸುವುದನ್ನು ನಿಲ್ಲಿಸಬಹುದು.

ಕಾರಣವೇನೆಂದರೆ ಈಗ ಅವರು ನಿಮ್ಮ ಮೇಲೆ ಸಂಪೂರ್ಣ ನಿಯಂತ್ರಣವನ್ನು ಹೊಂದಿರುತ್ತಾರೆ, ಆದ್ದರಿಂದ ಅವರು ಬಿಟ್ಟು ಬಿಟ್ಟು ನೀಡುವ ಆ ಪ್ರೋತ್ಸಾಹದ ತಂತ್ರಕ್ಕೆ ವಿದಾಯ ಹೇಳುತ್ತಾರೆ. ಅವರಿಗೆ

ಇನ್ನು ಮುಂದೆ ಅದರ ಅಗತ್ಯವಿರುವುದಿಲ್ಲ. ಕುಶಲಕರ್ಮಿಗಳು ಅನೇಕ ವಿಭಿನ್ನ ಮುಖಗಳನ್ನು ಹೊಂದಿರುತ್ತಾರೆ ಮತ್ತು ಅವರು ಒಂದೇ ರೀತಿಯ ಕೆಲಸಗಳನ್ನು ಸಾಧಿಸಲು ಅನೇಕ ವಿಭಿನ್ನ ಮಾರ್ಗಗಳನ್ನು ಬಳಸಬಹುದು. ಆ ವ್ಯಕ್ತಿಯು ಯಾವುದಕ್ಕಾದರೂ ಒಪ್ಪಿಗೆ ನೀಡಿ ನಂತರ ಅದನ್ನು ನಿರಾಕರಿಸಬಹುದು, ಇದರಿಂದಾಗಿ ನೀವು ನಿಮ್ಮ ಸ್ವಂತ ಗ್ರಹಿಕೆಯ ಬಗ್ಗೆಯೇ ಅನುಮಾನ ಪಡಲು ಪ್ರಾರಂಭಿಸುತ್ತೀರಿ. ಅವರ ಭರವಸೆಯ ಬಗ್ಗೆ ಅವರಿಗೆ ಅರಿವು ಮೂಡಿಸಲು ನೀವು ಶ್ರಮಿಸಿದಾಗ, ಅವರು ನೀವು ತಪ್ಪಿತಸ್ಥರೆಂದು ಭಾವಿಸುವಂತೆ ಮಾಡುತ್ತಾರೆ. ಅವರು ಮೇಲ್ನೋಟದ ಸಹಾನುಭೂತಿಯನ್ನು ತೋರಿಸಬಹುದು ಮತ್ತು ಮೊಸಳೆ ಕಣ್ಣೀರು ಸುರಿಸಬಹುದು. ಅಂತಿಮವಾಗಿ ನೀವು ಅವರನ್ನು ನಂಬುತ್ತೀರಿ ಮತ್ತು ನೀವು ಕೇಳಿಸಿಕೊಂಡಿದ್ದು ಸರಿಯೇ ಎಂದು ನಿಮ್ಮನ್ನೇ ಪ್ರಶ್ನಿಸಿಕೊಳ್ಳುತ್ತೀರಿ. ಆತ್ಮವಿಶ್ವಾಸ ಮತ್ತು ಶಕ್ತಿಯುತವಾಗಿ ಕಾಣುವ ನಗುಮುಖದ ವ್ಯಕ್ತಿಗಳನ್ನು ನೀವು ಕುರುಡಾಗಿ ನಂಬಲು ಸಾಧ್ಯವಿಲ್ಲ. ಕುಶಲ ವ್ಯಕ್ತಿಗಳು ಯಾವಾಗಲೂ ಸ್ವಾರ್ಥಪರ ಒಲವನ್ನು ಹೊಂದಿರುತ್ತಾರೆ ಮತ್ತು ಅವರು ಇತರ ವ್ಯಕ್ತಿಯ ಭಾವನೆಗಳನ್ನು ಅಷ್ಟಾಗಿ ಗಣನೆಗೆ ತೆಗೆದುಕೊಳ್ಳುವುದಿಲ್ಲ. ತಮ್ಮನ್ನು ತಾವು ಸಮರ್ಥಿಸಿಕೊಳ್ಳುವ ಮತ್ತು ತಾವು ಶ್ರೇಷ್ಠರು ಎಂದು ಭಾವಿಸುವಂತೆ ಮಾಡುವ ಜನರನ್ನು ಹುಡುಕುವುದು ಅವರ ಉದ್ದೇಶವಾಗಿರುತ್ತದೆ.

ಸಾಧ್ಯವಾದಾಗಲೆಲ್ಲಾ ಅವರಿಂದ ದೂರವಿರಿ

ಒಬ್ಬ ಕುಶಲಕರ್ಮಿಯ ನಡವಳಿಕೆಯು ಸಾಮಾನ್ಯವಾಗಿ ಅವರು ಇರುವ ಸಂದರ್ಭಕ್ಕೆ ಅನುಗುಣವಾಗಿ ಬದಲಾಗುತ್ತದೆ. ಉದಾಹರಣೆಗೆ, ಒಬ್ಬ ಕುಶಲಕರ್ಮಿ ಒಬ್ಬ ವ್ಯಕ್ತಿಯೊಂದಿಗೆ ಅಸಭ್ಯವಾಗಿ ಮಾತನಾಡಬಹುದು ಮತ್ತು ಮರುಕ್ಷಣವೇ ಮತ್ತೊಬ್ಬರೊಂದಿಗೆ ಸೌಜನ್ಯದಿಂದ ವರ್ತಿಸಬಹುದು. ಒಬ್ಬ ವ್ಯಕ್ತಿಯಲ್ಲಿ ಇಂತಹ ವಿಪರೀತ ಬದಲಾವಣೆಗಳನ್ನು ನೀವು ಪದೇ ಪದೇ ಗಮನಿಸಿದಾಗ, ಅವರಿಂದ ದೂರವಿರುವುದು ಸೂಕ್ತ. ನಿಮಗೆ ನಿಜವಾಗಿಯೂ ಅನಿವಾರ್ಯವಲ್ಲದ ಹೊರತು ಅಂತಹ ವ್ಯಕ್ತಿಯೊಂದಿಗೆ ಸಂವಹನ ನಡೆಸಬೇಡಿ. ಇದು ನೀವು ಕುಶಲತೆಗೆ ಬಲಿಯಾಗದಂತೆ ನಿಮ್ಮನ್ನು ರಕ್ಷಿಸುತ್ತದೆ.

ಒಬ್ಬ ಕುಶಲಕರ್ಮಿಯನ್ನು ಪತ್ತೆಹಚ್ಚುವ ಒಂದು ಮಾರ್ಗವೆಂದರೆ, ಒಬ್ಬ ವ್ಯಕ್ತಿಯು ಇತರ ಜನರ ಮುಂದೆ ಮತ್ತು ವಿಭಿನ್ನ ಸಂದರ್ಭಗಳಲ್ಲಿ ವಿಭಿನ್ನ

ಮುಖವಾಡಗಳೊಂದಿಗೆ ವರ್ತಿಸುತ್ತಾನೆಯೇ ಎಂದು ನೋಡುವುದು. ನಮ್ಮೆಲ್ಲರಲ್ಲೂ ಈ ರೀತಿಯ ಸಾಮಾಜಿಕ ವ್ಯತ್ಯಾಸಗಳು ಸ್ವಲ್ಪ ಮಟ್ಟಿಗೆ ಇರುತ್ತವೆಯಾದರೂ, ಕೆಲವು ಮಾನಸಿಕ ಕುಶಲಕರ್ಮಿಗಳು ಅಭ್ಯಾಸಗತವಾಗಿ ವಿಪರೀತ ಗುಣಗಳನ್ನು ಹೊಂದಿರುತ್ತಾರೆ. ಒಬ್ಬ ವ್ಯಕ್ತಿಯ ಬಗ್ಗೆ ಅತ್ಯಂತ ವಿನಯಶೀಲರಾಗಿರುವುದು ಮತ್ತು ಮತ್ತೊಬ್ಬರ ಬಗ್ಗೆ ಸಂಪೂರ್ಣ ಅಸಭ್ಯವಾಗಿರುವುದು—ಅಥವಾ ಒಂದು ಕ್ಷಣ ಸಂಪೂರ್ಣ ಅಸಹಾಯಕರಾಗಿರುವುದು ಮತ್ತು ಮರುಕ್ಷಣವೇ ತೀವ್ರ ಆಕ್ರಮಣಕಾರಿಯಾಗಿ ವರ್ತಿಸುವುದು ಇವರ ಲಕ್ಷಣ. ಯಾವಾಗ ನೀವು...

ಒಬ್ಬ ವ್ಯಕ್ತಿಯಲ್ಲಿ ನಿಯಮಿತವಾಗಿ ಇಂತಹ ವರ್ತನೆಯನ್ನು ಗಮನಿಸಿದಾಗ, ಅವರೊಂದಿಗೆ ಆರೋಗ್ಯಕರ ಅಂತರವನ್ನು ಕಾಯ್ದುಕೊಳ್ಳಿ ಮತ್ತು ಅನಿವಾರ್ಯವಲ್ಲದ ಹೊರತು ಅವರೊಂದಿಗೆ ಬೆರೆಯುವುದನ್ನು ತಪ್ಪಿಸಿ. ಮೊದಲೇ ತಿಳಿಸಿದಂತೆ, ದೀರ್ಘಕಾಲದ ಮಾನಸಿಕ ಕುಶಲತೆಯ ಹಿಂದಿನ ಕಾರಣಗಳು ಸಂಕೀರ್ಣ ಮತ್ತು ಆಳವಾದವುಗಳಾಗಿರುತ್ತವೆ. ಅವರನ್ನು ಬದಲಾಯಿಸುವುದು ಅಥವಾ ಉಳಿಸುವುದು ನಿಮ್ಮ ಕೆಲಸವಲ್ಲ.

ಕೆಲವು ಸಂದರ್ಭಗಳಲ್ಲಿ ನೀವು ಸಂಬಂಧದಿಂದ ಸಂಪೂರ್ಣವಾಗಿ ಹೊರಬರಲು ಸಾಧ್ಯವಿರುವುದಿಲ್ಲ—ಸಾಮಾನ್ಯವಾಗಿ ಆ ವ್ಯಕ್ತಿಯು ಪೋಷಕರು ಅಥವಾ ವಿಸ್ತೃತ ಕುಟುಂಬದ ಸದಸ್ಯರಾಗಿದ್ದಾಗ ಇದು ಸಂಭವಿಸುತ್ತದೆ. ಆ ವ್ಯಕ್ತಿಯು ಗಮನಾರ್ಹವಾದ ಹಾನಿ ಅಥವಾ ಮಾನಸಿಕ ಹಾನಿಯನ್ನು ಉಂಟುಮಾಡದ ಹೊರತು, ನೀವು ಅವರೊಂದಿಗಿನ ಸಂಪರ್ಕವನ್ನು ದಿಢೀರನೆ ಕಡಿದುಕೊಳ್ಳಲು ಸಾಧ್ಯವಾಗದಿರಬಹುದು. ಮೊದಲಿಗೆ, ಆ ವ್ಯಕ್ತಿ ಎಂತಹವರು ಎಂಬುದನ್ನು ನೀವು ಪೂರ್ಣವಾಗಿ ಗುರುತಿಸಬೇಕು ಮತ್ತು ಅದಕ್ಕೆ ಅನುಗುಣವಾಗಿ ಆ ಸಂಬಂಧದಿಂದ ನೀವು ಹೊಂದಿರುವ ನಿರೀಕ್ಷೆಗಳನ್ನು ಬದಲಾಯಿಸಿಕೊಳ್ಳಬೇಕು. ಅವರು ಈ ಹಿಂದೆ ನೀವು ಯಾರಿಂದ ಮೆಚ್ಚುಗೆಯನ್ನು ಬಯಸುತ್ತಿದ್ದ ವ್ಯಕ್ತಿಯಾಗಿದ್ದರೆ, ನೀವು ಅವರಿಂದ ಮೆಚ್ಚುಗೆಯನ್ನು ಹುಡುಕುವುದನ್ನು ನಿಲ್ಲಿಸಬೇಕಾಗುತ್ತದೆ. ಅವರು ನಿಮಗೆ ಸಲಹೆ ನೀಡುವ ವ್ಯಕ್ತಿಯಾಗಿದ್ದರೆ, ಅವರ ಸಲಹೆಯು ನಿಮ್ಮ ಜೀವನಕ್ಕೆ ಅಗತ್ಯವಿಲ್ಲ ಎಂಬುದನ್ನು ಅರ್ಥಮಾಡಿಕೊಳ್ಳಿ. ಅವರು ಅದನ್ನು ನೀಡುವುದನ್ನು ಮುಂದುವರಿಸಿದರೆ, ಅವರಿಗೆ ಧನ್ಯವಾದ ಹೇಳಿ ನಂತರ ಸದ್ದಿಲ್ಲದೆ ಅದನ್ನು ತ್ಯಜಿಸಿ.

ಈ ಗಡಿಗಳನ್ನು ನಿರ್ಧರಿಸುವಾಗ ಎಷ್ಟು ಸಾಧ್ಯವೋ ಅಷ್ಟು ಸೂಕ್ಷ್ಮವಾಗಿರಿ ಮತ್ತು ನೀವು ಈ ಮಿತಿಗಳನ್ನು ಹಾಕುತ್ತಿದ್ದೀರಿ ಎಂದು ಎದುರಿಗಿರುವ ವ್ಯಕ್ತಿಗೆ ಹೇಳಬೇಡಿ. ನಿಮ್ಮ ಕಡೆಯಿಂದ ಈ ಬದಲಾವಣೆಯನ್ನು ತರಲು ಸ್ವಲ್ಪ ಶಕ್ತಿಯ ಅಗತ್ಯವಿರುತ್ತದೆ, ಮತ್ತು ಈ ಪ್ರಕ್ರಿಯೆಯಲ್ಲಿ ನೀವು ಆ ವ್ಯಕ್ತಿಯನ್ನು ಕೋಪಗೊಳಿಸಿದರೆ, ಅದರ ಪರಿಣಾಮವಾಗಿ ಅವರ ಪ್ರತಿಕ್ರಿಯೆಯನ್ನೂ ನೀವು ನಿಭಾಯಿಸಬೇಕಾಗುತ್ತದೆ.

ಇದು ನಿಮ್ಮ ಶಕ್ತಿಯನ್ನು ಸ್ವಲ್ಪಮಟ್ಟಿಗೆ ಕುಂದಿಸುತ್ತದೆ ಎಂದು ತಿಳಿದಿರುವುದರಿಂದ, ಆ ವ್ಯಕ್ತಿಯೊಂದಿಗೆ ಕಳೆಯುವ ಸಮಯದ ಬಗ್ಗೆ ಮಿತಿಗಳನ್ನು ಹಾಕಿ. ನಿಮ್ಮನ್ನು ನಿಯಂತ್ರಿಸಲು ಪ್ರಯತ್ನಿಸುವ ಅತ್ತೆಯೊಂದಿಗೆ ನೀವು ಪ್ರತಿ ಶನಿವಾರ ಸಮಯ ಕಳೆಯುತ್ತಿದ್ದರೆ, ಅದನ್ನು ತಿಂಗಳಿಗೊಮ್ಮೆ ಎಂದು ಕಡಿಮೆ ಮಾಡಿ ಮತ್ತು ಆ ದಿನದ ನಂತರದ ಸಮಯದಲ್ಲಿ ಬೇರೆ ಯಾವುದಾದರೂ ಕೆಲಸವನ್ನು ನಿಗದಿಪಡಿಸಿಕೊಳ್ಳಿ, ಇದರಿಂದ ನಿಮ್ಮ ಭೇಟಿಯು ಒಂದು ನಿರ್ದಿಷ್ಟ ಸಮಯದಲ್ಲಿ ಕೊನೆಗೊಳ್ಳುತ್ತದೆ.

ಅವರ ನಡವಳಿಕೆಯನ್ನು ನೇರವಾಗಿ ಪ್ರಶ್ನಿಸಿ

ಕುಶಲಕರ್ಮಿಗಳನ್ನು ಎದುರಿಸುವುದು ಯಾವಾಗಲೂ ಕಷ್ಟ, ಆದರೆ ರಹಸ್ಯವಾಗಿ ಕುಶಲತೆ ಮಾಡುವವರು ಅತ್ಯಂತ ಕೆಟ್ಟವರು. ಅವರನ್ನು ಪ್ರಶ್ನಿಸಿದಾಗ, ಅವರು...

ಸಂಪೂರ್ಣವಾಗಿ ಶಾಂತವಾಗಿರುತ್ತಾರೆ ಮತ್ತು ಅಷ್ಟೇ ಮೊಂಡುತನದಿಂದ ಬಿಟ್ಟುಕೊಡದೆ ಇರುತ್ತಾರೆ. ಅವರ ದೋಷಪೂರಿತ ತರ್ಕವನ್ನು ನೀವು ಗುರುತಿಸಲು ಪ್ರಾರಂಭಿಸಿದಾಗ, ನಿಮಗೆ ನಿರಾಸೆಯಾಗಬಹುದು. ನೀವು ಅವರೊಂದಿಗೆ ವಾದವನ್ನು ಮುಂದುವರಿಸಿದರೆ, ನಿಮ್ಮ ಧ್ವನಿ ಏರಿಸುವುದನ್ನು ತಡೆಯುವುದು ನಿಮಗೆ ಕಷ್ಟವಾಗುತ್ತದೆ. ಆಗ ನೀವೇ ವಿವೇಚನೆಯಿಲ್ಲದವರಂತೆ ಕಾಣುತ್ತೀರಿ ಮತ್ತು ಅವರು ಶಾಂತವಾಗಿರುವ ತಮ್ಮ "ಪಕ್ವತೆಯ" ಆಧಾರದ ಮೇಲೆ ಪರಿಸ್ಥಿತಿಯನ್ನು ಮತ್ತೆ ತಮ್ಮ ನಿಯಂತ್ರಣಕ್ಕೆ ತೆಗೆದುಕೊಳ್ಳಲು ಪ್ರಯತ್ನಿಸುತ್ತಾರೆ.

ನಿಮ್ಮನ್ನು ನೀವು ಸಮರ್ಥಿಸಿಕೊಳ್ಳುವುದು ಮತ್ತು ನಿಜವಾಗಿ ಏನು ನಡೆಯುತ್ತಿದೆ ಎಂಬುದನ್ನು ಅವರಿಗೆ ಮನವರಿಕೆ ಮಾಡಿಕೊಡಲು ಪ್ರಯತ್ನಿಸುವುದು ಸಹಜ. ಆದರೆ ಒಬ್ಬ ನಿಜವಾದ ಕುಶಲಕರ್ಮಿ

ತನ್ನ ಧಾಟಿಯನ್ನು ಬದಲಾಯಿಸುವುದಿಲ್ಲ, ಮತ್ತು ನಿಮ್ಮನ್ನು ನೀವು ಸಮರ್ಥಿಸಿಕೊಳ್ಳುವ ಆಸೆಗೆ ನೀವು ಎಷ್ಟು ಹೆಚ್ಚು ಬಲಿಯಾಗುತ್ತೀರೋ, ಅಷ್ಟು ಹೆಚ್ಚಾಗಿ ಅವರು ನಿಮ್ಮ ಮಾತುಗಳನ್ನು ತಿರುಚುತ್ತಲೇ ಹೋಗುತ್ತಾರೆ. ಸುಳ್ಳುಗಳ ಮತ್ತು ತಪ್ಪು ಗ್ರಹಿಕೆಗಳ ಆ ವಿರೂಪಗೊಂಡ ಜಾಲದಲ್ಲಿ ನೀವು ಸಿಕ್ಕಿಹಾಕಿಕೊಳ್ಳಲು ಹೆಚ್ಚು ಸಮಯ ಬೇಕಾಗುವುದಿಲ್ಲ. ನೀವು ಒಬ್ಬ ನಿಜವಾದ ಕುಶಲಕರ್ಮಿಯ ಜೊತೆಗಿರುವಾಗ, ಯಾವುದೇ ಮುಖಾಮುಖಿಯ ಸಂದರ್ಭದಲ್ಲಿ ನಿಮ್ಮ ಎರಡು ಗುರಿಗಳೆಂದರೆ—ಪರಿಸ್ಥಿತಿಯನ್ನು ತಿಳಿಗೊಳಿಸುವುದು ಮತ್ತು ಅಲ್ಲಿಂದ ಹೊರಬರುವುದು. ಅದು ಆ ಸಂಭಾಷಣೆಯಿಂದ ಹೊರಬರುವುದು ಇರಬಹುದು ಅಥವಾ ಆ ಸ್ನೇಹದಿಂದಲೇ ಹೊರಬರುವುದು ಇರಬಹುದು. ನಿಂದನೆ, ವಾದಗಳು, ತಾಳ್ಮೆ ಕಳೆದುಕೊಳ್ಳುವುದು, ಎದುರಿಗಿನ ವ್ಯಕ್ತಿಯ ಮೇಲೆ ಕುಶಲತೆಯ ಆರೋಪ ಮಾಡುವುದು ಅಥವಾ ಅತಿಯಾಗಿ ಭಾವೋದ್ವೇಗಕ್ಕೆ ಒಳಗಾಗುವುದನ್ನು ತಪ್ಪಿಸಿ. ನೀವು ಮಾತನಾಡುವಾಗ ಸತ್ಯವಾದ, ವಸ್ತುನಿಷ್ಠ ಮತ್ತು ಶಾಂತಿಯುತ ಹೇಳಿಕೆಗಳಿಗೆ ಬದ್ಧರಾಗಿರಿ.

ಕುಶಲತೆಯಿಂದ ವರ್ತಿಸುವ ವ್ಯಕ್ತಿಯನ್ನು ನಿಭಾಯಿಸಲು ಹೆಚ್ಚಿನ ಪಕ್ವತೆ, ತಾಳ್ಮೆ ಅಥವಾ ಸ್ವಯಂ ಶಿಸ್ತು ಅಗತ್ಯವಿರುವ ಕೆಲವು ಅಂಶಗಳಿವೆ. ನಿಮ್ಮ ಕೋಪವನ್ನು ನಿಯಂತ್ರಿಸಿ ಪರಿಸ್ಥಿತಿಯನ್ನು ಬಿಗಡಾಯಿಸದಂತೆ ಪ್ರತಿಕ್ರಿಯಿಸುವ ಸ್ವಯಂ ನಿಯಂತ್ರಣ ನಿಮ್ಮಲ್ಲಿ ಇಲ್ಲದಿರಬಹುದು. ಅಂತಹ ಸಂದರ್ಭದಲ್ಲಿ, ಇದನ್ನು ಒಪ್ಪಿಕೊಳ್ಳಿ ಮತ್ತು ಅಹಿತಕರ ಮುಖಾಮುಖಿಯನ್ನು ತಪ್ಪಿಸಲು ಹೆಚ್ಚಿನ ಕ್ರಮಗಳನ್ನು ತೆಗೆದುಕೊಳ್ಳಿ (ಉದಾಹರಣೆಗೆ, ಚರ್ಚೆಗೆ ಒಬ್ಬ ಮಧ್ಯಸ್ಥಗಾರನನ್ನು ಆಹ್ವಾನಿಸಿ ಅಥವಾ ನೇರವಾಗಿ ಮಾತನಾಡುವ ಬದಲು ಮಿಂಚಂಚೆ ಕಳುಹಿಸಿ, ಇದರಿಂದ ನೀವು ಏನು ಹೇಳುತ್ತಿದ್ದೀರಿ ಎಂಬುದರ ಬಗ್ಗೆ ಯೋಚಿಸಲು ನಿಮಗೆ ಸಮಯ ಸಿಗುತ್ತದೆ).

ನನ್ನ ವಿಷಯದಲ್ಲಿ ಹೇಳುವುದಾದರೆ, ಕೋಪ ಕಳೆದುಕೊಳ್ಳುವ ವ್ಯಕ್ತಿಯನ್ನು ನಿಭಾಯಿಸುವುದು ಸ್ವಲ್ಪ ಆತಂಕವನ್ನು ಉಂಟುಮಾಡಬಹುದು. ಜಗಳ ಅಥವಾ ವಿವಾದಕ್ಕೆ ಹೆಚ್ಚು ಅವಕಾಶವಿರುವ ಸಂದರ್ಭಗಳಲ್ಲಿ ಸುರಕ್ಷಿತವಾಗಿರಲು, ನಾನು ನನ್ನೊಂದಿಗೆ ಒಬ್ಬ ಸ್ನೇಹಿತನನ್ನು ಕರೆದುಕೊಂಡು ಹೋಗಬೇಕಾಯಿತು. ಈ ಸಂಘರ್ಷವನ್ನು ನಾನೇ ಒಬ್ಬಳೇ ನಿಭಾಯಿಸಬೇಕೆಂದು ಬಯಸಿದ್ದರೂ, ಅಂತಹ ಸ್ಥಿತಿಯಲ್ಲಿ ನಾನಿಲ್ಲ ಎಂಬುದು ನನಗೆ ಅರಿವಾಯಿತು. ನಾನು ನನಗಿಂತ ಕಠಿಣವಾಗಿ

ವರ್ತಿಸಲು ನಿರ್ಧರಿಸಿ, ನನ್ನ ಈ ಮಿತಿಯನ್ನು ಒಪ್ಪಿಕೊಳ್ಳದಿದ್ದಲ್ಲಿ ನಾನು ಅನಗತ್ಯ ಆತಂಕವನ್ನು ಅನುಭವಿಸಬೇಕಾಗುತ್ತಿತ್ತು. ಪರಿಸ್ಥಿತಿಯನ್ನು ನಿಭಾಯಿಸುವಲ್ಲಿ ನೀವು ಇರುವುದಕ್ಕಿಂತ ಉತ್ತಮವಾಗಿರಬೇಕೆಂದು ಆಶಿಸಬೇಡಿ. ನಿಮ್ಮ ದುರ್ಬಲ ಅಂಶಗಳನ್ನು ಗುರಿ ಮಾಡುವ ಮತ್ತು ಈ ಪರಿಸ್ಥಿತಿಯನ್ನು ನಿಭಾಯಿಸುವುದು ನಿಮಗೆ ತೋರುತ್ತಿರುವುದಕ್ಕಿಂತ ಸುಲಭ ಎಂದು ತೋರಿಸಲು ಪ್ರಯತ್ನಿಸುವ ವ್ಯಕ್ತಿಗಳು ಇರುತ್ತಾರೆ. ನಿಮ್ಮ ಪ್ರತಿಕ್ರಿಯೆಯನ್ನು ಮತ್ತೊಬ್ಬರ ಪ್ರತಿಕ್ರಿಯೆಯೊಂದಿಗೆ ಹೋಲಿಸಿಕೊಳ್ಳಬೇಡಿ.

ಅವರ ಮಾತು ಮತ್ತು ಕೃತ್ಯಗಳನ್ನು ನಿರ್ಲಕ್ಷಿಸುವುದು

ಕುಶಲತೆಯಿಂದ ವರ್ತಿಸುವ ವ್ಯಕ್ತಿಗಳನ್ನು ನಿರ್ಲಕ್ಷಿಸುವುದೇ ಸೂಕ್ತ. ನೀವು ಅವರನ್ನು ಜವಾಬ್ದಾರರನ್ನಾಗಿ ಮಾಡಲು ಪ್ರಯತ್ನಿಸಿದಾಗ, ಅವರು ವಿಷಯಗಳನ್ನು ತಿರುಚುತ್ತಾರೆ, ಜಾರಿಕೊಳ್ಳುತ್ತಾರೆ, ಎಂದಿಗೂ ಬಾರದ ಬೆಂಬಲದ ಭರವಸೆ ನೀಡುತ್ತಾರೆ ಮತ್ತು ನಿರಂತರವಾಗಿ ನೀವು ಕೆಟ್ಟವರೆಂದು ಭಾವಿಸುವಂತೆ ಮಾಡುತ್ತಾರೆ—ಒಬ್ಬ ವ್ಯಕ್ತಿಯಲ್ಲಿ ನೀವು ಬಯಸದ ಗುಣಗಳೆಲ್ಲವೂ ಇವರಲ್ಲಿರುತ್ತವೆ. ಒಬ್ಬ ಅಪ್ರಾಮಾಣಿಕ ವ್ಯಕ್ತಿಯನ್ನು ನಿಭಾಯಿಸುವಾಗ ನೀವು ಮಾಡಬಹುದಾದ ದೊಡ್ಡ ತಪ್ಪು ಎಂದರೆ ಅವರನ್ನು ತಿದ್ದಲು ಪ್ರಯತ್ನಿಸುವುದು. ಅವರನ್ನು ತಿದ್ದಲು ಹೋಗುವ ಮೂಲಕ ನೀವು ಅವರ ಜಾಲದಲ್ಲಿ ಇನ್ನಷ್ಟು ಆಳವಾಗಿ ಸಿಲುಕಿಕೊಳ್ಳುತ್ತೀರಿ. ಕುಶಲ ವ್ಯಕ್ತಿಗಳು ನಿಮ್ಮನ್ನು ಸಂಘರ್ಷಕ್ಕೆ ಎಳೆಯಲು ನಿಮ್ಮ ನಿರಾಸೆ ಮತ್ತು ಅನಿಶ್ಚಿತತೆಯನ್ನು ಬಳಸಿಕೊಳ್ಳಬಹುದು. ನೀವು ಹೇಗೆ ಪ್ರತಿಕ್ರಿಯಿಸುತ್ತೀರಿ ಎಂದು ನೋಡಲು ಅವರು ನಿಮ್ಮನ್ನು ಭಾವೋದ್ವೇಗಕ್ಕೆ ಒಳಗಾಗುವಂತೆ ಮಾಡಲು ಬಯಸುತ್ತಾರೆ. ನಿಮ್ಮನ್ನು ಪ್ರಚೋದಿಸುವ ವಿಷಯಗಳು ಯಾವುವು ಎಂದು ತಿಳಿದ ನಂತರ, ಅವರು ನಿಮ್ಮ ನಿರ್ಧಾರಗಳನ್ನು ಕುಶಲತೆಯಿಂದ ಬಳಸಿಕೊಳ್ಳಲು ಅವುಗಳನ್ನು ಉಪಯೋಗಿಸುತ್ತಾರೆ. ಅವರನ್ನು ಸಂಪೂರ್ಣವಾಗಿ ನಿರ್ಲಕ್ಷಿಸುವುದು ಬುದ್ಧಿವಂತಿಕೆಯ ಮಾರ್ಗವಾಗಿದೆ. ಅವರನ್ನು ನಿಮ್ಮ ಜೀವನದಿಂದಲೇ ತೆಗೆದುಹಾಕಿ. ಒಂದು ವೇಳೆ ಅವರು ಮೇಲಧಿಕಾರಿ, ಸಹೋದ್ಯೋಗಿ ಅಥವಾ ಕುಟುಂಬದ ಸದಸ್ಯರಾಗಿದ್ದು ತಕ್ಷಣವೇ ಸಂಪರ್ಕ ಕಡಿದುಕೊಳ್ಳಲು ಸಾಧ್ಯವಾಗದಿದ್ದರೆ, ಅವರು ಮಾಡುವುದಕ್ಕೆ ಒಪ್ಪಿಗೆ ನೀಡಿ ನಂತರ ನಿಮ್ಮ ಕೆಲಸವನ್ನು ನೀವು ಮುಂದುವರಿಸಿ.

ಅವರ ಗುರುತ್ವಾಕರ್ಷಣ ಕೇಂದ್ರಕ್ಕೆ (ಮುಖ್ಯ ದೌರ್ಬಲ್ಯಕ್ಕೆ) ಹೊಡೆಯಿರಿ

ಕುಶಲತೆಯಿಂದ ವರ್ತಿಸುವ ವ್ಯಕ್ತಿಗಳು ನಿರಂತರವಾಗಿ ತಮ್ಮ ತಂತ್ರಗಳನ್ನು ನಿಮ್ಮ ವಿರುದ್ಧ ಬಳಸುತ್ತಾರೆ. ಅವರು ನಿಮ್ಮ ಸ್ನೇಹಿತರ ಜೊತೆ ಗೆಳೆತನ ಬೆಳೆಸಿ, ಅವರನ್ನು ನಿಮ್ಮ ವಿರುದ್ಧವೇ ಎತ್ತಿಕಟ್ಟುತ್ತಾರೆ. ಅವರು ನಿಮ್ಮ ಮುಂದೆ ಯಾವುದೋ ಒಂದು ಸಣ್ಣ ಬಹುಮಾನವನ್ನು ತೂಗಾಡಿಸಿ ನೀವು ಅದನ್ನು ಎಡೆಬಿಡದೆ ಬೆನ್ನಟ್ಟುವಂತೆ ಮಾಡುತ್ತಾರೆ—ಆದರೆ ನೀವು ಅದರ ಹತ್ತಿರ ಬಂದಾಗಲೆಲ್ಲಾ ಅದನ್ನು ಕಿತ್ತುಕೊಳ್ಳುತ್ತಾರೆ. ಅವರು ಯಾವಾಗಲೂ ನಿಮ್ಮ ಹಳೆಯ ತಪ್ಪುಗಳನ್ನು ಎತ್ತಿ ತೋರಿಸುತ್ತಾ ನಿಮ್ಮನ್ನು ಹತೋಟಿಯಲ್ಲಿಡಲು ಪ್ರಯತ್ನಿಸುತ್ತಾರೆ. ಇಂತಹ ಕೆಲಸಗಳು ನಡೆಯುತ್ತಲೇ ಇರುತ್ತವೆ. ಕುಶಲ ವ್ಯಕ್ತಿಗಳು ತಮ್ಮ ತಂತ್ರಗಳನ್ನು ನಿಮ್ಮ ವಿರುದ್ಧ ಬಳಸಲು ಅವಕಾಶ ನೀಡಬೇಡಿ. ಬದಲಾಗಿ ಪರಿಸ್ಥಿತಿಯನ್ನು ಅವರಿಗೆ ಉಲ್ಟಾ ಮಾಡಿ. ನಿಮ್ಮದೇ ಆದ ಯೋಜನೆಯನ್ನು ರೂಪಿಸಿ ಮತ್ತು ಅವರಿಗೆ ಎಲ್ಲಿ ಏಟು ನೀಡಿದರೆ ನೋವಾಗುತ್ತದೆಯೋ ಅಲ್ಲಿಗೆ ಹೊಡೆಯಿರಿ. ನೀವು ಅದೆಷ್ಟೇ ನಿರ್ಲಕ್ಷಿಸಿದರೂ ಒಬ್ಬ ಕುಶಲ ವ್ಯಕ್ತಿಯು ನಿಮ್ಮ ಜೀವನವನ್ನು ನರಕ ಮಾಡಲು ಪ್ರಯತ್ನಿಸುತ್ತಿದ್ದರೆ, ನಿಮಗೆ ಒಂದೇ ಆಯ್ಕೆ ಉಳಿದಿರುತ್ತದೆ: ಅವರ ಶಕ್ತಿಯ ಕೇಂದ್ರಬಿಂದುವನ್ನೇ ಹುಡುಕಿ ಅದರ ಮೇಲೆ ದಾಳಿ ಮಾಡುವುದು. ಈ ಕೇಂದ್ರವು ಆ ವಂಚಕ ವ್ಯಕ್ತಿಯ ಸಹಚರರು, ಅನುಯಾಯಿಗಳು ಅಥವಾ ಅಧೀನ ಅಧಿಕಾರಿಗಳಾಗಿರಬಹುದು. ಅದು ಅವರ ಉನ್ನತ ಮಟ್ಟದ ಪ್ರತಿಭೆ ಅಥವಾ ಯಾವುದೋ ನಿರ್ದಿಷ್ಟ ವಿಷಯದ ಬಗ್ಗೆ ಅವರಿಗೆ ಇರುವ ವಿಶೇಷ ಜ್ಞಾನವಾಗಿರಬಹುದು. ಅಥವಾ ಅವರು ನಿಯಂತ್ರಿಸುವ ಯಾವುದೋ ಒಂದು ನಿರ್ದಿಷ್ಟ ಸಂಪನ್ಮೂಲವಾಗಿರಬಹುದು.

ಯಾವುದೇ ಇರಲಿ, ಅವರ ಶಕ್ತಿಯ ಕೇಂದ್ರ ಯಾವುದು ಎಂಬುದನ್ನು ಪತ್ತೆಹಚ್ಚಿ ಮತ್ತು ಅದನ್ನು ನಿಮ್ಮದಾಗಿಸಿಕೊಳ್ಳಿ. ಅವರಿಗೆ ಹತ್ತಿರವಿರುವ ವ್ಯಕ್ತಿಗಳೊಂದಿಗೆ ಮೈತ್ರಿ ಬೆಳೆಸಿಕೊಳ್ಳಿ, ಅವರ ಕೌಶಲ ಮತ್ತು ಜ್ಞಾನಕ್ಕೆ ಪರ್ಯಾಯವಾಗಬಲ್ಲ ವ್ಯಕ್ತಿಗಳನ್ನು ನೇಮಿಸಿಕೊಳ್ಳಿ ಅಥವಾ ಅವರ ಬೆಲೆಬಾಳುವ ಸಂಪನ್ಮೂಲಗಳನ್ನು ಅವರಿಂದ ದೂರ ಮಾಡಿ. ಇದು ಅವರ ಸಮತೋಲನವನ್ನು ತಪ್ಪಿಸುತ್ತದೆ ಮತ್ತು ಆಗ ಅವರು ನಿಮ್ಮ ಬದುಕನ್ನು ಹತೋಟಿಗೆ ತರುವ ಬದಲು ತಮ್ಮ ಜೀವನವನ್ನು ಸರಿದೂಗಿಸಿಕೊಳ್ಳುವ ಕಡೆಗೆ ಗಮನ ಹರಿಸಬೇಕಾಗುತ್ತದೆ.

ನಿಮ್ಮ ತೀರ್ಪಿನ ಮೇಲೆ ನಂಬಿಕೆ ಇಡಿ

ನಿಮ್ಮ ಜೀವನಕ್ಕೆ ಯಾವುದು ಒಳ್ಳೆಯದು ಎಂಬುದು ಬೇರೆಯವರಿಗಿಂತ ನಿಮಗೇ ಚೆನ್ನಾಗಿ ತಿಳಿದಿರುತ್ತದೆ. ಎಷ್ಟೋ ಜನರು ಪ್ರತಿಯೊಂದು ವಿಷಯಕ್ಕೂ ಬೇರೆಯವರ ಸಲಹೆ ಕೇಳುತ್ತಾ ಅಲೆಯುತ್ತಾರೆ. “ನಾನು ನನ್ನ ಜೀವನದಲ್ಲಿ ಏನು ಮಾಡಬೇಕು? ನಾನು ಯಾವುದರಲ್ಲಿ ಸಮರ್ಥನಾಗಿದ್ದೇನೆ? ನಾನು ಯಾರು?” ಇಂತಹ ಪ್ರಶ್ನೆಗಳಿಗೆ ಉತ್ತರ ನೀಡಲು ಇತರರನ್ನು ಹುಡುಕುವುದನ್ನು ನಿಲ್ಲಿಸಿ. ನಿಮ್ಮನ್ನು ನೀವೇ ವ್ಯಾಖ್ಯಾನಿಸಿಕೊಳ್ಳಿ. ನಿಮ್ಮ ಮೇಲೆ ನಂಬಿಕೆ ಇಡಿ. ಗೆಲ್ಲುವವರನ್ನು ಮತ್ತು ಸೋಲುವವರನ್ನು ಪ್ರತ್ಯೇಕಿಸುವುದು ಮತ್ತೊಬ್ಬರ ಮಾತನ್ನು ಕೇಳುವ ಸಾಮರ್ಥ್ಯವಲ್ಲ...

ಮತ್ತೊಬ್ಬರ ನಂಬಿಕೆಗಳನ್ನು ಕೇಳಿಸಿಕೊಳ್ಳುವುದು ಮಾತ್ರವಲ್ಲ; ಅದು ತನ್ನದೇ ಆದ ನಂಬಿಕೆಗಳಿಗೆ ಕಿವಿಗೊಡುವ ಸಾಮರ್ಥ್ಯವಾಗಿದೆ. ನಿಮ್ಮ ಸ್ವಂತ ಮೌಲ್ಯಗಳನ್ನು ರೂಪಿಸಿಕೊಳ್ಳುವ ಮೂಲಕ ಮತ್ತು ಅವುಗಳನ್ನು ದೃಢವಾಗಿ ಹಿಡಿದಿಟ್ಟುಕೊಳ್ಳುವ ಮೂಲಕ ವಂಚಕ ಜನರು ನಿಮ್ಮ ಜೀವನದ ಮೇಲೆ ಪ್ರಭಾವ ಬೀರದಂತೆ ನೀವು ತಡೆಯಬಹುದು. ಈ ರೀತಿಯಲ್ಲಿ ನಿಮ್ಮ ದೃಢ ನಂಬಿಕೆಗಳು ಒಂದು ತಡೆಗೋಡೆಯಾಗಿ ಕಾರ್ಯನಿರ್ವಹಿಸುತ್ತವೆ, ಕುಶಲಕರ್ಮಿಗಳನ್ನು ಬಹಿಷ್ಕರಿಸುತ್ತವೆ ಮತ್ತು ನಿಮ್ಮ ದಾರಿಯಿಂದ ದೂರವಿಡುತ್ತವೆ.

ಎಲ್ಲರಂತೆ ಬೆರೆಯಲು ಪ್ರಯತ್ನಿಸಬೇಡಿ

ನಿಮ್ಮನ್ನು ನೀವು ಹೊಸದಾಗಿ ರೂಪಿಸಿಕೊಳ್ಳಲು ಪ್ರಯತ್ನಿಸಿ. ನಿರಂತರತೆ ಅಥವಾ ಬದಲಾಗದೆ ಇರುವುದು ಯಾವುದೋ ಒಂದು ರೀತಿಯ ಸದ್ಗುಣ ಅಥವಾ ಸಾಧನೆಗೆ ಸಂಬಂಧಿಸಿದ್ದು ಎಂಬುದು ಒಂದು ತಪ್ಪು ಕಲ್ಪನೆ. ಕುಶಲ ವ್ಯಕ್ತಿಗಳು ತಮ್ಮ ಕಾರ್ಯಸೂಚಿಗಳನ್ನು ಮುಂದುವರಿಸಲು ನೀವು ಸ್ಥಿರವಾಗಿರಬೇಕೆಂದು ಬಯಸುತ್ತಾರೆ, ಇದರಿಂದ ಅವರು ನಿಮ್ಮನ್ನು ನಂಬಬಹುದು. ಪ್ರತಿದಿನ ಬೆಳಿಗ್ಗೆ 9 ಗಂಟೆಗೆ ನೀವು ಎದ್ದು ಕನಿಷ್ಠ ವೇತನಕ್ಕಾಗಿ ಅವರಿಗಾಗಿ ಕೆಲಸ ಮಾಡಬೇಕೆಂದು ಅವರು ಬಯಸುತ್ತಾರೆ. ಅವರು ತಮ್ಮ ಬಗ್ಗೆ ತಮಗೆ ಒಳ್ಳೆಯ ಭಾವನೆ ಬರಲು ನೀವು ಸಮಯಕ್ಕೆ ಸರಿಯಾಗಿ ಮನೆಗೆ ಬಂದು ಮನೆಯನ್ನು ಸ್ವಚ್ಛಗೊಳಿಸಬೇಕೆಂದು ಅವರು ಬಯಸುತ್ತಾರೆ. ಕಾರ್ಖಾನೆಯ ಜೋಡಣೆ

ಸಾಲುಗಳು ಸ್ಥಿರವಾಗಿರುತ್ತವೆ. ಕಾರಾಗೃಹವು ಬದಲಾಗದೆ ಇರುತ್ತದೆ. ಸ್ಥಿರತೆ ಎನ್ನುವುದು ಕುಶಲಕರ್ಮಿಗಳು ನಿಮ್ಮನ್ನು ಒಂದು ಚೌಕಟ್ಟಿನೊಳಗೆ ಇರಿಸುವ ಮಾರ್ಗವಾಗಿದೆ. ಈ ಮೂಲಕವೇ ಅವರು ನಿಮ್ಮನ್ನು ಆಳುತ್ತಾರೆ. ಶೋಷಣೆಗೆ ಒಳಗಾಗುವುದನ್ನು ನಿಲ್ಲಿಸಲು ಇರುವ ಏಕೈಕ ಮಾರ್ಗವೆಂದರೆ, ಇತರರು ನಿಮಗೆ ವಿಧಿಸಲು ಪ್ರಯತ್ನಿಸುತ್ತಿರುವ ಎಲ್ಲಾ ಮಿತಿಗಳ ವಿರುದ್ಧ ನಿರಂತರವಾಗಿ ಹೋಗುವುದು.

ಎಲ್ಲರೊಂದಿಗೆ ಹೊಂದಿಕೊಳ್ಳಲು ಪ್ರಯತ್ನಿಸಬೇಡಿ. ಬದಲಾಗಿ ಎದ್ದು ಕಾಣಲು ಶ್ರಮಿಸಿ. ಪ್ರತಿಯೊಂದು ಸಂಭವನೀಯ ರೀತಿಯಲ್ಲಿ ವಿಭಿನ್ನವಾಗಿರಲು ಪ್ರಯತ್ನಿಸಿ ಮತ್ತು ಎಂದಿಗೂ ದೀರ್ಘಕಾಲದವರೆಗೆ ಒಂದೇ ರೀತಿ ಇರಬೇಡಿ. ವೈಯಕ್ತಿಕ ಬೆಳವಣಿಗೆಗೆ, ವ್ಯಾಖ್ಯಾನದ ಪ್ರಕಾರವೇ ನಿರಂತರತೆಯ ಕೊರತೆಯ ಅಗತ್ಯವಿರುತ್ತದೆ. ನಿರಂತರ ಬದಲಾವಣೆ—ನಿರಂತರ ಮರುಶೋಧನೆ—ಅಗತ್ಯವಾಗಿದೆ.

ರಾಜಿ ಮಾಡಿಕೊಳ್ಳುವುದನ್ನು ನಿಲ್ಲಿಸಿ

ಅಪರಾಧೀಪ್ರಜ್ಞೆ ಅಥವಾ ತಪ್ಪಿತಸ್ಥ ಭಾವನೆಯು ಒಂದು ಅರ್ಥಹೀನ ಭಾವನೆಯಾಗಿದೆ. ಆದರೆ ಅದೊಂದು ಉತ್ತಮ ಅಸ್ತ್ರ. ಕುಶಲ ವ್ಯಕ್ತಿಗಳು ನಿಮ್ಮ ವಿರುದ್ಧ ಬಳಸಬಹುದಾದ ಅಸ್ತ್ರಗಳಲ್ಲಿ ಈ ಅಪರಾಧೀಪ್ರಜ್ಞೆಯೂ ಒಂದು. ಕಳೆದ ಕಾಲದ ಸೋಲುಗಳು ಮತ್ತು ಸಣ್ಣ ತಪ್ಪುಗಳಿಗಾಗಿ ಅವರು ನಿಮ್ಮಲ್ಲಿ ಕೆಟ್ಟ ಭಾವನೆ ಮೂಡುವಂತೆ ಮಾಡುತ್ತಾರೆ ಅಥವಾ ನೀವು ಅತಿಯಾದ ಆತ್ಮವಿಶ್ವಾಸ ಮತ್ತು ಹೆಮ್ಮೆ ಹೊಂದಿದ್ದೀರಿ ಎಂದು ನಿಮ್ಮಲ್ಲಿ ತಪ್ಪಿತಸ್ಥ ಭಾವನೆ ಮೂಡಿಸುತ್ತಾರೆ. ಅವರು ಅದನ್ನು ಇದರ ವಿರುದ್ಧ ಬಳಸುತ್ತಾರೆ...

ನೀವು ತೃಪ್ತಿಯಿಂದ ಅಥವಾ ಆತ್ಮವಿಶ್ವಾಸದಿಂದ ಇರುವ ಪ್ರತಿಯೊಂದು ಕ್ಷಣದಲ್ಲೂ ಅವರು ಇದನ್ನು ನಿಮ್ಮ ವಿರುದ್ಧ ಬಳಸುತ್ತಾರೆ. "ಯಾರೂ ಅತಿಯಾದ ಸಂತೋಷದಿಂದ ಇರಬಾರದು" ಎಂದು ಅವರು ತಮ್ಮ ಬಗ್ಗೆ ಹೇಳಿಕೊಳ್ಳುತ್ತಾರೆ.

ಕುಶಲಕರ್ಮಿಗಳು ನಿಮ್ಮ ವಿರುದ್ಧ ಬಳಸುವ ಮತ್ತೊಂದು ಅಸ್ತ್ರವೆಂದರೆ ಅನುಮಾನ. ಅವರು ನಿಮ್ಮಲ್ಲಿ ಆತ್ಮಸಂದೇಹವನ್ನು ಉಂಟುಮಾಡಲು ಪ್ರಯತ್ನಿಸುತ್ತಾರೆ—ನಿಮ್ಮ ಕೌಶಲಗಳು ಮತ್ತು ನಿಮ್ಮ ಯೋಗ್ಯತೆಯ ಬಗ್ಗೆ ನೀವು ಸಂಶಯ ಪಡುವಂತೆ ಮಾಡುತ್ತಾರೆ. ನಿಮ್ಮ

ಸಮತೋಲನವನ್ನು ತಪ್ಪಿಸುವುದು ಮತ್ತು ನಿಮ್ಮ ನಿರ್ಧಾರಗಳನ್ನು ನೀವೇ ಮರುಪರಿಶೀಲಿಸುವಂತೆ ಮಾಡುವುದು ಅವರ ಸಾಮಾನ್ಯ ಉದ್ದೇಶವಾಗಿರುತ್ತದೆ. ಇಂತಹ ಅನಿಶ್ಚಿತತೆಯ ಸ್ಥಿತಿಯಲ್ಲಿ, ಕುಶಲಕರ್ಮಿಗಳು ನಿಯಂತ್ರಣವನ್ನು ಪಡೆಯುತ್ತಾರೆ. ನಿಮ್ಮ ನಂಬಿಕೆಗಳು, ನಿಮ್ಮ ಗುರಿಗಳು ಮತ್ತು ನಿಮ್ಮ ವ್ಯಕ್ತಿತ್ವದ ವಿಷಯದಲ್ಲಿ ನೀವು ರಾಜಿ ಮಾಡಿಕೊಳ್ಳುವಂತೆ ಮನವೊಲಿಸಲು ಅವರಿಗೆ ಎರಡು ಪಟ್ಟು ಹೆಚ್ಚು ಅವಕಾಶ ಸಿಗುತ್ತದೆ ಮತ್ತು ಅವರ ಪ್ರಭಾವವು ಹೆಚ್ಚಾಗುತ್ತದೆ.

ಇದಕ್ಕೆ ಉತ್ತರ ಸರಳವಾಗಿದೆ—ಅಪರಾಧೀಪ್ರಜ್ಞೆಯನ್ನು ಹೊಂದಬೇಡಿ. ಆತ್ಮಸಂದೇಹವನ್ನು ಬಿಟ್ಟುಬಿಡಿ. ನಿಮ್ಮ ಸ್ವಂತ ಜೀವನದ ವಿಷಯಕ್ಕೆ ಬಂದಾಗ ನೀವು ಯಾರಿಗೂ ಏನನ್ನೂ ಕೊಡಬೇಕಿಲ್ಲ. ನೀವು ಆರಾಮವಾಗಿರಲು ಮತ್ತು ನಿಮ್ಮ ಸಾಧನೆಗಳ ಬಗ್ಗೆ ಹೆಮ್ಮೆ ಪಡಲು ಅರ್ಹರು. ನೀವು ಮಾಡುವ ಕೆಲಸದಲ್ಲಿ ಉತ್ತಮ ನಂಬಿಕೆ ಮತ್ತು ಆತ್ಮವಿಶ್ವಾಸವನ್ನು ಹೊಂದಲು ನೀವು ಅರ್ಹರು. ಈ ಎಲ್ಲಾ ವಿಷಯಗಳಲ್ಲಿ ರಾಜಿ ಮಾಡಿಕೊಳ್ಳುವುದು ನೈತಿಕತೆಯಲ್ಲ ಅಥವಾ ಜ್ಞಾನೋದಯವೂ ಅಲ್ಲ. ಬದಲಾಗಿ ಅದು ಆತ್ಮವಿನಾಶದ ಹಾದಿಯಾಗಿದೆ.

ಅನುಮತಿಯನ್ನು ಎಂದಿಗೂ ಕೇಳಬೇಡಿ

ಅನುಮತಿ ಕೇಳುವುದಕ್ಕಿಂತ ಕ್ಷಮೆಯಾಚಿಸುವುದು ಸುಲಭ. ಸಮಸ್ಯೆ ಏನೆಂದರೆ, ನಾವು ಸದಾ ಅನುಮತಿ ಕೇಳುವುದನ್ನೇ ಕಲಿಯುತ್ತಿದ್ದೇವೆ. ಬಾಲ್ಯದಲ್ಲಿ ನಾವು ಬಯಸಿದ ಪ್ರತಿಯೊಂದಕ್ಕೂ—ಆಹಾರಕ್ಕಾಗಿ, ಬಟ್ಟೆ ಬದಲಿಸಲು ಅಥವಾ ತೇಗಿಸಲು—ಬೇಡಿಕೊಳ್ಳಬೇಕಾಗಿತ್ತು. ಶಾಲೆಯಲ್ಲಿ ಶೌಚಾಲಯಕ್ಕೆ ಹೋಗಲು ಅನುಮತಿ ಕೇಳಬೇಕಾಗಿತ್ತು ಮತ್ತು ಊಟಕ್ಕೆ ಅಥವಾ ಆಟವಾಡಲು ನಮ್ಮ ಸರದಿ ಬರುವವರೆಗೆ ಕಾಯಬೇಕಾಗಿತ್ತು. ಇದರ ಪರಿಣಾಮವಾಗಿ, ಹೆಚ್ಚಿನ ವ್ಯಕ್ತಿಗಳು ಅನುಮತಿಗಾಗಿ ಕಾಯುವುದನ್ನು ಎಂದಿಗೂ ನಿಲ್ಲಿಸುವುದಿಲ್ಲ.

ವಿಶ್ವದಾದ್ಯಂತ ಉದ್ಯೋಗಿಗಳು ತಮಗೆ ಬಡ್ತಿ ಸಿಗಲಿ ಎಂದು ಮತ್ತು ಮಾತನಾಡಲು ಅವಕಾಶ ಸಿಗಲಿ ಎಂದು ಕಾಯುತ್ತಿರುತ್ತಾರೆ. ಹೆಚ್ಚಿನವರು ಆಯ್ಕೆಯಾಗುವುದಕ್ಕೆ ಎಷ್ಟು ಒಗ್ಗಿಕೊಂಡಿರುತ್ತಾರೆ ಎಂದರೆ, ಸಭೆಗಳಲ್ಲಿ ತಮ್ಮ ಸರದಿ ತಪ್ಪಿ ಮಾತನಾಡಲು ಅಥವಾ ಕೈ ಎತ್ತಲು ಹೆದರಿ ಸುಮ್ಮನೆ ಕುಳಿತುಕೊಳ್ಳುತ್ತಾರೆ. ಆದರೆ ಬದುಕಲು ಇನ್ನೊಂದು ದಾರಿಯಿದೆ.

ನೀವು ಯಾವಾಗ ಏನು ಮಾಡಬೇಕೆಂದು ಬಯಸುತ್ತೀರೋ, ಅದನ್ನು ಆ ಕ್ಷಣವೇ ಮಾಡಿದರೆ ಹೇಗಿರುತ್ತದೆ? ಅತಿಯಾದ ಆತಂಕವನ್ನು ಬಿಟ್ಟು, ಸೌಜನ್ಯದಿಂದ ಜನರಿಗೆ ಸುರಕ್ಷಿತ ಭಾವನೆ ಮೂಡಿಸಿದರೆ ಹೇಗಿರುತ್ತದೆ? ಬದಲಾಗಿ, ನಿಮ್ಮ ಜೀವನವನ್ನು ನೀವು ಬಯಸಿದ ರೀತಿಯಲ್ಲೇ ಬದುಕಿದರೆ ಹೇಗಿರುತ್ತದೆ? ಇವೆಲ್ಲವನ್ನೂ ನೀವು ಯಾವುದೇ ಸಮಯದಲ್ಲಿ ಮಾಡಬಹುದಾದ ಕೆಲಸಗಳಾಗಿವೆ.

ಯಾವುದೋ ಒಬ್ಬ ಅಧಿಕಾರಿಯುತ ವ್ಯಕ್ತಿ ಅಥವಾ ಗುಂಪನ್ನು ಸಂಪರ್ಕಿಸದೆ ನೀವು ಸ್ವತಂತ್ರವಾಗಿ ಕಾರ್ಯನಿರ್ವಹಿಸಲು ಸಾಧ್ಯವಿಲ್ಲ ಎಂಬ ಕಾಲ್ಪನಿಕ ಕಾನೂನು ಅಥವಾ ಆದರ್ಶಕ್ಕೆ ನೀವು ಬದ್ಧರಾಗಿರಬೇಕು ಎಂದು ಕುಶಲ ವ್ಯಕ್ತಿಗಳು ಬಯಸುತ್ತಾರೆ. ವಾಸ್ತವವೆಂದರೆ, ಯಾವುದೇ ಕ್ಷಣದಲ್ಲಿ ನೀವು ಈ ಬಂಧನದ ಭಾವನೆಯನ್ನು ನಿರ್ಲಕ್ಷಿಸಬಹುದು. ನಿನ್ನೆ ಬದುಕಿದ್ದ ಜೀವನಕ್ಕಿಂತ ಸಂಪೂರ್ಣವಾಗಿ ಭಿನ್ನವಾದ ಜೀವನವನ್ನು ಇಂದು ನೀವು ಪ್ರಾರಂಭಿಸಬಹುದು. ಆ ನಿರ್ಧಾರವನ್ನು ತೆಗೆದುಕೊಳ್ಳುವುದು ನಿಮ್ಮ ಕೈಯಲ್ಲಿದೆ.

ಉದ್ದೇಶದ ಬಗ್ಗೆ ಹೆಚ್ಚಿನ ಪ್ರಜ್ಞೆಯನ್ನು ಬೆಳೆಸಿಕೊಳ್ಳಿ

ಧ್ಯೇಯದ ಕಡೆಗೆ ಸಾಗುವ ಜನರನ್ನು ಸುಲಭವಾಗಿ ವಂಚಿಸಲು ಸಾಧ್ಯವಿಲ್ಲ. ಈ ದೇಶದಲ್ಲಿ ಕುಶಲಕರ್ಮಿಗಳು ಇನ್ನೂ ಪ್ರವರ್ಧಮಾನಕ್ಕೆ ಬರಲು ಕಾರಣವೆಂದರೆ, ಅನೇಕ ಜನರು ಯಾವುದೇ ಉದ್ದೇಶವಿಲ್ಲದ ಜೀವನವನ್ನು ನಡೆಸುತ್ತಿದ್ದಾರೆ. ನಿಮ್ಮ ಜೀವನದಲ್ಲಿ ಅರ್ಥವಿಲ್ಲದಿದ್ದಾಗ ನೀವು ಏನನ್ನಾದರೂ ನಂಬುತ್ತೀರಿ. ನೀವು ಏನನ್ನೂ ಮಾಡುವುದಿಲ್ಲ. ಮತ್ತು ವಾಸ್ತವವಾಗಿ ಯಾವುದೂ ಮುಖ್ಯವಾಗುವುದಿಲ್ಲ.

ಯಾವುದೇ ಪ್ರೇರಣೆಯಿಲ್ಲದ ವ್ಯಕ್ತಿಗಳು ಕೇವಲ ಸಮಯ ವ್ಯರ್ಥ ಮಾಡುತ್ತಿದ್ದಾರೆ. ಅವರು ತಮ್ಮ ಜೀವನವನ್ನು ನಡೆಸುವ ರೀತಿಯ ಹಿಂದೆ ಯಾವುದೇ ಅರ್ಥ ಅಥವಾ ಕಾರಣವಿರುವುದಿಲ್ಲ. ಅವರು ಎಲ್ಲಿಗೆ ಹೋಗುತ್ತಿದ್ದಾರೆ ಅಥವಾ ಇಲ್ಲಿ ಏಕಿದ್ದಾರೆ ಎಂಬ ಕಲ್ಪನೆಯೂ ಅವರಿಗಿರುವುದಿಲ್ಲ. ಆದ್ದರಿಂದ, ಅವರು ಅರ್ಥಹೀನ ಕೆಲಸಗಳನ್ನು ಮಾಡುತ್ತಾರೆ ಮತ್ತು ಹುಚ್ಚರಾಗುವುದನ್ನು ತಪ್ಪಿಸಿಕೊಳ್ಳಲು ತಮ್ಮ ತಲೆಯನ್ನು ಪ್ರಸಿದ್ಧ ವ್ಯಕ್ತಿಗಳ ಸುದ್ದಿಗಳು, ವಾಸ್ತವದ ದೂರದರ್ಶನ ಕಾರ್ಯಕ್ರಮಗಳು ಮತ್ತು ಇತರ ರೀತಿಯ ನಿಷ್ಪ್ರಯೋಜಕ ಜ್ಞಾನದಿಂದ

ತುಂಬಿಸಿಕೊಳ್ಳುತ್ತಾರೆ. ತಮ್ಮೊಳಗೆ ಉಕ್ಕಿ ಬರುತ್ತಿರುವ ಭರವಸೆಯಿಲ್ಲದ ಒಂಟಿತನದ ಭಾವನೆಯನ್ನು ತಡೆಯಲು ಅವರು ಸದಾ ಯಾವುದೋ ಒಂದು ಕೆಲಸದಲ್ಲಿ ಬ್ಯುಸಿಯಾಗಿರುತ್ತಾರೆ. ಇಂತಹ ವೃತ್ತಿ ಮತ್ತು ಶೂನ್ಯತೆಯು ವಂಚಕ ವ್ಯಕ್ತಿಗಳಿಗೆ ಶಕ್ತಿ ನೀಡುತ್ತದೆ.

ಪ್ರತಿ ನಿಮಿಷವೂ ಒಬ್ಬ ಮೂರ್ಖ ಅಲ್ಲಿ ಹುಟ್ಟುತ್ತಿರುತ್ತಾನೆ. ನೀವು ಸದಾ ಗಮನ ಹರಿಸಲಾಗದಿದ್ದರೆ, ನಿರಂತರವಾಗಿ ಅರ್ಥಹೀನ ಮಾಹಿತಿಯನ್ನು ಸೇವಿಸುತ್ತಿದ್ದರೆ ಮತ್ತು ಯಾವಾಗಲೂ ಏನೋ ಒಂದು ಕೆಲಸದಲ್ಲಿ ಬ್ಯುಸಿಯಾಗಿರಲು ಪ್ರಯತ್ನಿಸುತ್ತಿದ್ದರೆ, ನೀವೇ ಆ ಮೂರ್ಖ. ಜನರಿಗೆ ಅರ್ಥಹೀನ ಜ್ಞಾನ ಮತ್ತು ನಡವಳಿಕೆಗಳನ್ನು ಮಾರಾಟ ಮಾಡುವ ಮೂಲಕ, ಕುಶಲಕರ್ಮಿಗಳು...

ಉದ್ದೇಶವಿಲ್ಲದ ವ್ಯಕ್ತಿಗಳನ್ನು ಕುಶಲಕರ್ಮಿಗಳು ತಮ್ಮ ಹತೋಟಿಯಲ್ಲಿಡುತ್ತಾರೆ. ಇಂತಹ ಸ್ಥಿತಿಯಿಂದ ಪಾರಾಗಲು ಗುರಿಯ ಪ್ರಜ್ಞೆಯನ್ನು ಬೆಳೆಸಿಕೊಳ್ಳುವುದು ಒಂದೇ ದಾರಿ. ಗುರಿಯು ನಿಮ್ಮ ಗಮನ ಬೇರೆಡೆಗೆ ಹರಿಯುವುದನ್ನು ತಡೆಯುತ್ತದೆ. ನೀವು ಎಲ್ಲಿಗೆ ಹೋಗುತ್ತಿದ್ದೀರಿ ಎಂಬುದು ನಿಮಗೆ ತಿಳಿದಿದ್ದಾಗ ಕುಶಲಕರ್ಮಿಗಳು ನಿಮಗೆ ಹಾನಿ ಮಾಡಲು ಸಾಧ್ಯವಿಲ್ಲ. ಅವರಿಂದ ನಿಮ್ಮನ್ನು ದಿಕ್ಕು ತಪ್ಪಿಸಲು ಅಥವಾ ಅಡ್ಡಿಪಡಿಸಲು ಸಾಧ್ಯವಿಲ್ಲ.

ಹೊಸ ಅವಕಾಶಗಳನ್ನು ಪಡೆಯುತ್ತಿರಿ

ಬ್ರಹ್ಮಾಂಡವು ನಿಮ್ಮ ಎಲ್ಲಾ ಮೊಟ್ಟೆಗಳನ್ನು ಒಂದೇ ಬುಟ್ಟಿಯಲ್ಲಿ ಇರಿಸಬೇಕೆಂದು ಬಯಸುತ್ತದೆ. ಬಾಡಿಗೆ ಒಪ್ಪಂದ, ಕಾರಿನ ಕಂತು, ಸ್ಥಿರ ಸಂಬಂಧ, ಒಂದೇ ಕಚೇರಿ ಕೆಲಸ—ಹೀಗೆ ಪ್ರತಿಯೊಂದಕ್ಕೂ ನಿಮ್ಮನ್ನು ಕಟ್ಟಿಹಾಕಲು ನಿಮ್ಮ ಸುತ್ತಮುತ್ತಲಿನವರು ಸಲಹೆ ನೀಡುತ್ತಾರೆ. ನೀವು ನಿಮ್ಮ ಇಡೀ ಜೀವನವನ್ನು ಒಂದೇ ಅವಕಾಶಕ್ಕೆ ಸೀಮಿತವಾಗಿ ಕಳೆಯಬೇಕೆಂದು ಅವರು ಬಯಸುತ್ತಾರೆ.

ಇತ್ತೀಚಿನ ದಿನಗಳಲ್ಲಿ ಆಶಾವಾದಿಯಾಗಿರುವುದನ್ನು ಕೀಳಾಗಿ ನೋಡಲಾಗುತ್ತದೆ. ಏನನ್ನಾದರೂ ಸಾಧಿಸುವ ಹಸಿವನ್ನು ದೌರ್ಬಲ್ಯದ ಸಂಕೇತವಾಗಿ ನೋಡಲಾಗುತ್ತದೆ. "ನಿಮ್ಮ ಬಳಿ ಇರುವುದರಲ್ಲೇ ನೀವು ಏಕೆ ತೃಪ್ತರಾಗಬಾರದು? ನೀವು ಏಕೆ ಇಷ್ಟು ದುರಾಸೆ ಪಡುತ್ತೀರಿ?"—

ನೀವು ಹೆಚ್ಚಿನದನ್ನು ಬಯಸಿದಾಗ ಕುಶಲ ವ್ಯಕ್ತಿಗಳು ನಿಮ್ಮನ್ನು ಕೇಳುವ ಪ್ರಶ್ನೆಗಳಿವು. ಅವರು ನಿಮ್ಮನ್ನು ದುರಾಸೆಯವರು, ಅಹಂಕಾರಿ ಅಥವಾ ಹೆಮ್ಮೆಯವರು ಎಂದು ಕರೆಯುತ್ತಾರೆ. ನೀವು ಹೃದಯಹೀನರು ಮತ್ತು ಅಮಾನವೀಯರು ಎಂಬಂತೆ ನೀವು ಅಸಹಜವಾಗಿ ಮತ್ತು ಅಸಮಾಧಾನದಿಂದ ಇರುವಂತೆ ಅವರು ಮಾಡುತ್ತಾರೆ. ವಾಸ್ತವವೆಂದರೆ, ಅವರು ನಿಮ್ಮನ್ನು ನಿಮ್ಮ ಸ್ಥಾನದಲ್ಲೇ ಇರಿಸಲು ಬಯಸುತ್ತಾರೆ. ನೀವು ನಿಮ್ಮ ಇಡೀ ಜೀವನವನ್ನು ಒಂದೇ ಕೆಲಸದಲ್ಲಿ ಮತ್ತು ಒಂದೇ ಸ್ಥಳದಲ್ಲಿ ಕಳೆಯಬೇಕೆಂದು ಅವರು ಬಯಸುತ್ತಾರೆ. ನೀವು ಅವರ ಮೇಲೆ ಮತ್ತು ಅವರು ನಡೆಸುವ ಪ್ರಕ್ರಿಯೆಗಳ ಮೇಲೆ ಅವಲಂಬಿತರಾಗಿರಬೇಕೆಂದು ಅವರು ಬಯಸುತ್ತಾರೆ. ಸ್ವತಂತ್ರವಾಗಿ ಉಳಿಯಲು ಇರುವ ಏಕೈಕ ಮಾರ್ಗವೆಂದರೆ ಸಕ್ರಿಯವಾಗಿ ಹೊಸ ಅವಕಾಶಗಳನ್ನು ಹುಡುಕುವುದು ಮತ್ತು ಅವುಗಳನ್ನು ನಿರ್ಮಿಸುವುದು. ಹೊಸ ಕೆಲಸಗಳಿಗೆ ಅರ್ಜಿ ಸಲ್ಲಿಸುವುದನ್ನು ಮುಂದುವರಿಸಿ, ಹೊಸ ಕಂಪನಿಗಳನ್ನು ಪ್ರಾರಂಭಿಸಿ, ಹೊಸ ಸಂಬಂಧಗಳನ್ನು ಬೆಳೆಸಿಕೊಳ್ಳಿ ಮತ್ತು ಹೊಸ ಅನುಭವಗಳನ್ನು ಹುಡುಕುತ್ತಲೇ ಇರಿ.

ಮಗುವಿನಂತೆ ಇರುವುದನ್ನು ನಿಲ್ಲಿಸಿ

ಒಮ್ಮೆ ನೀವು ಇತರರಿಂದ ಮೋಸ ಹೋದರೆ, ಅದು ಅವರಿಗೆ ನಾಚಿಕೆಗೇಡಿನ ವಿಷಯ. ಆದರೆ ನೀವು ಹತ್ತು ಬಾರಿ ಇತರರಿಂದ ಮೋಸ ಹೋದರೆ, ನೀವು ಮೂರ್ಖರು ಎಂದರ್ಥ. ಕುಶಲಕರ್ಮಿಗಳು ನಿಮ್ಮ ಮೇಲೆ ಸವಾರಿ ಮಾಡಲು ಅವಕಾಶ ನೀಡಬೇಡಿ. ಇತರರು ನಿಮ್ಮನ್ನು ಗುರಿಯಾಗಿಸಿಕೊಂಡು ಪ್ರಹರಿಸುವ ಸಾಧನವಾಗಬೇಡಿ.

ಇತರರು ನಿಮ್ಮನ್ನು ಕುಟ್ಟಿ ಹಾಕುವ ಚೀಲದಂತೆ ಬಳಸಲು ಬಿಡಬೇಡಿ. ಯಾರೂ ನಿಮ್ಮ ಬಗ್ಗೆ ಮರುಕ ಪಡುವುದಿಲ್ಲ, ಮತ್ತು ಇದರಿಂದ ನೀವು ಕೇವಲ ಮುಜುಗರಕ್ಕೊಳಗಾಗುತ್ತೀರಿ. ಅಪ್ರಾಮಾಣಿಕ ಜನರಿಗೆ 'ಇಲ್ಲ' ಎಂದು ಹೇಳಲು ಬೇಕಾದ ಆತ್ಮಪ್ರಜ್ಞೆ ಮತ್ತು ಆತ್ಮಗೌರವವನ್ನು ಬೆಳೆಸಿಕೊಳ್ಳಿ.

ನಿಮ್ಮ ಸಮಸ್ಯೆಗಳಿಗೆ ಬೇರೆಯವರನ್ನು ದೂಷಿಸುತ್ತಾ ನೀವು ಜೀವನ ನಡೆಸಲು ಸಾಧ್ಯವಿಲ್ಲ. ಹಾಗೆಯೇ, ನಿಮ್ಮನ್ನು ವಂಚಿಸಲು ಪ್ರಯತ್ನಿಸುವ ಜನರ ಬಗ್ಗೆ ಅರಿವಿಲ್ಲದೆ ಜೀವನದಲ್ಲಿ ಸಾಗಲು ಸಹ ಸಾಧ್ಯವಿಲ್ಲ. ಹೌದು, ನಕಾರಾತ್ಮಕ ಮತ್ತು ವಂಚಕ ವ್ಯಕ್ತಿಗಳು ಇರುತ್ತಾರೆ. ಮತ್ತು ಹೌದು, ಈ

ಜನರು ನಿಮ್ಮನ್ನು ಬಳಸಿಕೊಳ್ಳಲು ಪ್ರಯತ್ನಿಸುತ್ತಾರೆ. ಹಾಗೆಂದ ಮಾತ್ರಕ್ಕೆ, ನೀವು ತಪ್ಪುಗಳನ್ನು ಮಾಡಲು ಮತ್ತು ಇತರರಿಂದ ಬಳಸಿಸಿಕೊಳ್ಳಲು ನಿಮಗೆ ಮುಕ್ತ ಅವಕಾಶವಿದೆ ಎಂದರ್ಥವಲ್ಲ.

ನಿಮ್ಮ ಒಪ್ಪಿಗೆಯಿಲ್ಲದೆ ಯಾರೂ ನಿಮ್ಮನ್ನು ನಿಯಂತ್ರಿಸಲು ಸಾಧ್ಯವಿಲ್ಲ. ನಿಮ್ಮ ಗೆಲುವು ಮತ್ತು ಸೋಲುಗಳಿಗೆ ನೀವೇ ಜವಾಬ್ದಾರರು. ಇತರರು ತಂತ್ರ ಹೂಡಿ ನಿಮ್ಮನ್ನು ಸೋಲಿಸಿದರೆ—ಅದು ನಿಮ್ಮ ಜವಾಬ್ದಾರಿಯೇ ಹೊರತು ಅವರದ್ದಲ್ಲ. ಜವಾಬ್ದಾರಿಯುತವಾಗಿರಿ. ನಿಮ್ಮ ತಪ್ಪುಗಳಿಂದ ಕಲಿಯಿರಿ. ಜಾರಿಕೊಳ್ಳುವ ಸ್ವಭಾವದ ಅದೇ ವ್ಯಕ್ತಿಯನ್ನು ಪದೇ ಪದೇ ನಂಬಬೇಡಿ. ಅವರಿಂದ ಸಂಪರ್ಕ ಕಡಿದುಕೊಳ್ಳಿ. ಅಂತಹವರನ್ನು ನಿಮ್ಮ ಜೀವನದಿಂದ ಹೊರಹಾಕಿ. ನಿಮ್ಮನ್ನು ಬಳಸಿಕೊಳ್ಳದ, ನಿಮ್ಮಂತೆಯೇ ಆಲೋಚಿಸುವ ಜನರಿಂದ ಮಾತ್ರ ನಿಮ್ಮ ಸುತ್ತಮುತ್ತಲಿನ ಪರಿಸರವಿರುವಂತೆ ನೋಡಿಕೊಳ್ಳಿ.

ನಿಮ್ಮ ಮೇಲೆ ಪಣತೊಡಿ

ಜೀವನದಲ್ಲಿ ನೀವು ನಿಯಂತ್ರಿಸಬಹುದಾದ ಏಕೈಕ ವಿಷಯದ ಮೇಲೆ ಪಣತೊಡಿ—ಅದು ನೀವೇ. ಕಠಿಣ ನಿರ್ಧಾರಗಳನ್ನು ತೆಗೆದುಕೊಳ್ಳುವಾಗ ಅನೇಕ ವ್ಯಕ್ತಿಗಳು ಕೇವಲ ಬಾಹ್ಯ ಅಂಶಗಳನ್ನು ಮಾತ್ರ ಪರಿಗಣಿಸಿ ತಮ್ಮನ್ನು ತಾವು ಸೀಮಿತಗೊಳಿಸಿಕೊಳ್ಳುತ್ತಾರೆ. ಅವರು ಕೇವಲ ಆರ್ಥಿಕ ಮತ್ತು ಸಂಬಂಧಗಳ ಮೇಲಾಗುವ ಪರಿಣಾಮಗಳ ಬಗ್ಗೆ ಯೋಚಿಸುತ್ತಾರೆ. ಆದರೆ, ಅವರು ತೆಗೆದುಕೊಳ್ಳುವ ನಿರ್ಧಾರವು ಅವರ ವೈಯಕ್ತಿಕ ತೃಪ್ತಿ ಮತ್ತು ಆತ್ಮಗೌರವದ ಮೇಲೆ ಬೀರುವ ಪ್ರಭಾವವನ್ನು ಗುರುತಿಸಲು ವಿಫಲರಾಗುತ್ತಾರೆ. ಇದರ ಪರಿಣಾಮವಾಗಿ, ಅವರು ತಮ್ಮ ಮೇಲೆ ರಿಸ್ಕ್ ತೆಗೆದುಕೊಳ್ಳಬೇಕಾದ ಸಮಯದಲ್ಲಿ, ಇತರ ವ್ಯಕ್ತಿಗಳ ಮೇಲೆ ರಿಸ್ಕ್ ತೆಗೆದುಕೊಳ್ಳುತ್ತಾರೆ. ನಂತರ ತಾವು ಯಾಕೆ ಅತೃಪ್ತರಾಗಿದ್ದೇವೆ ಎಂದು ಆಶ್ಚರ್ಯ ಪಡುತ್ತಾರೆ.

ನೀವು ಕೇವಲ ಬಾಹ್ಯ ವ್ಯಕ್ತಿಗಳು ಮತ್ತು ವಿಷಯಗಳ ಮೇಲೆ ರಿಸ್ಕ್ ತೆಗೆದುಕೊಂಡಾಗ, ನೀವು ಅವರ ಕೈಗೊಂಬೆಯಾಗುತ್ತೀರಿ. ಇದು ನಿಮ್ಮನ್ನು ಕುಶಲತೆಗೆ ಮತ್ತು ಶೋಷಣೆಗೆ ಒಳಗಾಗುವಂತೆ ಮಾಡುತ್ತದೆ. ಬದಲಾಗಿ,

ನಿಮ್ಮ ಮೇಲೆ ನೀವು ಪಣತೊಡಬೇಕು. ನೀವು ಎದುರಿಸುತ್ತಿರುವ ಯಾವುದೇ ಕಠಿಣ ಪರಿಸ್ಥಿತಿಯಲ್ಲಿ, "ಯಾರ ಪರವಾಗಿ ಇರುವುದು ಉತ್ತಮ?" ಅಥವಾ "ಯಾವ ಆಯ್ಕೆಯು ಯಶಸ್ವಿಯಾಗುವ ಸಾಧ್ಯತೆ ಹೆಚ್ಚು?" ಎಂಬ ಪ್ರಶ್ನೆಗಳನ್ನು ಕೇಳಬೇಡಿ. ಬದಲಾಗಿ, "ನಾನು ಏನನ್ನು ಮಾಡಲು ಹೆಚ್ಚು ಬಯಸುತ್ತೇನೆ?" ಎಂದು ಕೇಳಿಕೊಳ್ಳಿ ಮತ್ತು ಅದನ್ನು ಮಾಡಿ ಮುಗಿಸಿ.

ಉದಾಹರಣೆಗೆ, ನಿಮ್ಮ ಸ್ವಂತ ಕಂಪನಿಯನ್ನು ಪ್ರಾರಂಭಿಸುವ ಅಥವಾ ಅದೇ ಭವಿಷ್ಯವಿಲ್ಲದ ಕೆಲಸದಲ್ಲಿ ಉಳಿಯುವ ಅವಕಾಶ ನಿಮ್ಮ ಮುಂದಿದ್ದರೆ, ಕೇವಲ ಸಂಬಳ ಸ್ವಲ್ಪ ಮಟ್ಟಿಗೆ ಚೆನ್ನಾಗಿದೆ ಎಂಬ ಕಾರಣಕ್ಕೆ ಆ ಕೆಲಸದಲ್ಲೇ ಉಳಿಯಬೇಡಿ. ಕೇವಲ ಅಲ್ಪಮಟ್ಟದ ಅತೃಪ್ತಿ ಇರುವ ಸಂಬಂಧಗಳಲ್ಲಿ ಮಾತ್ರ ಉಳಿದುಕೊಳ್ಳಬೇಡಿ. ನೀವು ಹೀಗೆ ಮಾಡಿದಾಗ ಬಾಹ್ಯ ಅಂಶಗಳ ಮೇಲೆ ಪಣತೊಡುತ್ತಿದ್ದೀರಿ ಎಂದರ್ಥ. ಇದು ಯಾವಾಗಲೂ ತಪ್ಪಾದ ಹಾದಿ. ನಿಮ್ಮ ಮೇಲೆ ನೀವು ಪಣತೊಡುವುದು ಸುರಕ್ಷಿತ ಮಾರ್ಗವಾಗಿದೆ.

ನಿಮ್ಮ ಮೇಲೆ ನೀವು ಪಣತೊಟ್ಟಿದ್ದಕ್ಕಾಗಿ ಎಂದಿಗೂ ವಿಷಾದಿಸುವುದಿಲ್ಲ. ಖಂಡಿತವಾಗಿ, ನೀವು ಮಾಡುವ ಯಾವುದೇ ತಪ್ಪುಗಳಿಗೆ ನೀವೇ ಸಂಪೂರ್ಣ ಜವಾಬ್ದಾರಿಯನ್ನು ಹೊರಬೇಕಾಗುತ್ತದೆ. ಹೌದು, ನೀವು ನಿಮ್ಮನ್ನು ಉನ್ನತ ಮಟ್ಟದಲ್ಲಿ ಇಟ್ಟುಕೊಳ್ಳಬೇಕಾಗುತ್ತದೆ. ಆದರೂ, ನಿಮ್ಮ ಸ್ವಂತ ವಿಜಯಗಳಿಗೆ ನೀವೇ ಸಂಪೂರ್ಣ ಜವಾಬ್ದಾರರಾಗಿರುತ್ತೀರಿ. ನೀವು ನಿರಂತರವಾಗಿ ಬೆಳೆಯುತ್ತೀರಿ ಮತ್ತು ಸಾಧನೆಯ ಉನ್ನತ ಮಟ್ಟಗಳನ್ನು ತಲುಪುತ್ತೀರಿ.

ಅವರೊಂದಿಗೆ ಭಾವನಾತ್ಮಕ ಬಾಂಧವ್ಯವನ್ನು ತಪ್ಪಿಸಿ

ಕುಶಲ ವ್ಯಕ್ತಿಯ ಜೊತೆ ನೀವು ಏನೇ ಮಾಡಿದರೂ ಅದು ತಪ್ಪೇ ಆಗಿರುತ್ತದೆ. ನೀವು ನಡೆಸಿದ ಯಾವುದೇ ಜಗಳಕ್ಕೆ ನೀವೇ ಕಾರಣ ಎಂದು ಅವರು ದೂರುತ್ತಾರೆ. ಅವರ ಕುಶಲತೆಗೆ ಒಳಗಾಗುವುದು ನಿಮ್ಮ ಭಾವನೆಗಳ ಮೇಲೆ ಭಾರಿ ಹೊಡೆತ ನೀಡುತ್ತದೆ. ನೀವು ಅಳುವುದರಿಂದ ಹಿಡಿದು ಕೋಪಗೊಳ್ಳುವವರೆಗೆ ಮತ್ತು ಅಲ್ಪ ಸಮಯದಲ್ಲೇ ನೀವು ಕೆಟ್ಟವರು ಹಾಗೂ ಯೋಗ್ಯರಲ್ಲದವರು ಎಂದು ಭಾವಿಸುವವರೆಗೆ ನಿಮ್ಮ ಮನಸ್ಥಿತಿ ಬದಲಾಗುತ್ತದೆ. ನಂತರ ನೀವು ನಿಮ್ಮ ಪರವಾಗಿ

ನಿಲ್ಲದಿದ್ದಕ್ಕಾಗಿ ವಿಷಾದಿಸುತ್ತೀರಿ. ಅವರು ಮತ್ತೆ ನಿಮ್ಮ ಮೇಲೆ ಸವಾರಿ ಮಾಡಲು ಅವಕಾಶ ನೀಡಿದ್ದಕ್ಕಾಗಿ ನೀವು ನಾಚಿಕೆಪಡುತ್ತೀರಿ. ನೀವು ಒಬ್ಬ ಕುಶಲ ವ್ಯಕ್ತಿಯನ್ನು ಬಿಟ್ಟಾಗ ನಿಮ್ಮ ಭಾವನೆಗಳು ಹೆಚ್ಚು ಸ್ಥಿರವಾಗಿರುತ್ತವೆ. ಜೀವನವು ಒಂದು ಸಾಹಸಮಯ ಪಯಣ. ದಾರಿಯುದ್ದಕ್ಕೂ ವಿವಿಧ ಸಮಯಗಳಲ್ಲಿ, ಅನೇಕ ಜನರು ನಮ್ಮ ಜೀವನದಲ್ಲಿ ತಮ್ಮ ಪಾತ್ರವನ್ನು ನಿರ್ವಹಿಸಲು ನಿರ್ದಿಷ್ಟ ಅವಧಿಯವರೆಗೆ ನಮಗೆ ಸಾಂಗತ್ಯ ನೀಡುತ್ತಾರೆ ಮತ್ತು ನಂತರ ಹೊರಟು ಹೋಗುತ್ತಾರೆ. ಜನರ ಬರುವಿಕೆ ಮತ್ತು ಹೋಗುವಿಕೆಯಲ್ಲಿ ಯಾವುದೇ ಸಮಸ್ಯೆ ಇಲ್ಲ, ಆದರೆ ಸಮಸ್ಯೆಗಳು ಉಂಟಾಗುವುದು ಯಾವಾಗ ಎಂದರೆ ನೀವು...

ಜನರೊಂದಿಗೆ ಭಾವನಾತ್ಮಕವಾಗಿ ಅಂಟಿಕೊಳ್ಳುತ್ತೀರೋ ಮತ್ತು ಅದರಲ್ಲೂ ವಿಶೇಷವಾಗಿ ಒಬ್ಬ ಭಾವನಾತ್ಮಕ ಕುಶಲಕರ್ಮಿಯೊಂದಿಗಿನ ಸಂಬಂಧವು ಕೊನೆಗೊಂಡಾಗ ನೀವು ಅಸಹಾಯಕರಾಗಿ, ಉದ್ವಿಗ್ನರಾಗಿ ಮತ್ತು ಚಿಂತಿತರಾಗುತ್ತೀರೋ ಆಗ ತೊಂದರೆಗಳು ಶುರುವಾಗುತ್ತವೆ. ಆದ್ದರಿಂದ, ನೀವು ತೃಪ್ತಿಯಿಂದ ಇರಲು ಮತ್ತು ಜೀವನದಲ್ಲಿ ಪ್ರಗತಿ ಸಾಧಿಸಲು ಬಯಸಿದರೆ, ಆದಷ್ಟು ಬೇಗ ಭಾವನಾತ್ಮಕ ಅಂಟನ್ನು ಹೋಗಲಾಡಿಸಿಕೊಳ್ಳುವುದು ಅಗತ್ಯವಾಗಿದೆ.

ನೀವು ಆರಿಸಿಕೊಂಡ ಹಾದಿಯಲ್ಲಿ ಕೆಳಗಿಳಿಯುವಂತೆ ಮಾಡಲು ಕೆಲವು ವ್ಯಕ್ತಿಗಳು ಪ್ರೇರಕ ಶಕ್ತಿಯಾಗಿರುತ್ತಾರೆ ಎಂಬುದರಲ್ಲಿ ಸಂದೇಹವಿಲ್ಲ. ಆದರೆ ನೀವು ಅವರಿಂದ ದೂರವಿರುವಾಗ, ನಿಮ್ಮ ಗಮನ ಬೇರೆಡೆಗೆ ಹರಿಯದಂತೆ ಜಾಗರೂಕರಾಗಿರಬೇಕು. ನೀವು ಸಂಬಂಧಗಳನ್ನು ವಿವೇಚನೆಯಿಂದ ಬಳಸಿಕೊಳ್ಳಬೇಕು. ನಂಬಿಕಸ್ತ ವಾತಾವರಣವನ್ನು ನಿರ್ಮಿಸಲು ಜನರಿಗೆ ಹತ್ತಿರವಾಗಿರಿ ಮತ್ತು ಅವರ ಬಗ್ಗೆ ಕಾಳಜಿ ವಹಿಸಿ, ಆದರೆ ಅದನ್ನು ಅನಾಸಕ್ತ ಅಥವಾ ಅಂಟಿಲ್ಲದ ಧೋರಣೆಯೊಂದಿಗೆ ಮಾಡಿ. ಆದಾಗ್ಯೂ, ಒಬ್ಬ ವ್ಯಕ್ತಿಯು ಕುಶಲಕರ್ಮಿಯಾಗಿದ್ದ ಕಾರಣಕ್ಕೆ ನೀವು ಅವರನ್ನು ನಿಮ್ಮ ಜೀವನದಿಂದ ಹೊರಹಾಕಿದಾಗ, ನಿಮ್ಮ ಬೆಳವಣಿಗೆಗಾಗಿ ನೀವು ಅವರ ಮೇಲೆ ಅವಲಂಬಿತರಾಗಬಾರದು. ನಿಮ್ಮ ಜೀವನದ ಪಯಣದ ಹಾದಿಯಲ್ಲಿ ಬೇರೆ ಯಾವುದೋ ಸಂಬಂಧವು ನಿಮಗಾಗಿ ಕಾಯುತ್ತಿರುತ್ತದೆ, ಆದ್ದರಿಂದ ಜೀವನವನ್ನು ಅಲ್ಲಿಗೆ ನಿಲ್ಲಿಸಬೇಡಿ. ಹಳೆಯ ನೆನಪುಗಳನ್ನು ಹಿಂದೆ ಬಿಟ್ಟು, ನೀವು ನಿಮ್ಮ ಹಾದಿಯ ಮೇಲೆ ಮತ್ತೆ ಗಮನ ಹರಿಸಬೇಕು.

ಭಾವನಾತ್ಮಕ ಅಂಟನ್ನು ನಿಭಾಯಿಸುವುದು ನೀವು ಆರಿಸಿಕೊಂಡ ಹಾದಿಯಲ್ಲಿ ನಿಮ್ಮ ಪಕ್ವತೆ ಮತ್ತು ಗಾಂಭೀರ್ಯದ ಮಟ್ಟವನ್ನು ಅಳೆಯುತ್ತದೆ. ಜನರೊಂದಿಗೆ ಕಳೆಯುವ ಕ್ಷಣಗಳನ್ನು ಆನಂದಿಸಿ. ಅವರಿಂದ ಕಲಿಯಿರಿ, ಅವರನ್ನು ಪ್ರೀತಿಸಿ ಮತ್ತು ಕಾಳಜಿ ವಹಿಸಿ, ಆದರೆ ಅವರು ನಡೆಯಲು ನೀವು ಆಸರೆ ಕೋಲಾಗಬೇಡಿ. ಹೆಚ್ಚಿನ ಸಮಯ, ಜನರು ಒಬ್ಬಂಟಿಯಾಗಿ ಜೀವನದಲ್ಲಿ ಮುಂದೆ ಸಾಗಲು ಅಸಮರ್ಥರಾಗಿರುವ ಕಾರಣದಿಂದಲೇ ಯಾರನ್ನೋ ಕಳೆದುಕೊಳ್ಳುತ್ತೇವೆ ಎಂದು ಭಯಪಡುತ್ತಾರೆ. ಆದ್ದರಿಂದ, ನೀವು ಆರಿಸಿಕೊಂಡ ಹಾದಿಯಲ್ಲಿ ಒಬ್ಬಂಟಿಯಾಗಿ ನಡೆಯುವ ಧೈರ್ಯ ತೋರಿದರೆ, ನೀವು ಇನ್ನು ಮುಂದೆ ಭಾವನಾತ್ಮಕ ಅಂಟನ್ನು ಹೋಗಲಾಡಿಸುವ ಅಗತ್ಯವಿರುವುದಿಲ್ಲ.

ನಿಯಮಿತವಾಗಿ ಧ್ಯಾನ ಮಾಡಿ

ನೀವು ಹೆಚ್ಚು ಶಾಂತಿಯುತವಾಗಿರಲು ಬಯಸುವಿರಾ? ಹೆಚ್ಚು ಏಕಾಗ್ರತೆ ಹೊಂದಲು? ನಿಮ್ಮ ಭಾವನೆಗಳ ಮೇಲೆ ಹೆಚ್ಚಿನ ನಿಯಂತ್ರಣ ಸಾಧಿಸಲು? ಹಾಗಿದ್ದಲ್ಲಿ, ಇಂದಿನ ವೇಗದ, ತಾಂತ್ರಿಕ ಮತ್ತು ಕಾರ್ಯನಿರತ ಜಗತ್ತಿನಲ್ಲಿ, ಅನೇಕ ಜನರು ಹಂಬಲಿಸುವ ಮಾನಸಿಕ ಸ್ಥಿರತೆಯನ್ನು ಧ್ಯಾನವು ನೀಡಬಲ್ಲದು. ಧ್ಯಾನವು...

ನೀವು ಖಿನ್ನತೆ, ಮನಸ್ಥಿತಿಯ ಏರಿಳಿತಗಳು, ಒತ್ತಡ ಅಥವಾ ಇತರ ಸಂಬಂಧಿತ ಸಮಸ್ಯೆಗಳನ್ನು ಎದುರಿಸುತ್ತಿದ್ದರೆ, ದಿನಕ್ಕೆ ಕೇವಲ ಕೆಲವು ನಿಮಿಷಗಳಲ್ಲಿ ನೀವು ಹುಡುಕುತ್ತಿರುವ ವಿಶ್ರಾಂತಿ ಮತ್ತು ಸ್ಪಷ್ಟತೆಯನ್ನು ನೀಡಲು ಧ್ಯಾನವು ಸಹಾಯ ಮಾಡುತ್ತದೆ.

ನೀವು ಎದುರಿಸುತ್ತಿರುವ ಸವಾಲುಗಳು ಖಿನ್ನತೆ ಮತ್ತು ಒತ್ತಡ, ಹಿಂದಿನ ಆಘಾತಗಳು ಅಥವಾ ಮೆದುಳಿನ ಕಾರ್ಯಚಟುವಟಿಕೆಯಲ್ಲಿನ ರಾಸಾಯನಿಕ ಬದಲಾವಣೆಗಳಿಂದ ಉಂಟಾಗಿದ್ದರೂ ಸಹ, ನಿಯಮಿತ ಧ್ಯಾನದಿಂದ ಪ್ರತಿಯೊಬ್ಬರೂ ಪ್ರಯೋಜನ ಪಡೆಯುತ್ತಾರೆ. ನಿಜ ಹೇಳಬೇಕೆಂದರೆ ಧ್ಯಾನವನ್ನು ಪ್ರಾರಂಭಿಸಲು ಇಂದಿಗಿಂತ ಉತ್ತಮ ಸಮಯ ಬೇರೊಂದಿಲ್ಲ! ಕಾಲಾನಂತರದಲ್ಲಿ ಧ್ಯಾನದ ಪರಿಣಾಮಗಳು ಹೆಚ್ಚುತ್ತಾ ಹೋಗುತ್ತವೆ, ಆದರೆ ನೀವು ತಕ್ಷಣವೇ ವಿಶ್ರಾಂತಿ, ನಿಶ್ಯಬ್ದ ಮತ್ತು ಶಾಂತಿಯ ಭಾವನೆಯನ್ನು ಪಡೆಯಬಹುದು.

ಧ್ಯಾನವು ದೇಹವನ್ನು ಆಳವಾದ ವಿಶ್ರಾಂತಿ ಸ್ಥಿತಿಗೆ ಕೊಂಡೊಯ್ಯುತ್ತದೆ ಮತ್ತು ಒತ್ತಡವನ್ನು ಎದುರಿಸಲು ಅಗತ್ಯವಾದ ಸಾಧನಗಳು ಹಾಗೂ ಬೆಂಬಲವನ್ನು ನೀಡುತ್ತದೆ. ಆಳವಾದ ಉಸಿರಾಟದ ವ್ಯಾಯಾಮಗಳು ಮತ್ತು ತಂತ್ರಗಳ ಮೂಲಕ ದೇಹ ಮತ್ತು ಮನಸ್ಸು ವಿಶ್ರಾಂತಿ ಪಡೆಯುವುದನ್ನು ಕಲಿಯುತ್ತಿದ್ದಂತೆ, ಮನಸ್ಸು ಶಾಂತವಾಗುತ್ತದೆ ಮತ್ತು ದೇಹವು ನೆಮ್ಮದಿಯ ಸ್ಥಿತಿಯನ್ನು ತಲುಪುತ್ತದೆ.

ನಿಮ್ಮ ದೇಹ ಮತ್ತು ಭಾವನಾತ್ಮಕ ಸ್ಥಿತಿಯನ್ನು ಅತಿಯಾಗಿ ದಣಿಸುವ ಒತ್ತಡದ ಹಾರ್ಮೋನುಗಳ ಹಾನಿಕಾರಕ ಪರಿಣಾಮಗಳನ್ನು ಧ್ಯಾನದ ಮೂಲಕ ತಟಸ್ಥಗೊಳಿಸಬಹುದು. ಹಾರ್ಮೋನುಗಳ ಸಾಂದ್ರತೆಯು ಸಹಜ ಸ್ಥಿತಿಗೆ ಮರಳುತ್ತಿದ್ದಂತೆ ಭಾವನೆಗಳು ಸಡಿಲಗೊಳ್ಳುತ್ತವೆ ಮತ್ತು ನಿಯಂತ್ರಣಕ್ಕೆ ಬರುತ್ತವೆ. ಮತ್ತು ಮುಂದಿನ ಬಾರಿ ನೀವು ನಿರಾಶೆ ಅಥವಾ ಆತಂಕಕ್ಕೊಳಗಾದಾಗ, ನಿಮ್ಮ ಉಸಿರಾಟದ ಮೂಲಕ ಶಾಂತವಾಗಲು ಮತ್ತು ವಿಶ್ರಾಂತಿ ಪಡೆಯಲು ಬಳಸುವುದರಿಂದ ಬಲವಾದ ಭಾವನೆಗಳನ್ನು ಮತ್ತು ಸಂದರ್ಭಗಳನ್ನು ನಿಭಾಯಿಸಲು ನೀವು ಉತ್ತಮ ಸಾಮರ್ಥ್ಯವನ್ನು ಹೊಂದಿರುತ್ತೀರಿ. ಭಾವನೆಗಳು ನಿಮ್ಮನ್ನು ನಿಜವಾಗಿಯೂ ಒತ್ತೆಯಾಳಾಗಿ ಇರಿಸಬಹುದು, ನಿಮ್ಮ ಜೀವನವು ಏರಿಳಿತಗಳು, ತಿರುವುಗಳು ಮತ್ತು ನಿಯಂತ್ರಿಸಲಾಗದ ಅನಿಶ್ಚಿತತೆಗಳಿಂದ ಕೂಡಿದ ಒಂದು ಸಾಹಸಮಯ ಯಾನದಂತೆ ನಿಮಗೆ ಅನಿಸಬಹುದು. ಮತ್ತೊಂದೆಡೆ, ಧ್ಯಾನಕ್ಕೆ ಹೆಚ್ಚಿನ ಕಲ್ಪನಾ ಶಕ್ತಿಯ ಅಗತ್ಯವಿರುತ್ತದೆ, ಇದು ನಿಮ್ಮ ಪ್ರಸ್ತುತ ಆಲೋಚನಾ ವಿಧಾನವನ್ನು ಮರುರೂಪಿಸಲು ಮತ್ತು ಹೆಚ್ಚು ಧನಾತ್ಮಕ ಹಾಗೂ ಆರೋಗ್ಯಕರ ಭಾವನಾತ್ಮಕ ವಾತಾವರಣವನ್ನು ನಿರ್ಮಿಸಲು ಸಹಾಯ ಮಾಡುವ ಪ್ರಬಲ ತಂತ್ರವಾಗಿದೆ.

ಪ್ರಸ್ತುತ ಕ್ಷಣದಲ್ಲಿ ಆತ್ಮಗೌರವವನ್ನು ಬೆಳೆಸಿಕೊಳ್ಳಲು, ಹಳೆಯ ಆಘಾತಗಳಿಂದ ಚೇತರಿಸಿಕೊಳ್ಳಲು ಮತ್ತು ಹೆಚ್ಚು ಸಂತೋಷವನ್ನು ಅನುಭವಿಸಲು ಧ್ಯಾನವು ನಿಮಗೆ ಸಹಾಯ ಮಾಡುತ್ತದೆ. ಕಲ್ಪನಾ ಚಿತ್ರಣವು ಕೇವಲ ಸಂಪನ್ಮೂಲಗಳನ್ನು ಮಾತ್ರ ಒದಗಿಸುವುದಿಲ್ಲ...

ಧ್ಯಾನದ ಸಮಯದಲ್ಲಿ ಸ್ಥಿರತೆಯನ್ನು ನೀಡುವ ಮೂಲಕ ಭಾವನಾತ್ಮಕ ಕೋಪವನ್ನು ನಿಭಾಯಿಸಲು ಇದು ಸಹಾಯ ಮಾಡುತ್ತದೆ ಮಾತ್ರವಲ್ಲದೆ, ನಿಮ್ಮ ಭವಿಷ್ಯಕ್ಕಾಗಿ ರೂಪಾಂತರದ ಹಾದಿಯನ್ನು ಯೋಜಿಸಲು ಸಹ

ಇದು ನೆರವಾಗುತ್ತದೆ. ಒಳಗಿನಿಂದಲೇ ಧ್ಯಾನವು ನಿಮ್ಮ ಜೀವನವನ್ನು ಬದಲಾಯಿಸುತ್ತದೆ ಮತ್ತು ಭಾವನಾತ್ಮಕ ಕುಶಲಕರ್ಮಿಗಳನ್ನು ಎದುರಿಸಲು ನಿಮಗೆ ಸಹಾಯ ಮಾಡುತ್ತದೆ.

ಅವರನ್ನು ಪ್ರೇರೇಪಿಸಿ

ಅವರು ತಮ್ಮ ಅತ್ಯುತ್ತಮ ಆವೃತ್ತಿಯಾಗಲು ಸಹಾಯ ಮಾಡಲು, ನೀವು ನಿಮ್ಮ ಜೀವನದಲ್ಲಿ ಕಲಿತ ಎಲ್ಲಾ ಅನುಭವಗಳನ್ನು ಬಳಸಿಕೊಳ್ಳಿ. ಅವರ ನಡವಳಿಕೆಯನ್ನು ಬದಲಾಯಿಸಲು ನಿಮಗೆ ಕಷ್ಟವಾದಾಗ, ಒಬ್ಬ ಆಪ್ತ ಸಮಾಲೋಚಕರ ಸಹಾಯ ಪಡೆಯಿರಿ. ಅವರ ವರ್ತನೆಯನ್ನು ಬದಲಾಯಿಸುವುದು ಬಹಳ ಕಷ್ಟಕರವಾಗಿರಬಹುದು ಮತ್ತು ಅದನ್ನು ನೀವೊಬ್ಬರೇ ಮಾಡಲು ಸಾಧ್ಯವಾಗದೇ ಇರಬಹುದು. ಒಬ್ಬ ಚಿಕಿತ್ಸಕ ಅಥವಾ ಮನಶ್ಶಾಸ್ತ್ರಜ್ಞರು ಬದಲಾಗಬೇಕಾದ ಅಭ್ಯಾಸಗಳನ್ನು ಗುರುತಿಸಲು ಮತ್ತು ಅವರ ಭಾವನೆಗಳ ಬಗ್ಗೆ ಚರ್ಚಿಸಲು ಅವರಿಗೆ ಸಹಾಯ ಮಾಡಬಹುದು. ಅವರು ಅವರಿಗೆ ಸುರಕ್ಷಿತವಾದ ಹೊಸ ಅಭ್ಯಾಸಗಳನ್ನು ಕಲಿಯಲು ಸಹ ಸಹಾಯ ಮಾಡುತ್ತಾರೆ.

ಅವರಿಗೆ "ನೀವು ಹೇಳುವುದು ಸರಿ" ಎಂದು ಹೇಳಿ

ಅವರ ತಂತ್ರಗಳಿಗೆ ನೀವು ಈ ಹಿಂದೆ ಪ್ರತಿಕ್ರಿಯಿಸುತ್ತಿದ್ದ ರೀತಿಯನ್ನು ಬದಲಿಸುವುದರಿಂದ ಇದು ಪ್ರಾರಂಭವಾಗುತ್ತದೆ. ನಿಮಗೆ ಇಷ್ಟವಿಲ್ಲದಿದ್ದರೆ "ಇಲ್ಲ" ಎಂದು ಹೇಳಿ ಅಥವಾ ಅವರಿಗೆ ಇಷ್ಟವಾಗದಿದ್ದರೂ ನಿಮ್ಮ ಮನಸ್ಸಿನ ಮಾತನ್ನು ಮುಕ್ತವಾಗಿ ಹೇಳಿ. ಅವರ ನಕಾರಾತ್ಮಕ ಪ್ರತಿಕ್ರಿಯೆಗಳನ್ನು ಕಂಡು ವಿಚಲಿತರಾಗದೆ ಸಾಮಾನ್ಯವಾಗ ಇರಲು ಪ್ರಯತ್ನಿಸಿ. ಒಂದು ವಿಷಯ ನಿಮ್ಮದಲ್ಲದಿದ್ದರೆ ಅಥವಾ ಅದಕ್ಕೆ ನೀವು ಜವಾಬ್ದಾರರಲ್ಲದಿದ್ದರೆ ಅದನ್ನು ತಲೆಗೆ ಹಾಕಿಕೊಳ್ಳಬೇಡಿ. ನಿಮ್ಮ ಕ್ರಿಯೆಗಳನ್ನು ಮಾತ್ರ ನೀವು ಗಮನಿಸಲು ಸಾಧ್ಯ. ಇದು ಬಹಳ ಮುಖ್ಯ, ಏಕೆಂದರೆ ಒಬ್ಬ ಕುಶಲಕರ್ಮಿಯ ನಡವಳಿಕೆಯನ್ನು ಬದಲಾಯಿಸಲು ನಿಮಗೆ ಸಾಧ್ಯವಾಗದಿರಬಹುದು, ಆದರೆ ನೀವು ಅವರ ಬಲಿಪಶುವಾಗುವುದನ್ನು ತಪ್ಪಿಸಬಹುದು. ನೀವು "ಇಲ್ಲ" ಎಂದು ಹೇಳಲು ಪ್ರಾರಂಭಿಸಿದಾಗ ಇದು ಸಂಭವಿಸುತ್ತದೆ. ನಾವು ಶೋಷಣೆಗೆ ಒಳಗಾಗುವುದು ಏಕೆಂದರೆ ನಾವು ಅದನ್ನು ಸ್ವೀಕರಿಸುತ್ತೇವೆ; ಈ ಚಕ್ರವನ್ನು ಮುರಿಯುವ ಮೊದಲ ಹೆಜ್ಜೆ ಎಂದರೆ ಕುಶಲತೆಗೆ ಒಳಗಾಗಲು

ನಿರಾಕರಿಸುವುದು. ಕುಶಲಕರ್ಮಿಗಳು ತಾವು ಮಾಡುವ ಕೆಲಸದಲ್ಲಿ ಯಶಸ್ವಿಯಾಗುತ್ತಾರೆ, ಆದ್ದರಿಂದ ಅವರು ಪಡೆಯುವ ಪ್ರತಿಕ್ರಿಯೆಯನ್ನು ಗಮನಿಸಿ. ಅವರು ನಿಮ್ಮ ಭಾವನೆಗಳನ್ನು ಕೆರಳಿಸುವಂತಹ ಮಾತುಗಳನ್ನು ಆಡಬಹುದು ಅಥವಾ ಕೆಲಸಗಳನ್ನು ಮಾಡಬಹುದು. ಆದರೆ ನಮ್ಮ "ಇಲ್ಲ" ಎಂಬ ನಿರ್ಧಾರದಲ್ಲಿ ನಾವು ದೃಢವಾಗಿ ನಿಲ್ಲಬೇಕು, ಇದು ಅವರ ಅಧಿಕಾರದಿಂದ ನಮ್ಮನ್ನು ಮುಕ್ತಗೊಳಿಸಿಕೊಳ್ಳುವ ಮೊದಲ ಹೆಜ್ಜೆ ಎಂಬುದನ್ನು ನಾವು ಅರಿಯಬೇಕು.

ಅನಾರೋಗ್ಯಕರ ಸಂಬಂಧಗಳನ್ನು ಬಿಟ್ಟುಬಿಡಿ

ವಿಷಕಾರಿ ಅಥವಾ ಹಾನಿಕಾರಕ ಸಂಬಂಧಗಳನ್ನು ಬಿಟ್ಟುಕೊಡುವುದು ಕಷ್ಟಕರವಾಗಿರಬಹುದು. ತಮಗೆ ಒಳ್ಳೆಯದಲ್ಲದ ಸಂಬಂಧಗಳಿಗೆ ಪದೇ ಪದೇ ಮರಳುವ ಸುಳಿಗೆ ಸಿಲುಕಿ ಅನೇಕ ವ್ಯಕ್ತಿಗಳು ತೊಂದರೆ ಅನುಭವಿಸುತ್ತಾರೆ. ಇದು ಕೇವಲ ನೋವು ಮತ್ತು ದುಃಖದ ಸುರುಳಿಯನ್ನು ಸೃಷ್ಟಿಸುತ್ತದೆ. ಹಾನಿಕಾರಕ ಸಂಬಂಧಗಳಿಂದ ಹೊರಬರಲು ಹಲವು ಮಾರ್ಗಗಳಿವೆ. ಮನಶ್ಶಾಸ್ತ್ರಜ್ಞರು ಈ ಸಮಸ್ಯೆಯನ್ನು ಎದುರಿಸುತ್ತಿರುವ ಅನೇಕರೊಂದಿಗೆ ಸಮಾಲೋಚನೆ ನಡೆಸಿ, ಈ ವಿಷಯದ ಬಗ್ಗೆ ಒಂದು ಸಂಪೂರ್ಣ ಕೈಪಿಡಿಯನ್ನೇ ಬರೆಯುವಷ್ಟು ಮಾಹಿತಿ ಸಂಗ್ರಹಿಸಿದ್ದಾರೆ.

ವಿಷಕಾರಿ ಸಂಬಂಧದಿಂದ ನಿಮ್ಮನ್ನು ಮುಕ್ತಗೊಳಿಸಿಕೊಳ್ಳಲು ಮೊದಲ ಹೆಜ್ಜೆ ಎಂದರೆ, ಆ ಸಂಬಂಧವು ಸರಿಯಿಲ್ಲ ಎಂದು ನಿಮಗೆ ನೀವೇ ಒಪ್ಪಿಕೊಳ್ಳುವುದು. ಹಾನಿಕಾರಕ ಸಂಬಂಧದ ಲಕ್ಷಣಗಳನ್ನು ಪತ್ತೆಹಚ್ಚಿ, ಅವುಗಳನ್ನು ನಿಮಗೆ ನೀವೇ ವಿವರಿಸಿಕೊಳ್ಳಲು ಪ್ರಯತ್ನಿಸಿ. ನಿಮ್ಮ ಮನಸ್ಸಿನ ಒಂದು ಮೂಲೆಯಲ್ಲಿ ಏನೋ ಸರಿಯಿಲ್ಲ ಎಂಬ ಅಹಿತಕರ ಭಾವನೆ ಮೂಡುತ್ತಿದ್ದರೆ ಅದನ್ನು 'ಕಾಗ್ನಿಟಿವ್ ಡಿಸೋನೆನ್ಸ್' ಎಂದು ಕರೆಯಲಾಗುತ್ತದೆ; ಇದು ವಾಸ್ತವವನ್ನು ಒಪ್ಪಿಕೊಳ್ಳದಂತೆ ನಿಮ್ಮನ್ನು ತಡೆಯಲು ನಿಮ್ಮ ಮೆದುಳು ಮಾಡುವ ಪ್ರಯತ್ನವಾಗಿರುತ್ತದೆ. ಸಂಬಂಧದಲ್ಲಿ ನಿಮಗೆ ಅತೃಪ್ತಿ ಉಂಟುಮಾಡುವ ವಿಷಯಗಳನ್ನು ಗಮನಿಸಿ. ನಿಮ್ಮ ಸಂಬಂಧವು ವಿಷಕಾರಿ ಎಂದು ಗುರುತಿಸುವುದೇ ಮೊದಲ ಹಂತ. ನೀವು ನಿಜವಾಗಿಯೂ ಮುಕ್ತರಾಗುವ ಮೊದಲು, ನಿಮ್ಮ ಮೇಲೆ ಪ್ರಭಾವ ಬೀರುತ್ತಿರುವ ಎಲ್ಲಾ ವಿಷಯಗಳ ಬಗ್ಗೆ ನೀವು ಜಾಗೃತರಾಗಿರಬೇಕು.

ಯಾವುದೇ ಪಾಲುದಾರಿಕೆಯು ಎರಡು ಬದಿಯ ರಸ್ತೆಯಂತೆ. ಸಂಬಂಧದಲ್ಲಿ ಇಬ್ಬರು ವ್ಯಕ್ತಿಗಳು ಭಾಗಿಯಾಗಿರುತ್ತಾರೆ, ಅಂದರೆ ಎಲ್ಲಾ ವಿವಾದಗಳು, ಸಂಘರ್ಷಗಳು ಮತ್ತು ಕ್ರಿಯೆಗಳಲ್ಲಿ ಇಬ್ಬರ ಹಿತಾಸಕ್ತಿಗಳೂ ಇರುತ್ತವೆ. ಆದ್ದರಿಂದ ಎಲ್ಲದಕ್ಕೂ ನೀವೊಬ್ಬರೇ ಕಾರಣ ಎಂದು ದೂಷಿಸಿಕೊಳ್ಳಬೇಡಿ. ಸಂಬಂಧದ ಎಲ್ಲಾ ಸಮಸ್ಯೆಗಳಿಗೆ ನೀವೇ ಹೊಣೆ ಎಂದು ಭಾವಿಸಿದರೆ, ನೀವು ಮತ್ತೆ ಹಳೆಯ ಹಾದಿಗೆ ಮರಳಿ ಅವುಗಳನ್ನು ಸರಿಪಡಿಸಲು ಪ್ರಯತ್ನಿಸುತ್ತೀರಿ. ಒಂದು ಅಸಮರ್ಪಕ ಸಂಬಂಧದಲ್ಲಿ ಎರಡೂ ಕಡೆಯವರು ತಪ್ಪಿತಸ್ಥರಿರುತ್ತಾರೆ ಎಂಬುದನ್ನು ಅರ್ಥಮಾಡಿಕೊಳ್ಳಿ. ನಿಮ್ಮ ಜವಾಬ್ದಾರಿಗಳನ್ನು ಮಾತ್ರ ನೀವು ಗುರುತಿಸಿ. ವಿಷಕಾರಿ ಸಂಬಂಧದಲ್ಲಿ ನೀವು ಬೇರೆಯವರ ಸಮಸ್ಯೆಗಳನ್ನು ಸಹಿಸಿಕೊಳ್ಳುವ ಅಗತ್ಯವಿಲ್ಲ. ಅದಕ್ಕೆ ನೀವು ಕಾರಣರಲ್ಲದಿದ್ದ ಮೇಲೆ, ಆ ಹೊರೆಯನ್ನು ನಿಮ್ಮ ಮೇಲೆ ಹಾಕಿಕೊಳ್ಳುವ ಅವಶ್ಯಕತೆಯೂ ಇರುವುದಿಲ್ಲ.

ನಿಯಂತ್ರಿಸಲು ಪ್ರಯತ್ನಿಸುವ ಸಂಗಾತಿಯಿಂದ ದೂರವಾಗಲು, ಅವರೊಂದಿಗಿನ ಸಂಪರ್ಕವನ್ನು ಸಂಪೂರ್ಣವಾಗಿ ಕಡಿದುಕೊಳ್ಳುವುದು ನೀವು ಮಾಡಬಹುದಾದ ಉತ್ತಮ ಕೆಲಸಗಳಲ್ಲಿ ಒಂದಾಗಿದೆ. ಸಂಪರ್ಕದಲ್ಲಿರುವುದು ಆ ಸಂಬಂಧವನ್ನು ಬಿಟ್ಟುಕೊಡುವುದನ್ನು ಇನ್ನಷ್ಟು ಕಷ್ಟವಾಗಿಸುತ್ತದೆ. ಇದರರ್ಥ...

ನಿಮ್ಮ ಜೀವನದಿಂದ ಹೊರಹೋಗಿರುವ ವಿಷಕಾರಿ ವ್ಯಕ್ತಿಗಳ ಬಗ್ಗೆ ಯೋಚಿಸುವುದನ್ನು ನಿಲ್ಲಿಸಿ. ಅವರ ಸಾಮಾಜಿಕ ಜಾಲತಾಣಗಳನ್ನು ನೋಡುವುದನ್ನು ಅಥವಾ ಪರಸ್ಪರ ಸ್ನೇಹಿತರ ಬಳಿ ಅವರ ಕ್ಷೇಮ ವಿಚಾರಿಸುವುದನ್ನು ಬಿಟ್ಟುಬಿಡಿ. ಸಾರಾ ನ್ಯೂಮನ್ ಅವರ ಪ್ರಕಾರ, ಒಬ್ಬ ವ್ಯಕ್ತಿಯನ್ನು ನಿಮ್ಮ ಜೀವನದಿಂದ ಹೊರಹಾಕುವ ವಿಷಯದಲ್ಲಿ ನೀವು ಯಾವಾಗಲೂ ನಿಮ್ಮ ಅಂತಃಪ್ರಜ್ಞೆಯನ್ನು ಅನುಸರಿಸಬೇಕು. ಇದು ತೀವ್ರವೆಂದು ಕಂಡರೂ, ವಿಷಕಾರಿ ಸಂಬಂಧದ ಬಂಧಗಳನ್ನು ಸಡಿಲಗೊಳಿಸಲು ನ್ಯೂಮನ್ ಶಿಫಾರಸು ಮಾಡುತ್ತಾರೆ. ನೀವು ಮುಂದೆ ಸಾಗಲು, ಆ ವ್ಯಕ್ತಿಯ ಸಂಪರ್ಕವಿಲ್ಲದಿರುವ ಬಗ್ಗೆ ನೋವಿಗಿಂತ ಹೆಚ್ಚಾಗಿ ತಟಸ್ಥ ಭಾವನೆಯನ್ನು ಹೊಂದುವ ಸ್ಥಿತಿಯಲ್ಲಿರಬೇಕು.

ಮರಿಯಾನಾ ಬೊಕಾರೋವಾ ಅವರ ಪ್ರಕಾರ, ಮುರಿದುಹೋದ ಮತ್ತು ಕುತಂತ್ರದ ಸಂಬಂಧದಿಂದ ಹೊರಬರಲು 'ಮುಕ್ತಾಯ' ಅಥವಾ ಒಂದು ಸ್ಪಷ್ಟ

ನಿರ್ಧಾರ ಕಂಡುಕೊಳ್ಳುವುದು ಅತ್ಯುತ್ತಮ ಮಾರ್ಗವಾಗಿದೆ. ಈ ನಿರ್ಧಾರವು ಜನರು ತಮ್ಮ ಸಂಪೂರ್ಣ ಜೀವನವನ್ನು ಸುರಕ್ಷಿತ ಮತ್ತು ಸಕಾರಾತ್ಮಕ ರೀತಿಯಲ್ಲಿ ಪುನರ್ನಿರ್ಮಿಸಲು ಅನುವು ಮಾಡಿಕೊಡುತ್ತದೆ ಎಂದು ಬೊಕಾರೋವಾ ಒಪ್ಪುತ್ತಾರೆ. ವಿಷಕಾರಿ ಸಂಬಂಧವನ್ನು ಬಿಟ್ಟುಕೊಡಲು ಒಂದು ದಾರಿ ಎಂದರೆ ಅದರ ಅಂತ್ಯವನ್ನು ಒಪ್ಪಿಕೊಳ್ಳುವುದು. ಅನೇಕ ವ್ಯಕ್ತಿಗಳಿಗೆ ಈ ಅಂತ್ಯವು ಅವರ ಒಳಗಿನಿಂದಲೇ ಬರುತ್ತದೆ ಮತ್ತು ಆ ಸಂಬಂಧವು ಮೊದಲೇ ಹೇಗೆ ತಪ್ಪಾಗಿತ್ತು ಎಂಬುದನ್ನು ನೆನಪಿಸಿಕೊಳ್ಳುವುದರಿಂದ ಸಿಗುತ್ತದೆ. ಇನ್ನು ಕೆಲವರಿಗೆ, ಒಂದು ಪತ್ರ ಬರೆಯುವುದು ಅಥವಾ ಎದುರಿಗಿನ ವ್ಯಕ್ತಿಯು ತನ್ನ ವಿಷಕಾರಿ ಗುಣವನ್ನು ಗುರುತಿಸುವಂತೆ ಮಾಡುವುದು ಸಮಾಧಾನ ನೀಡಬಹುದು. ಮುಂದೆ ಸಾಗಲು ಯಾವುದೇ ಮಾರ್ಗವಾದರೂ, ಒಂದು ಅಂತಿಮ ನಿರ್ಧಾರವು ಬಹಳ ಮುಖ್ಯ.

ಯಾವುದೇ ಅಸಮರ್ಪಕ ಸಂಬಂಧವನ್ನು ತೊರೆಯುವಾಗ ಮತ್ತು ಅದನ್ನು ಮರೆಯುವಾಗ, ನೀವು ಎಡವಿದಾಗ ನಿಮ್ಮನ್ನು ಹಿಡಿದುಕೊಳ್ಳಲು ಯಾರಾದರೂ ಜೊತೆಗಿರಲಿ ಎಂಬುದು ಅತ್ಯಂತ ಮುಖ್ಯವಾದ ವಿಷಯ. ವಿಶೇಷವಾಗಿ ದೀರ್ಘಕಾಲದ ಸಂಬಂಧಗಳನ್ನು ಬಿಟ್ಟುಕೊಡುವುದು ಆಘಾತಕಾರಿಯಾಗಿರಬಹುದು. ಒತ್ತಡದ ಸಮಯದಲ್ಲಿ ನಿಮಗೆ ಧೈರ್ಯ ತುಂಬುವ ಸ್ನೇಹಿತರು ಮತ್ತು ಕುಟುಂಬದವರೊಂದಿಗೆ ಒಟ್ಟಾಗಿರಿ. ನೀವು ಈಗಾಗಲೇ ದೂರ ಮಾಡಿರುವ ವ್ಯಕ್ತಿಗಳನ್ನು ಮತ್ತೆ ಹುಡುಕಿಕೊಂಡು ಹೋಗದಂತೆ ತಡೆಯಲು ಅವರು ನಿಮಗೆ ಸಹಾಯ ಮಾಡುತ್ತಾರೆ. ಅಸಹಜ ಒಡನಾಟಗಳನ್ನು ಬಿಟ್ಟುಕೊಡುವ ವಿಷಯದಲ್ಲಿ, ಬೆಂಬಲ ನೀಡುವ ಜನರ ಜಾಲವು ಅತ್ಯಂತ ಅಮೂಲ್ಯವಾದುದು. ನಿಮ್ಮನ್ನು ಅತಿಯಾಗಿ ಪ್ರೀತಿಸುವವರನ್ನು ಸಂಪರ್ಕಿಸಲು ಎಂದಿಗೂ ಭಯಪಡಬೇಡಿ.

ದೃಢವಾದ ಮಾನಸಿಕತೆಯನ್ನು ಬೆಳೆಸಿಕೊಳ್ಳಿ

ಒಬ್ಬ ವಿಷಕಾರಿ ವ್ಯಕ್ತಿಯು ವಂಚನೆ ಮತ್ತು ಸುಳ್ಳುಗಳನ್ನು ಬಳಸಬಹುದು, ಆದರೆ ಮತ್ತೊಬ್ಬರು ಬೆದರಿಕೆ ಮತ್ತು ಅಸಭ್ಯತೆಯನ್ನು ಅವಲಂಬಿಸಬಹುದು. ನೀವು ಜಾಗರೂಕರಾಗಿರದಿದ್ದರೆ, ಅಂತಹವರಿಂದ ನಿಮ್ಮ ಆರೋಗ್ಯದ ಮೇಲೆ ತೀವ್ರ ಪರಿಣಾಮ ಬೀರಬಹುದು. ಆದಾಗ್ಯೂ, ಭಾವನಾತ್ಮಕವಾಗಿ ಸದೃಢರಾದ ವ್ಯಕ್ತಿಗಳು ವಂಚಕ ವ್ಯಕ್ತಿಗಳೊಂದಿಗೆ ವೃತ್ತಿಪರ ರೀತಿಯಲ್ಲಿ ಕೆಲಸ ಮಾಡುತ್ತಾರೆ. ಅವರು ತಮ್ಮ ಮೇಲಿನ ನಿಯಂತ್ರಣವನ್ನು

ಬಿಟ್ಟುಕೊಡುವುದಿಲ್ಲ ಮತ್ತು ತಮ್ಮ ಸುತ್ತ ಯಾರು ಇದ್ದರೂ ಸಹ, ಅವರು ತಮ್ಮ ಉತ್ತಮ ವ್ಯಕ್ತಿತ್ವವನ್ನು ಮುಂದುವರಿಸುತ್ತಾರೆ.

ನಿಮ್ಮ ಭಾವನೆಗಳಿಗೆ ಒಂದು ಹೆಸರನ್ನು ನೀಡುವುದು ಅವುಗಳ ತೀವ್ರತೆಯನ್ನು ಕಡಿಮೆ ಮಾಡುತ್ತದೆ. ಆದ್ದರಿಂದ ನೀವು ದುಃಖ, ಆತಂಕ, ಹತಾಶೆ ಅಥವಾ ಭಯವನ್ನು ಅನುಭವಿಸುತ್ತಿದ್ದರೆ, ಅದನ್ನು ಒಪ್ಪಿಕೊಳ್ಳಿ—ಕನಿಷ್ಠ ನಿಮ್ಮ ಮಟ್ಟಿಗಾದರೂ ಅದನ್ನು ಗುರುತಿಸಿಕೊಳ್ಳಿ. ಅಲ್ಲದೆ, ಕೆಲವು ಭಾವನೆಗಳು ನಿಮ್ಮ ಕ್ರಿಯೆಗಳ ಮೇಲೆ ಹೇಗೆ ಪ್ರಭಾವ ಬೀರಬಹುದು ಎಂಬುದರ ಬಗ್ಗೆ ಗಮನವಿರಲಿ. ನೀವು ಆತಂಕಗೊಂಡಾಗ ಅವಕಾಶಗಳನ್ನು ತೆಗೆದುಕೊಳ್ಳುವ ಸಾಧ್ಯತೆ ಕಡಿಮೆ ಇರಬಹುದು. ನೀವು ಉತ್ಸುಕರಾಗಿದ್ದಾಗ ಹೆಚ್ಚು ಆತುರದ ನಿರ್ಧಾರಗಳನ್ನು ತೆಗೆದುಕೊಳ್ಳಬಹುದು. ನಿಮ್ಮ ಭಾವನೆಗಳ ಬಗ್ಗೆ ನಿಮ್ಮ ತಿಳುವಳಿಕೆಯನ್ನು ಹೆಚ್ಚಿಸಿಕೊಳ್ಳುವುದು, ಭಾವನೆಗಳ ಆಧಾರದ ಮೇಲೆ ಅತಾರ್ಕಿಕ ಆಯ್ಕೆಗಳನ್ನು ಮಾಡುವ ಅಪಾಯವನ್ನು ಕಡಿಮೆ ಮಾಡುತ್ತದೆ.

ನಿಮ್ಮ ಭಾವನೆಗಳನ್ನು ಹೆಸರಿಸುವುದು ಹೋರಾಟದ ಒಂದು ಭಾಗವಷ್ಟೇ—ನಿಮ್ಮ ಭಾವನೆಗಳನ್ನು ನಿಭಾಯಿಸಲು ನಿಮಗೆ ಕೌಶಲ್ಯಗಳ ಅಗತ್ಯವಿರುತ್ತದೆ. ಸದ್ಯಕ್ಕೆ ನೀವು ಬಳಸುತ್ತಿರುವ ನಿಭಾಯಿಸುವ ಕೌಶಲ್ಯಗಳ ಬಗ್ಗೆ ಯೋಚಿಸಿ. ನೀವು ಆತಂಕಗೊಂಡಾಗ ಆಹಾರ ಸೇವಿಸುತ್ತೀರಾ? ಶಾಂತರಾಗಲು ಮದ್ಯಪಾನ ಮಾಡುತ್ತೀರಾ? ನಿಮಗೆ ಬೇಸರವಾದಾಗ ಸ್ನೇಹಿತರ ಮುಂದೆ ಅಳಲು ತೋಡಿಕೊಳ್ಳುತ್ತೀರಾ? ನೀವು ಚಿಂತಿತರಾದಾಗ ಮನೆಯಲ್ಲೇ ಉಳಿಯುತ್ತೀರಾ? ಈ ಜನಪ್ರಿಯ ತಂತ್ರಗಳು ಆ ಕ್ಷಣಕ್ಕೆ ನಿಮಗೆ ಸಮಾಧಾನ ನೀಡಬಹುದು, ಆದರೆ ದೀರ್ಘಕಾಲದ ದೃಷ್ಟಿಯಿಂದ ಅವು ನಿಮ್ಮನ್ನು ಮತ್ತಷ್ಟು ಕುಗ್ಗಿಸಬಹುದು.

ದೀರ್ಘಕಾಲದವರೆಗೆ ನಿಮಗೆ ಹಿತ ನೀಡುವ ನಿಭಾಯಿಸುವ ಕೌಶಲ್ಯಗಳನ್ನು ಹುಡುಕಿ. ಒಬ್ಬ ವ್ಯಕ್ತಿಗೆ ಕೆಲಸ ಮಾಡುವ ತಂತ್ರವು ನಿಮಗೂ ಕೆಲಸ ಮಾಡುತ್ತದೆ ಎಂದೇನಿಲ್ಲ ಎಂಬುದನ್ನು ನೆನಪಿನಲ್ಲಿಡಿ, ಆದ್ದರಿಂದ ನಿಮ್ಮ ಭಾವನೆಗಳನ್ನು ನಿಭಾಯಿಸಲು ನಿಮಗೆ ಯಾವುದು ಉತ್ತಮ ಎಂಬುದನ್ನು ನೀವೇ ಕಂಡುಕೊಳ್ಳಬೇಕು. ನಿಮಗಾಗಿ ಯಾವುದು ಕೆಲಸ ಮಾಡುತ್ತದೆ ಎಂದು ತಿಳಿಯಲು ವಿವಿಧ ಕೌಶಲ್ಯಗಳನ್ನು ಪ್ರಯೋಗಿಸಿ ನೋಡಿ; ಆಳವಾದ ಉಸಿರಾಟ, ವ್ಯಾಯಾಮ, ಧ್ಯಾನ, ಓದುವುದು,

ಚಿತ್ರಕಲೆ ಮತ್ತು ಪ್ರಕೃತಿಯಲ್ಲಿ ಸಮಯ ಕಳೆಯುವುದು ನಿಮಗೆ ಸಹಾಯ ಮಾಡಬಹುದಾದ ಕೆಲವು ತಂತ್ರಗಳು ಮಾತ್ರ.

ನೀವು ಹೇಗೆ ಭಾವಿಸುತ್ತೀರಿ ಮತ್ತು ಹೇಗೆ ವರ್ತಿಸುತ್ತೀರಿ ಎಂಬುದು ನಿಮ್ಮ ಆಲೋಚನಾ ಕ್ರಮದ ಮೇಲೆ ಪ್ರಭಾವ ಬೀರುತ್ತದೆ. "ನನಗೆ ಇದನ್ನು ಸಹಿಸಲು ಸಾಧ್ಯವಿಲ್ಲ" ಅಥವಾ "ನಾನು ಎಂತಹ ದಡ್ಡ" ಎಂಬಂತಹ ಮಾತುಗಳು ನಿಮ್ಮ ಮಾನಸಿಕ ಶಕ್ತಿಯನ್ನು ಕುಂದಿಸುತ್ತವೆ. ನಿಮ್ಮ ಭಾವನೆಗಳ ಬಗ್ಗೆ ಗಮನವಿರಲಿ. ನಿಮ್ಮಲ್ಲಿ ನೀವು ಕಂಡುಕೊಳ್ಳಬಹುದಾದ ಸಾಮಾನ್ಯ ಆಲೋಚನೆಗಳನ್ನು ಗಮನಿಸಿ. ಭಯ ಹುಟ್ಟಿಸುವ ಕೆಲಸಗಳನ್ನು ಮಾಡದಂತೆ ನೀವೇ ನಿಮ್ಮನ್ನು ತಡೆಯುತ್ತಿರಬಹುದು ಅಥವಾ ನಿಮ್ಮ ಜೀವನದ ಮೇಲೆ ನಿಮಗೆ ನಿಯಂತ್ರಣವಿಲ್ಲ ಎಂದು ನೀವು ನಂಬಿರಬಹುದು.

ಅಪ್ರಯೋಜಕ ಮತ್ತು ಅತಾರ್ಕಿಕ ಆಲೋಚನೆಗಳಿಗೆ ಹೆಚ್ಚು ರಚನಾತ್ಮಕವಾಗಿ ಪ್ರತಿಕ್ರಿಯಿಸಿ. "ನಾನು ಇದನ್ನು ಹಾಳು ಮಾಡುತ್ತೇನೆ" ಎಂದು ಯೋಚಿಸುವ ಬದಲು, "ಇದು ನನ್ನ ಪ್ರತಿಭೆ ಪ್ರದರ್ಶಿಸಲು ಸಿಕ್ಕ ಅವಕಾಶ, ನಾನು ನನ್ನ ಅತ್ಯುತ್ತಮ ಪ್ರಯತ್ನ ಮಾಡುತ್ತೇನೆ" ಎಂದು ನಿಮಗೆ ನೀವೇ ಹೇಳಿಕೊಳ್ಳಿ. ನಿಮ್ಮ ಜೀವನವನ್ನು ಬದಲಾಯಿಸಲು ನೀವು ಮಾಡಬಹುದಾದ ಅತ್ಯಂತ ಪ್ರಭಾವಶಾಲಿ ಕೆಲಸವೆಂದರೆ, ನಿಮ್ಮೊಂದಿಗೆ ನೀವು ಮಾಡುವ ಸಂಭಾಷಣೆಯನ್ನು ಬದಲಾಯಿಸಿಕೊಳ್ಳುವುದು.

ನಿಮ್ಮ ಕ್ರಿಯೆಗಳನ್ನು ಬದಲಿಸಿಕೊಳ್ಳುವ ಮೂಲಕ ನಿಮ್ಮ ಮೆದುಳಿಗೆ ಭಿನ್ನವಾಗಿ ಯೋಚಿಸಲು ತರಬೇತಿ ನೀಡುವ ಅತ್ಯುತ್ತಮ ಮಾರ್ಗವೆಂದರೆ ಕಷ್ಟಕರವಾದ ಕೆಲಸಗಳನ್ನು ಮಾಡುವುದು—ನಿಮ್ಮಿಂದ ಸಾಧ್ಯವಿಲ್ಲ ಎಂದು ನೀವು ಅಂದುಕೊಂಡರೂ ಅವುಗಳನ್ನು ಮಾಡುತ್ತಲೇ ಇರಿ. ನೀವು ನಂಬಿರುವುದಕ್ಕಿಂತಲೂ ನೀವು ಉತ್ತಮರು ಎಂದು ನಿಮಗೇ ಸಾಬೀತುಪಡಿಸಿಕೊಳ್ಳಿ. ಅಲ್ಲದೆ, ಉತ್ತಮ ದೈನಂದಿನ ಅಭ್ಯಾಸಗಳನ್ನು ಬೆಳೆಸಿಕೊಳ್ಳಿ. ದಯೆ ತೋರುವುದು, ವ್ಯಾಯಾಮ ಮಾಡುವುದು, ಸಾಕಷ್ಟು ನಿದ್ದೆ ಮಾಡುವುದು ಮತ್ತು ಸಮತೋಲಿತ ಆಹಾರ ಸೇವಿಸುವುದನ್ನು ಅಭ್ಯಾಸ ಮಾಡಿ; ಇದರಿಂದ ನಿಮ್ಮ ಮೆದುಳು ಮತ್ತು ದೇಹವು ಅತ್ಯುತ್ತಮ ಸ್ಥಿತಿಯಲ್ಲಿರಲು ಸಾಧ್ಯವಾಗುತ್ತದೆ. ನಿಮ್ಮಲ್ಲಿ ಸ್ಫೂರ್ತಿ ತುಂಬುವ ವ್ಯಕ್ತಿಗಳನ್ನು ಹುಡುಕಿ ಮತ್ತು ಆರೋಗ್ಯಕರ ಜೀವನಶೈಲಿಯನ್ನು ಬೆಳೆಸಿಕೊಳ್ಳುವ ನಿಮ್ಮ ಪ್ರಯತ್ನಕ್ಕೆ ಪೂರಕವಾದ ವಾತಾವರಣವನ್ನು ನಿರ್ಮಿಸಿಕೊಳ್ಳಿ.

ಒಂದು ವೇಳೆ ನೀವು ಕೆಟ್ಟ ಅಭ್ಯಾಸಗಳ ಜೊತೆಜೊತೆಗೇ ಒಳ್ಳೆಯ ಅಭ್ಯಾಸಗಳನ್ನು ಮಾಡಿದರೆ, ಜಗತ್ತಿನ ಯಾವುದೇ ಒಳ್ಳೆಯ ಅಭ್ಯಾಸಗಳು ಪರಿಣಾಮಕಾರಿಯಾಗುವುದಿಲ್ಲ. ಇದು ಓಡುವ ಯಂತ್ರದ ಮೇಲೆ ಓಡುತ್ತಾ ಸಿಹಿ ತಿಂಡಿ ತಿಂದಂತೆ. ನಿಮ್ಮ ಮಾನಸಿಕ ಶಕ್ತಿಯನ್ನು ವ್ಯಯಿಸುವ ನಿಮ್ಮ ಕೆಟ್ಟ ಅಭ್ಯಾಸಗಳ ಬಗ್ಗೆ ಗಮನವಿರಲಿ (ನಮ್ಮೆಲ್ಲರಲ್ಲೂ ಅವು ಇರುತ್ತವೆ). ನಿಮ್ಮ ಬಗ್ಗೆ ನೀವೇ ಮರುಕ ಪಡುವುದು ಅಥವಾ ಇತರರ ಯಶಸ್ಸನ್ನು ಕಂಡು ಅಸೂಯೆ ಪಡುವುದರಂತಹ ಕೇವಲ ಒಂದು ಅಥವಾ ಎರಡು ಕೆಟ್ಟ ಅಭ್ಯಾಸಗಳು ನಿಮ್ಮನ್ನು ಜೀವನದಲ್ಲಿ ಮುಂದೆ ಸಾಗದಂತೆ ತಡೆಹಿಡಿಯಬಲ್ಲವು. ನಿಮ್ಮ ಕೆಟ್ಟ ಅಭ್ಯಾಸಗಳ ಬಗ್ಗೆ ನಿಮಗೆ ಅರಿವಾದಾಗ, ಅವುಗಳ ಬದಲಿಗೆ ಆರೋಗ್ಯಕರ ಆಯ್ಕೆಗಳನ್ನು ಅಳವಡಿಸಿಕೊಳ್ಳಲು ಪ್ರಯತ್ನಿಸಿ. ಆಗ ಮಾತ್ರ ನೀವು ಒಂದೇ ಕಡೆ ಸುತ್ತುವುದನ್ನು ನಿಲ್ಲಿಸಿ ನಿಮ್ಮ ಗುರಿಗಳತ್ತ ನಿಜವಾಗಿಯೂ ಮುಂದೆ ಸಾಗಲು ಸಾಧ್ಯವಾಗುತ್ತದೆ.

ದೈಹಿಕವಾಗಿ ಸದೃಢರಾಗಲು ಸಮಯ ಮತ್ತು ಅಭ್ಯಾಸ ಹೇಗೆ ಅಗತ್ಯವೋ, ಮಾನಸಿಕ ಶಕ್ತಿಯನ್ನು ಬೆಳೆಸಿಕೊಳ್ಳಲು ಅಚಲ ನಿರ್ಧಾರವು ಅಷ್ಟೇ ಮುಖ್ಯ. ನಿಮ್ಮ ಅತ್ಯುತ್ತಮ ಸ್ಥಿತಿಯನ್ನು ಅನುಭವಿಸಲು ಮತ್ತು ನಿಮ್ಮ ಪೂರ್ಣ ಸಾಮರ್ಥ್ಯವನ್ನು ತಲುಪಲು ಮಾನಸಿಕ ಸ್ನಾಯುಗಳನ್ನು ಬಲಪಡಿಸಿಕೊಳ್ಳುವುದೇ ರಹಸ್ಯವಾಗಿದೆ.

ದಿನವಿಡೀ ನಿಮ್ಮೊಂದಿಗೆ ಧನಾತ್ಮಕವಾಗಿ ಮಾತನಾಡಿಕೊಳ್ಳಿ

ನಿಮ್ಮ ಸಕಾರಾತ್ಮಕ ಮನೋಭಾವವು ಒಬ್ಬ ಭಾವನಾತ್ಮಕ ಕುತಂತ್ರಿಯನ್ನು ಸಂಪೂರ್ಣವಾಗಿ ನಿಷ್ಪ್ರಯೋಜಕಗೊಳಿಸುತ್ತದೆ, ಆದ್ದರಿಂದ ದಿನವಿಡೀ ಉತ್ತೇಜಕವಾದ ಸ್ವಯಂ-ಮಾತುಗಳ ಮೂಲಕ ನಿಮ್ಮನ್ನು ನೀವು ಚೇತರಿಸಿಕೊಳ್ಳುವಂತೆ ನೋಡಿಕೊಳ್ಳಿ. ನಮ್ಮೆಲ್ಲರ ಮನಸ್ಸಿನಲ್ಲಿ ಪದೇ ಪದೇ ಮರುಕಳಿಸುವ ಸಂದೇಶಗಳ ಸರಣಿಯೊಂದು ಇರುತ್ತದೆ. ಈ ಆಂತರಿಕ ಚರ್ಚೆ ಅಥವಾ ವೈಯಕ್ತಿಕ ವ್ಯಾಖ್ಯಾನವು ಜೀವನ ಮತ್ತು ಅದರ ಸಂದರ್ಭಗಳಿಗೆ ನಾವು ನೀಡುವ ಪ್ರತಿಕ್ರಿಯೆಗಳನ್ನು ರೂಪಿಸುತ್ತದೆ. ಆಶಾವಾದ, ಭರವಸೆ ಮತ್ತು ಸಂತೋಷವನ್ನು ಪ್ರಶಂಸಿಸಲು, ಪ್ರೋತ್ಸಾಹಿಸಲು ಮತ್ತು ಉಳಿಸಿಕೊಳ್ಳಲು ಇರುವ ಒಂದು ಮಾರ್ಗವೆಂದರೆ, ಪ್ರಜ್ಞಾಪೂರ್ವಕವಾಗಿ ನಮ್ಮ ಮನಸ್ಸನ್ನು ಆಶಾವಾದಿ ಮಾತುಗಳಿಂದ ತುಂಬುವುದು.

ಬಹಳಷ್ಟು ಬಾರಿ, ನಮ್ಮ ಕುತಂತ್ರಿ ಸಂಗಾತಿಯ ಕಾರಣದಿಂದಾಗಿ, ನಾವು ರೂಪಿಸಿಕೊಂಡಿರುವ ಸ್ವಯಂ-ಮಾತಿನ ಮಾದರಿಯು ನಕಾರಾತ್ಮಕವಾಗಿರುತ್ತದೆ. ಬಾಲ್ಯದಲ್ಲಿ ನಮ್ಮ ಸಂಗಾತಿಗಳು, ಪೋಷಕರು, ಒಡಹುಟ್ಟಿದವರು ಅಥವಾ ಶಿಕ್ಷಕರು ಹೇಳಿದ ನಕಾರಾತ್ಮಕ ವಿಷಯಗಳನ್ನು ನಾವು ನೆನಪಿಸಿಕೊಳ್ಳುತ್ತೇವೆ. ಇತರ ಮಕ್ಕಳು ನಮ್ಮ ಬಗ್ಗೆ ನೀಡಿದ ನಕಾರಾತ್ಮಕ ಪ್ರತಿಕ್ರಿಯೆಗಳು ನಮ್ಮ ಆತ್ಮಗೌರವವನ್ನು ಕುಂದಿಸಿರುವುದನ್ನು ನಾವು ಸ್ಮರಿಸುತ್ತೇವೆ. ಈ ಸಂದೇಶಗಳು ವರ್ಷಗಳ ಕಾಲ ನಮ್ಮ ಮನಸ್ಸಿನಲ್ಲಿ ಮತ್ತೆ ಮತ್ತೆ ಮೊಳಗುತ್ತಾ, ನಮ್ಮಲ್ಲಿನ ಕೋಪ, ಭಯ, ಪಶ್ಚಾತ್ತಾಪ ಮತ್ತು ಹತಾಶೆಯ ಭಾವನೆಗಳಿಗೆ ಇಂಧನವಾಗಿ ಕೆಲಸ ಮಾಡಿವೆ.

ಈ ಸಂದೇಶಗಳ ಮೂಲವನ್ನು ಗುರುತಿಸುವುದು ಮತ್ತು ನಂತರ ಅವುಗಳನ್ನು ಪ್ರಜ್ಞಾಪೂರ್ವಕವಾಗಿ "ತಿದ್ದಿ ಬರೆಯುವ" ನಿಟ್ಟಿನಲ್ಲಿ ಕೆಲಸ ಮಾಡುವುದು, ಖಿನ್ನತೆಯಿಂದ ಬಳಲುತ್ತಿರುವವರ ಚೇತರಿಕೆಯಲ್ಲಿ ಬಳಸಲಾಗುವ ಪ್ರಮುಖ ವಿಧಾನಗಳಲ್ಲಿ ಒಂದಾಗಿದೆ. ಒಬ್ಬ ವ್ಯಕ್ತಿಯು ತಾನು ಬಾಲ್ಯದಲ್ಲಿ ನಿಷ್ಪ್ರಯೋಜಕ ಎಂದು ಕಲಿತಿದ್ದರೆ, ಅವನು ನಿಜವಾಗಿಯೂ ಎಷ್ಟು ವಿಶಿಷ್ಟವಾಗಿದ್ದಾನೆ ಎಂಬುದನ್ನು ನಾವು ತೋರಿಸಿಕೊಡುತ್ತೇವೆ. ಒಬ್ಬ ವ್ಯಕ್ತಿಯು ಬೆಳೆಯುವಾಗ ಯಾವಾಗಲೂ ವಿಪತ್ತು ಮತ್ತು ವಿನಾಶಕಾರಿ ಘಟನೆಗಳನ್ನು ಊಹಿಸುವುದನ್ನು ಕಲಿತಿದ್ದರೆ, ಭವಿಷ್ಯವನ್ನು ನೋಡಲು ನಾವು ಅವರಿಗೆ ಉತ್ತಮ ಮಾರ್ಗವನ್ನು ನೀಡುತ್ತೇವೆ.

ಮುಂದಿನ ಅಭ್ಯಾಸವನ್ನು ಪ್ರಯತ್ನಿಸಿ. ನಿಮ್ಮ ಪರಿಸ್ಥಿತಿಯನ್ನು ಬಗೆಹರಿಸುವ ನಿಮ್ಮ ಸಾಮರ್ಥ್ಯವನ್ನು ಕುಂದಿಸುವ ನಿಮ್ಮ ಮನಸ್ಸಿನ ಹಾನಿಕಾರಕ ಸಂಕೇತಗಳನ್ನು ಬರೆದಿಡಿ. ಸಾಧ್ಯವಿರುವ ಕಡೆಗಳಲ್ಲಿ ವಿವರಿಸುತ್ತಾ ಹೋಗಿ, ಮತ್ತು

ಆ ಸಂದೇಶವನ್ನು ನೀಡಿದವರಲ್ಲಿ ನಿಮಗೆ ನೆನಪಿರುವ ಪ್ರತಿಯೊಬ್ಬರನ್ನೂ ಸೇರಿಸಿ. ಈಗ, ನಿಮ್ಮ ಜೀವನದಲ್ಲಿನ ನಕಾರಾತ್ಮಕ ಸಂದೇಶಗಳನ್ನು ಧನಾತ್ಮಕ ಸತ್ಯಗಳೊಂದಿಗೆ ಪ್ರಜ್ಞಾಪೂರ್ವಕವಾಗಿ ಎದುರಿಸಲು ಸ್ವಲ್ಪ ಸಮಯ ಮೀಸಲಿಡಿ. ಅವುಗಳು ನಿಮಗೆ ತಕ್ಷಣವೇ ಸಿಗದಿದ್ದರೆ ಪಟ್ಟು ಬಿಡಬೇಡಿ. ಖಿನ್ನತೆಯ ಹೊರೆಯನ್ನು ಮೆಟ್ಟಿ ನಿಲ್ಲಬಲ್ಲ ಭರವಸೆಯ ಸತ್ಯವು ಪ್ರತಿ ನಕಾರಾತ್ಮಕ ಸಂದೇಶದ ಹಿಂದೆಯೂ ಇರುತ್ತದೆ. ಅಂತಹ

ಸತ್ಯಗಳು ಯಾವಾಗಲೂ ಇರುತ್ತವೆ; ಅವುಗಳನ್ನು ಕಂಡುಕೊಳ್ಳುವವರೆಗೂ ಹುಡುಕುತ್ತಲೇ ಇರಿ.

ನೀವು ತಪ್ಪು ಮಾಡಿದಾಗಲೆಲ್ಲ ನಿಮ್ಮ ಮನಸ್ಸಿನಲ್ಲಿ ಮರುಕಳಿಸುವ ನಕಾರಾತ್ಮಕ ಸಂದೇಶ ನಿಮ್ಮದಾಗಿರಬಹುದು. ಬಾಲ್ಯದಲ್ಲಿ ನಿಮಗೆ "ನೀನು ಎಂದಿಗೂ ಏನನ್ನೂ ಸಾಧಿಸಲಾರೆ" ಅಥವಾ "ನಿನಗೆ ಯಾವುದನ್ನೂ ಸರಿಯಾಗಿ ಮಾಡಲು ಬರುವುದಿಲ್ಲ" ಎಂದು ಹೇಳಿರಬಹುದು. ನೀವು ತಪ್ಪು ಮಾಡಿದಾಗ—ಮತ್ತು ನೀವು ತಪ್ಪು ಮಾಡಿಯೇ ತೀರುತ್ತೀರಿ ಏಕೆಂದರೆ ನಾವೆಲ್ಲರೂ ತಪ್ಪು ಮಾಡುತ್ತೇವೆ—ಅಂತಹ ಹಳೆಯ ಸಂದೇಶದ ಮೇಲೆ ಹೊಸ ಧನಾತ್ಮಕ ಸಂದೇಶವನ್ನು ಬರೆಯಲು ನೀವು ಆಯ್ಕೆ ಮಾಡಿಕೊಳ್ಳಬಹುದು. ಉದಾಹರಣೆಗೆ, "ನಾನು ನನ್ನ ತಪ್ಪನ್ನು ಒಪ್ಪಿಕೊಂಡು ಅದರಿಂದ ಬೆಳೆಯಲು ಬಯಸುತ್ತೇನೆ" ಅಥವಾ "ನನ್ನ ತಪ್ಪುಗಳಿಂದ ಕಲಿಯುತ್ತಾ ನಾನು ಒಬ್ಬ ಉತ್ತಮ ವ್ಯಕ್ತಿಯಾಗುತ್ತೇನೆ" ಎಂದು ನಿಮಗೆ ನೀವೇ ಹೇಳಿಕೊಳ್ಳಬಹುದು.

ಧನಾತ್ಮಕವಾಗಿ ಮಾತನಾಡುವುದು ಎಂದರೆ ನಿಮ್ಮನ್ನು ನೀವೇ ವಂಚಿಸಿಕೊಳ್ಳುವುದು ಅಥವಾ ಕುತಂತ್ರ ಮಾಡುವುದು ಎಂದಲ್ಲ. ನೀವು ಏನನ್ನು ನೋಡಲು ಬಯಸುತ್ತೀರೋ ಅದನ್ನು ಮಾತ್ರ ನೋಡುವುದು ಅಥವಾ ವಾಸ್ತವವನ್ನು ಕಡೆಗಣಿಸುವುದು ಇದಲ್ಲ. ಬದಲಾಗಿ, ರಚನಾತ್ಮಕ ಸ್ವಯಂ-ಮಾತು ಎಂದರೆ ಸನ್ನಿವೇಶ ಮತ್ತು ನಿಮ್ಮ ಬಗ್ಗೆ ಇರುವ ಸತ್ಯಗಳನ್ನು ಅರಿತುಕೊಳ್ಳುವುದು. ನೀವು ತಪ್ಪುಗಳನ್ನು ಮಾಡಬಹುದು ಎಂಬುದು ಜಗತ್ತಿನ ಸಾರ್ವತ್ರಿಕ ಸತ್ಯಗಳಲ್ಲಿ ಒಂದು. ನಿಮ್ಮಿಂದ ಅಥವಾ ಇತರರಿಂದ ಪರಿಪೂರ್ಣತೆಯನ್ನು ನಿರೀಕ್ಷಿಸುವುದು ಅಸಾಧ್ಯ. ನಿಮ್ಮ ಸ್ವಂತ ಕ್ರಿಯೆಗಳಿಂದ ಅಥವಾ ಕೇವಲ ಪರಿಸ್ಥಿತಿಗಳಿಂದ ಜೀವನದಲ್ಲಿ ಯಾವುದೇ ತೊಂದರೆಗಳು ಬರುವುದಿಲ್ಲ ಎಂದು ನಿರೀಕ್ಷಿಸುವುದು ಕೂಡ ಅಸಾಧ್ಯ.

ನಕಾರಾತ್ಮಕ ಘಟನೆಗಳು ಅಥವಾ ತಪ್ಪುಗಳು ಸಂಭವಿಸಿದಾಗ, ಅವುಗಳಿಂದ ಸಕಾರಾತ್ಮಕತೆಯನ್ನು ಹೊರತೆಗೆಯಲು ಧನಾತ್ಮಕ ಸ್ವಯಂ-ಮಾತು ಪ್ರಯತ್ನಿಸುತ್ತದೆ. ಇದು ನೀವು ಉತ್ತಮವಾಗಿ ಕಾರ್ಯನಿರ್ವಹಿಸಲು, ವೇಗವಾಗಿ ಸಾಗಲು ಅಥವಾ ಕೇವಲ ಮುನ್ನಡೆಯುತ್ತಿರಲು ಸಹಾಯ ಮಾಡುತ್ತದೆ. ಯಾವುದೇ ಪರಿಸ್ಥಿತಿಯಲ್ಲಿ ಅಡಗಿರುವ ಆಶಾವಾದ, ಭರವಸೆ ಮತ್ತು ಸಂತೋಷವನ್ನು ಕಂಡುಕೊಳ್ಳಲು ಸಹಾಯ ಮಾಡುವ ಸಾಧನವೇ ಈ ಧನಾತ್ಮಕ ಸ್ವಯಂ-ಮಾತಿನ ಅಭ್ಯಾಸ.

ಅಧ್ಯಾಯ ಹನ್ನೊಂದು

ಜನರನ್ನು ಓದುವ ಕಲೆ

ನಮ್ಮ ಮಾತುಗಳ ಮೂಲಕ ಮಾತ್ರ ಸಂದೇಶವನ್ನು ರವಾನಿಸಲಾಗುತ್ತದೆ ಎಂದು ನಂಬುವುದೇ ಬಹಳಷ್ಟು ಜನರು ಮಾಡುವ ದೊಡ್ಡ ತಪ್ಪು. ವಾಸ್ತವವಾಗಿ, ಸಂವಹನದ ಬಹುಪಾಲು ಭಾಗವು ಕೇವಲ ಮಾತುಗಳಿಂದ ಮಾತ್ರ ನಡೆಯುವುದಿಲ್ಲ ಎಂದು ಸಂಶೋಧನೆಗಳು ತೋರಿಸುತ್ತವೆ. ಇದು ಒಂದು ಸಂಪೂರ್ಣ ತಪ್ಪು ಕಲ್ಪನೆ. ಬದಲಾಗಿ, ನಮ್ಮ ಧ್ವನಿಯ ಏರಿಳಿತ, ಭಾವನಾತ್ಮಕ ಅಭಿವ್ಯಕ್ತಿ ಮತ್ತು ದೈಹಿಕ ಭಾಷೆಯು 80 ಪ್ರತಿಶತಕ್ಕೂ ಹೆಚ್ಚು ಕೆಲಸವನ್ನು ಮಾಡುತ್ತವೆ; ನಮ್ಮ ಮಾತುಗಳು ಕೇವಲ ಉಳಿದ ಭಾಗವನ್ನು ಪೂರೈಸುತ್ತವೆ. ಈ ಎಲ್ಲಾ ಮೌನ ಸಂಕೇತಗಳನ್ನು ಕರಗತ ಮಾಡಿಕೊಳ್ಳುವುದೇ ಜನರ ಮನಸ್ಸನ್ನು ಓದುವ ರಹಸ್ಯವಾಗಿದೆ ಮತ್ತು ನಾವು ಅವುಗಳಲ್ಲಿ ಪ್ರತಿಯೊಂದನ್ನು ಆಳವಾಗಿ ತಿಳಿಯೋಣ.

ಮನಸ್ಸಿನ ನಿಯಂತ್ರಣ ಮತ್ತು ಕುತಂತ್ರದ 2 ನೇ ಹಂತವು ಜನರ ಮನಸ್ಸನ್ನು ಓದುವ ಕಲೆಯಲ್ಲಿದೆ. ನಾವು ಹಿಂದಿನ ಅಧ್ಯಾಯದಲ್ಲಿ 1 ನೇ ಹಂತವನ್ನು ಚರ್ಚಿಸಿದ್ದೇವೆ.

1 ನೇ ಹಂತವು ಸ್ಥಿತಿಯ ಸರಿಯಾದ ನಿಯಂತ್ರಣ ಮತ್ತು ಗ್ರಹಿಕೆಯ ತೀಕ್ಷ್ಣತೆಯನ್ನು ಹೊಂದುವುದರ ಬಗ್ಗೆ ತಿಳಿಸುತ್ತದೆ. ನಾವು ಎದುರಿಗಿರುವ ವ್ಯಕ್ತಿಯ ಮನಸ್ಸನ್ನು ಪ್ರವೇಶಿಸಲು ಬಯಸಿದಾಗ ನಮಗೆ ಬಲವಾದ ಸ್ಥಿತಿ ನಿಯಂತ್ರಣದ ಅಗತ್ಯವಿರುತ್ತದೆ; ಇಲ್ಲದಿದ್ದರೆ ನಾವು ಸನ್ನಿವೇಶದ ಮೇಲಿನ ನಿಯಂತ್ರಣವನ್ನು ಕಳೆದುಕೊಳ್ಳುತ್ತೇವೆ. ಒಂದು ವೇಳೆ ಎದುರಿಗಿರುವ ವ್ಯಕ್ತಿಯು ನಮ್ಮ ಮೇಲೆ ಪ್ರಭಾವ ಬೀರಲು ನಾವು ಬಿಟ್ಟರೆ ಇದು ಖಂಡಿತವಾಗಿಯೂ ಸಂಭವಿಸುತ್ತದೆ.

ಮಾಹಿತಿ ಸಂಗ್ರಹಣೆಗಾಗಿ ಗ್ರಹಿಕೆಯ ತೀಕ್ಷ್ಣತೆಯು ಅತಿ ಮುಖ್ಯವಾಗಿದೆ. ನೀವು ಅಲ್ಪ ಪ್ರಮಾಣದ ಪರಿಚಯವಿರುವ ವ್ಯಕ್ತಿಯ ಮನಸ್ಸನ್ನು ಪ್ರವೇಶಿಸಲು ಸಾಧ್ಯವಿಲ್ಲ. ಅವರ ಮೇಲೆ ಅಂತಹ ಕತ್ತಲೆ ಮನೋವಿಜ್ಞಾನದ ತಂತ್ರಗಳನ್ನು ಬಳಸಲು, ನೀವು ಅವರನ್ನು ಅತಿ ಉತ್ತಮವಾಗಿ ತಿಳಿದಿರಬೇಕು. ಸಹಜವಾಗಿಯೇ, ಈ ಪ್ರಕ್ರಿಯೆಯಲ್ಲಿ ಗ್ರಹಿಕೆಯ ತೀಕ್ಷ್ಣತೆಯು ಒಂದು ಪ್ರಮುಖ ಭಾಗವಾಗಿದೆ.

ಜನರನ್ನು ಓದುವ ಕ್ರಿಯೆಯ ಬೃಹತ್ ಭಾಗವಿದು. ಎದುರಿಗಿರುವ ವ್ಯಕ್ತಿ ನೀಡುವ ಸಂವಹನ ಸಂಕೇತಗಳನ್ನು ನೀವು ಗಮನಿಸದಿದ್ದರೆ, ಅಂತಹ ಸೂಚನೆಗಳನ್ನು ಓದಲು ನಿಮಗೆ ಸಾಧ್ಯವಾಗುವುದಿಲ್ಲ. ಸಂಕ್ಷಿಪ್ತವಾಗಿ ಹೇಳುವುದಾದರೆ: ಈ ಪುಸ್ತಕದಲ್ಲಿರುವ ಯಾವುದೇ ತಂತ್ರಗಳನ್ನು ಬಳಸಲು ಗ್ರಹಿಕೆಯ ತೀಕ್ಷ್ಣತೆ ಮತ್ತು ಸ್ಥಿತಿ ನಿಯಂತ್ರಣ ಎರಡೂ ಅತ್ಯಗತ್ಯ. ಈ ಎರಡು ಅಗತ್ಯ ಕೌಶಲ್ಯಗಳನ್ನು ಕಲಿತ ನಂತರ ಬರುವುದೇ 2 ನೇ ಹಂತ. ಈ ಹಂತದ ಹಿಂದಿರುವ ಆಲೋಚನೆ ಮತ್ತು ಅದರ ನಂತರದ 3 ನೇ ಹಂತದಲ್ಲಿ ಏನಾಗುತ್ತದೆ ಎಂಬುದನ್ನು ಚರ್ಚಿಸಲು ನಾವು ಸ್ವಲ್ಪ ಸಮಯ ವಿನಿಯೋಗಿಸಲಿದ್ದೇವೆ. ನಂತರ, ಜನರು ಸಂವಹನ ನಡೆಸಲು ಬಳಸುವ ವಿವಿಧ ಸುಪ್ತಪ್ರಜ್ಞೆಯ ಸಂಕೇತಗಳ ಬಗ್ಗೆ ಈ ಅಧ್ಯಾಯದ ಉಳಿದ ಭಾಗದಲ್ಲಿ ತಿಳಿಯಲಿದ್ದೇವೆ.

ನಾವು 2 ನೇ ಹಂತಕ್ಕೆ ಪ್ರವೇಶಿಸಿದಾಗ, ಕೇವಲ ಒಂದೇ ಒಂದು ಗುರಿಯನ್ನು ತಲುಪಲು 1 ನೇ ಹಂತದಲ್ಲಿ ಯೋಜಿಸಿದ ಗ್ರಹಿಕೆಯ ತೀಕ್ಷ್ಣತೆ ಮತ್ತು ಸ್ಥಿತಿ ನಿಯಂತ್ರಣವನ್ನು ಬಳಸುತ್ತೇವೆ: ಅದೇನೆಂದರೆ ಎದುರಿಗಿರುವವರ ಸುಪ್ತಪ್ರಜ್ಞೆಯ ಸಂಪರ್ಕ ಸಂಕೇತಗಳನ್ನು ಅನುಕರಿಸುವುದು. ಈ ವಾಕ್ಯದಲ್ಲಿ ವಿವರಿಸಲು ಬಹಳಷ್ಟು ವಿಷಯಗಳಿವೆ, ಆದ್ದರಿಂದ ಪ್ರಾರಂಭಿಸೋಣ. ಎದುರಿಗಿರುವ ವ್ಯಕ್ತಿಯು ಸುಪ್ತಪ್ರಜ್ಞೆಯ ಸಂಪರ್ಕದ ಸಂಕೇತಗಳನ್ನು ತೋರಿಸುತ್ತಾರೆ ಎಂದು ನಾವು ಹೇಳಿದಾಗ, ನಾವು ಯಾವುದೋ ಅದೃಶ್ಯ ವಿಷಯದ ಬಗ್ಗೆ ಮಾತನಾಡುತ್ತಿಲ್ಲ. ನಾವು ಸ್ಪಷ್ಟವಾಗಿ ಕಾಣುವ ಹವ್ಯಾಸಗಳ ಬಗ್ಗೆ ಮಾತನಾಡುತ್ತಿದ್ದೇವೆ—ಯಾರು ಬೇಕಾದರೂ ಅವುಗಳನ್ನು ಗಮನಿಸಬಹುದು, ಆದರೆ ಸಾಕಷ್ಟು ಬಲವಾದ ಗ್ರಹಿಕೆಯ ತೀಕ್ಷ್ಣತೆ ಇಲ್ಲದಿದ್ದರೆ ನೀವು ಅವುಗಳನ್ನು ಸುಲಭವಾಗಿ ನಿರ್ಲಕ್ಷಿಸಬಹುದು.

ಅಂತಹ ನಡವಳಿಕೆಗಳು ಯಾವುವು? ಅವು ದೈಹಿಕ ಭಾಷೆಯ ವಿವಿಧ ನಡವಳಿಕೆಗಳು; ನಮ್ಮ ಧ್ವನಿಯನ್ನು ಬಳಸುವ ಮೂಲಕ ವಿವಿಧ ರೀತಿಯಲ್ಲಿ ನಾವು ತಿಳಿಸುವ ವಿಭಿನ್ನ ಪರಿಕಲ್ಪನೆಗಳು, ವಿಭಿನ್ನ ಮಟ್ಟದ ಕಣ್ಣಿನ ಸಂಪರ್ಕದ ಮೂಲಕ ನಾವು ನೀಡುವ ಸಂದೇಶಗಳು ಮತ್ತು ಅಂತಿಮವಾಗಿ, ನಾವು ಇತರರಿಗೆ ನೀಡುವ ಮುಖದ ಅಭಿವ್ಯಕ್ತಿಗಳ ಮೂಲಕ ರವಾನಿಸುವ ಸಂದೇಶಗಳು.

ಈ ಅಧ್ಯಾಯದ ಎರಡನೇ ಭಾಗವು ಈ ಎಲ್ಲಾ ವಿಭಿನ್ನ ಸಂಪರ್ಕ ಸಂಕೇತಗಳ ಹಿಂದಿನ ಮೂಲಭೂತ ಅರ್ಥಗಳನ್ನು ವಿವರಿಸುತ್ತದೆ. ಈ ಮಾಹಿತಿಯನ್ನು ಸಂಗ್ರಹಿಸುವುದು ಅವರನ್ನು ಸಮರ್ಥವಾಗಿ ಗಮನಿಸಲು ಅಥವಾ ಕುತಂತ್ರದಿಂದ ಬಳಸಿಕೊಳ್ಳಲು ಅಪಾರವಾಗಿ ಸಹಕಾರಿಯಾಗುತ್ತದೆ, ಆದರೆ ಈ ಮೊದಲ ವಿಭಾಗವು ಅದರ ಬಗ್ಗೆ ಅಲ್ಲ.

ಎರಡನೆಯದಾಗಿ, ಮನಸ್ಸಿನ ನಿಯಂತ್ರಣ ಮತ್ತು ರೂಪಿಸುವಿಕೆಯಲ್ಲಿ, ನಾವು ಈ ಸುಪ್ತಪ್ರಜ್ಞೆಯ ಸಂವಹನ ಸಂಕೇತಗಳ ಮೇಲೆ ಗಮನ ಕೇಂದ್ರೀಕರಿಸುತ್ತೇವೆ.

ಇದು 2 ನೇ ಹಂತಕ್ಕೆ ಅನ್ವಯಿಸುತ್ತದೆ. ಮತ್ತು ಅವು ಇದಕ್ಕೆ ಹೇಗೆ ಅನ್ವಯಿಸುತ್ತವೆ ಎಂಬುದನ್ನು ನಾವು ಈಗಾಗಲೇ ವಿವರಿಸಿದ್ದೇವೆ. ಎದುರಿಗಿರುವ ವ್ಯಕ್ತಿಯು ತೋರಿಸುತ್ತಿರುವ ಸಂಕೇತಗಳನ್ನು ನೀವು ಅನುಕರಿಸಬೇಕು. 2 ನೇ ಹಂತದಲ್ಲಿ, ನೀವು ಮಾಡಬೇಕಾದದ್ದು ಇದನ್ನೇ.

ಇದು ಸರಳ ಆದರೆ ಪರಿಣಾಮಕಾರಿ. ಹೀಗೆ ಮಾಡುವ ಮೂಲಕ, ಎದುರಿಗಿರುವವರ ಮನಸ್ಸನ್ನು ಪ್ರವೇಶಿಸಲು ನೀವು ಮಾಡಬೇಕಾದ ಹೆಚ್ಚಿನ ಕೆಲಸವನ್ನು ಪೂರ್ಣಗೊಳಿಸುತ್ತೀರಿ. ಮೆದುಳು ಹೇಗೆ ಕೆಲಸ ಮಾಡುತ್ತದೆ, ವಿಶೇಷವಾಗಿ ಸುಪ್ತಪ್ರಜ್ಞೆ ಹೇಗೆ ಕಾರ್ಯನಿರ್ವಹಿಸುತ್ತದೆ ಎಂಬ ಬಗ್ಗೆ ನೀವು ಏಕೆ ಹೆಚ್ಚು ತಿಳಿದುಕೊಳ್ಳಬೇಕು ಎಂಬುದು ಈಗ ನಿಮಗೆ ತಿಳಿಯುತ್ತದೆ. 'ಕತ್ತಲೆ ಮನೋವಿಜ್ಞಾನ'ದಲ್ಲಿ ನಾವು ಸಂಶೋಧಿಸುವ ಆಸಕ್ತಿದಾಯಕ ವಿಷಯಗಳಲ್ಲಿ ಸುಪ್ತಪ್ರಜ್ಞೆಯೂ ಒಂದು. ಸುಪ್ತಪ್ರಜ್ಞೆ ಎಂದರೇನು ಎಂಬ ಬಗ್ಗೆ ನಮಗೆಲ್ಲರಿಗೂ ಒಂದು ತಿಳುವಳಿಕೆ ಇರುತ್ತದೆ, ಆದರೆ ಅದನ್ನು ಸರಳವಾಗಿ ಹೇಳುವುದಾದರೆ: ನಮಗೆ ತಿಳಿದಿರುವ ಆದರೆ ಅರಿವಿಗೆ ಬಾರದ ಎಲ್ಲಾ ವಿಷಯಗಳು ಸುಪ್ತಪ್ರಜ್ಞೆಯಲ್ಲಿ ಇರುತ್ತವೆ. ಅತಿ

ಆಳವಾದ ವಿವರಗಳಿಗೆ ಹೋಗದೆ, ಇಂತಹ ವಿಷಯಗಳಿಗೆ ನಾವು ಕೆಲವು ಉದಾಹರಣೆಗಳನ್ನು ನೀಡಬಹುದು. ನಿಮ್ಮ ಕೈಗಳಿಂದ ನೀವು ಮಾಡುವ ಕೆಲಸಗಳನ್ನು ಗಮನಿಸಿ. ಆಟದ ಮೈದಾನದಲ್ಲಿ ಉಯ್ಯಾಲೆ ಆಡಲು ನಿಮ್ಮ ದೇಹವನ್ನು ಹೇಗೆ ಚಲಿಸಬೇಕು ಅಥವಾ ಸೈಕಲ್ ತುಳಿಯುವುದು ಹೇಗೆ ಎಂಬ ಬಗ್ಗೆ ಯೋಚಿಸುವುದನ್ನು ನೀವು ಈಗಾಗಲೇ ನಿಲ್ಲಿಸಿದ್ದೀರಿ. ನೀವು ಈ ಕೌಶಲ್ಯಗಳನ್ನು ಬಹಳ ಹಿಂದೆಯೇ ಕಲಿತಿದ್ದೀರಿ, ಆದ್ದರಿಂದ ನಿಮ್ಮ ಸುಪ್ತಪ್ರಜ್ಞೆಯು ಈಗ ನಿಮ್ಮ ಕಾರ್ಯವಿಧಾನದ ಸ್ಮರಣೆಯ ಭಾಗವಾಗಿದೆ. ಈ ಹಂತದಲ್ಲಿ, ಆ ಕೆಲಸಗಳನ್ನು ಮಾಡುವಾಗ ಅವುಗಳ ಬಗ್ಗೆ ಯೋಚಿಸಲು ಪ್ರಯತ್ನಿಸುವುದು ಕೂಡ ನಿಮಗೆ ಕಷ್ಟವಾಗಬಹುದು.

ನಿಮ್ಮ ಮನಸ್ಸು ಇನ್ನೂ ಸುಪ್ತ ಸ್ಥಿತಿಯಲ್ಲಿದೆ. ಇಲ್ಲಿ ನೆನಪಿನಲ್ಲಿಡಬೇಕಾದ ಮುಖ್ಯ ವಿಷಯವೆಂದರೆ, ನಿಮ್ಮ ಮನಸ್ಸಿನ ಈ ಭಾಗಗಳಲ್ಲಿ ನೀವು ಪ್ರಜ್ಞಾಹೀನರಾಗಿದ್ದೀರಿ ಎಂದಲ್ಲ. ನಮಗೆ ಅಗತ್ಯವಿದ್ದಾಗ ಮಾತ್ರ ನಾವು ಅವುಗಳನ್ನು ಪ್ರಜ್ಞೆಗೆ ತರುತ್ತೇವೆ, ಮತ್ತು ಸೈಕಲ್ ತುಳಿಯುವಾಗ ಮಾಡುವಂತೆ ಕೆಲವೊಮ್ಮೆ ಅವುಗಳನ್ನು ಬಳಸುವಾಗ ನಮಗೆ ಪ್ರಜ್ಞಾಪೂರ್ವಕ ಅರಿವಿನ ಅಗತ್ಯವಿರುವುದಿಲ್ಲ. ನಾವು ಈ ಅಸ್ಪಷ್ಟ ಕಾರ್ಯವಿಧಾನದ ಸ್ಮರಣೆಯನ್ನು ಪ್ರಜ್ಞಾಪೂರ್ವಕವಾಗಿ ಯೋಚಿಸದೆ ಬಳಸಬಹುದು.

ನಾವು ಸುಪ್ತಪ್ರಜ್ಞೆಯ ಬಗ್ಗೆ ಮಾತನಾಡುತ್ತಿದ್ದೇವೆ ಏಕೆಂದರೆ ನಮ್ಮ ಮನಸ್ಸು ಹೊರಜಗತ್ತಿನೊಂದಿಗೆ ಸಂವಹನ ನಡೆಸುವ ವಿಧಾನವು ನಮ್ಮ ಸಂವಹನದ ಸುಪ್ತಪ್ರಜ್ಞೆಯ ಸಂಕೇತವಾಗಿದೆ. ಜನರು ಈ ದೈಹಿಕ ಭಾಷೆಯ ಸಾಧನಗಳನ್ನು, ಕಣ್ಣಿನ ಸಂಪರ್ಕವನ್ನು ಮತ್ತು ಇತರ ವಿಷಯಗಳನ್ನು ಪ್ರಜ್ಞಾಪೂರ್ವಕವಾಗಿ ಬಳಸುವುದಿಲ್ಲ.

ಯಾವುದೇ ಆಲೋಚನೆಯಿಲ್ಲದೆ ನಾವೆಲ್ಲರೂ ಇವುಗಳನ್ನು ಮಾಡುತ್ತೇವೆ. ಇದರರ್ಥ ಸಂವಹನದ ಸುಪ್ತಪ್ರಜ್ಞೆಯ ಸಂಕೇತಗಳು ಇತರರಿಗೆ ನಮ್ಮ ಸುಪ್ತಪ್ರಜ್ಞೆಯ ಮನಸ್ಸನ್ನು ನೋಡಲು ನೀಡುವ ಕಿಟಕಿಯಿದ್ದಂತೆ. ನಮಗೆ ಅರಿವಿಲ್ಲದೆಯೇ ನಾವು ನಮ್ಮ ಮನಸ್ಸನ್ನು ಇತರರಿಗೆ ತೆರೆದಿಡುತ್ತೇವೆ. ಅತಿ ಮುಖ್ಯವಾದ ಸಂಕೇತಗಳ ಅರ್ಥವೇನು ಎಂದು ನಾವು ವಿವರಿಸುವ ಮುಂದಿನ ಭಾಗದಲ್ಲಿ, ನಾವು ಇದನ್ನೇ ತಿಳಿಯಲಿದ್ದೇವೆ.

ಆದರೆ 2 ನೇ ಹಂತದಲ್ಲಿ ನಾವು ಕೇವಲ ವೈಯಕ್ತಿಕ ಸಂಕೇತಗಳನ್ನು ಅರ್ಥೈಸಿಕೊಳ್ಳುವುದಕ್ಕಿಂತ ಹೆಚ್ಚಿನದನ್ನು ಮಾಡಲು ಬಯಸುತ್ತೇವೆ. ನಾವು ಅವರ ಸುಪ್ತಪ್ರಜ್ಞೆಯ ಆಳಕ್ಕೆ ನುಗ್ಗಲು ಬಯಸುತ್ತೇವೆ. ಅದಕ್ಕಾಗಿಯೇ ನಾವು ಅವರ ಸಂಕೇತಗಳನ್ನು ನಕಲು ಮಾಡುತ್ತೇವೆ. ನಾವು ಮಾಡುವ ಕಣ್ಣಿನ ಸಂಪರ್ಕದ ಪ್ರಮಾಣವು ಅವರಂತೆಯೇ ಇರುತ್ತದೆ. ನಾವು ಅವರಂತೆಯೇ ಕೈಗಳನ್ನು ಇಟ್ಟುಕೊಳ್ಳುತ್ತೇವೆ, ಧ್ವನಿಯಲ್ಲಿ ಅಂತಹದೇ ಏರಿಳಿತಗಳನ್ನು ಮಾಡುತ್ತೇವೆ ಮತ್ತು ಅಗತ್ಯವಿದ್ದಾಗ ಎದುರಿಗಿರುವ ವ್ಯಕ್ತಿ ವ್ಯಕ್ತಪಡಿಸುವ ಭಾವನೆಗೆ ಹೊಂದಿಕೆಯಾಗುತ್ತೇವೆ. 2 ನೇ ಹಂತದಲ್ಲಿ ನಾವು ಇದನ್ನು ಮಾಡುತ್ತೇವೆ ಏಕೆಂದರೆ ಇದು ಎದುರಿಗಿರುವ ವ್ಯಕ್ತಿಯು ತನ್ನ ಸುಪ್ತಪ್ರಜ್ಞೆಯ ಮನಸ್ಸಿನಲ್ಲಿ ನಮ್ಮನ್ನು ಸೇರಿಸಿಕೊಳ್ಳಲು ಸಹಾಯ ಮಾಡುತ್ತದೆ. ಇದು ಪೂರ್ಣಗೊಂಡ ನಂತರ, 3 ನೇ ಹಂತವು ಕೇವಲ ಅವರ ತಲೆಯಿಂದ ಮಾಹಿತಿಯನ್ನು ಪಡೆಯುವುದು, ಅದನ್ನು ಹೊಸ ಆಲೋಚನೆಗಳಿಂದ ಬದಲಾಯಿಸುವುದು ಅಥವಾ ಹೊಸ ಕ್ರಮವನ್ನು ಅನುಸರಿಸುವ ಆಲೋಚನೆಯನ್ನು ಅವರಿಗೆ ನೀಡುವುದು—ಇದೆಲ್ಲವನ್ನೂ ಇದು ಅವರದ್ದೇ ನಿರ್ಧಾರ ಎಂದು ಅವರು ನಂಬುವಂತೆ ಮಾಡುವುದು.

ಕತ್ತಲೆ ಮನೋವಿಜ್ಞಾನದ ಹೊಸ ವಿದ್ಯಾರ್ಥಿಗಳು ತಾವು ಅನುಕರಿಸುತ್ತಿರುವುದು ಎದುರಿಗಿರುವ ವ್ಯಕ್ತಿಗೆ ತಿಳಿದುಹೋಗಬಹುದು ಎಂದು ಭಯಪಡುತ್ತಾರೆ. ಆದರೆ 'ಸೋಲಿಪ್ಸಿಸಮ್' ಅಥವಾ ಅಹಂ-ಕೇಂದ್ರಿತ ಸಿದ್ಧಾಂತದ ಬಗ್ಗೆ ನಮ್ಮ ಪಾಠವನ್ನು ನೀವು ನೆನಪಿಟ್ಟುಕೊಳ್ಳಬೇಕು. ನೀವು ಅವರನ್ನು ಅನುಕರಿಸುತ್ತಿರುವುದನ್ನು ಅವರು ಗಮನಿಸಿದರೂ ಸಹ, ಅದು ನಿಮ್ಮ ಉದ್ದೇಶವಲ್ಲದಿದ್ದರೂ ನೀವು ಸುಪ್ತಪ್ರಜ್ಞೆಯಿಂದ ಅದನ್ನು ಮಾಡುತ್ತಿದ್ದೀರಿ ಎಂದು ಅವರು ಭಾವಿಸುತ್ತಾರೆ. ಅವರ ಸುಪ್ತಪ್ರಜ್ಞೆಯಲ್ಲಿ ನೀವು ಅವರನ್ನು ಎಷ್ಟು ಆರಾಮವಾಗಿರುವಂತೆ ಮಾಡಬೇಕೆಂದರೆ, ಅವರಿಗೆ ಅರಿವಿಲ್ಲದೆಯೇ ನೀವು ಅವರ ಮನಸ್ಸಿನ ಭಾಗವಾಗಿಬಿಡಬೇಕು. ಇದು ನಾವು ಹೇಳಿದ್ದಕ್ಕಿಂತಲೂ ಹೆಚ್ಚು ಆಳವಾದುದು. ಮಾನವ ಮನಸ್ಸಿನ ಹೆಚ್ಚಿನ ಭಾಗವು ಸುಪ್ತಪ್ರಜ್ಞೆಯಾಗಿರುವುದರಿಂದ, ಮನಸ್ಸಿನ ಭಾಷೆಯೂ ಸುಪ್ತಪ್ರಜ್ಞೆಯ ಭಾಷೆಯಾಗಿದೆ ಎಂದರ್ಥ. ಕಣ್ಣಿನ ಸಂಪರ್ಕ, ಭಾವನೆ, ದೈಹಿಕ ಭಾಷೆ ಮತ್ತು ಧ್ವನಿಯ ಏರಿಳಿತದಂತಹ ಸುಪ್ತಪ್ರಜ್ಞೆಯ ಸಂವಹನ ಸಂಕೇತಗಳೆಲ್ಲವೂ ಹೊರಜಗತ್ತು ನಮ್ಮ ಸುಪ್ತಪ್ರಜ್ಞೆಯ ಮನಸ್ಸಿಗೆ ತನ್ನನ್ನು ತಾನು ತೋರಿಸಿಕೊಳ್ಳುವ ಮಾರ್ಗಗಳಾಗಿವೆ. ಈ ಸಂವಹನ ವಿಧಾನದ ಅಸ್ಪಷ್ಟ ಅಸ್ತಿತ್ವವು ಮನಸ್ಸಿನ ಭಾಷೆಯ ಸ್ವರೂಪವನ್ನು ತೋರಿಸುತ್ತದೆ.

ನಮ್ಮ ಮೆದುಳು ಮಾತನಾಡುವ ಭಾಷೆಯು ಈ ಪುಸ್ತಕವನ್ನು ಬರೆದಿರುವ ಭಾಷೆಗಿಂತ ಅಥವಾ ಇಂಗ್ಲಿಷ್ ಹೊರತುಪಡಿಸಿ ಯಾವುದೇ ಭಾಷೆಗಿಂತ ಬಹಳ ಭಿನ್ನವಾಗಿದೆ. ಇದು ಮೂರು ಪ್ರಮುಖ ಲಕ್ಷಣಗಳನ್ನು ಹೊಂದಿದೆ, ಅವುಗಳನ್ನು ನಾವು ಸಂಕ್ಷಿಪ್ತವಾಗಿ ಚರ್ಚಿಸೋಣ: (1) ಮನಸ್ಸಿನ ಭಾಷೆಯು ಅಂತಃಪ್ರಜ್ಞೆಗೆ ಸಂಬಂಧಿಸಿದ್ದು, (2) ಇದು ಮೌನವಾದುದು, ಮತ್ತು (3) ಇದು ವಿಕಸನಗೊಳ್ಳುತ್ತಿರುತ್ತದೆ. ಈ ಎಲ್ಲಾ ಕಾರ್ಯಗಳ ಬಗ್ಗೆ ನಿಮಗೆ ಈಗ ತಿಳಿದಿರುವುದರಿಂದ, ಅವುಗಳ ಅರ್ಥವೇನು ಎಂಬುದನ್ನು ಹೆಚ್ಚು ವಿವರವಾಗಿ ತಿಳಿಯೋಣ. ಮನುಷ್ಯನ ಸುಪ್ತಪ್ರಜ್ಞೆಯ ಭಾಷೆಯು ಅಂತಃಪ್ರಜ್ಞೆಗೆ ಸಂಬಂಧಿಸಿದ್ದು ಎಂದು ನಾವು ಹೇಳಿದಾಗ, ಜನರು ಮಾಡುವ ಕೆಲಸಗಳು "ಅತಿಯಾದ ಆಲೋಚನೆ"ಯಿಂದ ಕೂಡಿರುವುದಿಲ್ಲ ಎಂದು ನಾವು ಸೂಚಿಸುತ್ತೇವೆ. ಇದು ಸುಪ್ತಪ್ರಜ್ಞೆಯ ಮನಸ್ಸಿಗೆ ವಂಚಿಸುವ ಸಾಮರ್ಥ್ಯವಿಲ್ಲ ಎಂಬುದನ್ನೂ ಸೂಚಿಸುತ್ತದೆ. ಅದು ಕಳುಹಿಸುವ ಸಂದೇಶವು ಎಷ್ಟೇ ಅಸಭ್ಯ ಅಥವಾ ಕಠೋರವಾಗಿದ್ದರೂ, ಮನಸ್ಸು ಅದನ್ನು ಶೋಧಿಸಲು ಸಾಧ್ಯವಿಲ್ಲ. ಅದು ಸಂದೇಶವನ್ನು ಹೇಗಿದೆಯೋ ಹಾಗೆಯೇ ರವಾನಿಸುತ್ತದೆ ಮತ್ತು ಅದನ್ನು ಬೇರೆ ರೀತಿಯಲ್ಲಿ ಹೇಗೆ ಮಾಡಬೇಕೆಂದು ಅದಕ್ಕೆ ತಿಳಿದಿಲ್ಲ.

ಇದನ್ನು ಅರ್ಥಮಾಡಿಕೊಳ್ಳಲು, ನೀವು ಸೈಕಲ್ ತುಳಿಯುವ ಉದಾಹರಣೆಯನ್ನು ಮತ್ತೆ ನೆನಪಿಸಿಕೊಳ್ಳಬೇಕು. ಪಠ್ಯಪುಸ್ತಕವನ್ನು ಓದುವುದರಿಂದ ಅದು ನಿಮಗೆ ಅರ್ಥವಾಗುವುದಿಲ್ಲ. ಆ ಕೌಶಲ್ಯವನ್ನು ಕರಗತ ಮಾಡಿಕೊಳ್ಳಲು ಸಮಯ ಮತ್ತು ಪರಿಪಕ್ವತೆ ಬೇಕಾಯಿತು. ಅದರ ನಂತರ ಅದೆಲ್ಲವೂ ಅಂತಃಪ್ರಜ್ಞೆಯಾಯಿತು. ಅದನ್ನು ಹೇಗೆ ಮಾಡುವುದು ಎಂದು ಯಾರಾದರೂ ನಿರ್ದಿಷ್ಟವಾಗಿ ಕೇಳಿದರೆ ಏನು ಹೇಳಬೇಕೆಂದು ನಿಮಗೆ ಕೆಲವು ಆಲೋಚನೆಗಳು ಇರಬಹುದು, ಆದರೆ ಆ ವ್ಯಕ್ತಿಯು ಕಲಿಯಲು ಅದು ಸಾಕಾಗುವುದಿಲ್ಲ. ನೀವು ಮಾಡಿದಂತೆಯೇ, ಅವರೂ ಅದನ್ನು ಮಾಡಬೇಕಾಗುತ್ತದೆ. ಅದು ಅಂತಃಪ್ರಜ್ಞೆಯಾಗಬೇಕು ಏಕೆಂದರೆ ಸೈಕಲ್ ತುಳಿಯುವಂತಹ ಕೆಲಸಗಳನ್ನು ಹೇಗೆ ಮಾಡಬೇಕೆಂದು ಅವರ ಸುಪ್ತಪ್ರಜ್ಞೆಯ ಮನಸ್ಸಿಗೆ ತಿಳಿದಿರುತ್ತದೆ; ಪದಗಳನ್ನು ಓದುವ ಮೂಲಕ ಇದನ್ನು ಕರಗತ ಮಾಡಿಕೊಳ್ಳಲು ಸಾಧ್ಯವಿಲ್ಲ.

ಮೆದುಳಿನ ಭಾಷೆಯ ಮುಂದಿನ ಲಕ್ಷಣವೆಂದರೆ ಅದು ಮೌನವಾದುದು (ಮಾತುಗಳಿಲ್ಲದ್ದು). ನಾವು ಮೊದಲು ಹೇಳಿದಂತೆ, ನಮ್ಮ ಮನಸ್ಸು ನಾವು

ಬಳಸುವ ರೀತಿಯಲ್ಲಿ ಪದಗಳನ್ನು ಬಳಸುವುದಿಲ್ಲ. ಸಹಜವಾಗಿ, ನಮ್ಮ ಮೆದುಳು ಇಂಗ್ಲಿಷ್‌ನಂತಹ ಭಾಷೆಯನ್ನು ಅರ್ಥಮಾಡಿಕೊಳ್ಳಬಲ್ಲದು ಎಂಬ ಕಾರಣಕ್ಕೆ ನಾವು ವಾಕ್ಯಗಳನ್ನು ಓದಬಹುದು ಮತ್ತು ಬರೆಯಬಹುದು. ಆದರೆ ಇಲ್ಲಿ ಮುಖ್ಯ ವಿಷಯವೆಂದರೆ ನಾವು ಮೆದುಳಿನ ಭಾಷೆಯ ಬಗ್ಗೆ ಮಾತನಾಡುವಾಗ, ಇದು ಕೇವಲ ಹಿಮಗಡ್ಡೆಯ ತುದಿಯಷ್ಟೇ.

ಪದಗಳನ್ನು ಮೀರಿ ಬ್ರಹ್ಮಾಂಡವನ್ನು ಅರ್ಥೈಸಿಕೊಳ್ಳುವ ಸಾಮರ್ಥ್ಯ ಮೆದುಳಿಗಿದೆ. ಇದನ್ನು ಇನ್ನೊಂದು ರೀತಿಯಲ್ಲಿ ಹೇಳುವುದಾದರೆ, ನೀವು ಯಾವುದೇ ವಿಷಯಕ್ಕೆ ಸಂಬಂಧಿಸಿದ ಪದಗಳನ್ನು ಹೊಂದಿಲ್ಲದಿದ್ದರೂ ಆ ವಿಷಯವನ್ನು ಅರ್ಥಮಾಡಿಕೊಳ್ಳಬಲ್ಲಿರಿ; ಏಕೆಂದರೆ ಅಂತಿಮವಾಗಿ ನಿಮ್ಮ ಮೆದುಳೇ ನೀವು. ನಮ್ಮ ದೈನಂದಿನ ಜೀವನದಲ್ಲಿ ನಾವೆಲ್ಲರೂ ಇದನ್ನು ಗಮನಿಸುತ್ತೇವೆ. ನಾವು ವಾಸಿಸುವ ಪ್ರಪಂಚದ ಬಗ್ಗೆ ನಮಗೆ ಆಲೋಚನೆಗಳು ಮತ್ತು ಅಭಿಪ್ರಾಯಗಳು ಇರುತ್ತವೆ, ಆದರೆ ಅದರರ್ಥ ಯಾವುದೇ ವಿಷಯದ ಬಗ್ಗೆ ಯಾರಾದರೂ ಕೇಳಿದ ತಕ್ಷಣ ನೀಡಲು ನಮ್ಮ ಬಳಿ ಪ್ರಬಂಧಗಳು ಸಿದ್ಧವಿವೆ ಎಂದಲ್ಲ. ಇದನ್ನು ಸಾಬೀತುಪಡಿಸಲು, ಈ ಪ್ರಶ್ನೆಗೆ ನಿಮ್ಮ ಮನಸ್ಸಿನಲ್ಲೇ ಅತಿ ವೇಗವಾಗಿ ಉತ್ತರಿಸಿ: ಜಾಗತಿಕ ತ್ಯಾಜ್ಯದ ಸಮಸ್ಯೆಯ ಬಗ್ಗೆ ನಿಮ್ಮ ಅಭಿಪ್ರಾಯವೇನು?

ನಾವು ಕೇಳಿದ ತಕ್ಷಣ ನಿಮ್ಮಲ್ಲಿ ಆ ಬಗ್ಗೆ ಆಲೋಚನೆಗಳು ಮೂಡಿದವು. ನಿಮಗೆ ನಿರ್ದಿಷ್ಟವಾಗಿ ಪ್ರಶ್ನೆಯೊಂದನ್ನು ಕೇಳಿದಾಗ, ನಿಮ್ಮ ಮೆದುಳು ಯಾವುದೋ ಒಂದು ರೂಪದ ಉತ್ತರವನ್ನು ನೀಡಲೇಬೇಕಾಗುತ್ತದೆ. ಯಾರೊಬ್ಬರ ಮನಸ್ಸನ್ನು ನೀವು ಕುತಂತ್ರದಿಂದ ನಿಯಂತ್ರಿಸುವಾಗ ಇದರ ಲಾಭವನ್ನು ಪಡೆದುಕೊಳ್ಳಬಹುದು. ಆದಾಗ್ಯೂ, ನಿಮ್ಮ ಬಳಿ ಸಂಪೂರ್ಣವಾಗಿ ಯೋಚಿಸಿದ, ಸ್ಪಷ್ಟವಾದ ಉತ್ತರ ಸಿದ್ಧವಿದೆ ಎಂದು ಇದರರ್ಥವಲ್ಲ. ನೀವು ಈ ಬಗ್ಗೆ ಮೊದಲೇ ಸಾಕಷ್ಟು ಸಂಶೋಧನೆ ಮಾಡಿದ್ದರೆ ಮಾತ್ರ ಸ್ಪಷ್ಟವಾದ ಪ್ರತಿಕ್ರಿಯೆ ನೀಡಬಲ್ಲಿರಿ. ಹಾಗಿದ್ದರೂ ಸಹ, ನಾವು ಕೇಳುವ ಪ್ರತಿಯೊಂದು ಪ್ರಮುಖ ಪ್ರಶ್ನೆಗೂ ನಿಮ್ಮ ಬಳಿ ಪೂರ್ಣ ಪ್ರಮಾಣದ ಪ್ಯಾರಾಗ್ರಾಫ್ ಸಿದ್ಧವಿರುವುದಿಲ್ಲ.

ಮೆದುಳಿನ ಭಾಷೆಯ ಮಾತುಗಳಿಲ್ಲದ ಅಸ್ತಿತ್ವವನ್ನು ಅರ್ಥಮಾಡಿಕೊಳ್ಳಲು ಇದು ಅತ್ಯುತ್ತಮ ಮಾರ್ಗ. ಪದಗಳನ್ನು ಬಳಸದೆಯೇ ವಿಷಯಗಳ ಬಗ್ಗೆ ಯೋಚಿಸುವ ಸಾಮರ್ಥ್ಯ ಮೆದುಳಿಗಿದೆ.

ಅದಕ್ಕಾಗಿಯೇ, ನಾವು ಚರ್ಚಿಸಿದ ಎಲ್ಲಾ ಮಾಧ್ಯಮಗಳ ಮೂಲಕ ನಿಮ್ಮ ಮೆದುಳು ಸುಪ್ತಪ್ರಜ್ಞೆಯಿಂದ ತನ್ನನ್ನು ತಾನು ವ್ಯಕ್ತಪಡಿಸಿಕೊಳ್ಳುತ್ತದೆ: ಅಂದರೆ ಕಣ್ಣಿನ ಸಂಪರ್ಕ, ದೈಹಿಕ ಭಾಷೆ, ಮಾತು ಮತ್ತು ಭಾವನೆಗಳ ಮೂಲಕ.

ಖಂಡಿತವಾಗಿಯೂ, ನಮ್ಮ ಸುಪ್ತಪ್ರಜ್ಞೆಯ ಮನಸ್ಸಿನ ಮಿತಿಗಳು ಕೇವಲ ಈ ಬಾಹ್ಯ ಸಂಪರ್ಕ ಸಂಕೇತಗಳಿಗೆ ಮಾತ್ರ ಸೀಮಿತವಾಗಿಲ್ಲ. ಅವು ಕೇವಲ ವ್ಯಕ್ತಪಡಿಸುವ ಒಂದು ರೀತಿಯಷ್ಟೇ. ಕತ್ತಲೆ ಮನೋವಿಜ್ಞಾನದಲ್ಲಿ ಪ್ರಗತಿ ಸಾಧಿಸಲು ನೀವು ಮಾಡಬಹುದಾದ ಅತ್ಯುತ್ತಮ ಕೆಲಸವೆಂದರೆ, ನಿಮ್ಮ ಮೆದುಳು ಮಾತುಗಳಿಲ್ಲದೆಯೇ ಯೋಚಿಸುತ್ತದೆ ಎಂಬ ವಾಸ್ತವದ ಪರಿಣಾಮಗಳನ್ನು ಅರ್ಥಮಾಡಿಕೊಳ್ಳುವುದು. ನಿಮ್ಮಂತೆಯೇ ಇತರರ ಮನಸ್ಸು ಕೂಡ ಮೌನವಾದುದು. ಒಮ್ಮೆ ನೀವು.

ನಿಮ್ಮ ಸ್ವಂತ ಮೆದುಳಿನೊಂದಿಗೆ ಮಾತುಗಳಿಲ್ಲದೆಯೇ ಸಂವಹನ ಮಾಡುವುದು ಹೇಗೆ ಎಂದು ನೀವು ಅರ್ಥಮಾಡಿಕೊಂಡರೆ, ಅದೇ ವಿಧಾನದ ಮೂಲಕ ನೀವು ಇತರರ ಮನಸ್ಸನ್ನು ನಿಯಂತ್ರಿಸಬಹುದು ಮತ್ತು ಕುತಂತ್ರದಿಂದ ಬಳಸಿಕೊಳ್ಳಬಹುದು. ಮನಸ್ಸಿನ ಭಾಷೆಯ ಕೊನೆಯ ಪ್ರಾಥಮಿಕ ಗುಣಲಕ್ಷಣವೆಂದರೆ ಅದು ನಿರಂತರವಾಗಿ ಬದಲಾಗುತ್ತಿರುತ್ತದೆ. ಇದನ್ನು ವಿವರಿಸಲು ನಾವು ಸ್ವಲ್ಪ ಹಿಂದೆ ಸರಿದು ಮೆದುಳಿನ ರಚನೆಯನ್ನು ವಿಶ್ಲೇಷಿಸಬೇಕಾಗುತ್ತದೆ.

ನಿಮ್ಮ ಮೆದುಳಿನ ಜೀವಕೋಶಗಳ ವೈಜ್ಞಾನಿಕ ಹೆಸರು 'ನ್ಯೂರಾನ್'. ನಿಮ್ಮ ನ್ಯೂರಾನ್‌ಗಳು ಸ್ವತಂತ್ರವಾಗಿ ನಿಮ್ಮ ಮೆದುಳಿನಲ್ಲಿ ಯಾವುದೇ ಉಪಯುಕ್ತ ಕೆಲಸವನ್ನು ಮಾಡುವುದಿಲ್ಲ. ಈ ನ್ಯೂರಾನ್‌ಗಳ ಪ್ರಾಮುಖ್ಯತೆಯು ಅವು ಪರಸ್ಪರ ರೂಪಿಸಿಕೊಳ್ಳುವ ಸಂಬಂಧಗಳಲ್ಲಿ ಅಡಗಿದೆ. ಈ ಕೊಂಡಿಗಳು ಕೇವಲ ಸಂದೇಶಗಳನ್ನು ಕಳುಹಿಸುವುದನ್ನು ಮೀರಿವೆ: ನೀವು ಏನನ್ನಾದರೂ ಕಲಿಯುವಾಗ ಪ್ರಮುಖ ಆಲೋಚನೆಗಳನ್ನು ಪದೇ ಪದೇ ಪುನರಾವರ್ತಿಸುತ್ತೀರಿ. ಕಲಿಯುವಿಕೆಯಲ್ಲಿ ಪುನರಾವರ್ತನೆಯು ಒಂದು ಪ್ರಮುಖ ಭಾಗವಾಗಿದೆ, ಏಕೆಂದರೆ ಆ ಕೊಂಡಿಯು ಅಂತಿಮವಾಗಿ ನಿಜವಾಗಿಯೂ ಶಕ್ತಿಯುತವಾಗುವ ಮೊದಲು, ನಿಮ್ಮ ನ್ಯೂರಾನ್‌ಗಳ ನಡುವಿನ ಅದೇ ಸಂಬಂಧಗಳನ್ನು ನೀವು ಬಲಪಡಿಸುತ್ತಲೇ ಇರಬೇಕು. ಇದನ್ನು ಹೆಬ್ ನಿಯಮ ಎಂದು ಕರೆಯಲಾಗುತ್ತದೆ: ಆ ನ್ಯೂರಾನ್‌ಗಳು

ಎಷ್ಟು ಹೆಚ್ಚು ಬಾರಿ ಪರಸ್ಪರ ಕೊಂಡಿಗಳನ್ನು ರೂಪಿಸುತ್ತವೆಯೋ, ಅಷ್ಟು ಹೆಚ್ಚು ಅವು ದೀರ್ಘಕಾಲದ ಬಂಧವಾಗಿ ಒಟ್ಟಿಗೆ "ಬಂಧಿಸಲ್ಪಡುತ್ತವೆ" . ಇದರ ವಿರುದ್ಧವೂ ಸತ್ಯವಾಗಿದೆ: ಒಂದು ವೇಳೆ ನ್ಯೂರಾನ್‌ಗಳ ನಡುವಿನ ಸಂಪರ್ಕವು ಬಹಳ ಸಮಯದವರೆಗೆ ಸುಧಾರಿಸದಿದ್ದರೆ, ಮತ್ತೊಂದು ಸಂಪರ್ಕಕ್ಕೆ ದಾರಿ ಮಾಡಿಕೊಡುವ ಮೊದಲು ಆ ಹಳೆಯ ಬಂಧವು ದುರ್ಬಲಗೊಳ್ಳುತ್ತದೆ.

ನಿಮ್ಮ ಮೆದುಳಿನಲ್ಲಿ ಸಂಪರ್ಕಗಳಿಗಾಗಿ ಸೀಮಿತ ಸ್ಥಳಾವಕಾಶ ಮಾತ್ರ ಇರುತ್ತದೆ, ಆದ್ದರಿಂದ ಹೊಸ ಸಂಪರ್ಕಗಳನ್ನು ಮಾಡುವುದು ಮತ್ತು ಹಳೆಯ ಮಾರ್ಗಗಳನ್ನು ಕಳೆದುಕೊಳ್ಳುವುದು ಎರಡೂ ಸ್ಮರಣ ಶಕ್ತಿಯ ಪ್ರಕ್ರಿಯೆಯ ಪ್ರಮುಖ ಅಂಶಗಳಾಗಿವೆ. ಅಂತಿಮವಾಗಿ ಮೆದುಳಿನ ಭಾಷೆಯು ಸಂಪೂರ್ಣವಾಗಿ ನೆನಪುಗಳಿಂದ ಮಾಡಲ್ಪಟ್ಟಿದೆ ಮತ್ತು ನಿಮ್ಮ ಮೆದುಳಿನಲ್ಲಿರುವ ಪ್ರತಿಯೊಂದು ವಿಷಯವೂ ಸ್ಮರಣೆಯ ಯಾವುದೋ ಒಂದು ರೂಪವಾಗಿದೆ. ಇಂಗ್ಲಿಷ್ ಅಥವಾ ಇತರ ಯಾವುದೇ ಭಾಷೆಯಲ್ಲಿ ಈ ನೆನಪುಗಳನ್ನು "ಬರೆಯಲಾಗಿರುವುದಿಲ್ಲ", ಏಕೆಂದರೆ ಅವು ಮೌನವಾಗಿರುತ್ತವೆ. ನಮ್ಮ ದೀರ್ಘಕಾಲದ ನೆನಪುಗಳು ಹೆಚ್ಚು ಭಾವನಾತ್ಮಕವಾಗಿ ಪ್ರಭಾವಶಾಲಿಯಾಗಿರುವುದರಿಂದ, ಅವು ಅಂತಃಪ್ರಜ್ಞೆಗೆ ಅತಿ ಹತ್ತಿರದಲ್ಲಿರುತ್ತವೆ.

ಹೊಸ ಸಂಪರ್ಕಗಳನ್ನು ಮಾಡಲು ಅಥವಾ ಅಸ್ತಿತ್ವದಲ್ಲಿರುವ ಸಂಪರ್ಕಗಳನ್ನು ಬಲಪಡಿಸಲು "ಫೈರಿಂಗ್" ಎಂಬ ಪದವನ್ನು ಬಳಸಲಾಗುತ್ತದೆ. ನಿಮ್ಮ ನ್ಯೂರಾನ್‌ಗಳ ನಡುವಿನ ಸಂಪರ್ಕಗಳನ್ನು ನೀವು ನಿರ್ಲಕ್ಷಿಸಿದಾಗ ಅದನ್ನು "ಪ್ರೂನಿಂಗ್" ಎಂದು ಕರೆಯಲಾಗುತ್ತದೆ. ನೀವು...

ನಿಮ್ಮ ನ್ಯೂರಾನ್‌ಗಳ ನಡುವಿನ ಕೊಂಡಿಗಳಿಗೆ ವೈಜ್ಞಾನಿಕವಾಗಿ 'ಸಿನಾಪ್ಸಸ್' ಎಂದು ಕರೆಯುತ್ತಾರೆ ಎಂಬುದು ನಿಮಗೆ ತಿಳಿದಿರಲಿ. ಈ ಪುಸ್ತಕದಲ್ಲಿ ನಾವು ಅವುಗಳನ್ನು ಕೇವಲ ಸಂಪರ್ಕಗಳು ಅಥವಾ ಸಿನಾಪ್ಟಿಕ್ ಸಂಪರ್ಕಗಳು ಎಂದು ಕರೆಯುತ್ತೇವೆ.

ದೈಹಿಕ ಭಾಷೆ, ಮಾತು, ಕಣ್ಣಿನ ಸಂಪರ್ಕ ಮತ್ತು ಭಾವನೆಗಳ ರೂಪದಲ್ಲಿ ಬರುವ ಎದುರಿಗಿರುವ ವ್ಯಕ್ತಿಯ ಭಾಷೆಯ ಬಾಹ್ಯ ಅಭಿವ್ಯಕ್ತಿಯನ್ನು ನೀವು ಅನುಕರಿಸುವಾಗ, ಮನಸ್ಸಿನ ಭಾಷೆಯ ಈ ಮೂರೂ ಲಕ್ಷಣಗಳನ್ನು

ನೆನಪಿನಲ್ಲಿಡಿ. ನೀವು ಗ್ರಹಿಕೆಯ ತೀಕ್ಷ್ಣತೆಯಲ್ಲಿ ಅನುಭವ ಹೊಂದಿದ್ದರೆ, ಈ ಸಂಕೇತಗಳಿಂದ ಕಲಿಯುವುದು ನಿಮಗೆ ಹೆಚ್ಚು ವೇಗವಾಗಿ ಸಾಧ್ಯವಾಗುತ್ತದೆ. ಈ ಎಲ್ಲಾ ಅಂಶಗಳನ್ನು ಒಟ್ಟುಗೂಡಿಸುವಲ್ಲಿ ನೀವು ಪರಿಣಿತರಾದಾಗ, ಅವರ ಮೆದುಳಿನ ಭಾಷೆಯೊಂದಿಗೆ ಸಂಪೂರ್ಣವಾಗಿ ಬೆರೆತುಹೋಗುವ ಮೂಲಕ ನೀವು ಆ ವ್ಯಕ್ತಿಯನ್ನು ನಿರಾಳವಾಗಿಸಲು ಸಾಧ್ಯವಾಗುತ್ತದೆ.

ಇದೆಲ್ಲವೂ ಸುಪ್ತಪ್ರಜ್ಞೆಯಲ್ಲಿ ನಡೆಯುವುದರಿಂದ, ನೀವು ಅವರ ಮನಸ್ಸಿನೊಳಗೆ ಈ ಮಟ್ಟಕ್ಕೆ ಪ್ರವೇಶಿಸಿದ್ದೀರಿ ಎಂದು ಊಹಿಸಲು ಕೂಡ ಅವರಿಗೆ ಸಾಧ್ಯವಾಗುವುದಿಲ್ಲ. ಆದರೂ, ಇದನ್ನು ಮಾಡುವುದು ನಂಬಲಾಗದಷ್ಟು ತೃಪ್ತಿ ನೀಡುವ ವಿಷಯವಾಗಿದೆ. ಅಲ್ಲಿಂದ ಕೇವಲ ಒಂದು ಹಂತ ಬಾಕಿ ಉಳಿಯುತ್ತದೆ: ಅದುವೇ 3 ನೇ ಹಂತ. ಮನಸ್ಸಿನ ನಿಯಂತ್ರಣ ಅಥವಾ ಬಲವಂತವನ್ನು ಸಾಧಿಸಲು ನೀವು ಯಾವ ಸಾಧನವನ್ನಾದರೂ ಬಳಸುವ ಹಂತವೇ ಈ 3 ನೇ ಹಂತ. ಕತ್ತಲೆ ಮನೋವಿಜ್ಞಾನದ ಅನೇಕ ಕಲಿಯುವವರು ನೇರವಾಗಿ 3 ನೇ ಹಂತಕ್ಕೆ ಜಿಗಿಯಬಹುದು ಎಂದು ಭಾವಿಸಿ ತಪ್ಪು ಮಾಡುತ್ತಾರೆ. ಅಲ್ಲದೆ, ಎದುರಿಗಿರುವ ವ್ಯಕ್ತಿಯು ತಮ್ಮ ಭಾವನೆಗಳಿಗೆ ಸ್ಪಂದಿಸಲು ಸಂಪೂರ್ಣವಾಗಿ ತೊಡಗಿಸಿಕೊಂಡ ನಂತರ, ತಾವು ಸ್ಥಿತಿ ನಿಯಂತ್ರಣದ ಶಕ್ತಿಯನ್ನು ತೋರಿಸದಿದ್ದರೂ ಆ ವ್ಯಕ್ತಿಯು ತಮ್ಮ ಎಲ್ಲಾ ಮಾತುಗಳನ್ನು ಕೇಳುತ್ತಾರೆ ಎಂದು ಅವರು ನಂಬುತ್ತಾರೆ. ವಿಷಯದ ಬಗ್ಗೆ ಅಲ್ಪ ತಿಳುವಳಿಕೆ ಮಾತ್ರ ಹೊಂದಿದ್ದರೂ, ತಮ್ಮ ಗ್ರಹಿಕೆಯ ತೀಕ್ಷ್ಣತೆಯನ್ನು ಹೆಚ್ಚಿಸಿಕೊಳ್ಳದ ಕಾರಣ ಎದುರಿಗಿರುವವರು ತಮ್ಮ ಮಾತು ಕೇಳುತ್ತಾರೆ ಎಂದು ಅವರು ತಪ್ಪಾಗಿ ಭಾವಿಸುತ್ತಾರೆ.

ಇವೆಲ್ಲವೂ ಕೇವಲ 1 ನೇ ಹಂತವನ್ನು ಒಳಗೊಂಡಿವೆ. 2 ನೇ ಹಂತದಲ್ಲಿ ವಿಷಯಗಳು ಇನ್ನಷ್ಟು ಜಟಿಲವಾಗುತ್ತವೆ. ನೀವು ಅದಕ್ಕಾಗಿ ನಿಮ್ಮನ್ನು ಸಮರ್ಪಿಸಿಕೊಂಡರೆ ಮೆದುಳಿನ ರಹಸ್ಯ ಭಾಷೆಯನ್ನು ಬಿಡಿಸಲು ಸಾಧ್ಯವಿದ್ದರೂ, ಈ ಕೆಲಸವನ್ನು ಪೂರ್ಣಗೊಳಿಸುವುದು ಅಷ್ಟು ಸುಲಭವಲ್ಲ. ನೀವು ಮೆದುಳಿನ ಭಾಷೆಯ ಮೂರು ಪ್ರಮುಖ ಗುಣಲಕ್ಷಣಗಳನ್ನು ಅರ್ಥಮಾಡಿಕೊಳ್ಳುವುದು ಮಾತ್ರವಲ್ಲದೆ, ಎದುರಿಗಿರುವವರು ನೀಡುವ ಅಸಂಖ್ಯಾತ ಸಂದೇಶಗಳನ್ನು ಅರ್ಥಮಾಡಿಕೊಳ್ಳಲು ನಿಮ್ಮನ್ನು ನೀವು ಸಮರ್ಪಿಸಿಕೊಳ್ಳಬೇಕು.

ದೈಹಿಕ ಭಾಷೆ. ಅನೇಕ ಆರಂಭಿಕರು ಮಾಡುವಂತೆ, 1 ಮತ್ತು 2 ನೇ ಹಂತಗಳನ್ನು ಪೂರ್ಣಗೊಳಿಸದೆ ನೇರವಾಗಿ 3 ನೇ ಹಂತಕ್ಕೆ ಜಿಗಿಯುವುದರಲ್ಲಿ ಯಾವುದೇ ಅರ್ಥವಿಲ್ಲ. ಅದೃಷ್ಟವಶಾತ್, ನೀವು ಈಗಾಗಲೇ ಇಷ್ಟು ದೂರ ಬಂದಿರುವುದರಿಂದ ಈ ತಪ್ಪು ಮಾಡುವುದಿಲ್ಲ ಮತ್ತು ಈ ಅಧ್ಯಾಯದ ಕೊನೆಯಲ್ಲಿ ನೀವು ಕಲಿಯಬೇಕಾದ ಕೊನೆಯ ವಿಷಯವೆಂದರೆ 2 ನೇ ಹಂತ.

ಜನರ ಮನಸ್ಸನ್ನು ಓದುವ ಕಲೆಯಾದ 2 ನೇ ಹಂತದಲ್ಲಿ ನಾವು ಚರ್ಚಿಸಿದ ಎಲ್ಲಾ ಸುಪ್ತಪ್ರಜ್ಞೆಯ ಸಂಪರ್ಕ ಸಂಕೇತಗಳ ಮೂಲಕ ರವಾನೆಯಾಗುವ ವಿವಿಧ ಮೂಲಭೂತ ಸಂದೇಶಗಳನ್ನು ಕಲಿಯುವುದು ಮಾತ್ರ ಬಾಕಿ ಇದೆ. ಸಮಯ ವ್ಯರ್ಥ ಮಾಡದೆ ನೇರವಾಗಿ ವಿಷಯಕ್ಕೆ ಬರೋಣ.

ಕತ್ತಲೆ ಮನೋವಿಜ್ಞಾನ ಮತ್ತು ದೈಹಿಕ ಭಾಷೆ

ಒಬ್ಬ ವ್ಯಕ್ತಿಯ ಬಗ್ಗೆ ನಾವು ಗಮನಿಸುವ ಮೊದಲ ವಿಷಯವೆಂದರೆ ಅವರು ನಮ್ಮೊಂದಿಗೆ ಮಾಡುವ ಕಣ್ಣಿನ ಸಂಪರ್ಕದ ಪ್ರಮಾಣ. ಇದರ ಆಧಾರದ ಮೇಲೆ ನಾವು ಅವರ ಬಗ್ಗೆ ಮಾಡುವ ತೀರ್ಪುಗಳು ಸರಿಯೋ ಅಥವಾ ತಪ್ಪೋ ಎಂಬುದು ಹಾಗಿರಲಿ, ನಾವು ಅವರನ್ನು ಇದರ ಮೂಲಕ ಅಳೆಯುತ್ತೇವೆ ಎಂಬುದು ಮಾತ್ರ ಸತ್ಯ. ನಮ್ಮೊಂದಿಗೆ ಮಾಡುವ ಕಣ್ಣಿನ ಸಂಪರ್ಕದ ಪ್ರಮಾಣವು ಬಹಳಷ್ಟು ವಿಷಯಗಳನ್ನು ತಿಳಿಸುತ್ತದೆ. ಯಾರಾದರೂ ನಿಮ್ಮೊಂದಿಗೆ ಹೆಚ್ಚು ಕಣ್ಣಿನ ಸಂಪರ್ಕ ಮಾಡಿದಾಗ ಅಥವಾ ಮಾಡದಿದ್ದಾಗ ಅದರ ನಿಜವಾದ ಅರ್ಥವೇನು ಎಂಬುದನ್ನು ನೀವು ತಿಳಿದುಕೊಳ್ಳಬೇಕು.

ಕಣ್ಣಿನ ಸಂಪರ್ಕ ಮಾಡದ ವ್ಯಕ್ತಿಗಳು ನಿಮಗೆ "ಶರಣಾಗಿದ್ದಾರೆ" ಅಥವಾ ಅಧೀನರಾಗಿದ್ದಾರೆ ಎಂದು ಭಾವಿಸುವುದು ಜನರ ನಡುವೆ ಇರುವ ಒಂದು ಸಾಮಾನ್ಯ ತಪ್ಪು ಕಲ್ಪನೆ. ಇದು ಸಂಪೂರ್ಣವಾಗಿ ಸುಳ್ಳು, ಮತ್ತು ನೀವು ಇದನ್ನು ನಂಬಿದರೆ ಇತರರಿಂದ ವಂಚನೆಗೆ ಒಳಗಾಗುವ ಸಾಧ್ಯತೆ ಹೆಚ್ಚಿರುತ್ತದೆ.

ಒಬ್ಬ ವ್ಯಕ್ತಿಯು ಮಾಡುವ ಕಣ್ಣಿನ ಸಂಪರ್ಕದ ಪ್ರಮಾಣವು ಕೇವಲ ಎರಡು ವಿಷಯಗಳ ಮೇಲೆ ಅವಲಂಬಿತವಾಗಿರುತ್ತದೆ: ವ್ಯಕ್ತಿತ್ವ ಮತ್ತು ಸಾಮಾಜಿಕ ಹಿನ್ನೆಲೆ.

ಮೊದಲನೆಯದನ್ನು ವಿವರಿಸುವುದು ಸುಲಭ. ಸಹಜವಾಗಿಯೇ, ಕೆಲವು ವ್ಯಕ್ತಿಗಳು ಹೆಚ್ಚು ಕಣ್ಣಿನ ಸಂಪರ್ಕ ಮಾಡುತ್ತಾರೆ; ಇದು ಅವರ ಜೀವಶಾಸ್ತ್ರಕ್ಕೆ ಸಂಬಂಧಿಸಿದ್ದಿರಬಹುದು ಅಥವಾ ಅವರು ಬೆಳೆದ ವಾತಾವರಣಕ್ಕೆ ಸಂಬಂಧಿಸಿದ್ದಿರಬಹುದು. ಇದು ಅವರ ಸ್ವಭಾವವಾಗಿರುವುದರಿಂದ ಅಥವಾ ನಿಮ್ಮೊಂದಿಗೆ ಅವರು ಹೊಂದಿರುವ ಸಂಬಂಧದ ಕಾರಣದಿಂದಾಗಿರಬಹುದು, ಇದನ್ನು ನೀವು ನಿರ್ಧರಿಸಬೇಕು.

ಎದುರಿಗಿರುವ ವ್ಯಕ್ತಿಯು ಹೇರಳವಾಗಿ ಕಣ್ಣಿನ ಸಂಪರ್ಕ ಮಾಡುತ್ತಾನೆಯೇ ಅಥವಾ ಇಲ್ಲವೇ ಎಂಬುದನ್ನು ಮೊದಲು ಗಮನಿಸಿ. ಅಲ್ಲಿಂದ ಮಾತ್ರ ನೀವು ಅವರ ಮೆದುಳಿನ ಈ ಸುಪ್ತಪ್ರಜ್ಞೆಯ ಭಾಷೆಯಿಂದ ಕೆಲವು ಉಪಯುಕ್ತ ಮಾಹಿತಿಯನ್ನು ಪಡೆಯಲು ಸಾಧ್ಯವಾಗುತ್ತದೆ.

ಸಾಮಾಜಿಕ ಅರ್ಥದ ಅಂಶವು ಸ್ವಲ್ಪ ಸಂಕೀರ್ಣವಾದುದು ಏಕೆಂದರೆ ಇದು ನಾವು ಕತ್ತಲೆ ಮನೋವಿಜ್ಞಾನವನ್ನು ಬಳಸುವ ಇತರ ಎಲ್ಲಾ ವಿಷಯಗಳೊಂದಿಗೆ ಸಂಬಂಧ ಹೊಂದಿದೆ. ಅಂತಿಮವಾಗಿ, ಬಹುತೇಕ ಎಲ್ಲಾ ವ್ಯಕ್ತಿಗಳು ತಮಗೆ ತಿಳಿಯದ ಜನರೊಂದಿಗೆ ಕಡಿಮೆ ಕಣ್ಣಿನ ಸಂಪರ್ಕವನ್ನು ಹೊಂದಿರುತ್ತಾರೆ. ಇದು ಆ ವ್ಯಕ್ತಿಯ ಬಗ್ಗೆ ಅವರು ಏನನ್ನು ಅನುಭವಿಸುತ್ತಾರೆ ಅಥವಾ ಅವರ ಮೊದಲ ಅಭಿಪ್ರಾಯವೇನು ಎಂಬುದರ ಬಗ್ಗೆ ಏನನ್ನೂ ಹೇಳುವುದಿಲ್ಲ. ಇದರರ್ಥ ಅತಿಯಾದ ಅಥವಾ ಅತಿ ಕಡಿಮೆ ಕಣ್ಣಿನ ಸಂಪರ್ಕವು ನಿಮಗೆ ಯಾವುದೇ ಸಂದೇಶಗಳನ್ನು ನೀಡುವುದಿಲ್ಲ ಎಂದಲ್ಲ. ವಾಸ್ತವವಾಗಿ, ಅತಿ ಕಡಿಮೆ ಕಣ್ಣಿನ ಸಂಪರ್ಕವು ಅವರು ನಿಮ್ಮ ಮುಂದೆ ಆತಂಕಗೊಂಡಿದ್ದಾರೆ ಎಂದರ್ಥವಾಗಿರಬಹುದು. ಅತಿಯಾದ ಕಣ್ಣಿನ ಸಂಪರ್ಕವು ಕೂಡ ಅವರು ನಿಮ್ಮ ಮುಂದೆ ಇನ್ನೂ ಗಾಬರಿಯಾಗಿದ್ದಾರೆ ಎಂದೇ ಅರ್ಥ ನೀಡಬಹುದು; ಆದರೆ, ಆ ಪರಿಸ್ಥಿತಿಯನ್ನು ಅತಿಯಾಗಿ ಸರಿದೂಗಿಸಲು ಮತ್ತು ನಿಯಂತ್ರಣಕ್ಕೆ ತೆಗೆದುಕೊಳ್ಳಲು ಪ್ರಯತ್ನಿಸುವ ಮೂಲಕ ಅವರು ಅದನ್ನು ಬೇರೆ ರೀತಿಯಲ್ಲಿ ನಿಭಾಯಿಸುತ್ತಿರುತ್ತಾರೆ. ಅವರ ಉದ್ದೇಶ ಏನೇ ಇರಲಿ, ಯಾರಾದರೂ ಅತಿಯಾಗಿ ಕಣ್ಣಿನ ಸಂಪರ್ಕ ಮಾಡಿದಾಗ ಏನಾಗುತ್ತದೆ ಎಂದರೆ, ಅವರು ಪರಿಸ್ಥಿತಿಯನ್ನು ನಿಯಂತ್ರಿಸಲು ಅತಿಯಾಗಿ ಪ್ರಯತ್ನಿಸುತ್ತಿದ್ದಾರೆ ಎಂಬುದು ಸ್ಪಷ್ಟವಾಗಿ ಕಾಣತೊಡಗುತ್ತದೆ.

ಪದೇ ಪದೇ ಈ ತಪ್ಪು ಮಾಡುವ ಯಾರಾದರೊಬ್ಬರು ನಮಗೆಲ್ಲರಿಗೂ ತಿಳಿದಿರುತ್ತಾರೆ. ಅವರು ಪ್ರಬಲವಾಗಿ ಕಾಣಿಸಿಕೊಳ್ಳಲು ಪ್ರಯತ್ನಿಸುತ್ತಿರುವುದು ಅರ್ಥವಾಗುವಂತಹದ್ದೇ, ಆದರೆ ನೀವು ಇದನ್ನು ಮಾಡುತ್ತಿದ್ದೀರಿ ಎಂಬುದು ಅತಿಯಾಗಿ ಎದ್ದು ಕಾಣುವಾಗ ಆ ಉದ್ದೇಶವೇ ಹಾಳಾಗುತ್ತದೆ. ಯಾರಾದರೂ ಅತಿಯಾಗಿ ಕಣ್ಣಿನ ಸಂಪರ್ಕ ಮಾಡಿದಾಗ ಅದು ಹೀಗೆಯೇ ಕಾಣಿಸಬಹುದು. ಆದರೆ ನಿಮ್ಮ ಕಣ್ಣಿನ ಸಂಪರ್ಕದ ವಿಷಯವೇನು? ನೀವು ಎಷ್ಟು ಪ್ರಮಾಣದ ಕಣ್ಣಿನ ಸಂಪರ್ಕ ಮಾಡಬೇಕು ಎಂಬುದಕ್ಕೆ ಯಾವುದೇ ಸರಳ ಉತ್ತರವಿಲ್ಲ. ಇದೆಲ್ಲವೂ ನೀವು ಯಾರೊಂದಿಗೆ ಸಂವಹನ ನಡೆಸುತ್ತಿದ್ದೀರಿ ಎಂಬ ನಿರ್ದಿಷ್ಟ ವಿಷಯದ ಮೇಲೆ ಅವಲಂಬಿತವಾಗಿರುತ್ತದೆ. ಒಬ್ಬ ವ್ಯಕ್ತಿಯು ಅತಿಯಾದ ಕಣ್ಣಿನ ಸಂಪರ್ಕಕ್ಕೆ ಉತ್ತಮವಾಗಿ ಸ್ಪಂದಿಸಿದರೆ, ಮತ್ತೊಬ್ಬರು ಅದರಿಂದ ಸಂಪೂರ್ಣವಾಗಿ ಅಸ್ವಸ್ಥರಾಗಬಹುದು ಮತ್ತು ನಿಮ್ಮೊಂದಿಗೆ ಸಂವಹನ ನಡೆಸಲು ಇಷ್ಟಪಡದಿರಬಹುದು.

ಆದಾಗ್ಯೂ, 2 ನೇ ಹಂತದ ಸಾಮಾನ್ಯ ಮಾರ್ಗಸೂಚಿಯು ಕಣ್ಣಿನ ಸಂಪರ್ಕಕ್ಕೂ ಅನ್ವಯಿಸುತ್ತದೆ. ಅವರ ದೈಹಿಕ ಭಾಷೆಯಲ್ಲಿ ಈ ಸುಪ್ತಪ್ರಜ್ಞೆಯ ಭಾಷೆಯು ಹೇಗೆ ವ್ಯಕ್ತವಾಗುತ್ತದೆಯೋ, ನೀವು ಅದನ್ನು ಹಾಗೆಯೇ ಅನುಕರಿಸಬೇಕು.

ಎದುರಿಗಿರುವ ವ್ಯಕ್ತಿಯ ಮೆದುಳಿನಲ್ಲಿರುವ ಈ ಸಂಕೇತಗಳನ್ನು ನೀವು ಅನುಕರಿಸಬೇಕು. ಒಂದು ವೇಳೆ ಆ ವ್ಯಕ್ತಿಯು ನಿಮ್ಮೊಂದಿಗೆ ಅತಿ ಕಡಿಮೆ ಕಣ್ಣಿನ ಸಂಪರ್ಕ ಮಾಡುತ್ತಿದ್ದರೆ, ನೀವು ಕೂಡ ಅಷ್ಟೇ ಪ್ರಮಾಣದಲ್ಲಿ ಕಣ್ಣಿನ ಸಂಪರ್ಕ ಮಾಡಬೇಕು. ಹೀಗೆ ಮಾಡುವುದರಿಂದ, ನೀವು "ಅವರಂತೆಯೇ ಇದ್ದೀರಿ" ಎಂಬ ಸಂದೇಶವನ್ನು ಯಾವುದೇ ಮಾತುಗಳಿಲ್ಲದೆ ಅವರಿಗೆ ತಲುಪಿಸಿದಂತಾಗುತ್ತದೆ.

ಅವರು ನಿಮ್ಮೊಂದಿಗೆ ಹೆಚ್ಚು ಕಣ್ಣಿನ ಸಂಪರ್ಕ ಮಾಡಿದಾಗಲೂ ನೀವು ಇದನ್ನೇ ಮಾಡಬೇಕು. ನೀವು ಕೂಡ ಅವರ ಕಣ್ಣನ್ನು ನೇರವಾಗಿ ನೋಡಿ ಮಾತನಾಡಬೇಕೆಂದು ಅವರು ನಿರೀಕ್ಷಿಸುತ್ತಾರೆ; ಆಗ ನೀವು ಮತ್ತು ಅವರು ಒಂದೇ ರೀತಿಯ ವ್ಯಕ್ತಿಗಳು ಎಂಬ ಸಂದೇಶ ಅವರಿಗೆ ರವಾನೆಯಾಗುತ್ತದೆ. ಮಾನವ ಮನಸ್ಸು ಅರಿವಿಲ್ಲದ ಸ್ಥಿತಿಯಲ್ಲಿರುತ್ತದೆ ಎಂಬುದನ್ನು ನೆನಪಿಡಿ. ಆದ್ದರಿಂದ ಅವರು ನಿಮ್ಮಷ್ಟೇ ಪ್ರಮಾಣದ ಕಣ್ಣಿನ

ಸಂಪರ್ಕವನ್ನು ಮಾಡಿದಾಗ, "ಈ ವ್ಯಕ್ತಿ ನನ್ನಂತೆಯೇ ಇದ್ದಾರೆ" ಎಂದು ತಮಗೆ ತಾವೇ ಹೇಳಿಕೊಳ್ಳುವುದಿಲ್ಲ. ಬದಲಾಗಿ ಅವರ ಮೆದುಳು ಹಾಗೆ ಯೋಚಿಸುತ್ತದೆ, ಆದರೆ ಇದೆಲ್ಲವೂ ಸುಪ್ತಪ್ರಜ್ಞೆಯಲ್ಲಿ ನಡೆಯುವುದರಿಂದ ಅವರಿಗೆ ಅದರ ಅರಿವಾಗುವುದಿಲ್ಲ.

ವಿಶೇಷವಾಗಿ ಕಣ್ಣಿನ ಸಂಪರ್ಕದ ವಿಷಯದಲ್ಲಿ ನಿಮ್ಮ ಅಂತಃಪ್ರಜ್ಞೆಯನ್ನು ಅನುಸರಿಸಿ: ನಿಮ್ಮ ಗ್ರಹಿಕೆಯ ತೀಕ್ಷ್ಣತೆಯು ನಿಮಗೆ ಏನನ್ನು ಸೂಚಿಸುತ್ತದೆಯೋ ಅದನ್ನು ಕೇಳಿಸಿಕೊಳ್ಳಿ. ಇತರರೊಂದಿಗೆ ಸಂವಹನ ನಡೆಸುವಾಗ ಸಹಜವಾಗಿಯೇ ನೀವು ಒಂದು ನಿರ್ದಿಷ್ಟ ಮಟ್ಟದ ಕಣ್ಣಿನ ಸಂಪರ್ಕ ಹೊಂದುತ್ತಿದ್ದರೆ, ಅದು ನಿಮಗೆ ಸರಿಯೆಂದು ಅನಿಸದಿದ್ದರೂ ಅದನ್ನು ಮುಂದುವರಿಸಿ. ಅದು ನಿಮಗೆ ಅಭ್ಯಾಸವಿರುವ ಕಣ್ಣಿನ ಸಂಪರ್ಕದ ಮಟ್ಟಕ್ಕಿಂತ ಭಿನ್ನವಾಗಿರುವುದರಿಂದ ನಿಮಗೆ ಮುಜುಗರವೆನಿಸಬಹುದು, ಆದರೆ ನಿಮ್ಮ ಗ್ರಹಿಕೆಯ ತೀಕ್ಷ್ಣತೆಯಿಂದ ಸಿಗುವ ಜ್ಞಾನದ ಆಧಾರದ ಮೇಲೆ ನಿಮ್ಮ ಸ್ವಂತ ಸುಪ್ತಪ್ರಜ್ಞೆಯು ನೀಡುವ ಸಂಕೇತಗಳನ್ನು ನೀವು ಅನುಸರಿಸಬಹುದು. ನೀವು ಉದ್ದೇಶಪೂರ್ವಕವಾಗಿ ಮಾಡುವುದಕ್ಕಿಂತಲೂ ನಿಮ್ಮ ಅಂತಃಪ್ರಜ್ಞೆಗೆ ಉತ್ತಮವಾಗಿ ತಿಳಿದಿರುತ್ತದೆ.

ಸಂವಹನದ ಸುಪ್ತಪ್ರಜ್ಞೆಯ ಸಂಕೇತಗಳ ಬಗ್ಗೆ ನಮ್ಮ ಮುಂದಿನ ಪಾಠವು ಎದುರಿಗಿರುವ ವ್ಯಕ್ತಿಯ ಪಾದಗಳ ಸ್ಥಾನದ ಬಗ್ಗೆ ತಿಳಿಸುತ್ತದೆ. ಇದು ಅತಿಯಾದ ವಿಶ್ಲೇಷಣೆ ಎಂದು ಅನಿಸಬಹುದಾದರೂ, ಒಬ್ಬ ವ್ಯಕ್ತಿಯು ಏನನ್ನು ಅನುಭವಿಸುತ್ತಿದ್ದಾನೆ ಎಂಬುದರ ಬಗ್ಗೆ ಇದು ಬಹಳಷ್ಟು ವಿಷಯಗಳನ್ನು ತಿಳಿಸಬಲ್ಲದು. ಇದು ವ್ಯಕ್ತಿತ್ವದ ಬಗ್ಗೆ ಏನನ್ನೂ ಹೇಳದಿದ್ದರೂ ಸಹ ಬಹಳ ಉಪಯುಕ್ತವಾಗಿದೆ.

ನಿಮ್ಮೊಂದಿಗೆ ಸಂವಹನ ನಡೆಸುವಾಗ ಎದುರಿಗಿರುವ ವ್ಯಕ್ತಿಯ ಪಾದಗಳ ನಡುವಿನ ಅಂತರವನ್ನು ನಾವು ಗಮನಿಸಬೇಕು. ಸರಳವಾಗಿ ಹೇಳುವುದಾದರೆ, ಅವರ ಪಾದಗಳ ನಡುವೆ ಅಂತರ ಹೆಚ್ಚಿದ್ದರೆ ಅವರು "ಸುರಕ್ಷಿತವಾಗಿರಲು" ಪ್ರಯತ್ನಿಸುತ್ತಿದ್ದಾರೆ ಎಂದರ್ಥ. ಅವರು ನಿಮ್ಮ ಮುಂದೆ ತಮ್ಮ ಅಸಹಾಯಕತೆಯನ್ನು ಅಥವಾ ಮನಸ್ಸನ್ನು ತೆರೆದಿಡಲು ಇನ್ನೂ ಸಿದ್ಧರಿಲ್ಲ ಎಂದು ಇದು ತೋರಿಸುತ್ತದೆ. ಒಂದು ವೇಳೆ ಅವರ ಪಾದಗಳು ಹತ್ತಿರದಲ್ಲಿದ್ದರೆ, ಅವರು ನಿಮ್ಮೊಂದಿಗೆ ಆರಾಮವಾಗಿದ್ದಾರೆ ಮತ್ತು ತಮ್ಮ ಭಾವನೆಗಳನ್ನು ಹಂಚಿಕೊಳ್ಳಲು ಸಿದ್ಧರಿದ್ದಾರೆ ಎಂದರ್ಥ.

ನಮ್ಮ ದೇಹವು ಇದನ್ನು ಸಹಜ ಪ್ರವೃತ್ತಿಯಿಂದಲೇ ಮಾಡುತ್ತದೆ; ನಿಮ್ಮ ಪಾದಗಳು ಅತಿ ಹತ್ತಿರದಲ್ಲಿದ್ದಾಗ ಯಾರಾದರೂ ನಿಮ್ಮನ್ನು ಸುಲಭವಾಗಿ ತಳ್ಳಬಹುದು. ಅದೇ ಪಾದಗಳ ನಡುವೆ ಅಂತರವಿದ್ದರೆ, ನಿಮ್ಮನ್ನು ಕೆಳಗೆ ಬೀಳಿಸುವುದು ಕಷ್ಟವಾಗುತ್ತದೆ. ಸುಪ್ತಪ್ರಜ್ಞೆಯ ಮಟ್ಟದಲ್ಲಿ ನಮಗೆಲ್ಲರಿಗೂ ಇದು ತಿಳಿದಿದೆ. ಪ್ರಜ್ಞಾಪೂರ್ವಕವಾಗಿ ಈ ವಿಷಯವನ್ನು ಹೇಳಿದಾಗ ನಮಗೆ ಇದು ನಿಜವೆಂದು ಅರ್ಥವಾಗುತ್ತದೆ.

ಆದರೆ ಕೆಲವೊಮ್ಮೆ, ನಾವು ದೈಹಿಕವಾಗಿ ಸುರಕ್ಷಿತವಾಗಿರಲು ಬಯಸುವ ರೀತಿಗೂ ನಮ್ಮ ಭಾವನಾತ್ಮಕ ಮತ್ತು ಸಾಮಾಜಿಕ ಭದ್ರತೆಯ ಭಾವನೆಗೂ ಸಂಬಂಧವಿರುತ್ತದೆ. ಅಂದರೆ ಎದುರಿಗಿರುವ ವ್ಯಕ್ತಿಯು ನೀವು ಅವರನ್ನು ನಿಜವಾಗಿಯೂ ದೈಹಿಕವಾಗಿ ಕೆಳಕ್ಕೆ ತಳ್ಳುತ್ತೀರಿ ಎಂದು ಹೆದರುತ್ತಿದ್ದಾರೆ ಎಂದಲ್ಲ. ಅವರು ಕೇವಲ ನಿಮ್ಮೊಂದಿಗಿನ ಸಾಮಾಜಿಕ ಸಂಪರ್ಕದ ಪರಿಣಾಮಗಳನ್ನು ಎದುರಿಸಲು ಸಿದ್ಧರಾಗುತ್ತಿರುತ್ತಾರೆ ಅಷ್ಟೆ. ಅವರ ಸಂಪೂರ್ಣ ದೈಹಿಕ ಭಾಷೆಯಲ್ಲಿ ನೀವು ಗಮನಿಸಬೇಕಾದ ಅತ್ಯಂತ ಪ್ರಮುಖ ವಿಷಯವೆಂದರೆ ಪಾದಗಳ ನಡುವಿನ ಈ ಅಂತರ; ಏಕೆಂದರೆ ಅವರ ಪಾದಗಳು ಎಷ್ಟು ಹತ್ತಿರದಲ್ಲಿರುತ್ತವೆಯೋ, ನೀವು 3 ನೇ ಹಂತವನ್ನು ಪ್ರಾರಂಭಿಸಲು ಅಷ್ಟು ಹತ್ತಿರವಾಗಿದ್ದೀರಿ ಎಂದರ್ಥ.

ಹಾಗೆಂದು ನೀವು ಗಮನಿಸಬೇಕಾದ ಏಕೈಕ ವಿಷಯ ಇದೊಂದೇ ಎಂದಲ್ಲ. ಉಳಿದವುಗಳು ಕನಿಷ್ಠ ಪಕ್ಷ ಸ್ವಲ್ಪಮಟ್ಟಿಗೆ ಅರ್ಥಮಾಡಿಕೊಳ್ಳಲು ಸುಲಭವಾಗಿವೆ. ಉದಾಹರಣೆಗೆ, ವ್ಯಕ್ತಿಗಳು ತಾವು ಪರಿಸ್ಥಿತಿಯ ಮೇಲೆ ನಿಯಂತ್ರಣ ಹೊಂದಿದ್ದೇವೆ ಎಂದು ಭಾವಿಸಿದಾಗ ಹೆಚ್ಚು ಜಾಗವನ್ನು ಆಕ್ರಮಿಸಿಕೊಳ್ಳುತ್ತಾರೆ. ಅಂತಹ ವ್ಯಕ್ತಿಯನ್ನು ಕುತಂತ್ರದಿಂದ ಬಳಸಲು ಅಥವಾ ಅವರ ಮನಸ್ಸನ್ನು ನಿಯಂತ್ರಿಸಲು ಸಾಧ್ಯವೇ ಇಲ್ಲ ಎಂದು ಇದರರ್ಥವಲ್ಲ. ವಾಸ್ತವವಾಗಿ, ಒಬ್ಬ ವ್ಯಕ್ತಿಯು ಆರಾಮವಾಗಿದ್ದಾನೆ ಎಂಬ ಸತ್ಯವನ್ನೇ ನಾವು ನಮ್ಮ ಲಾಭಕ್ಕಾಗಿ ಬಳಸಿಕೊಳ್ಳಬಹುದು. ಅಂದರೆ ಅವರು ತಮ್ಮ ರಕ್ಷಣಾತ್ಮಕ ಮನಸ್ಥಿತಿಯನ್ನು ಸಡಿಲಗೊಳಿಸಿದ್ದಾರೆ ಮತ್ತು ಅವರ ಮನಸ್ಸನ್ನು ಓದುವುದು ನಮಗೆ ಸುಲಭವಾಗುತ್ತದೆ ಎಂದರ್ಥ. ಯಾವಾಗಲೂ ನೆನಪಿಡಿ, ದೈಹಿಕ ಭಾಷೆಯನ್ನು ಓದುವುದರ ಜೊತೆಗೆ ಆಯಾ ವೈಯಕ್ತಿಕ ಸಂದರ್ಭವನ್ನು ಅರ್ಥಮಾಡಿಕೊಳ್ಳುವುದು ಕೂಡ ಅಷ್ಟೇ ಮುಖ್ಯ.

ಆದರೆ ಎದುರಿಗಿರುವ ವ್ಯಕ್ತಿಯ ಸುಪ್ತಪ್ರಜ್ಞೆಯು ನಮಗೆ ಕಳುಹಿಸುತ್ತಿರುವ ಸಂಕೇತಗಳನ್ನು ಅರ್ಥಮಾಡಿಕೊಳ್ಳಲು ಅವರ ದೈಹಿಕ ಭಾಷೆಯ ವೈಯಕ್ತಿಕ ಕ್ರಿಯೆಗಳನ್ನು ಮಾತ್ರ ಗಮನಿಸಿದರೆ ಸಾಲದು. ನೀವು ಗಮನಿಸಬೇಕಾದ ಇನ್ನೊಂದು ವಿಷಯವೆಂದರೆ ಅವರ ದೈಹಿಕ ಭಾಷೆಯಲ್ಲಿ ಕಂಡುಬರುವ ಸಣ್ಣ ಅಥವಾ ದೊಡ್ಡ ಬದಲಾವಣೆಗಳು.

ವಿಶೇಷವಾಗಿ ಒಬ್ಬ ವ್ಯಕ್ತಿಯ ನಡವಳಿಕೆಯು ಅನಿರೀಕ್ಷಿತವಾಗಿ ಬದಲಾದಾಗ, ಅವರಲ್ಲಿ ಏನೋ ಒಂದು ಆಲೋಚನೆ ಅಥವಾ ಬದಲಾವಣೆ ಮೂಡಿದೆ ಎಂಬುದನ್ನು ನಮ್ಮ ಅಂತಃಪ್ರಜ್ಞೆಯ ಮೂಲಕ ನಾವು ತಿಳಿಯಬಹುದು. ಈ ಬದಲಾವಣೆಯು ನಮಗೆ ಒಳ್ಳೆಯದೇ ಅಥವಾ ಕೆಟ್ಟದ್ದೇ ಎಂಬುದನ್ನು ನಾವು ಊಹಿಸಬಹುದು. ನಿಮ್ಮ ಸ್ವಂತ ಸುಪ್ತಪ್ರಜ್ಞೆಯು ನಿಮಗೆ ನೀಡುವ ಸಂಕೇತಗಳನ್ನು ಆಲಿಸಿ ಮತ್ತು ಅನುಸರಿಸಿ.

ಯಾರಾದರೂ ವಿಚಿತ್ರವಾಗಿ ವರ್ತಿಸಿದರೆ, ನೀವು ಅದನ್ನು ಗಮನಿಸದವರಂತೆ ಇರಬೇಕಾದ ಅಗತ್ಯವಿಲ್ಲ. ಅವರ ದೈಹಿಕ ಭಾಷೆಯಲ್ಲಿ ಬದಲಾವಣೆಯಾಗಿದೆ ಎಂದು ನೀವು ಪತ್ತೆಹಚ್ಚಿರುವುದನ್ನು ಅವರಿಗೆ ಬಿಟ್ಟುಕೊಡಬೇಕಿಲ್ಲ, ಬದಲಿಗೆ ಕೇವಲ "ನೀವು ಆರಾಮವಾಗಿದ್ದೀರಾ?" ಎಂದು ಕೇಳಿದರೆ ಸಾಕು. ಇದು ಸಾಕಾಗಬಹುದು. ಜನರು ತಮಗೆ ಸಹಾಯ ಬೇಕು ಎಂದು ಹೊರಗೆ ಒಪ್ಪಿಕೊಳ್ಳಲು ಯಾವಾಗಲೂ ಅತಿಯಾದ ಹಮ್ಮು ಹೊಂದಿರುತ್ತಾರೆ, ಆದರೆ ಇತರರಿಗೆ ತಿಳಿಯಲಿ ಎಂಬ ಉದ್ದೇಶದಿಂದ ಅವರ ಸುಪ್ತಪ್ರಜ್ಞೆಯು ಸಹಾಯ ಬಯಸುವ ಸಂಕೇತಗಳನ್ನು ನೀಡುತ್ತಲೇ ಇರುತ್ತದೆ.

ಇದು ಮುಖ್ಯವಾಗಿ ಎದುರಿಗಿರುವ ವ್ಯಕ್ತಿಯ ಮಾನಸಿಕ ಆರೋಗ್ಯಕ್ಕೆ ಸಂಬಂಧಿಸಿದ ಸಂದರ್ಭಗಳಿಗೆ ಅನ್ವಯಿಸುತ್ತದೆ, ಆದರೆ ಇದು ಕೇವಲ ಅದಕ್ಕೆ ಮಾತ್ರ ಸೀಮಿತವಲ್ಲ. ಒಬ್ಬ ವ್ಯಕ್ತಿಯ ಮಾನಸಿಕ ಕ್ಷೇಮವು ಪಣಕ್ಕಿಟ್ಟಿರುವಾಗ, ಅದರ ಸಂಕೇತಗಳನ್ನು ಮೊದಲೇ ಗುರುತಿಸುವುದು ಬಹಳ ಮುಖ್ಯ. ಇದು ಕೇವಲ ಒಂದು ರಕ್ಷಣಾತ್ಮಕ ಕ್ರಮವಾಗಿದೆ.

ದೈಹಿಕ ಭಾಷೆಯಷ್ಟೇ ಅಲ್ಲದೆ ಬೇರೆ ವಿಷಯಗಳೂ ನಿಮ್ಮ ಗಮನ ಸೆಳೆಯಬಹುದು: ಒಂದು ವೇಳೆ ಎದುರಿಗಿರುವ ವ್ಯಕ್ತಿಯ ವೈಯಕ್ತಿಕ ಜೀವನದಲ್ಲಿ ಕಷ್ಟದ ಸಮಯ ನಡೆಯುತ್ತಿದೆ ಎಂದು ನಿಮಗೆ ತಿಳಿದಿದ್ದು, ಅವರು ಸಹಜವಾಗಿರುವುದಕ್ಕಿಂತ ಸ್ವಲ್ಪ ಹೆಚ್ಚು ಉತ್ಸಾಹದಿಂದ

ವರ್ತಿಸುತ್ತಿದ್ದರೆ, ಅವರು ತಮ್ಮ ಒಳಗಿನ ನೋವನ್ನು ಮುಚ್ಚಿಹಾಕಲು ಅತಿಯಾಗಿ ಪ್ರಯತ್ನಿಸುತ್ತಿದ್ದಾರೆ ಎಂದು ಅರ್ಥೈಸಬಹುದು. ಅವರು ಮಾತಾಡಲು ಬಯಸುತ್ತಾರೆಯೇ ಅಥವಾ ಅವರಿಗೆ ಯಾವುದೇ ಸಹಾಯ ಬೇಕೇ ಎಂದು ನೀವು ನೇರವಾಗಿ ಕೇಳಬೇಕು. ಅವರು ನಿಮ್ಮ ಮುಂದೆ ಮನಸ್ಸು ಬಿಚ್ಚಿ ಮಾತನಾಡದಿದ್ದರೂ ಸಹ, ನೀವು ಅವರ ಬದಲಾವಣೆಯನ್ನು ಗಮನಿಸಿ ವಿಚಾರಿಸಿದ್ದೀರಿ ಎಂಬ ವಿಷಯವು ಅವರಿಗೆ ನಿಮ್ಮ ಬಗ್ಗೆ ಹೆಚ್ಚು ಆಪ್ತತೆ ಮೂಡಿಸುತ್ತದೆ.

ದೈಹಿಕ ಭಾಷೆಯ ನಿರ್ದಿಷ್ಟ ಚಲನೆಗಳು ಮತ್ತು ಬದಲಾವಣೆಗಳನ್ನು ಗಮನಿಸುವಾಗ, ಎದುರಿಗಿರುವ ವ್ಯಕ್ತಿಯು ಎಷ್ಟು ನಿಧಾನವಾಗಿ ಅಥವಾ ವೇಗವಾಗಿ ತಮ್ಮ ದೇಹವನ್ನು ಬಳಸುತ್ತಿದ್ದಾರೆ ಎಂಬುದನ್ನೂ ನೀವು ಗಮನಿಸಬೇಕು. ನಾವು ಕೇವಲ ಕಣ್ಣಿಗೆ ಕಾಣುವ ದೈಹಿಕ ಚಲನೆಗಳ ಬಗ್ಗೆ ಮಾತ್ರ ಮಾತನಾಡುತ್ತಿಲ್ಲ; ಅವರು ತಮ್ಮ ಸಾಮಾನ್ಯ ವೇಗಕ್ಕಿಂತ ಹೆಚ್ಚು ವೇಗವಾಗಿ ಅಥವಾ ನಿಧಾನವಾಗಿ ಮಾತನಾಡುತ್ತಿದ್ದಾರೆಯೇ ಎಂಬುದನ್ನು ಕೂಡ ನೀವು ಆಲಿಸಬೇಕು.

ಸುಪ್ತಪ್ರಜ್ಞೆಯ ಸಂಕೇತಗಳ ಬದಲಾವಣೆಯು ಇಲ್ಲಿಯೂ ಮುಖ್ಯವಾಗುತ್ತದೆ. ಉದಾಹರಣೆಗೆ, ಕೆಲವು ಜನರು ಇತರರಿಗಿಂತ ಸಹಜವಾಗಿಯೇ ವೇಗವಾಗಿ ಅಥವಾ ನಿಧಾನವಾಗಿ ಮಾತನಾಡುತ್ತಾರೆ. ಅವರು ಮೊದಲಿನಿಂದಲೂ ಹಾಗೆಯೇ ಮಾತನಾಡುತ್ತಿದ್ದರೆ ಅದರಲ್ಲಿ ವಿಶೇಷ ಅರ್ಥವೇನೂ ಇರುವುದಿಲ್ಲ, ಆದರೆ ಅವರ ಮಾತಿನ ವೇಗದಲ್ಲಿ ಇದ್ದಕ್ಕಿದ್ದಂತೆ ಬದಲಾವಣೆಯಾದರೆ ಅದು ಯಾವುದೋ ಸಂಕೇತವಾಗಿರಬಹುದು.

ಸಹಜವಾಗಿಯೇ, ಸಾಮಾನ್ಯವಾಗಿ ನಿಧಾನವಾಗಿ ಮಾತನಾಡುವ ವ್ಯಕ್ತಿಯು ಹಠಾತ್ತನೆ ವೇಗವಾಗಿ ಮಾತನಾಡಲು ಶುರುಮಾಡಿದರೆ, ಅದು ಅವರು ಯಾವುದೋ ವಿಷಯಕ್ಕೆ ಆತಂಕಗೊಂಡಿದ್ದಾರೆ ಎಂಬುದರ ಸ್ಪಷ್ಟ ಸಂಕೇತವಾಗಿದೆ. ಇದರರ್ಥ ಅವರು ನಿಮ್ಮ ಮುಂದೆ ಸುಳ್ಳು ಹೇಳುತ್ತಿರಬಹುದು ಎಂಬುದು ಕೂಡ ಆಗಿರಬಹುದು.

ಆದರೆ ನಿಮಗೆ ಈಗಾಗಲೇ ಪರಿಚಯವಿರುವ ಜನರ ಮಾತಿನ ವೇಗದ ಬಗ್ಗೆ ಮಾತ್ರ ನಿಮಗೆ ತಿಳಿದಿರುತ್ತದೆ. ಅದೃಷ್ಟವಶಾತ್, ಅಪರಿಚಿತ ವ್ಯಕ್ತಿಗಳ ದೈಹಿಕ ಭಾಷೆಯ ವೇಗವನ್ನು ಗಮನಿಸುವುದರ ಮೂಲಕವೂ ನಾವು ಅವರ ಬಗ್ಗೆ ತಿಳಿದುಕೊಳ್ಳಬಹುದು. ಬಹುಮಟ್ಟಿಗೆ,

ದೈಹಿಕ ಭಾಷೆಯ ವೇಗದ ಆಧಾರದ ಮೇಲೆ ನೀವು ವ್ಯಕ್ತಿಗಳನ್ನು ಎರಡು ವ್ಯಕ್ತಿತ್ವದ ಗುಂಪುಗಳಾಗಿ ವರ್ಗೀಕರಿಸಬಹುದು. ಮೊದಲಿಗೆ, ವೇಗದ ಆಧಾರದ ಮೇಲೆ ಅವರು ಹೇಗೆ ವಿಂಗಡಿಸಲ್ಪಟ್ಟಿದ್ದಾರೆ ಎಂದು ನಾವು ನಿಮಗೆ ಹೇಳುತ್ತೇವೆ. ಸರಳವಾಗಿ ಹೇಳುವುದಾದರೆ, ತಮ್ಮ ದೇಹವನ್ನು ವೇಗವಾಗಿ ಚಲಿಸುವ ಮತ್ತು ವೇಗವಾಗಿ ಮಾತನಾಡುವ ಜನರನ್ನು 'ಟೈಪ್ ಎ' ವ್ಯಕ್ತಿತ್ವದ ವರ್ಗಕ್ಕೆ ಸೇರಿಸಲಾಗುತ್ತದೆ, ಆದರೆ ನಿಧಾನವಾಗಿ ಚಲಿಸುವ ಮತ್ತು ನಿಧಾನವಾಗಿ ಮಾತನಾಡುವವರನ್ನು 'ಟೈಪ್ ಬಿ' ವ್ಯಕ್ತಿತ್ವದವರು ಎಂದು ಕರೆಯಲಾಗುತ್ತದೆ. ಈ ಎರಡು ವರ್ಗಗಳ ವ್ಯಾಖ್ಯಾನಗಳು ಬಹಳ ಸ್ಪಷ್ಟವಾಗಿವೆ. 'ಟೈಪ್ ಎ' ವ್ಯಕ್ತಿಗಳು ಹೆಚ್ಚು ತೀವ್ರತೆ ಹೊಂದಿರುವವರು, ಗುರಿ ಆಧಾರಿತರು ಮತ್ತು ಸ್ವಲ್ಪಮಟ್ಟಿಗೆ ನರಶೂಲೆ ಅಥವಾ ಆತಂಕದ ಸ್ವಭಾವದವರಾಗಿರುತ್ತಾರೆ. ಅದೇ ಸಮಯದಲ್ಲಿ, 'ಟೈಪ್ ಬಿ' ವ್ಯಕ್ತಿಗಳು ಕಡಿಮೆ ಆತಂಕ ಹೊಂದಿದ್ದು, ವರ್ತಮಾನದ ಕ್ಷಣದ ಮೇಲೆ ಹೆಚ್ಚು ಗಮನ ಹರಿಸುವವರಾಗಿರುತ್ತಾರೆ.

ಈ ಎರಡು ವರ್ಗಗಳ ನಡುವೆ ಯಾವುದೇ ನಿರ್ದಿಷ್ಟ ಗುಣಮಟ್ಟದ ತೀರ್ಪು ನೀಡಲು ಸಾಧ್ಯವಿಲ್ಲ; ಇಬ್ಬರೂ ಜೀವನವನ್ನು ವಿಭಿನ್ನವಾಗಿ ನೋಡುವ ವಿಭಿನ್ನ ಗುಂಪುಗಳಷ್ಟೆ. ಯಾವುದೇ ಪರಿಸ್ಥಿತಿಯಲ್ಲಿ ಜನರು ಸಮಾನವಾಗಿ ಮತ್ತು ನಿರ್ದಿಷ್ಟವಾಗಿ ಈ ಎರಡು ವರ್ಗಗಳಾಗಿ ವಿಭಜಿಸಲ್ಪಡುತ್ತಾರೆ ಎಂಬುದನ್ನು ನೀವು ನೆನಪಿನಲ್ಲಿಡಬೇಕು. ಇದು ಸಾಮಾಜಿಕ ಶಕ್ತಿಗಳ ಪ್ರಭಾವದಿಂದಾಗಿ ಸಂಭವಿಸುತ್ತದೆ. ನಿಮ್ಮ ಕುಟುಂಬದವರ ಮುಂದೆ ನೀವು 'ಟೈಪ್ ಎ' ವ್ಯಕ್ತಿಯಂತೆ ಮತ್ತು ಸ್ನೇಹಿತರ ಮುಂದೆ 'ಟೈಪ್ ಬಿ' ವ್ಯಕ್ತಿಯಂತೆ ವರ್ತಿಸಬಹುದು ಅಥವಾ ಇದರ ಉಲ್ಟಾ ಕೂಡ ಆಗಿರಬಹುದು.

ಹೀಗಿದ್ದರೂ, ಈ ವ್ಯಾಖ್ಯಾನಗಳು ಸಂಪೂರ್ಣವಾಗಿ ನಿಖರವಲ್ಲದಿದ್ದರೂ ಸಹ, ಅವು ಸಹಕಾರಿಯಲ್ಲ ಎಂದು ಇದರರ್ಥವಲ್ಲ. ವ್ಯಕ್ತಿಗಳ ಕ್ರಿಯೆಗಳ ವೇಗದ ಆಧಾರದ ಮೇಲೆ ಅವರು ಯಾರು ಎಂದು ನಿಮಗೆ ಅರ್ಥವಾಗುವವರೆಗೆ, ನೀವು ಕತ್ತಲೆ ಮನೋವಿಜ್ಞಾನದಿಂದ ಕಲಿಯುವ ತಂತ್ರಗಳನ್ನು ಅವರ ಮೇಲೆ ವಿಭಿನ್ನವಾಗಿ ಬಳಸಬಹುದು. ನಾವು ಪದೇ ಪದೇ ಹೇಳುವಂತೆ, ನೀವು ಈ ತಂತ್ರಗಳನ್ನು ಎಲ್ಲಾ ವ್ಯಕ್ತಿಗಳ ಮೇಲೆ ಒಂದೇ ರೀತಿಯಲ್ಲಿ ಬಳಸಲು ಸಾಧ್ಯವಿಲ್ಲ, ಆದ್ದರಿಂದ ಅವರು 'ಟೈಪ್ ಎ' ಅಥವಾ 'ಟೈಪ್ ಬಿ' ವ್ಯಕ್ತಿತ್ವದವರೇ ಎಂಬುದನ್ನು ನೋಡಿ ವಿಭಿನ್ನ ನಿರ್ಧಾರಗಳನ್ನು ತೆಗೆದುಕೊಳ್ಳುವುದು ನಂಬಲಾಗದಷ್ಟು ಉಪಯುಕ್ತವಾಗಿದೆ.

ಅಂವಿಷಯಕ ಸಂವಹನದಲ್ಲಿ ದೈಹಿಕ ಭಾಷೆಗಿಂತ ಭಿನ್ನವಾಗಿರುವ ಧ್ವನಿ ಮತ್ತು ಭಾವನೆಗಳು ಬಹಳ ಪ್ರಮುಖವಾದ ಎರಡು ಕ್ಷೇತ್ರಗಳಾಗಿವೆ. ಒಬ್ಬ ವ್ಯಕ್ತಿಯು ತನ್ನ ಧ್ವನಿಯನ್ನು ಬಳಸುವ ರೀತಿ ಅವರ ಬಗ್ಗೆ ಬಹಳಷ್ಟು ವಿಷಯಗಳನ್ನು ತಿಳಿಸುತ್ತದೆ. ಜನರು ಹುಟ್ಟಿನಿಂದಲೇ ಒಂದು ಧ್ವನಿಯನ್ನು ಪಡೆದಿರುತ್ತಾರೆ ಮತ್ತು ಅಷ್ಟೇ ಅವರ ಧ್ವನಿಯ ಅಂತ್ಯ ಎಂದು ನಾವು ಭಾವಿಸುತ್ತೇವೆ. ನಮಗೆ ನೀಡಲಾದ ಧ್ವನಿಯನ್ನು ನಾವು ಬಳಸಬೇಕು ಎಂಬುದು ಒಂದು ಮಟ್ಟಿಗೆ ನಿಜವೇ. ಆದರೆ ಈ ವಿಚಾರದಲ್ಲಿ ಇರುವ ತಪ್ಪು ಕಲ್ಪನೆ ಏನೆಂದರೆ, ನಮಗೆ ನೈಸರ್ಗಿಕವಾಗಿ ಎಂತಹ ಧ್ವನಿ ಸಿಕ್ಕಿದ್ದರೂ ಸಹ, ನಮ್ಮ ಧ್ವನಿಯ ಮೂಲಕ ನಾವು ಬಹಳಷ್ಟು ಕೆಲಸಗಳನ್ನು ಮಾಡಬಹುದು. ನಿಮ್ಮ ಧ್ವನಿಯ ಪಿಚ್ (ಶ್ರುತಿ ಅಥವಾ ಧ್ವನಿಯ ಏರಿಳಿತ) ಅನ್ನು ಒಂದು ಉದಾಹರಣೆಯಾಗಿ ತೆಗೆದುಕೊಳ್ಳಿ. ನಾವು ಹೇಳಿದಂತೆ, ಇದನ್ನು ಒಂದು ಹಂತದವರೆಗೆ ಮಾತ್ರ ನಾವು ನಿರ್ವಹಿಸಲು ಸಾಧ್ಯ. ನಮ್ಮಲ್ಲಿ ಹೆಚ್ಚಿನವರು ನೈಸರ್ಗಿಕವಾಗಿ ಒಂದು ನಿರ್ದಿಷ್ಟ ಪಿಚ್ ವ್ಯಾಪ್ತಿಯನ್ನು ಹೊಂದಿರುತ್ತಾರೆ. ಆದಾಗ್ಯೂ, ನಾವು ಬಯಸಿದರೆ ಆ ವ್ಯಾಪ್ತಿಯೊಳಗೆ ನಮ್ಮ ಧ್ವನಿಯನ್ನು ಎಲ್ಲಿಗೆ ಕೊಂಡೊಯ್ಯಬೇಕು ಎಂಬುದರ ಮೇಲೆ ನಮಗೆ ಹೆಚ್ಚಿನ ನಿಯಂತ್ರಣ ಇರುತ್ತದೆ.

ನಿಮ್ಮ ಧ್ವನಿಯ ಪಿಚ್, ನೀವು ಮಾತನಾಡುತ್ತಿರುವ ವ್ಯಕ್ತಿಗೆ ನಿಮ್ಮ ಬಗ್ಗೆ ಕೆಲವು ವಿಷಯಗಳನ್ನು ತಿಳಿಸುತ್ತದೆ. ಒಂದು ವಿಷಯವೆಂದರೆ, ಸಂಶೋಧನೆಗಳ ಪ್ರಕಾರ ಜನರು ಹೆಚ್ಚಿನ ಪಿಚ್ ಇರುವ ಧ್ವನಿಗಳಿಗೆ ಹೆಚ್ಚು ಗಮನ ಕೊಡುತ್ತಾರೆ. ಇದು ತಾರ್ಕಿಕವಾಗಿದೆ, ಏಕೆಂದರೆ ಕಡಿಮೆ ಶ್ರುತಿಯ ಧ್ವನಿಗಳಿಗಿಂತ ಹೆಚ್ಚಿನ ಶ್ರುತಿಯ ಧ್ವನಿಗಳು ಸುಲಭವಾಗಿ ಕೇಳಿಸುತ್ತವೆ. ಏಕತಾನತೆಯ ಧ್ವನಿಯಲ್ಲಿ , ಕಡಿಮೆ ಶ್ರುತಿಯು ಮಾತನಾಡುವವರನ್ನು ಅರ್ಥಮಾಡಿಕೊಳ್ಳದಂತೆ ತಡೆಯುವ ಮಟ್ಟಕ್ಕೆ ಹೋಗಬಹುದು.

ಆದರೆ, ಕಥೆಯ ಇನ್ನೊಂದು ಮಗ್ಗುಲೂ ಇದೆ. ಅದೇ ಸಂಶೋಧನೆಗಳಿಂದ ನಮಗೆ ತಿಳಿದುಬರುವುದೇನೆಂದರೆ, ಜನರು ಕಡಿಮೆ ಶ್ರುತಿಯ ಧ್ವನಿಗಳನ್ನು ಹೆಚ್ಚು ಗಂಭೀರವಾಗಿ ತೆಗೆದುಕೊಳ್ಳುತ್ತಾರೆ. ಈ ಸತ್ಯದ ಹಿಂದಿರುವ ಸಾಮಾಜಿಕ ಸಮಸ್ಯೆಗಳನ್ನು ಬೇರೊಂದು ಪುಸ್ತಕದಲ್ಲಿ ಚರ್ಚಿಸಬಹುದಾದರೂ, ವಾಸ್ತವವೇನೆಂದರೆ ಇದನ್ನು ಪುರುಷರು ಮತ್ತು ಮಹಿಳೆಯರು ಇಬ್ಬರಿಗೂ ಅನ್ವಯಿಸಬಹುದು. ತಾವು ಹೆಚ್ಚು ಗಂಭೀರವಾಗಿ ಕಾಣಿಸಿಕೊಳ್ಳಬೇಕು ಎಂದು ಬಯಸಿದಾಗ, ಎರಡೂ ಲಿಂಗದವರು ತಮ್ಮ

ಧ್ವನಿಯನ್ನು ತಗ್ಗಿಸಲು ಪ್ರಯತ್ನಿಸುತ್ತಾರೆ.

ಹೀಗೆ ಮಾಡುವ ನಮ್ಮ ಪ್ರವೃತ್ತಿಯು ಈಗ ಎಂದು ಕರೆಯಲ್ಪಡುವ ಸ್ಥಿತಿಗೆ ಕಾರಣವಾಗಿದೆ. ಜನರು ತಮ್ಮ ಧ್ವನಿಯ ನೈಸರ್ಗಿಕ ವ್ಯಾಪ್ತಿಯನ್ನು ಮೀರಿ ಅತಿಯಾಗಿ ಧ್ವನಿಯನ್ನು ತಗ್ಗಿಸಿದಾಗ ಅಥವಾ ಶ್ರುತಿಯನ್ನು ತೀರಾ ಕಡಿಮೆ ಮಾಡಿದಾಗ ಉಂಟಾಗುವ ಶಬ್ದಕ್ಕೆ ಈ ಹೆಸರಿದೆ. ಇದು ನಮ್ಮ ಧ್ವನಿಯನ್ನು ಕರ್ಕಶವಾಗಿ ಮತ್ತು ಅಸಹಜವಾಗಿ ಕೇಳಿಸುವಂತೆ ಮಾಡುತ್ತದೆ.

ನಾವು ಹಾಗೆ ಮಾಡುವಾಗ, ಅದು ನಕಲಿಯಾಗಿ ಕೇಳಿಸದಂತೆ ಸಮತೋಲನ ಕಾಯ್ದುಕೊಳ್ಳಬೇಕು. ಕಡಿಮೆ ಧ್ವನಿಯಲ್ಲಿ ಮಾತನಾಡಿದರೆ ಜನರು ನಿಮ್ಮನ್ನು ಹೆಚ್ಚು ಗಂಭೀರವಾಗಿ ಪರಿಗಣಿಸುತ್ತಾರೆ ಎಂಬ ವಿಷಯ ತಿಳಿದಿದ್ದರೂ ಇದು ಮುಖ್ಯ.

ಈಗ ನಮ್ಮ ವಿಷಯಗಳ ಮೇಲೆ ಗಮನ ಹರಿಸಿದಾಗ, ಈ ಅಧ್ಯಯನದಿಂದ ನಾವು ಬಹಳಷ್ಟು ವಿಷಯಗಳನ್ನು ಕಲಿಯಬಹುದು. ಒಂದು ವೇಳೆ, ಅವರ ಧ್ವನಿಯಲ್ಲಿ ನಮಗೆ 'ವೋಕಲ್ ಫ್ರೈ' ಕೇಳಿಸಿದರೆ, ಅವರು ನಮ್ಮ ಮುಂದೆ ಒಂದು ಮುಖವಾಡ ಧರಿಸಿದ್ದಾರೆ ಎಂದು ಅರ್ಥ. ನಾವು ಅವರನ್ನು ಹೆಚ್ಚು ಗಂಭೀರವಾಗಿ ಪರಿಗಣಿಸಬೇಕೆಂದು ಅವರು ಬಯಸುತ್ತಾರೆ. ಇದರ ಲಾಭ ಪಡೆದು, ನಾವು ಅವರನ್ನು ಗಂಭೀರವಾಗಿ ಪರಿಗಣಿಸುತ್ತಿದ್ದೇವೆ ಎಂದು ಅವರಿಗೆ ತಿಳಿಸುವ ಮೂಲಕ, ಪ್ರತಿಯಾಗಿ ಅವರಿಂದ ಏನನ್ನಾದರೂ ಪಡೆಯಲು ಈ ಜ್ಞಾನವನ್ನು ಬಳಸಬಹುದು.

ಅಮೌಖಿಕ ಸಂವಹನದಂತೆಯೇ, ನಮ್ಮ ಧ್ವನಿಯ ಎರಡನೇ ಪ್ರಮುಖ ಭಾಗವು ಸುಪ್ತಾವಸ್ಥೆಯ ಸಂವಹನ ಸಂಕೇತಗಳ ಕೊನೆಯ ಕ್ಷೇತ್ರವಾದ 'ಭಾವನೆ'ಯೊಂದಿಗೆ ಸುಗಮವಾಗಿ ಬೆರೆಯುತ್ತದೆ. ನಮ್ಮ ಉಚ್ಚಾರಣಾ ಶೈಲಿಯಲ್ಲಿ ಮತ್ತು ಮುಖದ ಭಾವನೆಗಳಲ್ಲಿ ನಾವು ಸಂವೇದನೆಗಳನ್ನು ವ್ಯಕ್ತಪಡಿಸುತ್ತೇವೆ. ನಮ್ಮ ಸುತ್ತಮುತ್ತಲಿನ ಜನರಿಂದ ನಾವು ವಿಷಯಗಳನ್ನು ಕಲಿಯುತ್ತೇವೆ, ಆದ್ದರಿಂದ ಯಾವಾಗಲೂ ಈ ಭಾವನೆಗಳ ಅರ್ಥವೇನೆಂದು ಕಂಡುಹಿಡಿಯಲು ನಮ್ಮ ಗ್ರಹಿಕಾ ತೀಕ್ಷ್ಣತೆಯನ್ನು ಬಳಸಬೇಕು.

ವಿಷಯ ವ್ಯಕ್ತಿಯ ಸುಪ್ತಾವಸ್ಥೆಯ ಸಂಕೇತಗಳನ್ನು ಅನುಕರಿಸಲು ನಾವು ನಿಮಗೆ ಸೂಚಿಸಿದ್ದೇವೆ, ಆದರೆ ಇದರರ್ಥ ಅವರು ಮಾಡಿದ್ದನ್ನೇ ನಿಖರವಾಗಿ ಮಾಡಬೇಕು ಎಂದಲ್ಲ. ಭಾವನೆಗಳ ವಿಷಯದಲ್ಲಿ ಇದು ಒಂದು

ಉತ್ತಮ ಉದಾಹರಣೆ. ವಿಷಯ ವ್ಯಕ್ತಿಯು ತನ್ನ ಧ್ವನಿ ಮತ್ತು ಮುಖದಲ್ಲಿ ಕೋಪವನ್ನು ತೋರಿಸಿದರೆ, ಅದರರ್ಥ ನೀವು ಅವರ ಭಾವನೆಗಳನ್ನು ನಿಖರವಾಗಿ ನಕಲು ಮಾಡಬೇಕು ಎಂದಲ್ಲ.

ನಿಮ್ಮ ಭಾವನೆಗಳನ್ನು ದೃಢಪಡಿಸುವ ರೀತಿಯಲ್ಲಿ ನೀವು ಖಂಡಿತವಾಗಿಯೂ ಸಂವೇದನೆಗಳನ್ನು ವ್ಯಕ್ತಪಡಿಸಬೇಕು. ನಮ್ಮನ್ನು ತಪ್ಪಾಗಿ ಅರ್ಥೈಸಬೇಡಿ. ಆ ವ್ಯಕ್ತಿಯ ಭಾವನೆಗಳನ್ನು ನೀವು ಗಂಭೀರವಾಗಿ ಪರಿಗಣಿಸುತ್ತಿಲ್ಲ ಎಂದು ಅವರು ಎಂದಿಗೂ ಭಾವಿಸಬಾರದು ಮತ್ತು ಹಾಗೆ ಮಾಡಲು ನಮಗೆ ಸಹಜವೆನಿಸದ ಭಾವನೆಗಳನ್ನು ತೋರ್ಪಡಿಸುವುದು ಅವಶ್ಯಕವಾಗಿರುತ್ತದೆ. ಈ ಕಾರಣಕ್ಕಾಗಿ, ಮನಃಸ್ಥಿತಿಯ ನಿಯಂತ್ರಣವು ಒಂದು ಅಗತ್ಯ ಕೌಶಲವಾಗಿದೆ. ಆದರೆ ನೀವು ಅವರಷ್ಟೇ ಕೋಪಗೊಳ್ಳಬಾರದು. ಏಕೆಂದರೆ, ಅವರು ಅನುಭವಿಸಿದ ಕಹಿ ಘಟನೆಗೆ ಅವರಷ್ಟೇ ಕೋಪಗೊಳ್ಳಲು ಅವರಿಗೆ ಮಾತ್ರ ಹಕ್ಕಿರುತ್ತದೆ. ಒಂದು ವೇಳೆ ನೀವು ಅವರಷ್ಟೇ ಅಸಮಾಧಾನ ವ್ಯಕ್ತಪಡಿಸಿದರೆ, ಅದು ಅಸ್ವಾಭಾವಿಕವಾಗಿ ಕಾಣುತ್ತದೆ.

ಬದಲಾಗಿ, ಅದೇ ರೀತಿಯ ಭಾವನೆಯನ್ನು ಸ್ವಲ್ಪ ಕಡಿಮೆ ತೀವ್ರತೆಯಲ್ಲಿ ವ್ಯಕ್ತಪಡಿಸಿ. ವ್ಯಕ್ತಿಯು ಸಂಪೂರ್ಣವಾಗಿ ಉಗ್ರ ರೂಪದಲ್ಲಿದ್ದರೆ, ನೀವು ಕೇವಲ ಕೋಪಗೊಂಡಂತೆ ಕಾಣಿಸಿಕೊಳ್ಳಿ. ಅವರು ಕೋಪದಲ್ಲಿದ್ದರೆ, ನೀವು ಸ್ವಲ್ಪ ಕಿರಿಕಿರಿಗೊಂಡಂತೆ ಕಾಣಿಸಿಕೊಳ್ಳಿ, ಹೀಗೆ ಮುಂದುವರಿಯಲಿ. ವಿಷಯ ವ್ಯಕ್ತಿಯ ಭಾವನೆಗಳನ್ನು ಅವರಿಗೆ ಪ್ರತಿಬಿಂಬಿಸುವ ಮೂಲಕ, ನೀವು ಅವರ ಸಂವೇದನೆಗಳನ್ನು ದೃಢೀಕರಿಸಲು ಬಯಸುತ್ತೀರಿ, ಆದರೆ ಅದನ್ನು ಅತಿಯಾಗಿ ಮಾಡಬೇಡಿ. ಈ ಅಧ್ಯಾಯವು ಮನಸ್ಸಿನ ನಿಯಂತ್ರಣದ 2 ನೇ ಹಂತ ಮತ್ತು ಎಲ್ಲಾ ಸುಪ್ತಾವಸ್ಥೆಯ ಸಂವಹನ ಸಂಕೇತಗಳ ಅರ್ಥದ ಮೇಲೆ ಕೇಂದ್ರೀಕರಿಸಿದೆಯಾದರೂ, ಇದು ಭಾವನಾತ್ಮಕ ಅಭಿವ್ಯಕ್ತಿಯೊಂದಿಗೆ ನಿಕಟವಾಗಿ ಬೆಸೆದುಕೊಂಡಿರುವುದರಿಂದ, ನಾವು ವಿವರಿಸಲು ಬಯಸುವ ಒಂದು ತಂತ್ರವಿದೆ. ಅದೇ 'ನೆನಪಿನ ಸಕ್ರಿಯಗೊಳಿಸುವಿಕೆ' ತಂತ್ರ.

ನೆನಪಿನ ಸಕ್ರಿಯಗೊಳಿಸುವಿಕೆಯು ಯಾವುದೇ ಮನಸ್ಸಿನ ನಿಯಂತ್ರಣಕ್ಕಾಗಿ ವರ್ತನೆಯನ್ನು ಕುಶಲತೆಯಿಂದ ಬಳಸಲು ಬಳಸಬಹುದಾದ ಒಂದು ತಂತ್ರವಾಗಿದೆ. ನೀವು ವಿಷಯ ವ್ಯಕ್ತಿಯೊಂದಿಗೆ

ಸಾಂದರ್ಭಿಕವಾಗಿ ಸಂಭಾಷಣೆ ನಡೆಸುತ್ತಿರುವಾಗ, ಅವರಿಗೆ ಬಹಳ ಮುಖ್ಯವಾದ ಸಕಾರಾತ್ಮಕ ನೆನಪಿನ ಬಗ್ಗೆ ಅವರು ಮಾತನಾಡುವಂತೆ ಮಾಡಿ. ಇದರ ಹಿಂದಿನ ಸಾಮಾನ್ಯ ತತ್ವವನ್ನು ಅರ್ಥಮಾಡಿಕೊಳ್ಳುವುದು ಕಷ್ಟವೇನಲ್ಲ. ನೀವು ಇದನ್ನು ಉದ್ದೇಶಪೂರ್ವಕವಾಗಿ ಮಾಡುತ್ತಿದ್ದೀರಿ ಎಂದು ಅವರಿಗೆ ತಿಳಿಯಬಾರದು. ಈ ನೆನಪನ್ನು ಹೊರತರಲು ನೀವು ಏನೇ ಮಾಡಿದರೂ, ಅದು ಸಹಜವಾಗಿ ಬಂದಿದೆ ಎಂದು ಅವರು ನಂಬುವಂತೆ ಮಾಡುವುದು ನಿಮ್ಮ ಆದ್ಯತೆಯಾಗಿರಬೇಕು. ಆದರೆ ಅದರಲ್ಲಿರುವ ಭಾವನಾತ್ಮಕ ವಿಷಯವನ್ನು ಹೊರತರಲು, ಅವರು ಈ ಅನುಭವವನ್ನು ನೆನಪಿಸಿಕೊಳ್ಳುವಂತೆ ನೀವು ಬಯಸುತ್ತೀರಿ. ಕತ್ತಲೆ ಮನೋವಿಜ್ಞಾನದ ಉದ್ದೇಶಗಳಿಗಾಗಿ, ನಿಜವಾದ ನೆನಪು ನಿಮಗೆ ಮುಖ್ಯವಲ್ಲ. ಆ ನೆನಪಿಗೆ ಸಂಬಂಧಿಸಿದ ಉತ್ತಮ ಭಾವನೆಗಳನ್ನು ಅವರು ಮತ್ತೊಮ್ಮೆ ಅನುಭವಿಸುವಂತೆ ಮಾಡುವುದು ಮಾತ್ರ ನಿಮಗೆ ಮುಖ್ಯವಾದ ವಿಷಯ.

ಸೂಕ್ಷ್ಮ ಮಟ್ಟದಲ್ಲಿ ಮೆದುಳು ಹೇಗೆ ರಚನೆಯಾಗಿದೆ ಎಂಬುದು ನಿಮಗೆ ನೆನಪಿರಬಹುದು. ನಮ್ಮ ನರಕೋಶಗಳ ನಡುವಿನ ಟ್ರಿಲಿಯನ್ಗಟ್ಟಲೆ ಸಿನಾಪ್ಟಿಕ್ ಕೊಂಡಿಗಳು ನಮ್ಮ ನೆನಪುಗಳಿಂದ ಮಾಡಲ್ಪಟ್ಟಿವೆ. ನಾವು ಕೇವಲ ವಿಡಿಯೋ ಸೆರೆಹಿಡಿದಂತೆ ಹೊಸ ನೆನಪುಗಳನ್ನು ಅಲ್ಲಿ ಸಂಗ್ರಹಿಸುತ್ತಿಲ್ಲ. ಜಾಗವನ್ನು ಉಳಿಸಲು ಮತ್ತು ನಾವು ಹೆಚ್ಚಿನ ವಿಷಯಗಳನ್ನು ನೆನಪಿಟ್ಟುಕೊಳ್ಳಲು ಅನುವು ಮಾಡಿಕೊಡಲು, ನಾವು ನಿರಂತರವಾಗಿ ಹೊಸ ಸಂಪರ್ಕಗಳನ್ನು ಮಾಡುತ್ತೇವೆ ಮತ್ತು ವಿಷಯಗಳ ನಡುವೆ ಸಂಬಂಧಗಳನ್ನು ಸೃಷ್ಟಿಸುತ್ತೇವೆ.

ಇದರರ್ಥ ವಿಷಯ ವ್ಯಕ್ತಿಯು ಸಕಾರಾತ್ಮಕ ಭಾವನೆಯ ನೆನಪನ್ನು ಮರುಕಳಿಸುವುದು ಮಾತ್ರವಲ್ಲದೆ ಅದನ್ನು ಮತ್ತೆ ಅನುಭವಿಸುತ್ತಾನೆ, ಆದರೆ ಅವರು

ಆ ಸಕಾರಾತ್ಮಕ ಭಾವನೆಯನ್ನು ಅನುಭವಿಸಿದಾಗ ನೀವು ಅವರ ಹತ್ತಿರ ಇರುವುದರಿಂದ, ಅವರು ಈಗ ಆ ಸಕಾರಾತ್ಮಕ ಭಾವನೆಯನ್ನು ನಿಮ್ಮೊಂದಿಗೆ ಜೋಡಿಸುತ್ತಾರೆ. ಜನರು ನಮ್ಮ ಬಗ್ಗೆ ಒಳ್ಳೆಯ ಅನುಭವಗಳನ್ನು ಹೊಂದುವಂತೆ ಮಾಡಿದಾಗ, ಅದು ಅವರು ನಮ್ಮ ಬಗ್ಗೆ ಹೆಚ್ಚು ಸಕಾರಾತ್ಮಕವಾಗಿ ಯೋಚಿಸಲು ಸಹಾಯ ಮಾಡುತ್ತದೆ. ಇದು ಅವರ ಮನಸ್ಸನ್ನು ಪ್ರಭಾವಿಸಲು ಮತ್ತು ಕುಶಲತೆಯಿಂದ ಬಳಸಲು

ಸುಲಭಗೊಳಿಸುತ್ತದೆ.

ಜನರು ನಮಗೆ ಕಳುಹಿಸುವ ಸಂದೇಶಗಳನ್ನು ಅರ್ಥಮಾಡಿಕೊಳ್ಳುವ ವಿಷಯಕ್ಕೆ ಬಂದರೆ ಇವಿಷ್ಟೇ ವಿಷಯಗಳು. ಇವು ಅವರ ಸುಪ್ತಾವಸ್ಥೆಯ ಮನಸ್ಸಿನ ಪ್ರವೇಶ ದ್ವಾರಗಳಾಗಿದ್ದು, ಅವುಗಳನ್ನು ಓದಲು ಮತ್ತು ನಿಯಂತ್ರಿಸಲು ನಮಗೆ ಅವಕಾಶ ಮಾಡಿಕೊಡುತ್ತವೆ. ಮುಂದಿನ ಅಧ್ಯಾಯದಲ್ಲಿ ನೀವು ಪರಿಣಾಮಕಾರಿಯಾಗಿ ಸುಳ್ಳು ಹೇಳುವುದು ಹೇಗೆ ಎಂದು ಕಲಿಯುವಿರಿ, ಇದು 'ಕತ್ತಲೆ ಮನೋವಿಜ್ಞಾನ' ಕಲಿಯುವವರಿಗೆ ಇರಬೇಕಾದ ಅತ್ಯಗತ್ಯ ಕೌಶಲವಾಗಿದೆ. ಇದು ತನ್ನದೇ ಆದ ಸಂಪೂರ್ಣ ವಿಶ್ಲೇಷಣೆಯಾಗಿದ್ದರೂ, ಅದರಲ್ಲಿ ಯಶಸ್ವಿಯಾಗಲು ನೀವು ಇದುವರೆಗೆ ಕಲಿತ ಪಾಠಗಳನ್ನು ಬಳಸಿಕೊಳ್ಳಬಹುದು.

ಬನ್ನಿ ಪ್ರಾರಂಭಿಸೋಣ.

ಅಧ್ಯಾಯ ಹನ್ನೆರಡು

ನಿಮ್ಮ ಸುತ್ತಮುತ್ತಲಿನವರನ್ನು ವಂಚಿಸುವುದು ಹೇಗೆ?

ಬೇರೊಬ್ಬರು ಸುಳ್ಳು ಹೇಳುತ್ತಿದ್ದಾರೆ ಎಂದು ಪತ್ತೆಹಚ್ಚುವುದು ಹೇಗೆ ಎಂಬ ಬಗ್ಗೆ ನೀವು ಹೊರಗಡೆ ಸಾಕಷ್ಟು ಪುಸ್ತಕಗಳನ್ನು ಕಾಣಬಹುದು, ಆದರೆ ನೀವೇ ಒಬ್ಬ ಉತ್ತಮ ಸುಳ್ಳುಗಾರನಾಗುವುದು ಹೇಗೆ ಎಂದು ಹೇಳುವುದು ತುಂಬಾ ನಿಷೇಧಿತ ವಿಷಯವಾಗಿದೆ. ಇದು ನಿಷೇಧಿತ ವಿಷಯವಾಗಬಾರದು ಏಕೆಂದರೆ ಕೆಲವೊಮ್ಮೆ ನಾವೆಲ್ಲರೂ ಸುಳ್ಳು ಹೇಳಲೇಬೇಕಾಗುತ್ತದೆ. ನಾವು ಯಾವಾಗಲೂ ಸತ್ಯವನ್ನೇ ಹೇಳಲು ಸಾಧ್ಯವಿಲ್ಲ ಎಂಬುದು ಜೀವನದ ಒಂದು ಸರಳ ಸತ್ಯ. ಸುಳ್ಳುಗಳು ಯಾವಾಗಲೂ ಪ್ರಮುಖವಾಗಿರಬೇಕೆಂದಿಲ್ಲ. ನೀವು ದೊಡ್ಡ ಸುಳ್ಳುಗಳನ್ನು ಹೇಳಲು ಯೋಜಿಸಿದರೂ ಅಥವಾ ಸಣ್ಣವುಗಳನ್ನಾಗಲಿ, ಉತ್ತಮವಾಗಿ ಸುಳ್ಳು ಹೇಳುವ ಹಿಂದಿನ ಮುಖ್ಯ ಆಲೋಚನೆಗಳು ಒಂದೇ ಆಗಿರುತ್ತವೆ.

ಖಂಡಿತವಾಗಿಯೂ, ನಾವು 'ಕತ್ತಲೆ ಮನೋವಿಜ್ಞಾನ'ದಲ್ಲಿ ಅನ್ವಯಿಸುವ ಎಲ್ಲಾ ವಿಷಯಗಳು ಒಂದಲ್ಲ ಒಂದು ಮಟ್ಟದ ಸುಳ್ಳನ್ನು ಒಳಗೊಂಡಿರುತ್ತವೆ, ಕನಿಷ್ಠ ಸುಳ್ಳಿನ ಸಾಮಾನ್ಯ ವ್ಯಾಖ್ಯಾನದ ಪ್ರಕಾರವಾದರೂ ಇದು ನಿಜ. ಅಂದರೆ ನೀವು ಯಾರದ್ದಾದರೂ ಮನಸ್ಸನ್ನು ಓದಲು, ಮನಸ್ಸನ್ನು ನಿಯಂತ್ರಿಸಲು ಅಥವಾ ಕುಶಲತೆಯಿಂದ ಬಳಸಿಕೊಳ್ಳಲು ಬಯಸಿದರೆ, ನೀವೇ ಒಬ್ಬ ನಿಪುಣ ಸುಳ್ಳುಗಾರನಾಗಬೇಕು. ಈ ಪುಸ್ತಕದಾದ್ಯಂತ ನಾವು (ಸನ್ನಿವೇಶದ ಚೌಕಟ್ಟು ರೂಪಿಸುವುದು) ಎಂಬ ಕಲ್ಪನೆಯನ್ನು ಸೂಚಿಸುತ್ತಾ ಬಂದಿದ್ದೇವೆ. ಈ ಪದದ ಅರ್ಥ ನಿಮಗೆ ಮೊದಲೇ ತಿಳಿದಿಲ್ಲದಿದ್ದರೆ, ಇಲ್ಲಿಯವರೆಗಿನ ಸಂದರ್ಭದ ಮೂಲಕ ನೀವು ಅದರ ಬಗ್ಗೆ ಉತ್ತಮ ಕಲ್ಪನೆಯನ್ನು ಪಡೆದಿರಲೇಬೇಕು. ಆದರೆ ಈಗ ಈ ಪರಿಕಲ್ಪನೆಗಳನ್ನು

ಅಧಿಕೃತವಾಗಿ ಪರಿಶೀಲಿಸುವ ಸಮಯ ಬಂದಿದೆ, ಏಕೆಂದರೆ ಇವು ಒಬ್ಬ ಉತ್ತಮ ಸುಳ್ಳುಗಾರನು ಕಲಿಯಲೇಬೇಕಾದ ಅತ್ಯಗತ್ಯ ವಿಚಾರಗಳಾಗಿವೆ.

ನೀವು ಯಾರಿಗಾದರೂ ಮೋಸ ಮಾಡಬೇಕೆಂದಿದ್ದರೆ ಕೇವಲ ಒಂದು ಸುಳ್ಳನ್ನು ಹೇಳಿ ಸುಮ್ಮನಿರಲು ಸಾಧ್ಯವಿಲ್ಲ. ಒಂದು ವೇಳೆ ಹಾಗಿದ್ದಿದ್ದರೆ ಅದು ತುಂಬಾ ಸುಲಭವಾಗುತ್ತಿತ್ತು, ಆದರೆ ವಾಸ್ತವವು ಇದಕ್ಕಿಂತ ಹೆಚ್ಚು ಕಠಿಣವಾಗಿದೆ. ಕೇಳುಗರು ನಂಬಲೇಬೇಕಾದ ಒಂದು ಸಂಪೂರ್ಣ ಸನ್ನಿವೇಶವನ್ನೇ ನೀವು ನಿರ್ಮಿಸಬೇಕಾಗುತ್ತದೆ ಅಥವಾ...

ವಿಷಯ ವ್ಯಕ್ತಿ. ಸುಳ್ಳು ಹೇಳುವುದನ್ನು ಇಷ್ಟು ಕಷ್ಟವಾಗಿಸುವುದು ಇದೇ ಸಂಗತಿ, ಆದ್ದರಿಂದಲೇ ಹೆಚ್ಚಿನ ವ್ಯಕ್ತಿಗಳು ಉತ್ತಮ ಸುಳ್ಳುಗಾರರಾಗಲು ಸಾಧ್ಯವಾಗುವುದಿಲ್ಲ. ನಾವೆಲ್ಲರೂ ಮಾಡುವಂತೆ, ಅವರು ಕೆಲವು ಸುಳ್ಳುಗಳನ್ನು ಹೇಳಿ ಪಾರಾಗಬಹುದು, ಆದರೆ ಅದಕ್ಕಿಂತ ಮುಂದೆ ಹೋದರೆ, ಮೊದಲ ಸುಳ್ಳನ್ನು ಸಮರ್ಥಿಸಿಕೊಳ್ಳಲು ಅವರು ಹೇಳಬೇಕಾದ ಎಲ್ಲಾ ಇತರ ಸುಳ್ಳುಗಳು ಅವರನ್ನೇ ಆವರಿಸಿಕೊಳ್ಳುತ್ತವೆ.

ಅದಕ್ಕಾಗಿಯೇ ಒಬ್ಬ ಉತ್ತಮ ಸುಳ್ಳುಗಾರ ಒಂದಕ್ಕಿಂತ ಹೆಚ್ಚು ಸುಳ್ಳುಗಳನ್ನು ಹೇಳಬೇಕಾಗುತ್ತದೆ. ಯೋಜನೆಯಿಲ್ಲದೆ ಒಂದು ಸಣ್ಣ ಸುಳ್ಳನ್ನು ಹೇಳುವ ಪರಿಣಾಮವೇನೆಂದರೆ, ನಂತರದ ಅನೇಕ ಸುಳ್ಳುಗಳ ಮೂಲಕ ಆ ಮೊದಲ ತಪ್ಪನ್ನು ಸರಿಪಡಿಸಲು ಪ್ರಯತ್ನಿಸಬೇಕಾಗುತ್ತದೆ. ಆದಾಗ್ಯೂ, ನೀವು ಕತ್ತಲೆ ಮನೋವಿಜ್ಞಾನದ ವಿದ್ಯಾರ್ಥಿಯಾಗಿದ್ದರೆ ಇದು ಅಷ್ಟು ಮುಖ್ಯವಲ್ಲ. ನೀವು 'ಫ್ರೇಮಿಂಗ್' ಮತ್ತು 'ಅಡಾಪ್ಟೆಬಿಲಿಟಿ' (ಹೊಂದಿಕೊಳ್ಳುವಿಕೆ) ತತ್ವಗಳನ್ನು ಕಲಿಯಬೇಕು, ಇದರಿಂದ ನೀವು ಯಾವುದೇ ಪರಿಸ್ಥಿತಿಗೆ ಅಗತ್ಯವಿರುವ ಸುಳ್ಳುಗಳ ಜಾಲವನ್ನು ನಿರ್ಮಿಸಲು ಸಿದ್ಧರಾಗಿರಬಹುದು. ಫ್ರೇಮಿಂಗ್ ಹಿಂದಿನ ಮೂಲ ಕಲ್ಪನೆಯು ಅರ್ಥವಾಗಬಹುದು, ಆದರೆ ಅದರೊಂದಿಗೆ ಹೊಂದಿಕೊಳ್ಳುವಿಕೆ ಹೇಗೆ ಕಾರ್ಯನಿರ್ವಹಿಸುತ್ತದೆ ಎಂಬುದನ್ನು ಸಹ ನೀವು ಅರ್ಥಮಾಡಿಕೊಳ್ಳಬೇಕು. ಹೇಗಿದ್ದರೂ, ಹೊಂದಿಕೊಳ್ಳುವಿಕೆ ಇಲ್ಲದಿದ್ದರೆ ಫ್ರೇಮಿಂಗ್‌ಗೆ ಯಾವುದೇ ಬೆಲೆ ಇರುವುದಿಲ್ಲ. ವ್ಯಕ್ತಿಗಳು ಹೇಗೆ ಪ್ರತಿಕ್ರಿಯಿಸುತ್ತಾರೆ ಎಂಬುದರ ಮೇಲೆ ನಿಮ್ಮ ವ್ಯವಸ್ಥೆಯನ್ನು ಸರಿಹೊಂದಿಸುವ ಸಾಮರ್ಥ್ಯವೇ ನಿಮ್ಮ ಹೊಂದಿಕೊಳ್ಳುವಿಕೆ. ನಿಮ್ಮ ವಂಚನೆಗೆ ಜನರು ಹೇಗೆ ಪ್ರತಿಕ್ರಿಯಿಸುತ್ತಾರೆ ಎಂಬುದು ನಿಮಗೆ ತಿಳಿದಿರುವುದಿಲ್ಲ, ಆದ್ದರಿಂದ ಅವರ ಯಾವುದೇ ರೀತಿಯ

ಪ್ರತಿಕ್ರಿಯೆಗೂ ನೀವು ಸಿದ್ಧರಾಗಿರಬೇಕು.

ನಿಮ್ಮ ವಂಚನೆಯ ಬಗ್ಗೆ ಅವರು ಅನುಮಾನಾಸ್ಪದವಾಗಿ ಪ್ರತಿಕ್ರಿಯಿಸಿದರೆ, ಅದು ಸಂಭವಿಸಬಹುದಾದ ಅತ್ಯಂತ ಕೆಟ್ಟ ವಿಷಯ. ಆದರೆ ಬಲವಾದ ಹೊಂದಿಕೊಳ್ಳುವಿಕೆಯ ಗುಣವಿದ್ದರೆ, ನೀವು ಸುಳ್ಳು ಹೇಳುವಾಗ ಸಿಕ್ಕಿಬಿದ್ದಿದ್ದೀರಿ ಎಂದರ್ಥವಲ್ಲ. ಫ್ರೇಮಿಂಗ್ ಮತ್ತು ಹೊಂದಿಕೊಳ್ಳುವಿಕೆಯನ್ನು ಅಂತಹ ಪ್ರಬಲ ಸಂಯೋಜನೆಯನ್ನಾಗಿ ಮಾಡುವುದು ಇದೇ ಅಂಶ. ಈ ಎರಡೂ ಗುಣಗಳು ಒಂದಾದಾಗ, ಸಾಮಾಜಿಕ ಪರಿಸರದಲ್ಲಿನ ಯಾವುದೇ ಸಂಭಾವ್ಯ ಬದಲಾವಣೆಗೆ ನೀವು ಸಿದ್ಧರಾಗಿರುವುದು ಮಾತ್ರವಲ್ಲದೆ, ಯಾರಾದರೂ ನಿಮ್ಮನ್ನು ನೇರವಾಗಿ ಪ್ರಶ್ನಿಸಿದರೂ ಸಹ, ಉತ್ತಮ ಹೊಂದಿಕೊಳ್ಳುವಿಕೆಯ ಮೂಲಕ ನೀವು ಪಾರಾಗಬಹುದು.

ವಂಚನೆ ಮಾಡುವುದು ಸುಲಭದ ಕೆಲಸವಲ್ಲ, ಅದಕ್ಕಾಗಿಯೇ ಹೆಚ್ಚಿನ ಜನರು ಯಶಸ್ವಿ ಸುಳ್ಳುಗಾರರಾಗಲು ಅರ್ಹರಾಗಿರುವುದಿಲ್ಲ. ನೀವು ಸತ್ಯವನ್ನು ಒಂದು ನಿರ್ದಿಷ್ಟ ರೀತಿಯಲ್ಲಿ ಮರೆಮಾಚಲು ಬಯಸಿದರೆ, ಅದನ್ನು ಕೇವಲ ನಂಬಲರ್ಹವಾಗಿ ಕಾಣುವಂತೆ ಮಾಡಿದರೆ ಸಾಲದು. ನೀವು...

ನೀವು ಹೇಳುತ್ತಿರುವುದು ಸಂಪೂರ್ಣ ಸತ್ಯ ಎಂದು ವಿಷಯ ವ್ಯಕ್ತಿಯು ನಂಬುವಂತೆ ಮಾಡಬೇಕು. ಅಂದರೆ ನೀವು ವಿಷಯಗಳನ್ನು ಅತಿಯಾಗಿ ಎಳೆಯಬಾರದು ಅಥವಾ ಅವಾಸ್ತವಿಕವಾಗಿರಬಾರದು. ಒಂದು ಮಟ್ಟದವರೆಗೆ, ನಿಮ್ಮ ಸುಳ್ಳುಗಳು ಉಳಿದೆಲ್ಲರೂ ಸಾಕ್ಷಿಯಾಗುವ ನೈಜ ಜಗತ್ತಿಗೆ ಹೊಂದಿಕೆಯಾಗುವಂತೆ ಇರಬೇಕು.

ನಿಮ್ಮ ವಂಚನೆಯು ಸಂದರ್ಭಕ್ಕೆ ತಕ್ಕಂತೆ ಬದಲಾಗಬೇಕಾದರೂ, ಹೊಂದಿಕೊಳ್ಳುವಿಕೆ ಅಂದರೆ ಅಷ್ಟೇ ಅಲ್ಲ. ನಿಮ್ಮ ವಂಚನೆಯನ್ನು ಸರಿಹೊಂದಿಸುವುದು ಮಾತ್ರವಲ್ಲದೆ, ನೀವು ಯಾರಿಗೆ ಸುಳ್ಳು ಹೇಳುತ್ತಿದ್ದೀರಿ ಎಂಬ ಆಧಾರದ ಮೇಲೆ ನಿಮ್ಮ ಸ್ವಂತ ಸುಪ್ತಾವಸ್ಥೆಯ ಸಂವಹನ ಸಂಕೇತಗಳನ್ನು ಬದಲಾಯಿಸಲು ನಿಮಗೆ ಸಾಧ್ಯವಾಗಬೇಕು. ಜನರನ್ನು ಸರಿಯಾಗಿ ವಂಚಿಸುವ ಈ ಕಲೆಯ ಮೇಲೆ ಪ್ರಭುತ್ವ ಸಾಧಿಸಲು ನೀವು ಇತರ ಅಧ್ಯಾಯಗಳನ್ನು ಉಲ್ಲೇಖಿಸಬಹುದು, ಏಕೆಂದರೆ ಆ ಜ್ಞಾನವಿಲ್ಲದೆ ಇದನ್ನು ಪರಿಣಾಮಕಾರಿಯಾಗಿ ಮಾಡಲು ನಿಮಗೆ ಸಾಧ್ಯವಾಗುವುದಿಲ್ಲ.

ನೀವು 'ಕತ್ತಲೆ ಮನೋವಿಜ್ಞಾನ'ದ ಬಗ್ಗೆ ಕೇಳಿದಾಗ, ಅದರಿಂದ ನೀವು

ಪಡೆಯಬಹುದಾದ ಅತ್ಯಂತ ಮೌಲ್ಯಯುತವಾದ ವಿಷಯವೆಂದರೆ ಪ್ರತಿಯೊಬ್ಬ ವ್ಯಕ್ತಿಯ ಅನುಭವಗಳ ನಡುವಿನ ಸಾಮ್ಯತೆ. ನೀವು ಒಬ್ಬ ಮನುಷ್ಯನಾಗಿ ಬದುಕುವ ಮೂಲಕವೇ, ಇನ್ನೊಬ್ಬರ ಜೀವನ ಹೇಗಿರುತ್ತದೆ ಎಂಬುದನ್ನು ಬಹುಮಟ್ಟಿಗೆ ತಿಳಿಯಬಹುದು. ಇದರರ್ಥ ಅವರ ಅಸ್ತಿತ್ವದ ಪ್ರತಿಯೊಂದು ಅನುಭವವೂ ನಿಮಗೆ ತಿಳಿದಿದೆ ಎಂದಲ್ಲ, ಆದರೆ ಅವರ ಮನಸ್ಸನ್ನು ನಿಯಂತ್ರಿಸಲು, ಬಳಸಿಕೊಳ್ಳಲು ಮತ್ತು ವಂಚಿಸಲು ಅಗತ್ಯವಿರುವುದಕ್ಕಿಂತ ಹೆಚ್ಚಿನ ವಿಷಯಗಳು ನಿಮಗೆ ತಿಳಿದಿರುತ್ತವೆ.

ನೀವು ಯಾರೊಂದಿಗೆ ಮಾತನಾಡುತ್ತಿದ್ದರೂ, ನೀವು ಒಂದೇ ರೀತಿಯ ನೈಜ ಪ್ರಪಂಚದ ಪರಿಸರದಲ್ಲಿದ್ದಾಗ ನಿಮ್ಮಲ್ಲಿ ಸಾಕಷ್ಟು ಸಾಮ್ಯತೆಗಳಿರುತ್ತವೆ. ವ್ಯಕ್ತಿತ್ವದ ದೃಷ್ಟಿಯಿಂದ ನೀವು ಎಷ್ಟು ಭಿನ್ನ ಎಂದು ಯೋಚಿಸಿದರೂ ಅದು ಮುಖ್ಯವಾಗುವುದಿಲ್ಲ. ನೀವಿಬ್ಬರೂ ನಿಮ್ಮ ಸುತ್ತಮುತ್ತಲಿನ ಪರಿಸರವನ್ನು ಗಮನಿಸಿ. ನೀವು ನೋಡುವುದನ್ನೇ ಅವರು ನಿಖರವಾಗಿ ನೋಡದೇ ಇರಬಹುದು, ಆದರೆ ಅವರು ನೋಡುವುದು ಬಹುತೇಕ ಒಂದೇ ಆಗಿರುತ್ತದೆ.

ಇತರರು ನೋಡುವ ಜಗತ್ತನ್ನು ನೀವು ಬದಲಾಯಿಸಲು ಬಯಸಿದಾಗ ಈ ವಾಸ್ತವವು ವಂಚಿಸಲು ಬಹಳ ಮುಖ್ಯವಾಗುತ್ತದೆ, ಆದರೆ ನೀವು ಒಂದೇ ರೀತಿಯ ಸತ್ಯಗಳ ಸಂಪರ್ಕದಲ್ಲಿ ಇಲ್ಲದಿದ್ದರೆ ಅದು ಅಷ್ಟಾಗಿ ಕೆಲಸ ಮಾಡುವುದಿಲ್ಲ. ನೀವು ಜಗತ್ತಿನ ಅತ್ಯುತ್ತಮ ಸುಳ್ಳುಗಾರನಾಗಿದ್ದರೂ ಸಹ, ಈ ವಿಷಯದಲ್ಲಿ ನೀವು ಕೇವಲ ಒಂದು ಪ್ರಭಾವವಷ್ಟೇ. ನೀವು ವಿಷಯ ವ್ಯಕ್ತಿಯ ಜೀವನದಲ್ಲಿ ಅತಿ ದೊಡ್ಡ ಪ್ರಭಾವ ಬೀರಬಹುದು, ಆದರೆ ನೀವು ಇನ್ನೂ.

ಕೇವಲ ಒಬ್ಬ ವ್ಯಕ್ತಿಯಷ್ಟೇ. ಯಾವುದೋ ಒಂದು ಹಂತದಲ್ಲಿ, ನೀವು ವಿನಯವನ್ನು ಕಲಿಯಬೇಕು. ಅವರ ಮನಸ್ಸಿನಲ್ಲಿ ಮೂಡುವ ಪ್ರತಿಯೊಂದು ಸಣ್ಣ ಆಲೋಚನೆಯನ್ನು ನೀವು ಒಬ್ಬರೇ ನಿರ್ಧರಿಸಲು ಸಾಧ್ಯವಿಲ್ಲ ಎಂಬುದನ್ನು ನೀವು ತಿಳಿದುಕೊಳ್ಳಬೇಕು. ಈ ಹಂತವನ್ನು ತಲುಪಿದಾಗ ಮಾತ್ರ ನೀವು ಅತ್ಯುತ್ತಮ ಸುಳ್ಳುಗಾರನಾಗಲು ಸಾಧ್ಯ, ಏಕೆಂದರೆ ವಿಷಯ ವ್ಯಕ್ತಿಯ ಬಳಿ ಇರುವ ಇತರ ಮಾಹಿತಿಗಳೊಂದಿಗೆ ನೀವು ಕೆಲಸ ಮಾಡಬೇಕಾಗುತ್ತದೆ ಎಂಬುದನ್ನು ನೀವು ಒಪ್ಪಿಕೊಳ್ಳುತ್ತೀರಿ. ಒಬ್ಬ 'ಸೋಲಿಪ್ಸಿಸ್ಟ್' (ತಾನೊಬ್ಬನೇ ಜಗತ್ತಿನಲ್ಲಿ ಅಸ್ತಿತ್ವದಲ್ಲಿರುವುದು

ಎಂದು ನಂಬುವವನು) ನಂತೆ, ಇತರರು ಗಮನ ಹರಿಸಲೇಬೇಕಾದ ಸಂಪೂರ್ಣ ಬ್ರಹ್ಮಾಂಡ ನಾನೇ ಎಂದು ನೀವು ಭಾವಿಸುವುದಿಲ್ಲ. ನಿಮ್ಮ ಸುತ್ತಲಿರುವ ಇತರ ಬ್ರಹ್ಮಾಂಡಗಳನ್ನು ನೀವು ಗುರುತಿಸುತ್ತೀರಿ. ವಿಷಯ ವ್ಯಕ್ತಿಗೆ ಈ ವಿಭಿನ್ನ ಪ್ರಭಾವಗಳ ಲಭ್ಯತೆಯೂ ಇದೆ ಎಂದು ನೀವು ಅರಿತುಕೊಳ್ಳುತ್ತೀರಿ. ಸುತ್ತಮುತ್ತಲಿನ ಅತ್ಯುತ್ತಮ ಸುಳ್ಳುಗಾರನಾಗಲು ನೀವು ಈ ಎಲ್ಲವುಗಳಿಗಿಂತ ಹೆಚ್ಚು ಪ್ರಭಾವಶಾಲಿಯಾಗಬೇಕಾಗುತ್ತದೆ.

ನೆನಪಿಡಿ, ಯಾರು ಕಥನವನ್ನು ತನ್ನ ಹತೋಟಿಗೆ ತೆಗೆದುಕೊಳ್ಳುತ್ತಾರೋ, ಅವರು ಆ ಕಥನವನ್ನು ನಂಬುವ ಜನರನ್ನು ನಿಯಂತ್ರಿಸುತ್ತಾರೆ. ಕಥನಗಳ ಬಗ್ಗೆ ಈಗ ನೀವು ಅಷ್ಟಾಗಿ ಯೋಚಿಸದಿರಬಹುದು. ಅವುಗಳು ಶಕ್ತಿಯುತವಾದ ವಿಷಯಗಳೆಂದು ನೀವು ಈಗಾಗಲೇ ಪರಿಗಣಿಸದೇ ಇರಬಹುದು, ಆದರೆ ವಾಸ್ತವದಲ್ಲಿ ಅವು ಹಾಗೆಯೇ ಇವೆ. ಕಥನಗಳು ಜನರು ಜಗತ್ತನ್ನು ನೋಡುವ ರೀತಿಯನ್ನು ರೂಪಿಸುತ್ತವೆ. ಅವು ನಮ್ಮ ಜೀವನಕ್ಕೆ ಅರ್ಥವನ್ನು ನೀಡುತ್ತವೆ ಮತ್ತು ಕತ್ತಲೆಯ ಕೊನೆಯಲ್ಲಿ ನಮಗೆ ಬೆಳಕನ್ನು ತೋರಿಸುತ್ತವೆ. ಒಬ್ಬ ಉತ್ತಮ ವಂಚಕನು ನಮ್ಮ ಬಳಿ ಬಂದು ನಾವು ನಂಬಲು ಸಿದ್ಧವಿರುವ ಕಥನವೊಂದನ್ನು ನೀಡಿದರೆ, ನಾವು ಜಗತ್ತನ್ನು ನೋಡುವ ವಿಧಾನವೇ ಸಂಪೂರ್ಣವಾಗಿ ಬದಲಾಗುತ್ತದೆ.

ಅತ್ಯುತ್ತಮ ಕಥನವು ನಾವು ಜಗತ್ತನ್ನು ನೋಡುವ ವಿಧಾನವನ್ನು ತಕ್ಷಣವೇ ಬದಲಿಸುವುದಿಲ್ಲ. ಅವು ನಮ್ಮ ಪ್ರಪಂಚದ ಪ್ರಸ್ತುತ ಆಲೋಚನೆಗಳನ್ನು ತೆಗೆದುಕೊಂಡು ಅವುಗಳನ್ನು ಸ್ವಲ್ಪಮಟ್ಟಿಗೆ ಬದಲಾಯಿಸುತ್ತವೆ. ಅವು ಎಷ್ಟು ಅಲ್ಪವಾಗಿ ಬದಲಾಗಿರುತ್ತವೆ ಎಂದರೆ, ಅವು ಜೀವನವನ್ನು ನೋಡುವ ನಮ್ಮ ಶಾಶ್ವತ ವಿಧಾನವಾಗಿಬಿಡುತ್ತವೆ ಮತ್ತು ನಾವು ಯಾವಾಗಲೂ ವಿಷಯಗಳನ್ನು ಇದೇ ರೀತಿ ನೋಡುತ್ತಿರಲಿಲ್ಲ ಎಂಬುದು ನಮಗೆ ನೆನಪೂ ಇರುವುದಿಲ್ಲ. ಜೀವನದ ವಿವಿಧ ಕ್ಷೇತ್ರಗಳಲ್ಲಿ ನೀವು ಇಂತಹ ಉದಾಹರಣೆಗಳ ಬಗ್ಗೆ ಯೋಚಿಸಬಹುದು: ನೀವು ಯೋಚಿಸುವ ಅಂತಹ ಯಾವುದೇ ಸಂದರ್ಭವನ್ನು ಗಮನಿಸಿ ಮತ್ತು ನೀವೇ ಇದನ್ನು ಹೇಗೆ ಮಾಡಬಹುದು ಹಾಗೂ ಕಥನವನ್ನು ಸೃಷ್ಟಿಸುವವರು ನೀವೇ ಹೇಗೆ ಆಗಬಹುದು ಎಂಬುದನ್ನು ಗಂಭೀರವಾಗಿ ಪರಿಗಣಿಸಿ. ಒಬ್ಬ ವ್ಯಕ್ತಿಯನ್ನು ಸ್ವಲ್ಪಮಟ್ಟಿಗೆ, ಕೇವಲ ಸ್ವಲ್ಪಮಟ್ಟಿಗೆ ಬದಲಾಯಿಸುವ ಈ ಅದ್ಭುತ ವಿಧಾನವು ಸಾಮಾನ್ಯವಾಗಿ ಬಳಸಲ್ಪಡುವ ಒಂದಾಗಿದೆ.

ರಾಜಕೀಯದಲ್ಲಿ. ಇಲ್ಲೇ ನಮ್ಮ ಮುಂದಿನ ವಂಚನೆಯ ತಂತ್ರವಾದ 'ಗುರುತಿನ ಮನವಿ' ಬಳಕೆಗೆ ಬರುತ್ತದೆ. ಒಬ್ಬ ಸುಳ್ಳುಗಾರನಾಗಿ ನೀವು ಹೊಂದಿರಬಹುದಾದ ಅತ್ಯಂತ ಬಹುಮುಖಿ ವಂಚನೆಯ ತಂತ್ರ ಇದಾಗಿದೆ. ಏಕೆಂದರೆ ನೀವು ನಿಮ್ಮ ಕಥೆಯನ್ನು ಎಷ್ಟೇ ಬಾರಿ ಬದಲಾಯಿಸಿದರೂ, ಆ ಕಥೆಯು ನೀವು ಅವರ ಕಡೆಯವರೇ ಎಂಬ ಸಂಕೇತವನ್ನು ವಿಷಯ ವ್ಯಕ್ತಿಗೆ ನೀಡುತ್ತಲೇ ಇರುತ್ತದೆ.

ಹೊಂದಿಕೊಳ್ಳುವಿಕೆಯ ಕಾರಣದಿಂದಾಗಿ ನಿಮ್ಮ ಕಥೆಯು ಅಂತಿಮವಾಗಿ ಆ ವ್ಯಕ್ತಿಯ ಪರವಾಗಿ ಇಲ್ಲದಿದ್ದರೂ ಸಹ, ನೀವು ಅವರ ಪರವಾಗಿದ್ದೀರಿ ಎಂದು ಅದು ತೋರಿಸಿದರೆ ಸಾಕು, ಅಷ್ಟೇ ಮುಖ್ಯವಾದುದು. ಈ ಕಾರಣಕ್ಕಾಗಿಯೇ, ಏನೇ ಆದರೂ ಅವರು ಯಾವಾಗಲೂ ನಿಮ್ಮೊಂದಿಗೇ ಇರುತ್ತಾರೆ. ಜನರು ತಮ್ಮ ಗುಂಪಿನ ಬಗ್ಗೆ ಹೆಚ್ಚಿನ ಒಲವುಳ್ಳವರಾಗಿರುತ್ತಾರೆ. ನಮಗಿಂತ ಭಿನ್ನವಾಗಿರುವ ಜನರ ಬಗ್ಗೆ ಹೆಚ್ಚು ಸಹಿಷ್ಣುವಾಗಿರುವುದು ನಮಗೆ ಒಳ್ಳೆಯ ವಿಷಯವೇ ಆದರೂ, ನಾವು ಅದನ್ನು ಸಹಜವಾಗಿ ಮಾಡುವುದಿಲ್ಲ ಎಂಬುದು ಕತ್ತಲೆ ಮನೋವಿಜ್ಞಾನದ ಒಂದು ದುರದೃಷ್ಟಕರ ಸತ್ಯ. ನಿಮ್ಮ ಸ್ವಂತ ಲಾಭಕ್ಕಾಗಿ ನೀವು ಒಬ್ಬ ವ್ಯಕ್ತಿಯ ಮನಸ್ಸನ್ನು ಪ್ರವೇಶಿಸಲು ಬಯಸಿದಾಗ, ಅವರ ಇಡೀ ಗುಂಪಿನ ನಿಷ್ಠೆಯನ್ನು ಬದಲಾಯಿಸುವ ಐಷಾರಾಮಿ ಅವಕಾಶ ನಿಮಗೆ ಇರುವುದಿಲ್ಲ.

ಬಹುಶಃ ನಿಮ್ಮ ಸಂಪೂರ್ಣ ಉದ್ದೇಶವು ಅವರು ಹೆಚ್ಚು ಮುಕ್ತವಾಗಿ ಮಾತನಾಡುವಂತೆ ಮಾಡುವುದು ಮತ್ತು ತಮಗಿಂತ ಭಿನ್ನವಾಗಿರುವವರನ್ನು ಅರ್ಥಮಾಡಿಕೊಳ್ಳುವಂತೆ ಮಾಡುವುದೇ ಆಗಿರಬಹುದು. ಇದು ಒಂದು ಒಳ್ಳೆಯ ಗುರಿಯೇ. ಆದರೂ, ದುರದೃಷ್ಟವಶಾತ್ ಇದು ಸುಳ್ಳನ್ನು ಆರಂಭಿಸಲು ಸರಿಯಾದ ಸ್ಥಳವಲ್ಲ, ಏಕೆಂದರೆ ಹೆಚ್ಚಿನ ಸಮಯ ಮತ್ತು ಶ್ರಮವಿಲ್ಲದೆ ಒಬ್ಬ ವ್ಯಕ್ತಿಯನ್ನು ಇಷ್ಟು ತೀವ್ರವಾಗಿ ಬದಲಾಯಿಸುವುದು ನಿಮಗೆ ತುಂಬಾ ಕಷ್ಟವಾಗುತ್ತದೆ. ನಮ್ಮನ್ನು ತಪ್ಪಾಗಿ ಅರ್ಥೈಸಬೇಡಿ: ಇದನ್ನು ಸಾಧಿಸಬಹುದು, ಆದರೆ ಇಂತಹ ಗುರಿಯನ್ನು ತಲುಪಲು ಬಹಳ ಸಮಯ ಬೇಕಾಗುತ್ತದೆ.

ಜನರನ್ನು ವಂಚಿಸುವುದು, ಇದು ಎರಡನೇ ಅತ್ಯಗತ್ಯ ಪಾಠ. ನೀವು ಒಂದು ವ್ಯವಸ್ಥೆಯನ್ನು ನಿರ್ಮಿಸಿದಾಗ, ಇತರರು ಅದನ್ನು ನಂಬಬೇಕೆಂದು ನೀವು ಬಯಸುತ್ತೀರಿ. ಈ ಅಧ್ಯಾಯಗಳಲ್ಲಿನ ಇತರ

ಯಾವುದೇ ನಿಯಮಗಳನ್ನು ನೀವು ಅನುಸರಿಸಿದರೂ ಸಹ, ನೀವು ಹೇಳುವ ಪ್ರತಿಯೊಂದನ್ನೂ ಅವರು ಸುಮ್ಮನೆ ನಂಬುತ್ತಾರೆ ಎಂದು ನೀವು ನಿರೀಕ್ಷಿಸಲಾಗದು. ನಾವು ನಮಗೇ ಸಮಂಜಸವಾದ ಮಾನದಂಡಗಳನ್ನು ಹಾಕಿಕೊಳ್ಳಬೇಕು. ಹಾಗೆಯೇ ನಮ್ಮ ವಿಷಯ ವ್ಯಕ್ತಿಯ ಬಗ್ಗೆ ವಾಸ್ತವಿಕ ನಿರೀಕ್ಷೆಗಳನ್ನು ಹೊಂದಿರಬೇಕು.

ಅವರು ಯಾವ ಹಂತದಲ್ಲಿದ್ದಾರೋ ಅದೇ ಮಟ್ಟದಲ್ಲಿ ನಾವು ವಿಷಯವನ್ನು ಚರ್ಚಿಸಬೇಕು. ಇದು ಕೇವಲ ಕತ್ತಲೆ ಮನೋವಿಜ್ಞಾನದ ಅತ್ಯಗತ್ಯ ಪಾಠ ಮಾತ್ರವಲ್ಲ. ಸಾಮಾನ್ಯವಾಗಿ, ಇದು ಸಂವಹನದಲ್ಲಿಯೂ ಒಂದು ಪ್ರಮುಖ ಪಾಠವಾಗಿದೆ: ಜನರನ್ನು ಭೇಟಿ ಮಾಡಿ.

ಅವರು ಎಲ್ಲಿದ್ದಾರೋ ಅಲ್ಲಿಯೇ. ನೀವು ಯೋಚಿಸಿ ನೋಡಿದರೆ, ಸಂವಹನವು ತುಂಬಾ ಸುಲಭವಾದದ್ದು. ಇಬ್ಬರು ವ್ಯಕ್ತಿಗಳು ವಿಚಾರಗಳನ್ನು ವಿನಿಮಯ ಮಾಡಿಕೊಳ್ಳುತ್ತಾರೆ, ಮತ್ತು ಅವರಲ್ಲಿ ಒಬ್ಬರು ಇನ್ನೊಬ್ಬರನ್ನು ಮರುಳು ಮಾಡಲು ಬಯಸಿದರೆ, ಅವರು ಇನ್ನೊಬ್ಬ ವ್ಯಕ್ತಿಯು ನಂಬುವಂತಹ ಸಾಕಷ್ಟು ಸುಸಂಘಟಿತವಾದ ವಂಚನೆಯನ್ನು ನಿರ್ಮಿಸಬೇಕಾಗುತ್ತದೆ. ಆದರೆ ಇದು ಕೇಳಲು ಎಷ್ಟು ಸುಲಭವಾಗಿದೆಯೋ, ಅಷ್ಟೇ ಸುಲಭವಾಗಿ ನೀವು ಊಹಿಸುವ ಎಲ್ಲವೂ ತಪ್ಪಾಗುವ ಸಾಧ್ಯತೆಯೂ ಇರುತ್ತದೆ. ನೀವು ಹೇಳುವ ಸುಳ್ಳನ್ನು ಅವರು ನಂಬುವಂತೆ ಮಾಡುವಲ್ಲಿ ನೀವು ವಿಫಲರಾಗಲು, ಆ ನೂರಾರು ವಿಷಯಗಳಲ್ಲಿ ಒಂದು ತಪ್ಪಾದರೂ ಸಾಕು. ಇದು ಸಂಭವಿಸಿದರೆ ಅದಕ್ಕೆ ಒಂದೇ ಕಾರಣವಿರುತ್ತದೆ: ಆ ವಂಚನೆಯು ವಿಷಯ ವ್ಯಕ್ತಿಯ ವೈಯಕ್ತಿಕ ಜಗತ್ತಿನ ದೃಷ್ಟಿಕೋನಕ್ಕೆ ಸರಿಯಾಗಿ ಹೊಂದಿಕೆಯಾಗಿರುವುದಿಲ್ಲ.

ನಮ್ಮದೇ ಆದ ಪ್ರಪಂಚದ ದೃಷ್ಟಿಕೋನಕ್ಕೆ ಸೂಕ್ತವಾದ ವಂಚನೆಯನ್ನು ರೂಪಿಸುವುದು ಸುಲಭ. ಆದರೆ ಉಳಿದೆಲ್ಲರಿಗೂ ಅರ್ಥವಾಗುವಂತಹ ಒಂದನ್ನು ಯೋಚಿಸುವುದು ಬೇರೆ ವಿಷಯವೇ ಆಗಿದೆ. ಒಬ್ಬ ಯಶಸ್ವಿ ಸುಳ್ಳುಗಾರ ತನ್ನ ವಂಚನೆಯ ಮೂಲಕ ಎರಡು ವಿಷಯಗಳನ್ನು ಸಾಧಿಸಬೇಕು: (1) ವಿಷಯ ವ್ಯಕ್ತಿಯು ಯಾವ ರೀತಿ ಗ್ರಹಿಸಬೇಕೆಂದು ನೀವು ಬಯಸುತ್ತೀರೋ ಅದೇ ಸತ್ಯ ಎಂದು ವ್ಯಾಖ್ಯಾನಿಸುವುದು, ಮತ್ತು (2) ಈ ವಾಸ್ತವವು ವಿಷಯ ವ್ಯಕ್ತಿಯ ಪ್ರಸ್ತುತ ನಂಬಿಕೆಗಳಿಗೆ ಹೊಂದಿಕೊಳ್ಳಬೇಕು, ಇದರಿಂದ ಅವರು ಅದನ್ನು ಮುಕ್ತವಾಗಿ ಒಪ್ಪಿಕೊಳ್ಳಲು ಮತ್ತು

ಮಾನ್ಯವೆಂದು ನೋಡಲು ಸಾಧ್ಯವಾಗುತ್ತದೆ. ಆದರೆ ಇದು ಜನರನ್ನು ಸುಳ್ಳುಗಳನ್ನು ನಂಬುವಂತೆ ಮಾಡುವ ರಹಸ್ಯಗಳಷ್ಟಕ್ಕೇ ಸೀಮಿತವಾಗಿದೆ. ನಿಮ್ಮ ಮೌಲ್ಯಗಳು ಮತ್ತು ಆಲೋಚನೆಗಳನ್ನು ಜನರು ಅನುಸರಿಸುವಂತೆ ಮಾಡುವುದು ಸಂಪೂರ್ಣವಾಗಿ ವಿಭಿನ್ನವಾದ ಗುರಿಯಾಗಿದೆ, ಅದರ ಬಗ್ಗೆ ನಾವು ಮುಂದಿನ ಅಧ್ಯಾಯದಲ್ಲಿ ಚರ್ಚಿಸುತ್ತೇವೆ.

ಅಧ್ಯಾಯ ಹದಿಮೂರು

ನಿಮ್ಮ ವಿರುದ್ಧ ಕುತಂತ್ರ ನಡೆಯುತ್ತಿರುವುದನ್ನು ಗುರುತಿಸುವುದು ಹೇಗೆ?

ಜನರನ್ನು ಹೇಗೆ ಕುಶಲತೆಯಿಂದ ಬಳಸಿಕೊಳ್ಳುವುದು ಎಂದು ನೀವು ಕಲಿಯಬಹುದು, ಆದರೆ ಅವರು ನಿಮ್ಮನ್ನು ಮರಳಿ ಕುಶಲತೆಯಿಂದ ಬಳಸಿಕೊಂಡರೆ ಅದರಿಂದ ಯಾವುದೇ ಪ್ರಯೋಜನವಿಲ್ಲ. ಕೃತಜ್ಞತೆಯ ವಿಷಯವೆಂದರೆ, ನೀವು ಅವರ ಕುತಂತ್ರದ ತಂತ್ರಗಳಿಗೆ ಬಲಿಯಾಗಬೇಕಿಲ್ಲ, ಏಕೆಂದರೆ ಈ ಅಧ್ಯಾಯದಲ್ಲಿ ನಾವು ಕುಶಲಕರ್ಮಿಗಳಿಂದ ನಮ್ಮನ್ನು ಹೇಗೆ ರಕ್ಷಿಸಿಕೊಳ್ಳುವುದು ಎಂಬುದನ್ನು ಕಲಿಯುತ್ತೇವೆ. ಕುಶಲತೆಯ ವಿರುದ್ಧ ನಿಮ್ಮನ್ನು ರಕ್ಷಿಸಿಕೊಳ್ಳುವ ಮೊದಲು, ನೀವು ಮೋಸ ಹೋಗುತ್ತಿದ್ದೀರಿ ಎಂದು ನಿಮಗೆ ತಿಳಿದಿರಬೇಕು. ಇದು ಕೇಳುವುದಕ್ಕಿಂತ ಹೆಚ್ಚು ಕಠಿಣವಾಗಿದೆ ಏಕೆಂದರೆ ಅತ್ಯುತ್ತಮ ಕುಶಲಕರ್ಮಿಗಳು ನಿಮ್ಮನ್ನು ಕುಶಲತೆಯಿಂದ ಬಳಸುತ್ತಿದ್ದಾರೆ ಎಂದು ಸ್ಪಷ್ಟವಾಗಿ ತಿಳಿಯಲು ಬಿಡುವುದಿಲ್ಲ. ಅವರು ನಿಮ್ಮ ಮೂಗಿನ ನೇರಕ್ಕೇ ತಮ್ಮ ಕೆಲಸವನ್ನು ಮಾಡುತ್ತಾರೆ ಮತ್ತು ಅದರ ಬಗ್ಗೆ ನಿಮಗೆ ಅರಿವಿಲ್ಲದೆಯೇ ಅವರು ಬಯಸಿದ್ದನ್ನು ನೀವು ಸಂತೋಷದಿಂದ ಮಾಡುತ್ತೀರಿ.

ನಾವು ಮೋಸ ಹೋಗುತ್ತಿದ್ದೇವೆಯೇ ಎಂದು ಹೇಳಲು ಅವರು ನಮಗೆ ಸುಳ್ಳು ಹೇಳುತ್ತಿದ್ದಾರೆಯೇ ಎಂದು ಕಂಡುಹಿಡಿಯುವುದು ಅತ್ಯುತ್ತಮ ಮಾರ್ಗವಾಗಿದೆ. ನಾವು ಯಾವಾಗ ಸುಳ್ಳಿಗೆ ಒಳಗಾಗುತ್ತಿದ್ದೇವೆ ಎಂದು ಕಂಡುಹಿಡಿಯುವುದು ತನ್ನದೇ ಆದ ದೊಡ್ಡ ವಿಷಯವಾಗಿದೆ, ಆದ್ದರಿಂದ ಅದರೊಂದಿಗೆ ಪ್ರಾರಂಭಿಸೋಣ. ಜನರನ್ನು ಓದುವ ನಮ್ಮ ಅಧ್ಯಾಯದಲ್ಲಿ ವಿವರಿಸಿದಂತೆ, ನೀವು ಯಾವಾಗ ಮೋಸ ಹೋಗುತ್ತಿದ್ದೀರಿ ಎಂದು

ತಿಳಿಯುವುದು ಎಂದರೆ ನೀವು ಯಾವಾಗ ಸುಳ್ಳನ್ನು ಕೇಳುತ್ತಿದ್ದೀರಿ ಎಂದು ತಿಳಿಯುವುದೇ ಆಗಿದೆ. ಒಬ್ಬ ಸುಳ್ಳುಗಾರನನ್ನು ಮತ್ತು ಸತ್ಯ ಹೇಳುವವನನ್ನು ಪ್ರತ್ಯೇಕಿಸಲು ನಾವು ಈ ಹಿಂದೆ ಅಭ್ಯಾಸ ಮಾಡಿದ ಎಲ್ಲಾ ಸಾಮರ್ಥ್ಯಗಳೇ ಬಳಕೆಯಾಗುತ್ತವೆ. ಗ್ರಹಿಕಾ ತೀಕ್ಷ್ಣತೆ, ಮೆದುಳಿನ ನಿಗೂಢ ಭಾಷೆಯ ಮೂರು ಗುಣಲಕ್ಷಣಗಳು ಮತ್ತು ಸೂಚ್ಯ ಸಂಪರ್ಕ ಸಂಕೇತಗಳು ಕತ್ತಲೆ ಮನೋವಿಜ್ಞಾನದಲ್ಲಿ ಹೇಗೆ ಹೊಂದಿಕೊಳ್ಳುತ್ತವೆ ಎಂಬ ಬಗ್ಗೆ ನೀವು ದೃಢವಾದ ತಿಳುವಳಿಕೆಯನ್ನು ಹೊಂದಿರಬೇಕು.

ಬಹುಶಃ ನೀವು ಕೇವಲ ಜೀವನದ ಸಾಮಾನ್ಯ ಸನ್ನಿವೇಶದ ಬಗ್ಗೆ ಯಾರಾದರೂ ಸುಳ್ಳು ಹೇಳುತ್ತಿದ್ದಾರೆಯೇ ಎಂದು ತಿಳಿಯಲು ಪ್ರಯತ್ನಿಸುತ್ತಿಲ್ಲದಿರಬಹುದು. ನೀವೇ ಯಾರನ್ನಾದರೂ ಮರುಳು ಮಾಡಲು ಪ್ರಯತ್ನಿಸುತ್ತಿರುವಾಗ, ಅವರು ನಿಮಗೆ ಸುಳ್ಳು ಹೇಳುತ್ತಿರಬಹುದು ಎಂಬ ಭಯವು ನಿಮ್ಮ ಹಾದಿಗೆ ಅಡ್ಡಿಯಾಗುತ್ತಿರಬಹುದು. ಇದು ಒಂದು ಸಕಾರಾತ್ಮಕ ಅಂತಃಪ್ರೇರಣೆಯಾಗಿದೆ, ಏಕೆಂದರೆ ಅವರು ಸತ್ಯದ ನಿಖರ ಚಿತ್ರಣವನ್ನು ನೀಡದಿದ್ದರೆ, ನಿಮಗೆ ಅವರ ಮನಸ್ಸನ್ನು ಪ್ರವೇಶಿಸಲು ಸಾಧ್ಯವಾಗುವುದಿಲ್ಲ. ಒಬ್ಬ ಸುಳ್ಳುಗಾರನ ಮನಸ್ಸನ್ನು ಪ್ರವೇಶಿಸಲು ನಿಮಗೆ ಸಾಧ್ಯವಾಗುವುದಿಲ್ಲ, ಹಾಗಾಗಿ ನೀವು ಅಂತಿಮವಾಗಿ ಆ ವ್ಯಕ್ತಿಯನ್ನಲ್ಲ, ಬದಲಿಗೆ ಅವರ ಒಂದು ಸುಳ್ಳು ರೂಪವನ್ನು ನಿಯಂತ್ರಿಸಲು ಅಥವಾ ಕುಶಲತೆಯಿಂದ ಬಳಸಲು ಪ್ರಯತ್ನಿಸಿ ವಿಫಲರಾಗುತ್ತೀರಿ.

ನಾವು ಈಗಾಗಲೇ ಹೇಳಿದಂತೆ, ಸತ್ಯ ಹೇಳುವವರಿಂದ ಸುಳ್ಳುಗಾರರನ್ನು ಪ್ರತ್ಯೇಕಿಸುವ ಪ್ರಾಥಮಿಕ ಸಾಮರ್ಥ್ಯಗಳು, ನಾವು ಕತ್ತಲೆ ಮನೋವಿಜ್ಞಾನದ ಇತರ ಯಾವುದೇ ಕ್ಷೇತ್ರದಲ್ಲಿ ಬಳಸುವ ಸಾಮರ್ಥ್ಯಗಳೇ ಆಗಿವೆ. ಯಾವಾಗಲೂ ಅಂದಂತೆ, ನೀವು ಅವರ ದೈಹಿಕ ಭಾಷೆಯ ಬಗ್ಗೆ ವಿಶೇಷ ಗಮನ ಹರಿಸಬೇಕು. ವಿಶ್ವಾಸದ ಪ್ರದರ್ಶನವು ನೀವು ಹುಡುಕಬೇಕಾದ ಪ್ರಮುಖ ವಿಷಯವಾಗಿದೆ. ಆ ವ್ಯಕ್ತಿಯು ನಿಮ್ಮನ್ನು ಒಪ್ಪಿಸಲು ಪ್ರಯತ್ನಿಸುತ್ತಿದ್ದಾನೆಯೇ? ಅವರು ತಮ್ಮ ಸತ್ಯದ ಚೌಕಟ್ಟನ್ನು ನೀವು ನಂಬುವಂತೆ ಮಾಡಲು ಗಂಭೀರವಾಗಿ ಪ್ರಯತ್ನಿಸುತ್ತಿದ್ದಾರೆ ಎಂದು ನಿಮಗೆ ಅನಿಸಿದರೆ, ಅವರು ವಂಚಕರು ಎಂದು ನೀವು ಬಹುತೇಕ ಖಚಿತವಾಗಿ ಹೇಳಬಹುದು. ಯಾರಾದರೂ ನಿಮ್ಮನ್ನು "ಏನನ್ನಾದರೂ ಒಪ್ಪಿಸಲು ಪ್ರಯತ್ನಿಸುತ್ತಿದ್ದಾರೆ" ಎಂದು ಹೇಳುವುದು ಹೇಗೆ ಎಂದು ನೀವು ಆಶ್ಚರ್ಯಪಡಬಹುದು. ವಾಸ್ತವದಲ್ಲಿ ಇದು ತುಂಬಾ ಸರಳವಾಗಿದೆ: ಅವರ

ದೈಹಿಕ ಭಾಷೆ ಪ್ರದರ್ಶಿಸುವ ರೀತಿ ಮತ್ತು ಅವರ ಬಗ್ಗೆ ನಿಮಗಿರುವ ಆಂತರಿಕ ಪ್ರಜ್ಞೆಯ ನಡುವಿನ ವ್ಯತ್ಯಾಸವನ್ನು ಗಮನಿಸಿ. ಬಹುಶಃ ಅವರು ಸಂಪೂರ್ಣ ಪ್ರಾಮಾಣಿಕರಂತೆ ವರ್ತಿಸುತ್ತಿರಬಹುದು. ಆದರೆ ಅವರ ಬಗ್ಗೆ ನಿಮಗೆ ಕೆಟ್ಟ ಆಂತರಿಕ ಪ್ರಜ್ಞೆ ಮೂಡುತ್ತಿದ್ದರೆ, ಅವರು ಸುಳ್ಳು ಹೇಳುತ್ತಿದ್ದಾರೆ ಎಂಬುದಕ್ಕೆ ಅದು ಖಚಿತವಾದ ಸಂಕೇತವಾಗಿದೆ. ಈ ವಿಷಯದಲ್ಲಿ, ನಿಮ್ಮ ಸುಪ್ತಾವಸ್ಥೆಯ ಮನಸ್ಸನ್ನು ನಂಬಿ.

ಕತ್ತಲೆ ಮನೋವಿಜ್ಞಾನದಲ್ಲಿ ಈ ವ್ಯತ್ಯಾಸದ ಹಿಂದಿನ ರಹಸ್ಯವನ್ನು ವಿವರಿಸಲು ನಮ್ಮಲ್ಲಿ ಒಂದು ಪದವಿದೆ. ಇದನ್ನು 'ಕಾಂಗ್ರೂಯೆನ್ಸ್' (ಸುಸಂಗತತೆ), ಅಥವಾ ಈ ಸಂದರ್ಭದಲ್ಲಿ 'ಇನ್-ಕಾಂಗ್ರೂಯೆನ್ಸ್' (ಅಸಂಗತತೆ) ಎಂದು ಕರೆಯಲಾಗುತ್ತದೆ. ನಮ್ಮ ಬಾಹ್ಯ ಮಾತು ನಮ್ಮ ಆಂತರಿಕ ಭಾವನೆಗೆ ಎಷ್ಟು ಸಮಾನಾಂತರವಾಗಿದೆ ಎಂಬುದೇ ಈ ಸುಸಂಗತತೆ; ಅಂದರೆ, ನಾವು ಹೊರಹಾಕುವ ಸಂಪರ್ಕ ಸಂಕೇತಗಳ ಆಧಾರದ ಮೇಲೆ ನಾವು ಹೇಗೆ ಕಾಣಿಸುತ್ತೇವೆಯೋ, ಅದು ನಮ್ಮ ಆಂತರಿಕ ಭಾವನೆಗೆ ಎಷ್ಟು ಹೊಂದಿಕೆಯಾಗುತ್ತದೆ ಎಂಬುದೇ ಇದರ ಅರ್ಥ.

ನಾವು ಈಗಾಗಲೇ ಸಂಪರ್ಕದ ಎಲ್ಲಾ ಸಂಕೇತಗಳ ಬಗ್ಗೆ ಆಳವಾಗಿ ತಿಳಿದುಕೊಂಡಿದ್ದೇವೆ, ಆದ್ದರಿಂದ ನೀವು ಇಲ್ಲಿ ಯಾವ ಸಂಕೇತಗಳನ್ನು ಹುಡುಕಬೇಕು ಎಂಬುದು ನಿಮಗೆ ಈಗಾಗಲೇ ತಿಳಿದಿದೆ. ಆದಾಗ್ಯೂ, ನಾವು ಆಂತರಿಕವಾಗಿ ಅನುಭವಿಸುವ ಅಂತಃಪ್ರಜ್ಞೆಯು ಈ ಸಂಕೇತಗಳಿಗಿಂತ ಹೆಚ್ಚು ಸಂಕೀರ್ಣವಾಗಿ ಕಂಡುಬರುತ್ತದೆ. ಒಬ್ಬ ವ್ಯಕ್ತಿಯು ಒಳಗಿನಿಂದ ಹೇಗೆ ಅನುಭವಿಸುತ್ತಿದ್ದಾನೆಂದು ನಮಗೆ ಹೇಗೆ ತಿಳಿಯುತ್ತದೆ? ಒಬ್ಬ ವ್ಯಕ್ತಿಯು ನಿಜವಾಗಿ ಅನುಭವಿಸುವ ರೀತಿ ಮತ್ತು ಅವರು ತಮ್ಮನ್ನು ತಾವು ಬಿಂಬಿಸಿಕೊಳ್ಳುವ ರೀತಿಯ ನಡುವೆ ವ್ಯತ್ಯಾಸವಿದ್ದಾಗ ನಮಗೆ ತಿಳಿಯುತ್ತದೆ ಎಂದು ನಾವು ಹೇಳುತ್ತೇವೆ, ಆದರೆ ನಮ್ಮ ಆಂತರಿಕ ಪ್ರಜ್ಞೆಯು ಸರಿಯಾಗಿದೆ ಎಂದು ನಮಗೆ ಖಚಿತವಾಗಿ ತಿಳಿಯುವುದು ಹೇಗೆ?

ಇದಕ್ಕೆ ಉತ್ತರಿಸುವುದು ಅಷ್ಟು ಸುಲಭವಲ್ಲ. ಖಂಡಿತವಾಗಿಯೂ, ಸುಪ್ತಾವಸ್ಥೆಯ ಮನಸ್ಸಿನ ವಿಷಯ ಬಂದಾಗ ಅಲ್ಲಿ ಅನುಮಾನಕ್ಕೆ ಸ್ವಲ್ಪ ಅವಕಾಶವಿರುತ್ತದೆ. ಆದರೆ ಇದನ್ನು ಗಮನಿಸಿ: ಇತರರ ಬಾಹ್ಯ ಅಭಿವ್ಯಕ್ತಿ ಮತ್ತು ಅವರ ನಿಜವಾದ ಭಾವನೆಯ ನಡುವೆ ಸುಸಂಗತತೆಯ ಕೊರತೆಯಿದೆ ಎಂದು ನಿಮ್ಮ ಸ್ವಂತ ಸುಪ್ತಾವಸ್ಥೆಯ ಮನಸ್ಸು ನಿಮಗೆ ತಿಳಿಸಿದರೆ, ನೀವು

ಅದನ್ನು ನಂಬಬೇಕು. ಸಾಮಾನ್ಯ ಭಾಷೆಯಲ್ಲಿ ನಾವು ಮಾನವ ಮನಸ್ಸಿನ ಭಾಷೆಯನ್ನು ಸಂಪೂರ್ಣವಾಗಿ ಅರ್ಥೈಸಲು ಸಾಧ್ಯವಾಗದಿರಬಹುದು, ಆದರೆ ನಮ್ಮ ಸ್ವಂತ ಮನಸ್ಸು ಇತರರಂತೆಯೇ ಅದೇ ಭಾಷೆಯನ್ನು ಮಾತನಾಡುತ್ತದೆ, ಆದ್ದರಿಂದ ಏನೋ ತಪ್ಪಿದೆ ಎಂದು ಅದಕ್ಕೆ ತಿಳಿಯುತ್ತದೆ. ನಿಮ್ಮ ತಲೆಯಲ್ಲಿ ಏನು ಕೇಳಿಸುತ್ತದೆಯೋ ಅದಕ್ಕೆ ಕಿವಿಗೊಡಿ. ನಿಮ್ಮ ಸುಪ್ತಾವಸ್ಥೆಯ ಮನಸ್ಸಿನ ನಿರ್ಧಾರಗಳು ತಪ್ಪಿರಬಹುದು ಎಂದು ನೀವು ಭಯಪಡಬಹುದು, ಆದರೆ ವಾಸ್ತವವೆಂದರೆ ನಾವು ವಿರುದ್ಧವಾದ ತಪ್ಪು ಮಾಡಲು ಬಯಸುತ್ತೇವೆ. ಸಾಮಾನ್ಯವಾಗಿ, ನಮ್ಮ ಸುಪ್ತಾವಸ್ಥೆಯ ಮನಸ್ಸುಗಳು ಸತ್ಯವನ್ನೇ ಹೇಳುತ್ತವೆ, ಆದರೆ ನಮ್ಮ ಜಾಗೃತ ಮನಸ್ಸು ನಮ್ಮ ಗಮನವನ್ನು ಬೇರೆಡೆಗೆ ಸೆಳೆದು ಸತ್ಯವನ್ನು ಕಂಡುಹಿಡಿಯದಂತೆ ನಮ್ಮನ್ನು ತಡೆಯುತ್ತದೆ. ಇದು ನಿಮಗೆ ಸಂಭವಿಸಲು ಬಿಡಬೇಡಿ.

ಸಂಭವನೀಯ ಸುಳ್ಳುಗಾರನಲ್ಲಿ ಸುಸಂಗತತೆಯ ಕೊರತೆಯನ್ನು ಹುಡುಕಿದ ನಂತರ, ಆ ವ್ಯಕ್ತಿಯು ಮಾತನಾಡುವ ವೇಗವನ್ನು ಗಮನಿಸಿ. ಸುಳ್ಳುಗಾರರು ವೇಗವಾಗಿ ಮಾತನಾಡುತ್ತಾರೆ ಏಕೆಂದರೆ ಅವರ ಮನಸ್ಸು ಗಂಟೆಗೆ ಸಾವಿರ ಮೈಲಿ ವೇಗದಲ್ಲಿ ಓಡುತ್ತಿರುತ್ತದೆ. ಅವರು ತಮ್ಮ ಸತ್ಯದ ಕಲ್ಪನೆಯನ್ನು ನಿಮಗೆ ಹೇಗೆ ನಂಬಿಸಬೇಕು ಎಂದು ನಿಖರವಾಗಿ ಯೋಜಿಸಿರುತ್ತಾರೆ, ಇದರ ಪರಿಣಾಮವಾಗಿ ಅವರು ನಿಮಗೆ ಮಾರಾಟ ಮಾಡುತ್ತಿರುವ ವಿಷಯದ ಬಗ್ಗೆ ಅನಗತ್ಯವಾದ ಹೆಚ್ಚಿನ ಮಾಹಿತಿಯನ್ನು ನೀಡುತ್ತಿರುವಂತೆ ಆ ಸಂಭಾಷಣೆಯು ಭಾಸವಾಗುತ್ತದೆ. ಸುಳ್ಳುಗಾರನನ್ನು ಗುರುತಿಸಲು ಇದು ಮತ್ತೊಂದು ಎಚ್ಚರಿಕೆಯ ಸಂಕೇತವಾಗಿದೆ.

ಮುಂದಿನ ವಿಷಯವನ್ನು ನೀವು ಸ್ವಲ್ಪ ಎಚ್ಚರಿಕೆಯಿಂದ ಅಥವಾ ಸಂಶಯದಿಂದಲೇ ಸ್ವೀಕರಿಸಬೇಕು, ಆದರೂ ನಾವು ಇದನ್ನು ಉಲ್ಲೇಖಿಸುತ್ತಿದ್ದೇವೆ ಏಕೆಂದರೆ ಇದು ಯುನೈಟೆಡ್ ಕಿಂಗ್‌ಡಮ್‌ನಲ್ಲಿ ನಡೆದ ಅಧಿಕೃತ ಮನೋವೈಜ್ಞಾನಿಕ ಅಧ್ಯಯನದಿಂದ ಬಂದಿದೆ. ಈ ಅಧ್ಯಯನವು ಇತರರಿಂದ ಸುಳ್ಳುಗಾರರು ಅಥವಾ ಸತ್ಯವಂತರು ಎಂದು ಗುರುತಿಸಲ್ಪಟ್ಟ ವ್ಯಕ್ತಿಗಳ ಗುಂಪನ್ನು ಗಮನಿಸಿತು. ವಿಜ್ಞಾನಿಗಳು ಕಂಡುಕೊಂಡ ಒಂದು ಸಾಮಾನ್ಯ ವಿಷಯವೆಂದರೆ: ಸುಳ್ಳುಗಾರರೆಲ್ಲರೂ ಕಾಫಿ ಕುಡಿಯುತ್ತಿದ್ದರು.

ನಾವು ಮೊದಲೇ ಹೇಳಿದಂತೆ, ಇದನ್ನು ನೀವು ಪೂರ್ಣವಾಗಿ ನಂಬಬೇಕಿಲ್ಲ. ಹೇಗಿದ್ದರೂ, ಕಾಫಿ ಎಂಬುದು ಎಲ್ಲರ ಪಾನೀಯವಾಗಿದೆ. ಪ್ರತಿಯೊಬ್ಬರೂ

ಸ್ವಲ್ಪ ಮಟ್ಟಿಗೆ ಕಾಫಿ ಕುಡಿಯುವಂತೆಯೇ, ಪ್ರತಿಯೊಬ್ಬರೂ ಸ್ವಲ್ಪ ಮಟ್ಟಿಗೆ ಸುಳ್ಳು ಹೇಳುತ್ತಾರೆ ಎಂಬುದು ಇದರ ಸರಳ ಅರ್ಥವಾಗಿರಬಹುದು. ಯಾರೋ ಒಬ್ಬರು ಕಾಫಿ ಕುಡಿಯುತ್ತಾರೆ ಎಂಬ ಕಾರಣಕ್ಕೆ ನೀವು ಅವರ ಬಗ್ಗೆ ತರಾತುರಿಯ ತೀರ್ಮಾನಕ್ಕೆ ಬರಬಾರದು. ಆದರೂ, ಇದನ್ನು ನಿಮ್ಮ ಮನಸ್ಸಿನ ಒಂದು ಮೂಲೆಯಲ್ಲಿ ಇಟ್ಟುಕೊಳ್ಳಬಹುದು. ನಮಗೆ ಇನ್ನೂ ಕೆಲವು ವಿಷಯಗಳನ್ನು ಗಮನಿಸಲಿಕ್ಕಿದೆ. ಅವುಗಳಲ್ಲಿ ಒಂದು ವ್ಯಕ್ತಿಯ ಉಸಿರಾಟದ ವೇಗ, ಇದು ನಿಮಗೆ ಆಶ್ಚರ್ಯ ತರಲಾರದು. ನಾವು ಸುಳ್ಳು ಹೇಳುವಾಗ ನಮಗೆ ಆತಂಕ ಅಥವಾ ನಡುಕ ಉಂಟಾಗುತ್ತದೆ. ಆತಂಕಗೊಂಡಾಗ ನಮ್ಮ ದೇಹಕ್ಕೆ ಹೆಚ್ಚಿನ ಆಮ್ಲಜನಕದ ಅಗತ್ಯವಿರುತ್ತದೆ, ಆದ್ದರಿಂದ ನಾವು ಹೆಚ್ಚು ಗಾಳಿಯನ್ನು ಉಸಿರಾಡಬೇಕಾಗುತ್ತದೆ. ಇದಕ್ಕೆ ಇನ್ನೊಂದು ವಿವರಣೆಯೆಂದರೆ, ಒಂದು ಉತ್ತಮವಾದ ಸುಳ್ಳನ್ನು ಹೇಳಲು ಬೇಕಾದ ಎಲ್ಲಾ ವಿಷಯಗಳನ್ನು ನೆನಪಿಟ್ಟುಕೊಳ್ಳಲು ಅವರು ಹೆಚ್ಚಿನ ಬೌದ್ಧಿಕ ಶಕ್ತಿಯನ್ನು ಬಳಸುತ್ತಾರೆ. ಇದಕ್ಕೆ ಇತರರೊಂದಿಗೆ ನಡೆಸುವ ಸಾಮಾನ್ಯ, ಪ್ರಾಮಾಣಿಕ ಸಂಭಾಷಣೆಗಿಂತ ಹೆಚ್ಚಿನ ಶ್ರಮ ಮತ್ತು ಹೆಚ್ಚಿನ ಆಮ್ಲಜನಕದ ಅಗತ್ಯವಿರುತ್ತದೆ.

ಯಾರಿಗಾದರೂ ಹೆಚ್ಚಿನ ಉಸಿರಾಟದ ಅಗತ್ಯವಿದೆಯೇ ಎಂದು ತಿಳಿಯಲು ಎರಡು ಪ್ರಮುಖ ಮಾರ್ಗಗಳಿವೆ. ಮೊದಲನೆಯದಾಗಿ, ಅವರು ಮಾತನಾಡುವಾಗ ಅವರ ಭುಜಗಳು ಮೇಲಕ್ಕೆ ಹೋಗುತ್ತವೆ. ಹಠಾತ್ತಾಗಿ ಹೆಚ್ಚಿನ ಗಾಳಿಯ ಅಗತ್ಯವಿದ್ದಾಗ ಅನೇಕ ವ್ಯಕ್ತಿಗಳು ಹೊಂದಿರುವ ಅಭ್ಯಾಸವಿದು. ಇದನ್ನು ಪತ್ತೆಹಚ್ಚುವ ಎರಡನೇ ವಿಧಾನವೆಂದರೆ, ಅವರು ಒಂದು ಪದದ ಮಧ್ಯದಲ್ಲಿ ದೊಡ್ಡದಾಗಿ ಉಸಿರು ತೆಗೆದುಕೊಳ್ಳುವುದು. ನೀವು ಸೂಕ್ಷ್ಮವಾಗಿ ಗಮನಿಸಿದರೆ, ಜನರು ಮಾತನಾಡುವಾಗ ಜೋರಾಗಿ ಉಸಿರು ತೆಗೆದುಕೊಳ್ಳುವುದು ಅಸಹಜವೇನಲ್ಲ, ವಿಶೇಷವಾಗಿ ಅವರು ದೀರ್ಘಕಾಲ ಮಾತನಾಡುತ್ತಿದ್ದರೆ ಇದು ಸಾಮಾನ್ಯ. ಆದರೆ ಒಂದು ವಾಕ್ಯದ ಮಧ್ಯದಲ್ಲಿ ಯಾರಾದರೂ ಆಳವಾದ ಉಸಿರು ತೆಗೆದುಕೊಳ್ಳುವುದು ಅಷ್ಟು ಸಾಮಾನ್ಯವಲ್ಲ. ಇದು ಒಬ್ಬ ಸುಳ್ಳುಗಾರನಿಗೆ ಇರುವ ಅತ್ಯಂತ ಸರಳ ಉದಾಹರಣೆಯಾಗಿದೆ.

ಮತ್ತೊಂದು ದೊಡ್ಡ ಎಚ್ಚರಿಕೆಯ ಸಂಕೇತವೆಂದರೆ ಪುನರಾವರ್ತಿತ ಆಲೋಚನೆಗಳು. ಸುಳ್ಳುಗಾರರು ತಮ್ಮ ಮಾತುಗಳನ್ನು ಪದೇ ಪದೇ ಹೇಳಲು ಬಯಸುತ್ತಾರೆ ಏಕೆಂದರೆ ತಾವು ಹೇಳುತ್ತಿರುವುದನ್ನು ನೀವು

ಹೇಗಾದರೂ ಮಾಡಿ ನಂಬಲೇಬೇಕು ಎಂಬ ಹಠ ಅವರಲ್ಲಿರುತ್ತದೆ. ಈ ಹಂತದಲ್ಲಿ, ಇದು ಒಂದು ಭಾವನಾತ್ಮಕ ಸಮಸ್ಯೆಯಾಗಿರುತ್ತದೆ; ಅಂದರೆ, ತಾವು ಸುಳ್ಳು ಹೇಳುತ್ತಿರುವುದು ಸಿಕ್ಕಿಬಿದ್ದರೆ ಎದುರಿಸಬೇಕಾಗುವ ಸಾಮಾಜಿಕ ಪರಿಣಾಮಗಳ ಬಗ್ಗೆ ಅವರು ಆತಂಕಕ್ಕೊಳಗಾಗಿರುತ್ತಾರೆ. ಸುಳ್ಳುಗಾರನು ಹೀಗೆ ಮಾಡಲು ಇನ್ನೊಂದು ಕಾರಣವೆಂದರೆ, ಅವರು ಹೊಸ ಸುಳ್ಳಿನ ಬಗ್ಗೆ ಅಥವಾ ಈ ವಿಷಯದಿಂದ ಹೊರಬರುವ ಮುಂದಿನ ದಾರಿಯ ಬಗ್ಗೆ ಯೋಚಿಸಲು ಪ್ರಯತ್ನಿಸುತ್ತಿರುತ್ತಾರೆ, ಆದ್ದರಿಂದ ಸಮಯವನ್ನು ವ್ಯರ್ಥ ಮಾಡುತ್ತಿರುತ್ತಾರೆ .

ಈ ಕೆಲವು ಲಕ್ಷಣಗಳು ಬಹುತೇಕ ಎಲ್ಲರಿಗೂ ತಿಳಿದಿರುವಂತದ್ದೇ, ಆದರೂ ಸಮಗ್ರವಾಗಿ ವಿವರಿಸುವ ಸಲುವಾಗಿ ನಾವು ಅವುಗಳನ್ನು ಸಂಕ್ಷಿಪ್ತವಾಗಿ ಇಲ್ಲಿ ಚರ್ಚಿಸುತ್ತೇವೆ. ಜನರು ಅಪ್ರಾಮಾಣಿಕರಾಗಿದ್ದಾಗ ಕಣ್ಣಿನ ಸಂಪರ್ಕವನ್ನು ಮಾಡುವುದು ತೀರಾ ಕಡಿಮೆ. ಆದಾಗ್ಯೂ, ನೀವು ಯಾವಾಗಲೂ ಎದುರಿಗಿರುವ ವ್ಯಕ್ತಿಯನ್ನು ನೆನಪಿನಲ್ಲಿಡಬೇಕು. ಒಂದು ವೇಳೆ ಆ ವ್ಯಕ್ತಿಯು ಮೊದಲಿನಿಂದಲೂ ಕಣ್ಣಿನ ಸಂಪರ್ಕವನ್ನು ಮಾಡದ ಸ್ವಭಾವದವರಾಗಿದ್ದರೆ, ಅವರು ಸುಳ್ಳು ಹೇಳುತ್ತಿಲ್ಲದಿರಬಹುದು. ಆದರೆ ನಿಮ್ಮೊಂದಿಗೆ ಉತ್ತಮ ಸಂಬಂಧ ಹೊಂದಿರುವ ಮತ್ತು ಸಾಮಾನ್ಯವಾಗಿ ನಿಮ್ಮ ಕಣ್ಣಲ್ಲಿ ಕಣ್ಣಿಟ್ಟು ಮಾತನಾಡುವ ವ್ಯಕ್ತಿಯು, ಈಗ ಹಾಗೆ ಮಾಡುತ್ತಿಲ್ಲವೆಂದಾದರೆ ನೀವು ಒಬ್ಬ ಸುಳ್ಳುಗಾರನೊಂದಿಗೆ ಮಾತನಾಡುತ್ತಿದ್ದೀರಿ ಎಂದೇ ಅರ್ಥ.

ಕೈಕಾಲುಗಳನ್ನು ಆಡಿಸುವುದು ಅಥವಾ ಚಡಪಡಿಸುವುದು ಮುಂದಿನ ಪ್ರಸಿದ್ಧ ಲಕ್ಷಣವಾಗಿದೆ. ಕೆಲವರು ಇದನ್ನು ಯಾವುದೇ ಆತಂಕವಿಲ್ಲದೆ ಕೇವಲ ಒಂದು ನೈಸರ್ಗಿಕ ಅಭ್ಯಾಸವಾಗಿ ಮಾಡುತ್ತಾರಾದರೂ, ಇದು ಸಾಮಾನ್ಯವಾಗಿ ಒಂದು ನರಗಳ ಆತಂಕದ ಅಭ್ಯಾಸವಾಗಿ ಕಂಡುಬರುತ್ತದೆ. ಆದ್ದರಿಂದ ಎಂದಿನಂತೆ ನೀವು ಯಾರೊಂದಿಗೆ ಮಾತನಾಡುತ್ತಿದ್ದೀರಿ ಎಂಬುದನ್ನು ಗಮನದಲ್ಲಿಡಿ.

ಆದರೆ ಸುಳ್ಳು ಹೇಳುವಾಗ ಸಿಕ್ಕಿಬೀಳುವ ಭಯ ಅಥವಾ ಅಪರಾಧ ಪ್ರಜ್ಞೆಯು ವಿಭಿನ್ನ ಆಯಾಮಗಳನ್ನು ಹೊಂದಿರುತ್ತದೆ ಎಂಬುದರ ಬಗ್ಗೆ ಎಚ್ಚರವಿರಲಿ. 'ಹೋರಾಡು ಅಥವಾ ಓಡಿಹೋಗು' ಎಂಬ ಪ್ರತಿಕ್ರಿಯೆಯು ಸಾಮಾನ್ಯವಾಗಿ ಆತಂಕದ ಉತ್ಪನ್ನವಾಗಿದೆ. ಒಬ್ಬ ವ್ಯಕ್ತಿಯ ಮೆದುಳು 'ಹೋರಾಡು' ಎಂಬ ಆಯ್ಕೆಯನ್ನು ಆರಿಸಿಕೊಂಡಾಗ ಅವರು

ಚಡಪಡಿಸುತ್ತಾರೆ. ಇದು ಸ್ವಲ್ಪ ವಿಚಿತ್ರವಾಗಿ ಕೇಳಿಸಬಹುದು, ಆದರೆ ನಾವು ಚಡಪಡಿಸಿದಾಗ ನಾವು ಏನನ್ನೋ ಮಾಡುತ್ತಿದ್ದೇವೆ ಎಂಬ ಭಾವನೆ ನಮಗೆ ಮೂಡುತ್ತದೆ. ಇದು ನಮ್ಮಲ್ಲಿ ಸೃಷ್ಟಿಯಾಗಿರುವ ಆತಂಕವನ್ನು ಹೊರಹಾಕುವ ಒಂದು ಮಾರ್ಗವಾಗಿದೆ.

ಆದರೆ 'ಹೋರಾಡು ಅಥವಾ ಓಡಿಹೋಗು' ಭಯದ ಇನ್ನೊಂದು ಮುಖವೆಂದರೆ 'ಓಡಿಹೋಗುವುದು' . ಸುಳ್ಳುಗಾರನ ಮೆದುಳು ಈ ಆಯ್ಕೆಯನ್ನು ಆರಿಸಿಕೊಂಡಾಗ ಅವರು ಚಡಪಡಿಸುವುದಿಲ್ಲ. ಬದಲಾಗಿ ಅವರು ಅದಕ್ಕೆ ವಿರುದ್ಧವಾಗಿ ವರ್ತಿಸುತ್ತಾರೆ: ಅವರು ಸಂಪೂರ್ಣವಾಗಿ ಸ್ತಬ್ಧರಾಗುತ್ತಾರೆ . ಈ ಕಾರಣಕ್ಕಾಗಿ, ನೀವು ಯೋಚಿಸುವ ವಿಷಯಗಳನ್ನು ಯಾರಾದರೂ ವಿಚಿತ್ರವಾಗಿ ನಿಶ್ಚಲವಾಗಿ ನಿಂತು ಹೇಳುತ್ತಿದ್ದರೆ.

ಸ್ವಲ್ಪ ಸಂಶಯಾಸ್ಪದವಾಗಿವೆ ಎಂದು ನಿಮಗೆ ಅನಿಸಿದರೆ, ಅವರು ಯಾವುದೋ ವಿಷಯದ ಬಗ್ಗೆ ವಂಚಿಸುತ್ತಿದ್ದಾರೆ ಎಂದು ನೀವು ನಂಬುವುದು ಬಹುಶಃ ಸರಿಯಾಗಿಯೇ ಇರುತ್ತದೆ.

ಒಬ್ಬ ವ್ಯಕ್ತಿಯು ಬಹುಶಃ ಸುಳ್ಳುಗಾರ ಎಂದು ನಿಮಗೆ ಎಚ್ಚರಿಸುವ ಇನ್ನೂ ಕೆಲವು ಸಂಕೇತಗಳಿವೆ. ಇದರ ನಂತರ, ನಿಮ್ಮನ್ನು ಕುಶಲತೆಯಿಂದ ಬಳಸುತ್ತಿರಬಹುದು ಎಂದು ನೀವು ಭಾವಿಸುವ ವ್ಯಕ್ತಿಯೊಂದಿಗೆ ಮಾತನಾಡುವಾಗ ನೀವು ಗಮನಿಸಬೇಕಾದ ಇತರ ವಿಷಯಗಳನ್ನು ನಾವು ಅನ್ವೇಷಿಸುತ್ತೇವೆ. ಯಾರಾದರೂ ತಮ್ಮ ಬಾಯಿಯನ್ನು ಪದೇ ಪದೇ ಮುಚ್ಚಿಕೊಳ್ಳುತ್ತಿದ್ದರೆ, ಅವರು ಸುಳ್ಳು ಹೇಳುತ್ತಿರುವ ಸಾಧ್ಯತೆ ಸಾಕಷ್ಟು ಇರುತ್ತದೆ. ನೀವು ಅವರ ಬಾಯಿಯನ್ನು ನೋಡಬಾರದು ಎಂಬುದು ಅವರ ಮನಸ್ಸಿನೊಳಗಿನ ಒಂದು ಸುಪ್ತಾವಸ್ಥೆಯ ಎಚ್ಚರಿಕೆಯಾಗಿರುತ್ತದೆ. ಖಂಡಿತವಾಗಿಯೂ, ಅವರ ಬಾಯಿಂದ ಹೊರಬರುತ್ತಿರುವುದನ್ನು ನೀವು ಕೇಳಬಾರದು ಎಂದು ಅವರು ಬಯಸುತ್ತಾರೆ, ಏಕೆಂದರೆ ನೀವು ಅದನ್ನು ನಿಜವಾಗಿ ಕೇಳಿದರೆ ನಂಬುವುದಿಲ್ಲ. ಇದು ಸುಪ್ತಾವಸ್ಥೆಯ ಭಾಗವಾದ್ದರಿಂದ, ಅವರು ಇದನ್ನು ಪ್ರಜ್ಞಾಪೂರ್ವಕವಾಗಿಯೂ ಮಾಡುತ್ತಾರೆ, ಏಕೆಂದರೆ ಆಗ ನೀವು ಅವರ ಮುಖಭಾವಗಳನ್ನು ಗಮನಿಸಲು ಸಾಧ್ಯವಾಗುವುದಿಲ್ಲ. ತಮ್ಮ ಮುಖವನ್ನು ನೋಡಿದರೆ ತಾವು ಸುಳ್ಳು ಹೇಳುತ್ತಿರುವುದು ನಿಮಗೆ ತಿಳಿದುಹೋಗಬಹುದು ಎಂದು ಅವರು ಭಯಪಡುತ್ತಾರೆ (ಮತ್ತು ಈ ಪುಸ್ತಕವನ್ನು ಓದಿದ ನಂತರ ನಿಮಗೆ ಅದು ತಿಳಿಯುತ್ತದೆ!).

ಈ ಹಿಂದೆ ನಾವು ನೋಡಿದಂತೆ, ಸಾಮಾಜಿಕ ಪರಿಸ್ಥಿತಿಯ ಮೇಲೆ ಹತೋಟಿ ಸಾಧಿಸಲು ಯಾರಾದರೂ ನಿಮ್ಮೊಂದಿಗೆ ಅತಿಯಾಗಿ ಕಣ್ಣಿನ ಸಂಪರ್ಕವನ್ನು ಮಾಡಬಹುದು. ಅವರು ತಮ್ಮ ಅತ್ಯುತ್ತಮ ಮಟ್ಟದ ಪ್ರಾಬಲ್ಯವನ್ನು ತೋರಿಸಲು ಪ್ರಯತ್ನಿಸುತ್ತಾರೆ, ಆದರೆ ಅಂತಿಮವಾಗಿ ಅದು ವ್ಯತಿರಿಕ್ತ ಫಲಿತಾಂಶವನ್ನೇ ನೀಡುತ್ತದೆ. ಸುಳ್ಳುಗಾರರಿಗೆ ಮತ್ತು ದುರುದ್ದೇಶಪೂರಿತ ಕುಶಲಕರ್ಮಿಗಳಿಗೆ ಇದು ಇನ್ನೂ ಕೆಟ್ಟದಾಗಿರುತ್ತದೆ. ನೀವು ಅವರನ್ನು ಪ್ರಶ್ನಿಸದಂತೆ ಬೆದರಿಸುವ ಒಂದು ಅಸಮರ್ಪಕ ಪ್ರಯತ್ನವಾಗಿ, ಅವರು ನಿಮ್ಮೊಂದಿಗೆ ಅತಿಯಾದ ಕಣ್ಣಿನ ಸಂಪರ್ಕವನ್ನು ಮಾಡುತ್ತಾರೆ. ಇದು ಇತರ ಜನರ ಮೇಲೆ ಕೆಲಸ ಮಾಡಬಹುದು, ಆದರೆ ವಂಚನೆ ಮತ್ತು ಮನಸ್ಸಿನ ನಿಯಂತ್ರಣದ ಬಗ್ಗೆ ನೀವೇ ಅಧ್ಯಯನ ಮಾಡಿರುವುದರಿಂದ ನಿಮ್ಮ ಮೇಲೆ ಇದು ಕೆಲಸ ಮಾಡುವುದಿಲ್ಲ.

ಸುಳ್ಳುಗಾರರನ್ನು ಪತ್ತೆಹಚ್ಚುವ ವಿಷಯಕ್ಕೆ ಬಂದರೆ, ನಿಮಗಾಗಿ ನಮ್ಮಲ್ಲಿ ಒಂದು ಕೊನೆಯ ತಂತ್ರವಿದೆ. ವಾಸ್ತವವಾಗಿ, ಈ ಕಾದಂಬರಿಯಲ್ಲಿ ನೀವು ಓದುವ ಅತ್ಯಂತ ಮಹತ್ವದ ವಿಷಯ ಇದಾಗಿರಬಹುದು. ನಿಮ್ಮ ವೃತ್ತಿಜೀವನ ಮತ್ತು ಇತರ ಯಾವುದೇ ಕ್ಷೇತ್ರದಲ್ಲಿ ಪ್ರಗತಿ ಸಾಧಿಸಲು ನೀವು ಕತ್ತಲೆ ಮನೋವಿಜ್ಞಾನವನ್ನು ಬಳಸಬಹುದಾದರೂ, ಯಾರಾದರೂ ನಿಮ್ಮನ್ನು ತುಳಿಯುತ್ತಿದ್ದರೆ ಅಥವಾ ಕೆಳಕ್ಕೆ ಹಿಡಿದಿಟ್ಟಿದ್ದರೆ ನಿಮಗೆ ಅದನ್ನು ಮಾಡಲು ಸಾಧ್ಯವಾಗುವುದಿಲ್ಲ. ಮತ್ತು ಸುಳ್ಳುಗಾರರೇ ನಿಮ್ಮನ್ನು ಅತಿ ಹೆಚ್ಚು ಕೆಳಕ್ಕೆ ಹಿಡಿದಿಡುವವರು. ಇದು...

ಯಾರಾದರೂ ಸುಳ್ಳು ಹೇಳುತ್ತಿದ್ದಾರೆಯೇ ಅಥವಾ ಇಲ್ಲವೇ ಎಂದು ಪರೀಕ್ಷಿಸಲು ಇರುವ ಅತ್ಯಂತ ದೋಷಮುಕ್ತ ವಿಧಾನ. ಇತರ ಎಲ್ಲಾ ಲಕ್ಷಣಗಳು ನಿಮಗೆ ಬೆಂಬಲ ನೀಡಿದರೂ, ಈ ಒಂದು ವಿಧಾನವು ನಿಮ್ಮ ಬಳಿ ಇದ್ದರೆ ಸಾಕು, ಅದು ಬಹುತೇಕ ಸಾಕಾಗುತ್ತದೆ.

ಕೆಲವೇಕ್ಷಿಪ್ರಹಂತಗಳಲ್ಲಿಇದುನಡೆಯುತ್ತದೆ.ನೀವುಒಬ್ಬಸಂಭವನೀಯ ಸುಳ್ಳುಗಾರನೊಂದಿಗೆ ಮಾತನಾಡುತ್ತಿದ್ದೀರಿ ಎಂದು ಭಾವಿಸೋಣ. ಅವರು ಯಾವುದೋ ಒಂದು ವಿಷಯದ ಬಗ್ಗೆ ಸುಳ್ಳು ಹೇಳುತ್ತಿರಬಹುದು ಎಂದು ನಿಮಗೆ ತಿಳಿದಿರುತ್ತದೆ. ನಂತರ, ನೀವು ಏನು ಮಾಡಬೇಕೆಂದರೆ, ಅವರು ಯಾವ ವಿಷಯದ ಬಗ್ಗೆ ಸುಳ್ಳು ಹೇಳುತ್ತಿದ್ದಾರೆಂದು ನೀವು ಭಾವಿಸುತ್ತೀರೋ ಆ ದಿಕ್ಕಿನಲ್ಲೇ ಸಂಭಾಷಣೆಯನ್ನು ಕೊಂಡೊಯ್ಯಿರಿ.

ಅವರ ಮೇಲೆ ಯಾವುದೇ ಆರೋಪ ಹೊರಿಸಬೇಡಿ. ಅವರು ಯಾವುದರ ಬಗ್ಗೆ ಅಪ್ರಾಮಾಣಿಕರಾಗಿದ್ದಾರೆ ಎಂದು ನೀವು ಭಾವಿಸುತ್ತೀರೋ, ಕೇವಲ ಆ ವಿಷಯದ ಬಗ್ಗೆ ಕುತೂಹಲದಿಂದ ಆಸಕ್ತಿ ತೋರಿಸಿದರೆ ಸಾಕು. ನೀವು ಹೀಗೆ ಮಾಡಿದಾಗ ಅವರು ಆತಂಕಕ್ಕೊಳಗಾಗುವ ಸಾಧ್ಯತೆಯಿದೆ. ಅವರು ಆತಂಕಗೊಂಡಾಗ ಅವರ ದೈಹಿಕ ಭಾಷೆಯನ್ನು ಪತ್ತೆಹಚ್ಚಲು ನಿಮ್ಮ ಗ್ರಹಿಕಾ ತೀಕ್ಷ್ಣತೆಯನ್ನು ಬಳಸಿ.

ಆದರೆ ನಾವು ಇನ್ನೂ ಅತ್ಯಂತ ನಿರ್ಣಾಯಕ ಭಾಗವನ್ನು ತಲುಪಿಲ್ಲ. ಈ ವಿಷಯವನ್ನು ಚರ್ಚಿಸಿದ ನಂತರ, ಅದರಿಂದ ಸಂಪೂರ್ಣವಾಗಿ ಹೊರಬನ್ನಿ. ಆ ವಿಷಯದ ಬಗ್ಗೆ ನಿಮಗೆ ಆಸಕ್ತಿಯೇ ಇಲ್ಲ ಎಂಬಂತೆ ಮತ್ತು ನೀವು ಅವರ ಮೇಲೆ ಸುಳ್ಳಿನ ಆರೋಪ ಮಾಡುತ್ತಿಲ್ಲ ಎಂಬಂತೆ ನಾಟಕವಾಡಿ. ನೀವು ಅವರ ಮಾತನ್ನು ನಂಬಿದ್ದೀರಿ ಎಂದು ಅವರು ನಂಬುವಂತೆ ಮಾಡಿ.

ಇಲ್ಲಿಯೇ ನೀವು ಅವರ ದೈಹಿಕ ಭಾಷೆಯನ್ನು ಅತಿ ಹೆಚ್ಚು ಗಮನಿಸಬೇಕು. ಅವರು ಸುಳ್ಳು ಹೇಳುತ್ತಿದ್ದರೆ ಅಲ್ಲಿ ಒಂದು ದೊಡ್ಡ ಬದಲಾವಣೆ ಸಂಭವಿಸುವುದನ್ನು ನೀವು ನೋಡುತ್ತೀರಿ: ಅವರು ನಿರಾಳರಾಗುತ್ತಾರೆ . ಇದ್ದಕ್ಕಿದ್ದಂತೆ ಅವರ ಎದೆ ಉಬ್ಬುತ್ತದೆ ಮತ್ತು ಅವರಿಂದ ದೊಡ್ಡದಾಗಿ ಉಸಿರು ಹೊರಬರುವುದನ್ನು ನೀವು ಕೇಳುತ್ತೀರಿ. ಅವರ ಮಾತಿನ ಶೈಲಿಯಲ್ಲಿ ಮತ್ತು ನಂತರ ಅವರು ತೋರ್ಪಡಿಸುವ ಆರಾಮದಾಯಕ ವರ್ತನೆಯಲ್ಲಿ ಅವರು ನಿರಾಳರಾಗಿದ್ದಾರೆ ಎಂಬುದು ಎದ್ದು ಕಾಣುತ್ತದೆ. ಅವರು ಸುಳ್ಳು ಹೇಳಿದಾಗ ನೀವು ಅದನ್ನು ಸಂಪೂರ್ಣವಾಗಿ ನಂಬಿದ್ದೀರಿ ಎಂಬಂತೆ ನಟಿಸಿದ ನಂತರ, ಅವರ ದೈಹಿಕ ಭಾಷೆಯಲ್ಲಿನ ಪ್ರಮುಖ ವ್ಯತ್ಯಾಸವನ್ನು ನಿಮ್ಮ ಸುಪ್ತಾವಸ್ಥೆಯ ಮನಸ್ಸು ಪತ್ತೆಹಚ್ಚಲು ಸಾಧ್ಯವಾಗುತ್ತದೆ. ಒಂದು ವೇಳೆ ಆ ವ್ಯಕ್ತಿಯು ಸುಳ್ಳು ಹೇಳುತ್ತಿಲ್ಲದಿದ್ದರೆ, ಅವರ ದೈಹಿಕ ಭಾಷೆಯಲ್ಲಿ ಯಾವುದೇ ಬದಲಾವಣೆ ಕಂಡುಬರುವುದಿಲ್ಲ.

ನಮ್ಮನ್ನು ತಪ್ಪಾಗಿ ತಿಳಿಯಬೇಡಿ. ಸುಳ್ಳನ್ನು ಪತ್ತೆಹಚ್ಚುವಲ್ಲಿ ಯಾವುದೇ ತಂತ್ರವು ನೂರಕ್ಕೆ ನೂರರಷ್ಟು ದೋಷಮುಕ್ತವಾಗಿರುವುದಿಲ್ಲ. ಆದರೆ ಈ ವಿಧಾನವು ಲಭ್ಯವಿರುವವುಗಳಲ್ಲಿ ಅತ್ಯುತ್ತಮವಾಗಿದೆ ಮತ್ತು ಇದು ನಿಜಕ್ಕೂ ತುಂಬಾ ಪರಿಣಾಮಕಾರಿಯಾಗಿದೆ. ಒಬ್ಬ ಅತಿ ಬುದ್ಧಿವಂತ ಸುಳ್ಳುಗಾರ ಈ ಪರೀಕ್ಷೆಯಲ್ಲೂ...

ಪರೀಕ್ಷೆಯಲ್ಲಿ ಉತ್ತೀರ್ಣನಾಗಬಹುದು, ಆದ್ದರಿಂದ ನಿಮ್ಮ ಎಚ್ಚರಿಕೆಯನ್ನು ಸಂಪೂರ್ಣವಾಗಿ ಬಿಡಬೇಡಿ. ಆದರೆ ಅವರು ಈ ಪರೀಕ್ಷೆಯಲ್ಲಿ ಗೆದ್ದರೆ ಮತ್ತು ಸುಳ್ಳುಗಾರನಂತೆ ಕಾಣದಿದ್ದರೆ, ನೀವು ಸಾಕಷ್ಟು ನಿರಾಳರಾಗಬಹುದು.

ಸುಳ್ಳುಗಾರನನ್ನು ಗುರುತಿಸುವುದು ಹೇಗೆ ಎಂದು ಈಗ ನಿಮಗೆ ತಿಳಿದಿರುವುದರಿಂದ, ಒಬ್ಬ ಅಪ್ರಾಮಾಣಿಕ ಕುಶಲಕರ್ಮಿಯನ್ನು ಗುರುತಿಸುವ ಅರ್ಧಕ್ಕಿಂತ ಹೆಚ್ಚು ಕೆಲಸವನ್ನು ನೀವು ಮುಗಿಸಿದ್ದೀರಿ. ನಾವು ಅವರನ್ನು ದುರುದ್ದೇಶಪೂರಿತ ಕುಶಲಕರ್ಮಿಗಳು ಎಂದು ಕರೆಯುತ್ತೇವೆ, ಮತ್ತು ಒಂದು ರೀತಿಯಲ್ಲಿ ಅವರು ಕೇವಲ ಲಾಭಕ್ಕಾಗಿ ಕತ್ತಲೆ ಮನೋವಿಜ್ಞಾನವನ್ನು ಬಳಸುವುದಿಲ್ಲ. ಅವರು ತಮ್ಮನ್ನು ತಾವು ಬೆಂಬಲಿಸಿಕೊಳ್ಳಲು ಮತ್ತು ಆ ಹಾದಿಯಲ್ಲಿ ನಿಮಗೆ ಹಾನಿ ಮಾಡಲು ಇದನ್ನು ಬಳಸುತ್ತಾರೆ. ಖಂಡಿತವಾಗಿಯೂ ಗಮನಿಸಿ, ನೀವು ಕತ್ತಲೆ ಮನೋವಿಜ್ಞಾನವನ್ನು ಬಳಸುವಾಗ ಈ ಪ್ರಕ್ರಿಯೆಯಲ್ಲಿ ಇನ್ನೊಬ್ಬರಿಗೆ ಹಾನಿ ಮಾಡಲು ಯಾವುದೇ ಸಮರ್ಥನೆ ಇಲ್ಲ. ದುರದೃಷ್ಟವಶಾತ್, ಇತರರಿಗೆ ಏನಾದರೂ ತೊಂದರೆ ಮಾಡುವ ಜನರಿದ್ದಾರೆ ಮತ್ತು ಅಂತಹವರನ್ನು ಈ ರೀತಿ ವ್ಯಾಖ್ಯಾನಿಸಲಾಗುತ್ತದೆ; ಆದ್ದರಿಂದ ನೀವು ಅವರಿಂದ ದೂರವಿರಿ ಮತ್ತು ಮುಂದೆ ಹಾನಿಗೊಳಗಾಗಬೇಡಿ.

ದುರುದ್ದೇಶಪೂರಿತ ವಂಚನೆಗೆ ಹೆಚ್ಚಿನ ಪ್ರಮಾಣದ ಸುಳ್ಳಿನ ಅಗತ್ಯವಿರುತ್ತದೆ, ಆದರೆ ಅದು ಕೇವಲ ಸುಳ್ಳಿನಿಂದಲೇ ಕೂಡಿರುವುದಿಲ್ಲ. ಅದಕ್ಕಾಗಿಯೇ ಇತರರು ನಿಮ್ಮನ್ನು ದುರುಪಯೋಗಪಡಿಸಿಕೊಳ್ಳುತ್ತಿದ್ದಾರೆ ಎಂಬುದರ ಉಳಿದ ಎಲ್ಲಾ ಸಂಕೇತಗಳ ಬಗ್ಗೆ ಈ ಅಧ್ಯಾಯದ ಉಳಿದ ಭಾಗವು ನಿಮಗೆ ಎಚ್ಚರಿಸುತ್ತದೆ.

ಮೊದಲನೆಯದೇನೆಂದರೆ, ಪರಿಸ್ಥಿತಿ ಏನೇ ಇರಲಿ, ಆ ಸುಳ್ಳುಗಾರ ಪ್ರತಿ ಬಾರಿಯೂ ನಿಮ್ಮನ್ನೇ ದೂಷಿಸುತ್ತಾನೆ. ಅವರು ತಮ್ಮ ತಪ್ಪಿದ್ದಾಗ ಅದನ್ನು ಒಪ್ಪಿಕೊಳ್ಳುವುದಿಲ್ಲ ಎಂದಷ್ಟೇ ಅಲ್ಲ—ಪ್ರತಿಯೊಬ್ಬರೂ ಕೆಲವೊಮ್ಮೆ ಹೀಗೆ ಮಾಡುತ್ತಾರೆ. ಆದರೆ ನಾವು ಇಲ್ಲಿ ಮಾತನಾಡುತ್ತಿರುವುದು ವಿಭಿನ್ನವಾದ ವಿಷಯದ ಬಗ್ಗೆ. ಸಮಸ್ಯೆ ಏನೇ ಇರಲಿ, ಅದರಲ್ಲಿ ತನ್ನ ಪಾಲಿನ ತಪ್ಪಿದೆ ಎಂದು ಎಂದಿಗೂ ಒಪ್ಪಿಕೊಳ್ಳದ ವ್ಯಕ್ತಿಯ ಬಗ್ಗೆ ನಾವು ಮಾತನಾಡುತ್ತಿದ್ದೇವೆ. ಒಮ್ಮೆ ನೀವು ಅವರನ್ನು ಪ್ರಶ್ನೆಗಳ ಮೂಲಕ ಸ್ವಲ್ಪ ಕೆಣಕಿದರೆ, ನಿಮಗೆ ಇನ್ನಷ್ಟು ವಿಷಯಗಳು ತಿಳಿಯುತ್ತವೆ. ಅವರು

ಯಾವುದರ ಬಗ್ಗೆಯೂ ತಾವು ತಪ್ಪು ಎಂದು ಒಪ್ಪಿಕೊಳ್ಳಲು ಸಿದ್ಧರಿಲ್ಲ ಎಂಬುದು ಮಾತ್ರವಲ್ಲ; ಅಂತಹ ತಪ್ಪು ನಡೆಯಲು ಸಾಧ್ಯವೇ ಇಲ್ಲ ಎಂದು ಅವರು ಪ್ರಾಮಾಣಿಕವಾಗಿ ನಂಬಿರುತ್ತಾರೆ. ಅವರ ಮನಸ್ಸಿನಲ್ಲಿ, ತಾವು ಯಾವುದೇ ತಪ್ಪು ಮಾಡುವುದಿಲ್ಲ ಎಂದು ಅವರು ನಿಜವಾಗಿಯೂ ಭಾವಿಸುತ್ತಾರೆ, ಆದ್ದರಿಂದಲೇ ನೀವು ಅವರು ತಪ್ಪು ಮಾಡಿದ್ದಾರೆ ಎಂದು ಹೇಳಿದಾಗ ಅವರು ಅದನ್ನು ಎಂದಿಗೂ ಒಪ್ಪಿಕೊಳ್ಳುವುದಿಲ್ಲ.

ನೀವು ನಿರೀಕ್ಷಿಸಿದಂತೆ—ಅಥವಾ ನೀವು ಇಂತಹ ವ್ಯಕ್ತಿಯನ್ನು ಎದುರಿಸಿದ್ದರೆ ನಿಮಗೆ ತಿಳಿದಿರುವಂತೆ—ಇಂತಹವರನ್ನು.

ನಿಮ್ಮ ಜೀವನದಲ್ಲಿ ಇಂತಹ ವ್ಯಕ್ತಿಯನ್ನು ಹೊಂದಿರುವುದು ಅತ್ಯಂತ ಕಿರಿಕಿರಿ ಉಂಟುಮಾಡುತ್ತದೆ. ಖಂಡಿತ, ನಾವೆಲ್ಲರೂ ಕೆಲವೊಮ್ಮೆ ತಪ್ಪನ್ನು ಒಪ್ಪಿಕೊಳ್ಳಲು ನಿರಾಕರಿಸುತ್ತೇವೆ. ಆದರೆ ಒಬ್ಬ ಅಭ್ಯಾಸಬಲದ ಸುಳ್ಳುಗಾರನ ವಿಷಯದಲ್ಲಿ ಒಂದು ಹಂತ ಬರುತ್ತದೆ, ಅಲ್ಲಿ ಅವರು ಇತರ ಜನರಂತೆ ವರ್ತಿಸುತ್ತಿಲ್ಲ ಎಂದು ನಿಮಗೆ ಅರಿವಾಗುತ್ತದೆ. ತಾವೂ ತಪ್ಪು ಮಾಡಬಹುದು ಎಂಬ ಕಲ್ಪನೆಯೇ ಅವರಿಗೆ ಅರ್ಥವಾಗುವುದಿಲ್ಲ. ಅದು ಯಾವಾಗಲೂ ಬೇರೆಯವರ ತಪ್ಪೇ ಆಗಿರಬೇಕು. ಈ ಮೂಲಕವೇ ಅವರು ನಿಮ್ಮನ್ನು ಕುಶಲತೆಯಿಂದ ಬಳಸಿಕೊಳ್ಳಲು ಯಶಸ್ವಿಯಾಗುತ್ತಾರೆ. ಮೊದಮೊದಲು ನೀವು ಇದರಿಂದ ಬೇಸರಗೊಳ್ಳಬಹುದು, ಆದರೆ ಇದನ್ನು ಸಾಮಾನ್ಯ ಮಾನವ ಸಹಜ ದೋಷವೆಂದು ಭಾವಿಸುತ್ತೀರಿ. ನಂತರ, ಬಹುಶಃ ಸರಾಸರಿ ವ್ಯಕ್ತಿಗಿಂತ ಇವರಲ್ಲಿ ಈ ದೋಷ ಹೆಚ್ಚಿರಬಹುದು ಎಂದು ನೀವು ಯೋಚಿಸುತ್ತೀರಿ. ಆದರೆ ಸಮಯ ಕಳೆದಂತೆ, ಯಾವುದೋ ವಿಷಯದ ಬಗ್ಗೆ ತಾವು ತಪ್ಪಾಗಿರಬಹುದು ಎಂಬ ಕಲ್ಪನೆಯೇ ಅವರಿಗೆ ಪರಿಚಿತವಿಲ್ಲ ಎಂಬುದು ಅನಿವಾರ್ಯವಾಗಿ ನಿಮಗೆ ಅರಿವಾಗುತ್ತದೆ.

ನಾವು ಈಗಷ್ಟೇ ಅವರನ್ನು ಅಭ್ಯಾಸಬಲದ ಸುಳ್ಳುಗಾರರು ಎಂದು ಕರೆದಿದ್ದೇವೆ, ಆದರೆ ಇಂತಹ ವ್ಯಕ್ತಿಗಾಗಿ ನಾವು ಈಗಾಗಲೇ ಇದೇ ಪುಸ್ತಕದಲ್ಲಿ ಚರ್ಚಿಸಿದ ಇನ್ನೊಂದು ಪದವಿದೆ. ಅವರು 'ಸೋಲಿಪ್ಸಿಸ್ಟ್' . ಅವರ ವೈಯಕ್ತಿಕ ಪ್ರಪಂಚದ ನಿಯಮಗಳು ಮಾತ್ರ ಅವರಿಗೆ ಅನ್ವಯಿಸುತ್ತವೆ. ಸೋಲಿಪ್ಸಿಸ್ಟ್ ತನ್ನ ಖಾಸಗಿ ಜಗತ್ತಿನಲ್ಲಿ ಯಾವುದೋ ಒಂದು ಅನ್ವಯಿಸುವುದಿಲ್ಲ ಎಂದು ನಂಬಿದರೆ, ಅವರಿಗೆ ಅಷ್ಟೇ ಮುಖ್ಯವಾದುದು. ಈ ಸೋಲಿಪ್ಸಿಸ್ಟ್—ಅಂದರೆ ಅಭ್ಯಾಸಬಲದ ಸುಳ್ಳುಗಾರ—ಕೊನೆಗೆ ನಿಮ್ಮನ್ನು ತನ್ನ ಸಣ್ಣ ವೈಯಕ್ತಿಕ

ಪ್ರಪಂಚದೊಳಗೆ ಎಳೆದುಕೊಂಡು ಹೋಗಿ ತನ್ನ ನಂಬಿಕೆಗಳನ್ನು ನೀವು ಒಪ್ಪುವಂತೆ ಮಾಡುತ್ತಾನೆ. ನೀವು ಮೋಸ ಹೋಗಿದ್ದೀರಿ ಎಂದು ನಿಮಗೆ ಅರಿವಾಗಲು ಸಮಯ ಹಿಡಿಯುತ್ತದೆ. ಅದನ್ನು ಒಪ್ಪಿಕೊಳ್ಳಲು ನಿಮ್ಮ ಅಹಂಕಾರವನ್ನು ಸ್ವಲ್ಪ ಬದಿಗಿಡಬೇಕಾಗುತ್ತದೆ. ಆದರೆ ಅವರೊಂದಿಗೆ ಇನ್ನು ಮುಂದೆ ಉಳಿಯುವುದಕ್ಕಿಂತ, ನೀವು ತಪ್ಪಾಗಿದ್ದಿರಿ ಎಂದು ಒಪ್ಪಿಕೊಳ್ಳುವುದೇ ನಿಮಗೆ ಒಳ್ಳೆಯದು.

ನೀವು ಕತ್ತಲೆ ಮನೋವಿಜ್ಞಾನದ ಜಗತ್ತನ್ನು ಪ್ರವೇಶಿಸುತ್ತಿರುವಾಗ, ವಿಶೇಷವಾಗಿ ಒಬ್ಬ ಹರಿಕಾರರಾಗಿ, ನಿಮಗೆ ಒಂದು ಪ್ರಮುಖ ವಿಷಯವನ್ನು ತಿಳಿಸಲು ಇದು ಉತ್ತಮ ಅವಕಾಶ: ಈ ನಿಷೇಧಿತ ಜ್ಞಾನದ ಕ್ಷೇತ್ರವನ್ನು ಪ್ರವೇಶಿಸುತ್ತಿರುವ ನೀವು ಬಹುಶಃ ನಿಜವಾಗಿಯೂ ಅನನ್ಯರು. ಹೆಚ್ಚಿನ ಜನರು ಕೇವಲ ಇದರ ಹೆಸರನ್ನು ಕೇಳಿಯೇ ಇದರ ಹತ್ತಿರ ಸುಳಿಯುವುದಿಲ್ಲ. ಹೆಸರನ್ನು ಮೀರಿ ಧೈರ್ಯ ಮಾಡುವವರು ಸಹ ಇದರ ಬಗ್ಗೆ ಹೆಚ್ಚಿನದನ್ನು ಕಲಿಯಲು ಬಯಸುವುದಿಲ್ಲ, ಏಕೆಂದರೆ ತಾವು ಇದನ್ನು ಕಲಿಯುತ್ತಿರುವುದು ಇತರರಿಗೆ ತಿಳಿದರೆ ಅವರು ತಮ್ಮ ಬಗ್ಗೆ ಏನು ಅಂದುಕೊಳ್ಳುತ್ತಾರೋ ಎಂಬ ಭಯ ಅವರಲ್ಲಿರುತ್ತದೆ. ನೀವು ಇವೆಲ್ಲವುಗಳಿಗಿಂತ ಮುಂದೆ ಹೋಗಿದ್ದೀರಿ.

ಜನರು ಮಾಡಿದ್ದಕ್ಕಿಂತ ಹೆಚ್ಚಿನದನ್ನು ನೀವು ಮಾಡಿದ್ದೀರಿ ಮತ್ತು ಈ ಪುಸ್ತಕದ ಅರ್ಧಕ್ಕಿಂತ ಹೆಚ್ಚಿನ ಭಾಗವನ್ನು ಪೂರೈಸಿದ್ದೀರಿ. ಆದಾಗ್ಯೂ, ಈ ಸತ್ಯವೊಂದೇ ಇತರರಿಂದ ಕುಶಲತೆಗೆ ಒಳಗಾಗದಂತೆ ನಿಮ್ಮನ್ನು ರಕ್ಷಿಸುವುದಿಲ್ಲ. ದಿನದ ಕೊನೆಯಲ್ಲಿ, ಬೇರೆಯವರಂತೆಯೇ ನೀವು ಕೂಡ ಕುಶಲತೆಗೆ ಒಳಗಾಗುವ ಸಾಧ್ಯತೆಯಿದೆ ಎಂಬ ಸತ್ಯವನ್ನು ನೀವು ವಿನಮ್ರವಾಗಿ ಒಪ್ಪಿಕೊಳ್ಳಬೇಕು. ಖಂಡಿತವಾಗಿಯೂ, ಇದು ಅಕ್ಷರಶಃ ಸತ್ಯವಲ್ಲ. ಕತ್ತಲೆ ಮನೋವಿಜ್ಞಾನದ ತಂತ್ರಗಳಿಗೆ ಕೆಲವು ಜನರು ಇತರರಿಗಿಂತ ಹೇಗೆ ಹೆಚ್ಚು ಬೇಗ ಬಲಿಯಾಗುತ್ತಾರೆ ಎಂಬುದನ್ನು ನಾವು ಈಗಾಗಲೇ ಚರ್ಚಿಸಿದ್ದೇವೆ. ಒಂದು ವೇಳೆ ನೀವು ಅವರಿಗಿಂತ ಭಿನ್ನವಾದ ಲಕ್ಷಣಗಳನ್ನು ಹೊಂದಿದ್ದರೆ, ನಿಮ್ಮ ಮೇಲೆ ಇವುಗಳ ಪ್ರಭಾವ ಕಡಿಮೆ ಇರಬಹುದು.

ಖಂಡಿತವಾಗಿಯೂ ನಿಮ್ಮ ಮನಸ್ಸನ್ನು ಇನ್ನೂ ನಿಯಂತ್ರಿಸಬಹುದು ಮತ್ತು ನಿಮ್ಮನ್ನು ಕುಶಲತೆಯಿಂದ ಬಳಸಿಕೊಳ್ಳಬಹುದು. ಈ ಸತ್ಯವನ್ನು ಒಪ್ಪಿಕೊಳ್ಳಲು ನಿರಾಕರಿಸುವುದರಿಂದ ಅದು ಸುಳ್ಳಾಗುವುದಿಲ್ಲ. ನಿಮ್ಮನ್ನು

ಕುಶಲತೆಯಿಂದ ಬಳಸಿಕೊಳ್ಳಲು ಸಾಧ್ಯ ಎಂದು ಒಪ್ಪಿಕೊಂಡು, ಅದರ ವಿರುದ್ಧ ನಿಮ್ಮನ್ನು ರಕ್ಷಿಸಿಕೊಳ್ಳುವುದು ನಿಮಗೆ ಉತ್ತಮ. ಹೇಗಿದ್ದರೂ, ನೀವು ಇದಕ್ಕೆ ಶರಣಾಗಬೇಕಿಲ್ಲ. ನಮ್ಮ ನಿರ್ದೇಶನಗಳನ್ನು ಅನುಸರಿಸುವ ಮೂಲಕ ನೀವು ಸಿದ್ಧರಾಗಿರಬೇಕು ಅಷ್ಟೆ. ನೀವು ಇದನ್ನು ಓದುತ್ತಿರುವಾಗ, ಒಬ್ಬ ಸೋಲಿಪ್ಸಿಸ್ಟ್ ತನ್ನ ಸುಪ್ತಾವಸ್ಥೆಯ ಮನಸ್ಸಿನ ಕಾಲ್ಪನಿಕ ಲೋಕಕ್ಕೆ ನಿಮ್ಮನ್ನು ಎಳೆದುಕೊಂಡು ಹೋಗುವುದು ಅಸಾಧ್ಯ ಎಂದು ನೀವು ಯೋಚಿಸಬಹುದು. ಆದರೆ ನಮ್ಮನ್ನು ನಂಬಿ: ಇದಕ್ಕಿಂತ ವಿಚಿತ್ರವಾದ ಘಟನೆಗಳು ಸಂಭವಿಸಿವೆ.

ಅಧ್ಯಾಯ ಹದಿನಾಲ್ಕು

ಮೆದುಳು ತೊಳೆಯುವಿಕೆ, ಅದರಿಂದಾಗುವ ಹಾನಿ ಮತ್ತು ಕತ್ತಲೆ ಮನಸ್ಸು ನಿಯಂತ್ರಣದ ಇತರ ತಂತ್ರಗಳು

ಕೊರಿಯಾ ಯುದ್ಧದ ಸಮಯದಲ್ಲಿ, 1950ರ ದಶಕದಲ್ಲಿ 'ಮಿದುಳು ತೊಳೆಯುವಿಕೆ' ಎಂಬ ಪದದ ಮೊದಲ ಬಳಕೆಯು ದಾಖಲಿಸಲ್ಪಟ್ಟಿತು. ಈ ಪರಿಕಲ್ಪನೆಯು ಜಗತ್ತಿನಾದ್ಯಂತ ಎಲ್ಲಾ ಜನಾಂಗಗಳು, ನಂಬಿಕೆಗಳು ಮತ್ತು ಧರ್ಮಗಳಲ್ಲಿ ಭಯ, ಭ್ರಾಂತಿ ಮತ್ತು ಇತರ ಎಲ್ಲಾ ರೀತಿಯ ನಕಾರಾತ್ಮಕ ಭಾವನೆಗಳನ್ನು ಹರಡುತ್ತಿದ್ದಂತೆ ಇದು ವೇಗವಾಗಿ ಜನಪ್ರಿಯವಾಯಿತು.

ಕೊರಿಯನ್ ಮತ್ತು ಚೀನೀ ಸೈನಿಕರ ನಿಯಂತ್ರಣದಲ್ಲಿದ್ದ ಅಮೆರಿಕಾದ ಯುದ್ಧ ಕೈದಿಗಳ ಮಾನಸಿಕ ಸ್ಥಿತಿಯನ್ನು ಪ್ರಭಾವಿಸಲು ಬಳಸಲಾದ ಆಲೋಚನಾ ಸುಧಾರಣೆ ಮತ್ತು ಪ್ರೇರೇಪಣೆಯ ಪ್ರಕ್ರಿಯೆಯನ್ನು ವಿವರಿಸಲು ಇದನ್ನು ಬಳಸಲಾಯಿತು. ವಿದೇಶಿ ಜೈಲು ಶಿಬಿರಗಳಲ್ಲಿದ್ದಾಗ ಯುದ್ಧ ಕೈದಿಗಳಿಗೆ ವಿವಿಧ ರೀತಿಯ ಮಿದುಳು ತೊಳೆಯುವ ತಂತ್ರಗಳನ್ನು ಅನ್ವಯಿಸಲಾಯಿತು (ಇವುಗಳಲ್ಲಿ ಹೆಚ್ಚಿನವು ಪ್ರಾಯೋಗಿಕವಾಗಿದ್ದವು ಮತ್ತು ಈ ಹಿಂದೆ ಎಂದೂ ಪರೀಕ್ಷಿಸಲ್ಪಟ್ಟಿರಲಿಲ್ಲ). ಈ ಪ್ರಕ್ರಿಯೆಯು ಅವರು ತಮ್ಮ ಅಸ್ತಿತ್ವವನ್ನು ಕಳೆದುಕೊಳ್ಳುವವರೆಗೆ, ತಮ್ಮ ಸ್ವಂತ ದೇಶದ ವಿರುದ್ಧ ರಾಷ್ಟ್ರೀಯ ನಿಷ್ಠೆಯನ್ನು ಬದಲಿಸಿಕೊಳ್ಳುವವರೆಗೆ ಮತ್ತು ತಮಗೆ ಸಂಬಂಧವೇ ಇಲ್ಲದ ಯುದ್ಧ ಅಪರಾಧಗಳನ್ನು ಒಪ್ಪಿಕೊಳ್ಳುವವರೆಗೆ ಮುಂದುವರಿಯಿತು.

ಮಿದುಳು ತೊಳೆಯುವಿಕೆಯು ಒಂದು ಮಾನಸಿಕ ಪ್ರಗತಿಯಾಗಿ ಪರಿಕಲ್ಪನೆಗೊಂಡ ಮತ್ತು ವ್ಯಾಪಕವಾಗಿ ಅಂಗೀಕರಿಸಲ್ಪಟ್ಟಾಗಿನಿಂದ ಅನೇಕ ಜನರ ಆಸಕ್ತಿಯ ವಿಷಯವಾಗಿದೆ. ಇದನ್ನು ಬಳಸಲು ಬಯಸುವವರಿಂದ

ಹಿಡಿದು, ತಮ್ಮ ಮೇಲೆ ತಾವೇ ನಿಯಂತ್ರಣವನ್ನು ಮರಳಿ ಪಡೆಯಲು ಬಯಸುವವರು ಮತ್ತು ಇಂತಹ ಮಿದುಳು ತೊಳೆಯುವಿಕೆ ಅಥವಾ ಅದರ ಅನೇಕ ತಂತ್ರಗಳು ಮತ್ತು ಉದ್ದೇಶಗಳ ಸಂಪರ್ಕಕ್ಕೆ ಎಂದಿಗೂ ಬರದಂತೆ ತಪ್ಪಿಸಿಕೊಳ್ಳಲು ಬಯಸುವವರು ಇದರ ಬಗ್ಗೆ ಆಸಕ್ತಿ ಹೊಂದಿದ್ದಾರೆ.

ಮನೋವಿಜ್ಞಾನದ ಕ್ಷೇತ್ರದಲ್ಲಿ ಈ ಪದ ಮತ್ತು ಅದರ ಸಂಶೋಧನೆಯು ಹೊಸದಿರಬಹುದು, ಆದರೆ ಇತರರ ಆಲೋಚನೆ, ಭಾವನೆ ಮತ್ತು ನಡವಳಿಕೆಯನ್ನು ನಿಯಂತ್ರಿಸಲು ಬಯಸುವ ಕಾಲದಿಂದಲೂ ಮಿದುಳು ತೊಳೆಯುವಿಕೆಯಲ್ಲಿ ಬಳಸುವ ನೈಜ ಪ್ರಕ್ರಿಯೆಗಳು ಮತ್ತು ವಿಧಾನಗಳು ಅಸ್ತಿತ್ವದಲ್ಲಿವೆ.

ಈ ಅಧ್ಯಾಯದಲ್ಲಿ ನಾವು ಮಿದುಳು ತೊಳೆಯುವಿಕೆ, ಅದರ ಮೂಲತತ್ವಗಳು ಮತ್ತು ವಿಶೇಷವಾಗಿ ಹಾನಿ ಮಾಡುವ ಉದ್ದೇಶ ಹೊಂದಿರುವವರಿಂದ ಗುರಿಯಾಗದಂತೆ ಹೇಗೆ ತಪ್ಪಿಸಿಕೊಳ್ಳುವುದು ಎಂಬುದರ ಕುರಿತು ಹತ್ತಿರದಿಂದ ಗಮನ ಹರಿಸೋಣ.

ಮಿದುಳು ತೊಳೆಯುವಿಕೆಯ ಮೂಲಭೂತ ಅಂಶಗಳು: ಇದು ಏನು ಮತ್ತು ಇತರ ಮಾನಸಿಕ ಪ್ರಭಾವ ಬೀರುವ ವಿಧಾನಗಳಿಗಿಂತ ಇದು ಹೇಗೆ ಭಿನ್ನವಾಗಿದೆ?

ಈ ವಿಧಾನದ ಅಂಶಗಳನ್ನು ಮತ್ತು ಅವು ಎಲ್ಲಿಂದ ವಿಕಸನಗೊಂಡವು ಎಂಬುದನ್ನು ನೀವು ನೋಡಿದಾಗ, ಮನೋವಿಜ್ಞಾನದಲ್ಲಿ ಅಥವಾ ಮಾನವ ಇತಿಹಾಸದಲ್ಲಿ ಮಿದುಳು ತೊಳೆಯುವಿಕೆಯು ಹೊಸ ಪರಿಕಲ್ಪನೆಯೇನಲ್ಲ ಎಂಬುದು ತಿಳಿಯುತ್ತದೆ. ಇದನ್ನು ವೃತ್ತಿಪರವಾಗಿ ಅಧ್ಯಯನ ಮಾಡುವವರು ಕೆಲವೊಮ್ಮೆ ಇದನ್ನು 'ಆಲೋಚನಾ ಸುಧಾರಣೆ' ಎಂದು ಕರೆಯುತ್ತಾರೆ. ಒಬ್ಬ ವ್ಯಕ್ತಿಯ ಮಿದುಳು ತೊಳೆಯುವ ಪ್ರಕ್ರಿಯೆಯಲ್ಲಿ ಒಳಗೊಂಡಿರುವ ಹಂತಗಳ ಕಾರಣದಿಂದಾಗಿ ಈ ಹೆಸರನ್ನು ನೀಡಲಾಗಿದೆ. ಇದನ್ನು ಒಬ್ಬ ವ್ಯಕ್ತಿ ಅಥವಾ ವ್ಯಕ್ತಿಗಳ ಗುಂಪಿನ ಆಲೋಚನೆಗಳನ್ನು ಅಥವಾ ಭಾವನೆಗಳನ್ನು ಅವರ ಇಚ್ಛೆಗೆ ವಿರುದ್ಧವಾಗಿ (ಮತ್ತು ಕೆಲವೊಮ್ಮೆ ಅವರ ಅರಿವಿಲ್ಲದೆಯೇ) ಉದ್ದೇಶಪೂರ್ವಕವಾಗಿ ಬದಲಾಯಿಸುವ ಕಾರ್ಯ ಎಂದು ವ್ಯಾಖ್ಯಾನಿಸಬಹುದು.

ನೀವು ಎಲ್ಲಿ ನೋಡಿದರೂ ಮಿದುಳು ತೊಳೆಯುವ ತಂತ್ರಗಳು

ಬಳಕೆಯಲ್ಲಿವೆ, ಮತ್ತು ಅವು ಯಾವಾಗಲೂ ಕೆಟ್ಟ ಅಥವಾ ಅಪಾಯಕಾರಿ ಕಾರಣಗಳಿಗಾಗಿಯೇ ಇರುವುದಿಲ್ಲ. ಜಾಹೀರಾತು ಕಂಪನಿಗಳಲ್ಲಿ ಅಥವಾ ರಾಜಕೀಯ ಪ್ರಚಾರಗಳಲ್ಲಿ ಕೆಲವು ತಂತ್ರಗಳನ್ನು ನಿಯಮಿತವಾಗಿ ಬಳಸಲಾಗುತ್ತದೆ. ಪ್ರೇರೇಪಣೆ ಮತ್ತು ಕುಶಲತೆಯ ಹಂತಗಳಂತೆಯೇ, ನೀವು ಅದರಲ್ಲಿ ಸಂಪೂರ್ಣವಾಗಿ ಮುಳುಗುವವರೆಗೆ ಇದನ್ನು ಗುರುತಿಸುವುದು ಕಷ್ಟ.

ಆದಾಗ್ಯೂ, ಮನೋವಿಜ್ಞಾನ ಮತ್ತು ಕತ್ತಲೆ ಮನೋವಿಜ್ಞಾನದಲ್ಲಿ ಆಳವಾದ ಬೇರುಗಳನ್ನು ಹೊಂದಿರುವ ಆ ಎರಡು ತಂತ್ರಗಳಿಗೆ (ಪ್ರೇರೇಪಣೆ ಮತ್ತು ಕುಶಲತೆ) ಹೋಲಿಸಿದರೆ, ದೊಡ್ಡ ಗುಂಪುಗಳಲ್ಲಿ ಮತ್ತು ಸ್ವಯಂಪ್ರೇರಿತ ಬಲಿಪಶುಗಳ ಮೇಲೆ (ಉದಾಹರಣೆಗೆ ಪಂಥಗಳು ಅಥವಾ ಕಲ್ಟ್ ಮತ್ತು ರಾಜಕೀಯ ಅನುಯಾಯಿಗಳು) ಬಳಸದ ಹೊರತು ಮಿದುಳು ತೊಳೆಯುವಿಕೆಯು ಅಷ್ಟೊಂದು ಪರಿಣಾಮಕಾರಿಯಲ್ಲ.

ಕತ್ತಲೆ ಮನೋವಿಜ್ಞಾನದ ಜಗತ್ತಿಗೆ ಹೊಸಬರಾದವರಿಗೆ ಈ ಕೆಳಗಿನ ತಂತ್ರಗಳ ನಡುವಿನ ವ್ಯತ್ಯಾಸವನ್ನು ಗುರುತಿಸಲು ಒಂದು ಸಣ್ಣ ಹೋಲಿಕೆ ಇಲ್ಲಿದೆ:

ಪ್ರೇರೇಪಣೆ: ಇದನ್ನು ಬಳಸಿದಾಗ, ಗುರಿ ವ್ಯಕ್ತಿಯು ತಾನೇ ಸ್ವತಃ ಎಚ್ಚರಿಕೆಯಿಂದ ಯೋಚಿಸಿ ಮತ್ತು ಪರಿಸ್ಥಿತಿಯ ಬಗ್ಗೆ ಹೆಚ್ಚಿನ ಜ್ಞಾನವನ್ನು ಪಡೆದುಕೊಂಡು ತನ್ನ ಮನಸ್ಸನ್ನು ಬದಲಾಯಿಸಿಕೊಂಡಿದ್ದಾನೆ ಎಂದು ನಂಬುವಂತೆ ಮಾಡುವುದು ಇದರ ಗುರಿಯಾಗಿರುತ್ತದೆ. ಈ ತಂತ್ರವನ್ನು ಬಳಸುವವರು ತಮ್ಮ ಗುರಿಗಳ ಬಗ್ಗೆ ಸಕಾರಾತ್ಮಕ ಮನೋಭಾವವನ್ನು ಮೂಡಿಸಲು ಬಯಸುತ್ತಾರೆ, ಇದರಿಂದ ಗುರಿ ವ್ಯಕ್ತಿಯು ತನ್ನ ಆಲೋಚನೆ ಅಥವಾ ನಡವಳಿಕೆಯನ್ನು ಬದಲಾಯಿಸುವ ನಿರ್ಧಾರದ ಬಗ್ಗೆ ಹೆಮ್ಮೆಪಡುತ್ತಾನೆ. ಅವರು ವ್ಯಕ್ತಿಯ ಭೂತಕಾಲವನ್ನು ಬದಲಿಸದೆ ಅವರ ಭವಿಷ್ಯವನ್ನು ಪ್ರಭಾವಿಸಲು ಬಯಸುತ್ತಾರೆ.

ಕುಶಲತೆ : ಇದು ಅಹಂಕಾರಿ ಮತ್ತು ಅತಿರೇಕದ ಉದ್ದೇಶಗಳಿಗಾಗಿ ಒಬ್ಬ ವ್ಯಕ್ತಿಯ ಕಾರ್ಯಗಳ ಮೇಲೆ ಹತೋಟಿ ಸಾಧಿಸಲು, ಆಕ್ರಮಣಕಾರಿ ಒತ್ತಡದ ಮೂಲಕ ಅವರ ಆಲೋಚನೆ ಮತ್ತು ಭಾವನೆಗಳನ್ನು ಬಲವಂತವಾಗಿ ಬದಲಾಯಿಸುವುದಾಗಿದೆ. ಇವರಿಗೆ ತಮ್ಮ ಗುರಿ ವ್ಯಕ್ತಿಯ ಭೂತಕಾಲ ಅಥವಾ ದೀರ್ಘಕಾಲದ ಭವಿಷ್ಯದ ಬಗ್ಗೆ ಯಾವುದೇ ಆಸಕ್ತಿ

ಇರುವುದಿಲ್ಲ; ತಮ್ಮ ಸ್ವಂತ ಲಾಭಕ್ಕಾಗಿ ಶಕ್ತಿಯನ್ನು ಪಡೆಯಲು ಎಷ್ಟು ಬೇಕೋ ಅಷ್ಟನ್ನು ಮಾತ್ರ ಅವರು ಗಮನಿಸುತ್ತಾರೆ.

ಈ ಎರಡೂ ತಂತ್ರಗಳ ನಡುವೆ ಮಿದುಳು ತೊಳೆಯುವಿಕೆ ಬರುತ್ತದೆ. ಇದನ್ನು ಯಾವಾಗಲೂ ಕೆಟ್ಟ ಉದ್ದೇಶದಿಂದಲೇ ಬಳಸಲಾಗುವುದಿಲ್ಲ, ಆದರೆ ಇತರರ ಮೇಲೆ ನಿಯಂತ್ರಣ ಅಥವಾ ಅಧಿಕಾರವನ್ನು ಸಾಧಿಸಲು ಬಯಸುವವರಲ್ಲಿ ಇದು ಜನಪ್ರಿಯವಾಗಿರುವುದರಿಂದ, ಈ ಪದಕ್ಕೆ ಅಂತಹ ಕೆಟ್ಟ ಹೆಸರು ಬಂದಿದೆ.

ಮಿದುಳು ತೊಳೆಯುವವನಿಗೆ (ಇವರನ್ನು 'ಏಜೆಂಟ್' ಎಂದೂ ಕರೆಯುತ್ತಾರೆ), ವಿಷಯ ವ್ಯಕ್ತಿಯ ಆಲೋಚನೆಗಳು ಮತ್ತು ಭಾವನೆಗಳನ್ನು ಅವರ ಮೂಲ ಮೌಲ್ಯಗಳು ಮತ್ತು ಭೂತಕಾಲದ ಅನುಭವಗಳಿಗೆ ಅನುಗುಣವಾಗಿ ಬದಲಾಯಿಸುವುದು ಅಂತಿಮ ಗುರಿಯಾಗಿರುತ್ತದೆ. ಇದರ ಮೂಲಕ ವ್ಯಕ್ತಿಯ ಆಲೋಚನೆ ಮತ್ತು ಪ್ರತಿಕ್ರಿಯೆಗಳ ಮೇಲೆ ಸಂಪೂರ್ಣ ನಿಯಂತ್ರಣ ಸಾಧಿಸಲಾಗುತ್ತದೆ.

ತಪ್ಪು ಅಥವಾ ಅನೈತಿಕ ಉದ್ದೇಶಗಳಿಗಾಗಿ ಮಿದುಳು ತೊಳೆಯುವಿಕೆಯನ್ನು ಬಳಸಿದಾಗ, ಅದರ ಮುಖ್ಯ ಉದ್ದೇಶವು ಒಬ್ಬ ವ್ಯಕ್ತಿಯ ಅಡಿಪಾಯದ ಮೇಲೆಯೇ (ಅವರು ಯಾರು ಎಂಬ ಅರಿವು, ಅವರ ನೈತಿಕತೆ ಮತ್ತು ನೀತಿಗಳು) ದಾಳಿ ಮಾಡುವುದು. ಇದರಿಂದ ಅವರು ತಮ್ಮ ಬಗ್ಗೆ ತಾವೇ ಅನುಮಾನಪಡುವಂತೆ ಮಾಡಿ, ಹೊಸದಾಗಿ ಪರಿಚಯಿಸಲಾದ "ಸತ್ಯ"ಗಳನ್ನು ತಮ್ಮ ಜೀವನದೊಂದಿಗೆ ಬೆರೆಸಲು ಪ್ರಯತ್ನಿಸುವಾಗ, ಮಿದುಳು ತೊಳೆಯುವ ತಂತ್ರಗಳನ್ನೇ ಸತ್ಯ ಅಥವಾ ಭರವಸೆ ಎಂದು ಅಪ್ಪಿಕೊಳ್ಳುವಂತೆ ಮಾಡಲಾಗುತ್ತದೆ.

ವಿಶೇಷವಾಗಿ, ಚಲನಚಿತ್ರಗಳು, ಟಿವಿ ಕಾರ್ಯಕ್ರಮಗಳು, ಪತ್ರಿಕೆಗಳು, ರೇಡಿಯೋ ಮತ್ತು ಇತರ ಎಲ್ಲಾ ರೀತಿಯ ಮಾಧ್ಯಮಗಳಲ್ಲಿ ಗುಪ್ತ ಸಂದೇಶಗಳನ್ನು ಇರಿಸುವ ಮೂಲಕ ಸಿಗರೇಟಿನಂತಹ ಉತ್ಪನ್ನಗಳನ್ನು ಮಾರಾಟ ಮಾಡಲು ಮಿದುಳು ತೊಳೆಯುವಿಕೆಯ ಸೌಮ್ಯ ಆವೃತ್ತಿಗಳನ್ನು ಮತ್ತು ಪರಿಣಾಮಕಾರಿ ತಂತ್ರಗಳನ್ನು ಬಳಸಲಾಗಿದೆ. ಈ ಮೂಲಕ ಅವರು ನೇರವಾಗಿ ಉತ್ಪನ್ನದ ಜಾಹೀರಾತು ನೀಡದಿದ್ದರೂ ಜನರ ಮನಸ್ಸನ್ನು ಪ್ರಭಾವಿಸುತ್ತಿದ್ದರು.

ಈ ರೀತಿಯ ಉತ್ಪನ್ನ ಪ್ರಚಾರದ ಮೂಲಕ ಜನಪ್ರಿಯಗೊಂಡ ಕೆಲವು ತಂತ್ರಗಳು ಚಿಕ್ಕದಾಗಿದ್ದರೂ ಭಾರಿ ಪ್ರಭಾವ ಬೀರುವ ಅಂಶಗಳನ್ನು ಒಳಗೊಂಡಿದ್ದವು. ಉದಾಹರಣೆಗೆ, ಚಲನಚಿತ್ರ ಅಥವಾ ಚಿತ್ರದಲ್ಲಿ ಸಿಗರೇಟ್ ಹಿಡಿದಿರುವ ವ್ಯಕ್ತಿಯು ಯಾವಾಗಲೂ ನಗುತ್ತಾ ಅಥವಾ ಸಂತೋಷವಾಗಿರುವಂತೆ ಚಿತ್ರಿಸುವುದು, ಅಥವಾ ಜನರನ್ನು ಆಕರ್ಷಿಸಲು ಮತ್ತು ಅವರು ತಕ್ಷಣವೇ ಅಂಗಡಿಗೆ ಹೋಗಿ ಒಂದು ಪ್ಯಾಕೆಟ್ ಖರೀದಿಸುವಂತೆ ಮಾಡಲು ಸರಿಯಾದ ಬಣ್ಣಗಳು ಮತ್ತು ಅಕ್ಷರಶೈಲಿಗಳನ್ನು ಬಳಸುವುದು ಇವುಗಳಲ್ಲಿ ಸೇರಿವೆ.

ಸುಳ್ಳಿನ ಪದರಗಳು: ಯಶಸ್ವಿ ಮಿದುಳು ತೊಳೆಯುವಿಕೆಯ ಹಂತಗಳು

ಇತರರ ಮಿದುಳು ತೊಳೆಯಲು ಪ್ರಯತ್ನಿಸುವಾಗ, ಪ್ರತ್ಯೇಕ ವಿಧಾನಗಳು ಅಷ್ಟೊಂದು ಯಶಸ್ವಿ ಪರಿಣಾಮ ಬೀರಲಾರವು. ಮಿದುಳು ತೊಳೆಯುವಿಕೆಯು ಒಂದು ಸುದೀರ್ಘ ಪ್ರಕ್ರಿಯೆಯಾಗಿದ್ದು, ಗುರಿ, ಉದ್ದೇಶ ಮತ್ತು ಏಜೆಂಟನಿಗೆ ತನ್ನ ಅಂತಿಮ ಗುರಿಯನ್ನು ಸಾಧಿಸಲು ಲಭ್ಯವಿರುವ ಸಮಯದ ಆಧಾರದ ಮೇಲೆ ಲೆಕ್ಕಾಚಾರ ಮಾಡಲಾದ ಕಾರ್ಯತಂತ್ರಗಳ ಒಂದು ಗುಂಪಿನ ಅಗತ್ಯವಿರುತ್ತದೆ. ವಿವರಗಳು ಏನೇ ಇರಲಿ, ಇದರ ಬಗ್ಗೆ ಓದುವ, ಅಭ್ಯಾಸ ಮಾಡುವ ಮತ್ತು ತಮ್ಮ ವಿಧಾನಗಳನ್ನು ಪರಿಪೂರ್ಣಗೊಳಿಸುವವರಿಗೆ ಮಿದುಳು ತೊಳೆಯುವಿಕೆಯ ಮೂಲಭೂತ ಹಂತಗಳು ಒಂದೇ ರೀತಿಯಾಗಿರುತ್ತವೆ:

1. ಭೂತಕಾಲವನ್ನು ಮರುಬರೆಯುವುದು: ಉತ್ತಮ ಮಿದುಳು ತೊಳೆಯುವಿಕೆಯ ವಿಷಯಕ್ಕೆ ಬಂದರೆ, ಈ ಮೊದಲ ಹಂತವೇ ಅತ್ಯಂತ ಪ್ರಮುಖವಾದುದು. ಒಬ್ಬ ವ್ಯಕ್ತಿಯ ಭೂತಕಾಲವನ್ನು ಮರುಬರೆಯುವುದು ಎಂದರೆ ಅವರ ಮೌಲ್ಯಗಳು, ಹಿನ್ನೆಲೆ ಮತ್ತು ಅವರು ಅನುಭವಿಸಿದ ಹಾಗೂ ನಂಬಿದ ಪ್ರತಿಯೊಂದು ವಿಷಯವನ್ನು ಪ್ರಶ್ನಿಸುವ ಮೂಲಕ ಪ್ರಾರಂಭವಾಗುತ್ತದೆ. ಮಿದುಳು ತೊಳೆಯುವ ಏಜೆಂಟನು ತನ್ನ ಗುರಿ ವ್ಯಕ್ತಿಗೆ ತಿಳಿದಿರುವ ವಿಷಯಗಳನ್ನು ಸವಾಲು ಮಾಡದ ಹೊರತು, ಅವರ ಮನಸ್ಸಿನಲ್ಲಿ ಹೊಸ ಮಾಹಿತಿ ಮತ್ತು ನಂಬಿಕೆಗಳನ್ನು (ಸೂಕ್ಷ್ಮವಾಗಿ ಅಥವಾ ಬಲವಂತವಾಗಿ) ಬಿತ್ತಲು ಸಾಧ್ಯವಿಲ್ಲ. ಯಾರಾದರೂ ತಮ್ಮ...

ತಮ್ಮ ಬಗ್ಗೆ ತಾವೇ ಅನುಮಾನಪಡಲು ಶುರು ಮಾಡಿದಾಗ, ಅವರು ಹೊಸ ನಂಬಿಕೆಗಳಿಗೆ ಹೆಚ್ಚು ಮುಕ್ತವಾಗುತ್ತಾರೆ. ತಮ್ಮ ಅಪರಿಚಿತ

ಪರಿಸರದಲ್ಲಿ ಉತ್ತರಗಳಿಗಾಗಿ ಹುಡುಕಾಡುತ್ತಾರೆ ಮತ್ತು ಅನಿರೀಕ್ಷಿತವಾಗಿ ಜಗತ್ತನ್ನು ಅಸ್ಪಷ್ಟ ದೃಷ್ಟಿಕೋನದಿಂದ ನೋಡತೊಡಗುತ್ತಾರೆ.

2.ಪಶ್ಚಾತ್ತಾಪವನ್ನು ಪ್ರೇರೇಪಿಸುವುದು: ಅಪರಾಧ ಪ್ರಜ್ಞೆಯು ಮಿದುಳು ತೊಳೆಯುವ ಏಜೆಂಟರು ಬಳಸುವ ಪ್ರಬಲ ಭಾವನೆಯಾಗಿದೆ. ಗುರಿ ವ್ಯಕ್ತಿಯ ಗ್ರಹಿಕೆಗಳು, ಭಾವನೆಗಳು ಮತ್ತು ನಡವಳಿಕೆಯ ಮಾದರಿಗಳನ್ನು ಬದಲಾಯಿಸಲು ಇದನ್ನು ಬಳಸಲಾಗುತ್ತದೆ. ಮೊದಲ ಹಂತದ ಅಂತ್ಯದ ವೇಳೆಗೆ, ಅವರು ಈ ಹಿಂದೆ ಯೋಚಿಸಿದ ಅಥವಾ ನಂಬಿದ ಪ್ರತಿಯೊಂದನ್ನೂ ತಿರಸ್ಕರಿಸುವಂತೆ ಮಾಡುವುದು ಏಜೆಂಟರ ಗುರಿಯಾಗಿರುತ್ತದೆ (ಮಿದುಳು ತೊಳೆಯುವಿಕೆ ಯಶಸ್ವಿಯಾಗಿದೆ ಎಂದು ಭಾವಿಸಿದರೆ). ನಂತರ ಏಜೆಂಟರು ಅವರು ಒಪ್ಪಿಕೊಳ್ಳಬೇಕೆಂದು ಬಯಸುವ ಹೊಸ ಪರಿಕಲ್ಪನೆಗಳು ಮತ್ತು ಆಲೋಚನೆಗಳನ್ನು ಪರಿಚಯಿಸುತ್ತಾರೆ. ಹೊಸ ಪ್ರಪಂಚದ ದೃಷ್ಟಿಕೋನಗಳನ್ನು ಅಪ್ಪಿಕೊಳ್ಳಲು ಅಥವಾ ತಕ್ಷಣವೇ ತಮ್ಮ ಕಾರ್ಯಗಳನ್ನು ಬದಲಾಯಿಸಲು ಅವರು ಹಿಂಜರಿಯಬಹುದಾದರೂ, ಒಮ್ಮೆ ಅವರು ತಮ್ಮ ಹಿಂದಿನ ದೃಷ್ಟಿಕೋನಗಳನ್ನು ತಿರಸ್ಕರಿಸುವುದು ಮಾತ್ರವಲ್ಲದೆ, ಅವುಗಳ ಬಗ್ಗೆ ಅಪರಾಧ ಪ್ರಜ್ಞೆಯನ್ನು ಅನುಭವಿಸಲು ಪ್ರಾರಂಭಿಸಿದರೆ, ಅವರು ಎದುರಿಸುವುದನ್ನು ಕಡಿಮೆ ಮಾಡುತ್ತಾರೆ. ಭವಿಷ್ಯದ ಆಲೋಚನೆ ಮತ್ತು ವಾಸ್ತವವನ್ನು ಕುಶಲತೆಯಿಂದ ಬದಲಾಯಿಸಲು ಅವರು ಹೆಚ್ಚು ಸಹಕರಿಸುತ್ತಾರೆ.

3.ಸರ್ವಸ್ವವೂ ಕಳೆದುಹೋದ ಕ್ಷಣ: ಕಥೆಗಾರರು ಮತ್ತು ಲೇಖಕರು ತಮ್ಮ ಪಾತ್ರಗಳಲ್ಲಿ ಅಸಹಾಯಕತೆಯನ್ನು ಸೃಷ್ಟಿಸಲು ಈ ಹಂತವನ್ನು ಬಳಸುತ್ತಾರೆ. ಒಬ್ಬ ವ್ಯಕ್ತಿಯು ಈ ಕೆಳಗಿನ ವಿಷಯಗಳ ಬಗ್ಗೆ ಸಂಪೂರ್ಣ ಭರವಸೆಯನ್ನು ಕಳೆದುಕೊಂಡು ಅತೀವ ನಿರಾಶೆಯ ಸ್ಥಿತಿಗೆ ತಲುಪಿದಾಗ ಈ ಕ್ಷಣ ಬರುತ್ತದೆ:

* ತಾವು ಯಾರು, ತಮ್ಮ ವ್ಯಕ್ತಿತ್ವ ಮತ್ತು ತಮ್ಮ ಪ್ರಪಂಚದ ದೃಷ್ಟಿಕೋನ.

* ತಾವು ಎಲ್ಲಿದ್ದೆವು ಮತ್ತು ಈಗಿರುವ ವ್ಯಕ್ತಿಯಾಗಲು (ಯಾವ ವ್ಯಕ್ತಿಯ ಬಗ್ಗೆ ಅವರಿಗೆ ಈಗ ಅನುಮಾನವಿದೆಯೋ ಮತ್ತು ಯಾರ ಮೇಲೆ ನಂಬಿಕೆ ಕಳೆದುಕೊಂಡಿದ್ದಾರೋ ಅಂತಹ ವ್ಯಕ್ತಿ) ತಾವು ಏನು ಮಾಡಿದೆವು ಎಂಬ ಅರಿವು.

* ಭವಿಷ್ಯದಲ್ಲಿ ತಾವು ಏನನ್ನು ನಿರೀಕ್ಷಿಸುತ್ತೇವೆ ಮತ್ತು ಅಲ್ಲಿಗೆ ಹೇಗೆ ತಲುಪುತ್ತೇವೆ ಎಂಬ ಬಗ್ಗೆ ಇರುವ ಅಸ್ಪಷ್ಟತೆ.

ಈ ಹಂತದಲ್ಲಿ ವ್ಯಕ್ತಿಯು ಮಾನಸಿಕವಾಗಿ ಅತ್ಯಂತ ದುರ್ಬಲನಾಗಿರುತ್ತಾನೆ, ಇದು ಏಜೆಂಟನಿಗೆ ಹೊಸ ಆಲೋಚನೆಗಳನ್ನು ಬಿತ್ತಲು ಸುಲಭವಾಗಿಸುತ್ತದೆ.

* ಮಿದುಳು ತೊಳೆಯುವಿಕೆಯು ಒಬ್ಬ ವ್ಯಕ್ತಿಯನ್ನು ಸಂಪೂರ್ಣ ಅಸಹಾಯಕತೆಯ ಹಂತಕ್ಕೆ ತಲುಪಿಸಿದಾಗ, ಆ ಗುರಿ ವ್ಯಕ್ತಿಯು ಆತ್ಮಹತ್ಯೆ ಮಾಡಿಕೊಳ್ಳುವ ಅಥವಾ ಮಾನವ ಜೀವದ ಮೇಲಿನ ಗೌರವವನ್ನು ಕಳೆದುಕೊಂಡು ಇತರರಿಗೆ ಹಾನಿ ಮಾಡುವ ಹೆಚ್ಚಿನ ಅಪಾಯವಿರುತ್ತದೆ.

4. ಸಂಪರ್ಕ ಸಾಧಿಸುವುದು ಮತ್ತು ಪ್ರಸ್ತಾಪ ಮುಂದಿಡುವುದು: ಮಿದುಳು ತೊಳೆಯುವಿಕೆಯು ಗುರಿ ವ್ಯಕ್ತಿಗೆ ಅತ್ಯಂತ ಏಕಾಂಗಿತನದ ಪ್ರಕ್ರಿಯೆಯಾಗಿರುತ್ತದೆ, ಅವರು ಸಾಮೂಹಿಕ ಆಲೋಚನಾ ಕುಶಲತೆಯ ಭಾಗವಾಗಿದ್ದರೂ ಸಹ ಇದು ಅನ್ವಯಿಸುತ್ತದೆ. ಒಮ್ಮೆ ಅವರು ಮಾನಸಿಕವಾಗಿ ಸಂಪೂರ್ಣ ಅಸಹಾಯಕತೆಯ ಹಂತಕ್ಕೆ ತಲುಪಿದಾಗ (ಯಾವುದೇ ಯಶಸ್ವಿ ಮಿದುಳು ತೊಳೆಯುವ ಪ್ರಯತ್ನದಲ್ಲಿ ಈ ಹಂತವು ನಿರ್ಣಾಯಕ), ಏಜೆಂಟನಿಗೆ ಅವರೊಂದಿಗೆ ಒಂದು ಭಾವನಾತ್ಮಕ ಬಂಧವನ್ನು ಬೆಳೆಸಲು ಅವಕಾಶ ಸಿಗುತ್ತದೆ. ಇದು ಮೇಲ್ನೋಟಕ್ಕೆ ಮಾತ್ರ ಇರಬಹುದು ಅಥವಾ ಇಲ್ಲದಿರಬಹುದು, ಆದರೆ ಅವರ ವಿಶ್ವಾಸವನ್ನು ಗಳಿಸಲು ಮತ್ತು ಅವರ ಪ್ರಸ್ತುತ ಮಾನಸಿಕ ಸ್ಥಿತಿಯಿಂದ ಏಜೆಂಟನು ಬಯಸುವ ಆಲೋಚನಾ ಕ್ರಮಕ್ಕೆ ಅವರನ್ನು ಸಂಪೂರ್ಣವಾಗಿ ಸೆಳೆಯಲು ಇದು ಸಹಕಾರಿಯಾಗುತ್ತದೆ. ಅವರಿಗೆ ಒಂದು ಲೋಟ ಶುದ್ಧ ನೀರು ಕೊಡುವುದು, ಸ್ವಲ್ಪ ಹೆಚ್ಚುವರಿ ಆಹಾರ ನೀಡುವುದು ಅಥವಾ ಅವರಿಗೆ ಇಷ್ಟವಾದ ಸಣ್ಣ ವಸ್ತುವನ್ನು ನೀಡುವ ಮೂಲಕ ಈ ಆರಂಭಿಕ ಸಂಪರ್ಕವನ್ನು ಏರ್ಪಡಿಸಬಹುದು. ಇದು ಏಜೆಂಟನಿಗೆ ಗುರಿ ವ್ಯಕ್ತಿಯ ಮೇಲೆ ಸಹಾನುಭೂತಿ ಇದೆ ಎಂಬಂತೆ ಬಿಂಬಿಸುತ್ತದೆ (ಅದು ಎಷ್ಟೇ ನಾಟಕೀಯವಾಗಿದ್ದರೂ ಸಹ) ಮತ್ತು ಗುರಿ ವ್ಯಕ್ತಿಯನ್ನು ಚರ್ಚೆ ಅಥವಾ ಮಧ್ಯಸ್ಥಿಕೆಗೆ ಹೆಚ್ಚು ಮುಕ್ತವಾಗಿಸುತ್ತದೆ. ಒಂದು ಸಣ್ಣ ದಯೆಯ ಕಾರ್ಯ ಅಥವಾ ಮಾನವೀಯ ಕ್ಷಣವು, ತನ್ನ ಪರಿಸ್ಥಿತಿಯನ್ನು ಬದಲಿಸಿಕೊಳ್ಳಲು ಹಾತೊರೆಯುತ್ತಿರುವ ಒಬ್ಬ ಅಸಹಾಯಕ ವ್ಯಕ್ತಿಯನ್ನು ಏಜೆಂಟನ

ಪರವಾಗಿರುವ ಸಂಭಾವ್ಯ ಮಿತ್ರನನ್ನಾಗಿ ಬದಲಾಯಿಸುತ್ತದೆ.

5.ತಪ್ಪೊಪ್ಪಿಗೆ ಮತ್ತು ಪಾಲ್ಗೊಳ್ಳುವಿಕೆಯ ಅನಿವಾರ್ಯತೆ : ಪರಿಸ್ಥಿತಿಯಿಂದ ಹೊರಬರುವ ದಾರಿ ಅಥವಾ ಪರಿಸ್ಥಿತಿಯನ್ನು ಸುಧಾರಿಸುವ ಮಾರ್ಗ ಕಂಡಾಗ, ಜನರು ತಮಗೆ ಸಮಾಧಾನ ನೀಡುವ ಯಾವುದೇ ವಿಷಯವನ್ನು ಅಪ್ಪಿಕೊಳ್ಳುವ ಮೂಲಕ ತಾವು ಸರಿಯಾದ ನಿರ್ಧಾರ ತೆಗೆದುಕೊಳ್ಳುತ್ತಿದ್ದೇವೆ ಎಂದು ಒಪ್ಪಿಕೊಳ್ಳಲು ಬಯಸುತ್ತಾರೆ. ಈ ಹಂತದ ವೇಳೆಗೆ, ಯೋಜನೆಯ ಮುಕ್ತಾಯ ಮತ್ತು ಅದರ ಪರಿಣಾಮಗಳಿಂದ ತಪ್ಪಿಸಿಕೊಳ್ಳಲು ಗುರಿ ವ್ಯಕ್ತಿಗೆ ಅತಿ ಕಡಿಮೆ ಅವಕಾಶವಿರುತ್ತದೆ ಮತ್ತು ಅವರು ಸಂಪೂರ್ಣವಾಗಿ ಏಜೆಂಟನ ನಿಯಂತ್ರಣಕ್ಕೆ ಒಳಗಾಗಿರುತ್ತಾರೆ. ಅವರು ಇನ್ನೂ ಸ್ವಲ್ಪ ಹಿಂಜರಿಕೆ ಹೊಂದಿರಬಹುದು, ಆದರೆ ಪ್ರಕ್ರಿಯೆಯನ್ನು ಮತ್ತಷ್ಟು ಬಲಪಡಿಸಬೇಕಾದಲ್ಲಿ, ಅವರು ಪ್ರೇರೇಪಣೆ ಮತ್ತು ಇತರ ಮಿದುಳು ತೊಳೆಯುವ ತಂತ್ರಗಳಿಗೆ ಹೆಚ್ಚು ಮುಕ್ತವಾಗಿ ಸ್ಪಂದಿಸುತ್ತಾರೆ.

6. ಅಂಗೀಕಾರ ಮತ್ತು ಮರುಜನ್ಮ : ಇದು ಮಿದುಳು ತೊಳೆಯುವಿಕೆಯ ಅಂತಿಮ ಹಂತ. ಇಲ್ಲಿ ಗುರಿ ವ್ಯಕ್ತಿಯು ಈ ಪ್ರಕ್ರಿಯೆಯನ್ನು ಸಂಪೂರ್ಣವಾಗಿ ಒಪ್ಪಿಕೊಳ್ಳುತ್ತಾನೆ, ತನಗೆ ನೀಡಲಾದ ಹೊಸ "ಸತ್ಯ"ಗಳನ್ನು ಅಪ್ಪಿಕೊಳ್ಳುತ್ತಾನೆ ಮತ್ತು ವ್ಯವಸ್ಥಿತವಾದ ತಯಾರಿ, ಬೋಧನೆ ಹಾಗೂ ಕುಶಲತೆಯ ಮೂಲಕ ಸೃಷ್ಟಿಸಲಾದ ಹೊಸ ವ್ಯಕ್ತಿಯಾಗಿ ಬದಲಾಗುತ್ತಾನೆ. ಈ ಹಂತದಲ್ಲಿ ಕೆಲವೊಮ್ಮೆ ದೈಹಿಕ ಹಿಂಸೆಯನ್ನು ಸಹ ಬಳಸಲಾಗುತ್ತದೆ (ತಾಂತ್ರಿಕವಾಗಿ ಇದು ಮಿದುಳು ತೊಳೆಯುವ ತಂತ್ರವಲ್ಲದಿದ್ದರೂ, ಯುದ್ಧಕಾಲದ ಕೈದಿಗಳು ಅಥವಾ ಸಂತ್ರಸ್ತರನ್ನು ನಿಯಂತ್ರಿಸಲು ರಾಜಕೀಯ ಮತ್ತು ಅಪರಾಧ ಜಗತ್ತಿನ ಕತ್ತಲೆ ಮುಖಗಳಲ್ಲಿ ಇದನ್ನು ಹೆಚ್ಚಾಗಿ ಬಳಸಲಾಗುತ್ತದೆ).

ಒಮ್ಮೆ ಈ ಎಲ್ಲಾ ಹಂತಗಳನ್ನು ಅವುಗಳ ಪೂರ್ಣ ಪ್ರಮಾಣದಲ್ಲಿ (ಅಥವಾ ಸಂದರ್ಭಕ್ಕೆ ಅನುಗುಣವಾಗಿ ಪರಿಣಾಮಕಾರಿಯಾಗಿ) ನಿರ್ವಹಿಸಿದ ನಂತರ, ಮಿದುಳು ತೊಳೆಯುವ ಪ್ರಕ್ರಿಯೆಯು ಪೂರ್ಣಗೊಂಡಿದೆ ಎಂದು ಪರಿಗಣಿಸಬಹುದು. ಆಗ ಏಜೆಂಟನು ತನ್ನ ಪ್ರಯತ್ನಗಳು ಎಷ್ಟು ಯಶಸ್ವಿಯಾಗಿವೆ ಎಂದು ಪರೀಕ್ಷಿಸಬಹುದು.

ಮಾನಸಿಕ ಅಧ್ಯಯನಗಳ ಪ್ರಕಾರ, ಮಿದುಳು ತೊಳೆಯುವಿಕೆಯು ಮಾನಸಿಕ ಮತ್ತು ಭಾವನಾತ್ಮಕ ನಿಯಂತ್ರಣದ ವಿಧಾನಗಳಲ್ಲಿ

ಅತ್ಯಂತ ಕನಿಷ್ಠ ಶಕ್ತಿಯುತವಾದುದಾಗಿದೆ. ಏಕೆಂದರೆ ಇದನ್ನು ಕಾರ್ಯಗತಗೊಳಿಸುವುದು ಅತಿ ಕಷ್ಟಕರ ಮತ್ತು ಇದರ ವಿವಿಧ ಹಂತಗಳ ವೈಯಕ್ತಿಕ ಫಲಿತಾಂಶಗಳ ಬಗ್ಗೆ ಇನ್ನೂ ಸಮಗ್ರ ಅಧ್ಯಯನಗಳು ನಡೆದಿಲ್ಲ. ತಜ್ಞರು ಮೊದಲಿನಿಂದಲೂ ಕೇಳುತ್ತಿರುವ ಮುಖ್ಯ ಪ್ರಶ್ನೆಯೆಂದರೆ: ಈ ಕುಶಲತೆಯ ತಂತ್ರವು ಜನರು ಭಾವಿಸುವಷ್ಟು (ಅಥವಾ ಹೆದರುವಷ್ಟು) ಶಕ್ತಿಯುತವಾಗಿದೆಯೇ? ಈ ಶಕ್ತಿಯು ಮಿದುಳು ತೊಳೆಯುವ ಪ್ರಕ್ರಿಯೆಯಿಂದ ಬರುತ್ತದೆಯೇ ಅಥವಾ ಆಯಾ ವ್ಯಕ್ತಿಗಳ ಮಾನಸಿಕ ಪ್ರಭಾವಕ್ಕೆ ಒಳಗಾಗುವ ಸುಲಭ ಸ್ವಭಾವದಿಂದ ಬರುತ್ತದೆಯೇ? ಇಲ್ಲಿಂದ ಅವರು ಇನ್ನೂ ಅನೇಕ ಪ್ರಶ್ನೆಗಳನ್ನು ಕೇಳುತ್ತಾರೆ—ಕೆಲವರು ಇತರರಿಗಿಂತ ಹೆಚ್ಚು ಬೇಗ ಏಕೆ ಈ ಪ್ರಭಾವಕ್ಕೆ ಒಳಗಾಗುತ್ತಾರೆ? ಲಿಂಗ, ಜನಾಂಗ ಮತ್ತು ಸಾಮಾಜಿಕ ವರ್ಗಗಳಾದ್ಯಂತ ಈ ತಂತ್ರಗಳು ಒಂದೇ ರೀತಿಯ ಪರಿಣಾಮ ಬೀರುತ್ತವೆಯೇ ಅಥವಾ ಕೆಲವು ಸಂದರ್ಭಗಳಲ್ಲಿ ಈ ಹಂತಗಳು ತಮ್ಮ ಅರ್ಥವನ್ನು ಕಳೆದುಕೊಳ್ಳುತ್ತವೆಯೇ?

ವ್ಯಕ್ತಿಗಳು ಮತ್ತು ಗುಂಪುಗಳ ಮೇಲೆ ಮಿದುಳು ತೊಳೆಯುವಿಕೆಯ ಪ್ರಭಾವ

ಯುದ್ಧ ಶಿಬಿರಗಳಿಂದ ಬಿಡುಗಡೆಯಾಗಿ ಅಮೆರಿಕಕ್ಕೆ ಹಿಂದಿರುಗಿದ ಸೈನಿಕರ ಮೇಲೆ ವರ್ಷಗಳ ಕಾಲ ಸಂಶೋಧನೆ ನಡೆಸಿದ ವಿದ್ವಾಂಸರು ಮತ್ತು ವಿಶ್ಲೇಷಕರು, ಮಿದುಳು ತೊಳೆಯುವಿಕೆಯ ನೈಜ ಪ್ರಭಾವ ಮತ್ತು ಮಾನಸಿಕ ನಿಯಂತ್ರಣದ ರೂಪವಾಗಿ ಅದರ ದಕ್ಷತೆಯ ಬಗ್ಗೆ ಸುದೀರ್ಘ ಚರ್ಚೆ ನಡೆಸಿದ್ದಾರೆ. ಅಂದು ಮಿದುಳು ತೊಳೆಯುವಿಕೆಗೆ ಒಳಗಾದವರು ಎಂದು ಕರೆಯಲ್ಪಟ್ಟ ಈ ಸೈನಿಕರು, ವಾಸ್ತವದಲ್ಲಿ ಮಿದುಳು ತೊಳೆಯುವ ಪ್ರಕ್ರಿಯೆಯಿಂದಾಗಿ ಬದಲಾಗಲಿಲ್ಲ; ಬದಲಾಗಿ ಅವರು ಅನುಭವಿಸಿದ ದೈಹಿಕ ಹಿಂಸೆ ಮತ್ತು ನಿರ್ಲಕ್ಷ್ಯದಿಂದಾಗಿ ತಮ್ಮ ನಿಲುವನ್ನು ಬದಲಿಸಿಕೊಂಡಿರಬಹುದು ಎಂದು ಈ ಸಂಶೋಧಕರು ನಂಬಿದ್ದಾರೆ.

ಇದಕ್ಕೆ ಅವರ ಪ್ರಮುಖ ಸಮರ್ಥನೆಯೆಂದರೆ, ಮಿದುಳು ತೊಳೆಯುವ ಪರೀಕ್ಷೆಗಳಿಗೆ ಒಳಪಡಿಸಲಾದ ಹತ್ತಾರು ಸಾವಿರ ಕೈದಿಗಳಲ್ಲಿ ಕೇವಲ ಎರಡು ಡಜನ್‌ಗಿಂತಲೂ ಕಡಿಮೆ ಸಂಖ್ಯೆಯ ಜನರು ಮಾತ್ರ ಅದರ ಪೂರ್ಣ ಪ್ರಭಾವಕ್ಕೆ ಒಳಗಾಗಿದ್ದರು. ಆದಾಗ್ಯೂ, ಈ ಸಂಖ್ಯೆಯು ಕೇವಲ ಅಮೆರಿಕಕ್ಕೆ ಮರಳಲು ಬಯಸಿದ ಸೈನಿಕರನ್ನು ಮಾತ್ರ ಪರಿಗಣಿಸುತ್ತದೆ.

ಯುದ್ಧ ಮುಗಿದು ಎಲ್ಲರೂ ಬಿಡುಗಡೆಯಾದ ದೀರ್ಘಕಾಲದ ನಂತರವೂ, ತಮ್ಮ ಸ್ವಂತ ದೇಶದ ವಿರುದ್ಧ ಎಷ್ಟು ದ್ವೇಷ ಬೆಳೆಸಿಕೊಂಡಿದ್ದರೆಂದರೆ, ಶತ್ರುಗಳ ನಾಡಿನಲ್ಲೇ ಉಳಿಯಲು ನಿರ್ಧರಿಸಿದ ಸೈನಿಕರನ್ನು ಈ ಲೆಕ್ಕಾಚಾರ ಒಳಗೊಂಡಿಲ್ಲ.

ಮಿದುಳು ತೊಳೆಯುವಿಕೆ ಮತ್ತು ಅದರ ಪರಿಣಾಮಗಳ ಕುರಿತಾದ ನಿರಂತರ ಆಸಕ್ತಿಯಲ್ಲಿ ಜಗತ್ತಿನಾದ್ಯಂತ ಇರುವ 'ಪಂಥಗಳು' ಅಥವಾ 'ಕಲ್ಟ್‌ಗಳು' ಪ್ರಮುಖ ಪಾತ್ರ ವಹಿಸಿವೆ. ಹೊರಗಿನಿಂದ ನೋಡುವವರಿಗೆ ಈ ಪಂಥಗಳು ವಿಚಿತ್ರವಾಗಿ ಕಾಣಿಸಬಹುದು ಮತ್ತು ಯಾರಾದರೂ ಅಂತಹ ಗುಂಪುಗಳಿಗೆ ಏಕೆ ಸೇರುತ್ತಾರೆ ಎಂಬುದು ಅರ್ಥಮಾಡಿಕೊಳ್ಳಲು ಕಷ್ಟವಾಗಬಹುದು. ಆದರೆ ಈ ಸಂಸ್ಥೆಗಳ ನಾಯಕರು ಅಥವಾ ನೇಮಕಾತಿದಾರರು ಮಿದುಳು ತೊಳೆಯುವಿಕೆ, ಬಲವಂತದ ಒತ್ತಡ ಮತ್ತು ಇತರ ಮಾನಸಿಕ ಪ್ರಭಾವದ ವಿಧಾನಗಳನ್ನು ಬಳಸುವಲ್ಲಿ ಮಾನವ ಸಮಾಜದಲ್ಲೇ ಅತ್ಯಂತ ಅನುಭವಿ ಮತ್ತು ತರಬೇತಿ ಪಡೆದ ಕುಶಲಕರ್ಮಿಗಳಾಗಿರುತ್ತಾರೆ.

ದೀರ್ಘಕಾಲದ ದೃಷ್ಟಿಯಲ್ಲಿ, ಪರಿಣಾಮಕಾರಿ ಮಿದುಳು ತೊಳೆಯುವಿಕೆಯು ವ್ಯಕ್ತಿಗಳು ಮತ್ತು ಗುಂಪುಗಳ ಮೇಲೆ ವೈವಿಧ್ಯಮಯ ಪ್ರಭಾವಗಳನ್ನು ಬೀರಬಹುದು. ಮಿದುಳು ತೊಳೆಯುವಿಕೆಯ ನಂತರದ ಹಂತದಲ್ಲಿ (ಇದನ್ನು ಸಾಮಾನ್ಯವಾಗಿ 'ಡಿಪ್ರೋಗ್ರಾಮಿಂಗ್' ಎಂದು ಕರೆಯಲಾಗುತ್ತದೆ) ಈ ಕೆಳಗಿನ ಕೆಲವು ಸಾಮಾನ್ಯ ಅಡ್ಡಪರಿಣಾಮಗಳನ್ನು ಕಡಿಮೆ ಮಾಡಬಹುದು ಅಥವಾ ಸರಿಪಡಿಸಬಹುದು:

- ಆತ್ಮವಿಶ್ವಾಸದ ಕುಸಿತ: ಇದು ವ್ಯಕ್ತಿಯನ್ನು ಮದ್ಯಪಾನ ಅಥವಾ ಮಾದಕವಸ್ತುಗಳ ವ್ಯಸನದಂತಹ ಅಪಾಯಕಾರಿ ಆಯ್ಕೆಗಳತ್ತ ತಳ್ಳಬಹುದು.
- ಇತರರನ್ನು ನಂಬಲು ಸಾಧ್ಯವಾಗದಿರುವುದು: ಮಿದುಳು ತೊಳೆಯುವ ಪ್ರಕ್ರಿಯೆಯಿಂದ ಬದುಕುಳಿದವರು (ಅದು ಯಶಸ್ವಿಯಾಗಿರಲಿ ಅಥವಾ ಇಲ್ಲದಿರಲಿ) ತಮ್ಮೊಳಗೆ ತಾವೇ ಕುಸಿಯುತ್ತಾರೆ. ತಮ್ಮ ಸಂಕಷ್ಟದ ನಂತರ, ಅಪರಿಚಿತರಿಂದ ಹಿಡಿದು ತಾವು ಪ್ರಾಣಕ್ಕಿಂತ ಹೆಚ್ಚಾಗಿ ಪ್ರೀತಿಸುವವರನ್ನು ಸಹ ಹೇಗೆ ನಂಬಬೇಕು ಎಂಬುದು ಅವರಿಗೆ ತಿಳಿಯದಂತಾಗುತ್ತದೆ.

- ಪ್ರತಿಯೊಂದನ್ನೂ ಒಂದು ಪರೀಕ್ಷೆಯಂತೆ ನೋಡುವುದು: ಮಿದುಳು ತೊಳೆಯುವ ಪ್ರಕ್ರಿಯೆಯ ನಂತರ ಜೀವನದ ಉತ್ಸಾಹವೇ ಮರೆಯಾಗುತ್ತದೆ. ಸಂತ್ರಸ್ತರು ತಾವು ಹಿಂದೆ ಪ್ರೀತಿಸುತ್ತಿದ್ದ ಹವ್ಯಾಸಗಳು ಅಥವಾ ಘಟನೆಗಳಲ್ಲಿ ಆಸಕ್ತಿ ತೋರಿಸುವುದು ವಿರಳ. ಅವರು ಭವಿಷ್ಯದ ಬಗ್ಗೆ ತಮ್ಮ ಚೈತನ್ಯ ಮತ್ತು ಭರವಸೆಯನ್ನು ಕಳೆದುಕೊಳ್ಳುತ್ತಾರೆ.

ಯಾವುದೇ ಸವಾಲು ಅಥವಾ ಅವಕಾಶ ಎದುರಾದಾಗ, ಅದನ್ನು ತಮಗೆ ಬೇಕೇ ಬೇಡವೇ ಎಂದು ಯೋಚಿಸುವ ಮೊದಲೇ, ಅವರು ಪ್ರತಿಯೊಂದು ಅಂಶವನ್ನು ಅತಿಯಾಗಿ ವಿಶ್ಲೇಷಿಸಲು ಮತ್ತು ಅದರ ಒಳಹೊರಗುಗಳನ್ನು ಸೀಳಲು ಸಮಯ ವ್ಯಯಿಸುತ್ತಾರೆ.

ದುರುದ್ದೇಶಪೂರಿತ ಮಿದುಳು ತೊಳೆಯುವ ತಂತ್ರಗಳಿಂದ ನಿಮ್ಮನ್ನು ರಕ್ಷಿಸಿಕೊಳ್ಳುವುದು ಹೇಗೆ?

ಮಿದುಳು ತೊಳೆಯುವ ತಂತ್ರಗಳಿಗೆ ಯಾರು ಅತಿ ಬೇಗ ಬಲಿಯಾಗುತ್ತಾರೆ? ತಮ್ಮ ಸ್ಥಾನಮಾನವನ್ನು ಹೆಚ್ಚಿಸಿಕೊಳ್ಳಲು ಅಥವಾ ಇತರರ ದೃಷ್ಟಿಕೋನವನ್ನು ಸಂಪೂರ್ಣವಾಗಿ ಬದಲಿಸುವ ಮೂಲಕ ಅವರನ್ನು ಕುಸಿಯುವಂತೆ ಮಾಡಲು ಬಯಸುವವರಿಗೆ ಯಾರು ಸುಲಭವಾಗಿ ಗುರಿಯಾಗುತ್ತಾರೆ?

ಜನರು ಪಂಥಗಳಿಗೆ ಅಥವಾ ಕುಶಲಕರ್ಮಿಗಳ ಪ್ರಭಾವಕ್ಕೆ ಒಳಗಾಗಲು ಅತ್ಯಂತ ಸಾಮಾನ್ಯ ಕಾರಣವೆಂದರೆ, ಮಿದುಳು ತೊಳೆಯುವಿಕೆ ನಿಜವಾಗಿ ಹೇಗಿರುತ್ತದೆ ಅಥವಾ ಅದರ ಎಚ್ಚರಿಕೆಯ ಸಂಕೇತಗಳೇನು ಎಂಬ ಅರಿವು ಅವರಿಗೆ ಇಲ್ಲದಿರುವುದು. ಇಂತಹ ಮಾನಸಿಕ ಪರಭಕ್ಷಕಗಳಿಂದ ನಿಮ್ಮನ್ನು ರಕ್ಷಿಸಿಕೊಳ್ಳಲು ಇರುವ ಮೊದಲ ಮಾರ್ಗವೆಂದರೆ, ಅವರು ಸಂಭಾವ್ಯ ಬಲಿಪಶುಗಳಲ್ಲಿ ಹುಡುಕುವ ಗುಣಲಕ್ಷಣಗಳನ್ನು ತಿಳಿದುಕೊಳ್ಳುವುದು:

- ಒಂಟಿಯಾಗಿರುವವರು ಮತ್ತು ತಮ್ಮ ಸ್ಥಾನಕ್ಕಾಗಿ ಹುಡುಕಾಡುತ್ತಿರುವವರು: ತಮಗೆ ಸರಿಹೊಂದುವ ಜಾಗ ಅಥವಾ ಜನರಿಗಾಗಿ ಹುಡುಕಾಟ ನಡೆಸುತ್ತಿರುವ, ಆದರೆ ಇನ್ನೂ ಯಶಸ್ವಿಯಾಗದ ಒಂಟಿ ವ್ಯಕ್ತಿಗಳನ್ನು ಇವರು ಗುರಿಯಾಗಿಸುತ್ತಾರೆ. ಮನೆಯಿಂದ ಓಡಿಹೋದ ಹದಿಹರೆಯದವರು ಪಂಥಗಳು ಮತ್ತು

ಗ್ಯಾಂಗ್‌ಗಳ ಮಿದುಳು ತೊಳೆಯುವಿಕೆಗೆ ಹೆಚ್ಚಾಗಿ ಬಲಿಯಾಗಲು ಇದೇ ಕಾರಣ. ಕೆಲವು ಸಂದರ್ಭಗಳಲ್ಲಿ, ತಾವು ದುರುಪಯೋಗಪಡಿಸಿಕೊಳ್ಳಲ್ಪಡುತ್ತಿದ್ದೇವೆ ಎಂದು ತಿಳಿಯುವಷ್ಟು ನೈತಿಕ ಪರಿಪಕ್ವತೆ ಅಥವಾ ಜೀವನದ ಅನುಭವ ಅವರಲ್ಲಿ ಇರುವುದಿಲ್ಲ.

- ತಮ್ಮ ಪರವಾಗಿ ನಿಲ್ಲಲು ಯಾರೂ ಇಲ್ಲದವರು: ಇವರು ಸ್ವಭಾವತಃ ಸಮಾಜವಿರೋಧಿಗಳಾಗಿರಬಹುದು ಅಥವಾ ಇತರರ ಸಲಹೆಯನ್ನು ಕೇಳದಷ್ಟು ಹಠಮಾರಿಗಳಾಗಿರಬಹುದು. ಯಾರಾದರೂ ಅವರಿಗೆ ಬುದ್ಧಿ ಹೇಳಿದರೆ ಅಥವಾ ಎಚ್ಚರಿಕೆಯಿಂದ ಇರಲು ಸೂಚಿಸಿದರೆ ಅವರು ಆಕ್ರಮಣಕಾರಿಯಾಗಿ ವರ್ತಿಸುತ್ತಾರೆ. ಇಂತಹ ಒಂಟಿತನವೇ ಅವರನ್ನು ಪರಭಕ್ಷಕಗಳಿಗೆ ಸುಲಭ ಬಲಿಯನ್ನಾಗಿ ಮಾಡುತ್ತದೆ.

- ಉತ್ತರಗಳಿಗಾಗಿ ಅಥವಾ ಜೀವನದ ಉದ್ದೇಶಕ್ಕಾಗಿ ಹುಡುಕುತ್ತಿರುವವರು: ಇವರು ತಮ್ಮ ಸ್ನೇಹಿತರು, ಕುಟುಂಬ ಸದಸ್ಯರು ಅಥವಾ ತಾವು ಗೌರವಿಸುವ ವ್ಯಕ್ತಿಗಳ ಮೂಲಕ ಯಾವುದೋ ಒಂದು ಭವಿಷ್ಯದ ಗುರಿಯತ್ತ ಸೆಳೆಯಲ್ಪಡುತ್ತಾರೆ. ಇಂತಹ ಸಂದರ್ಭಗಳಲ್ಲಿ, ಕುಶಲಕರ್ಮಿಯು ಗುರಿ ವ್ಯಕ್ತಿಯ ಆಲೋಚನೆಗಳನ್ನು ಮತ್ತು ಅವರು ಜಗತ್ತನ್ನು ನೋಡುವ ದೃಷ್ಟಿಕೋನವನ್ನು ಬಳಸಿಕೊಂಡು ಅವರ ಮೇಲೆ ಹತೋಟಿ ಸಾಧಿಸುತ್ತಾನೆ.

ಮಿದುಳು ತೊಳೆಯುವ ಪ್ರಕ್ರಿಯೆಗೆ ಒಬ್ಬ ವ್ಯಕ್ತಿಯನ್ನು ಒಪ್ಪಿಸಲು ಬಳಸುವ ಮೊದಲ ಹಂತವೆಂದರೆ, ಅವರಿಗೆ ಒಂದು ರೀತಿಯ "ನೈತಿಕ ಹೊಣೆಗಾರಿಕೆ" ಅಥವಾ "ಋಣಭಾರ"ದ ಭಾವನೆಯನ್ನು ಉಂಟುಮಾಡುವುದು. ಇದು ನಂತರ...

ಅವರು ನಿಯೋಜಿತ ಕಾರ್ಯದಲ್ಲಿ ಹಿಂಜರಿದಾಗ ಅಥವಾ ವಿಫಲರಾದಾಗ, ಅವರಲ್ಲಿ ಪಶ್ಚಾತ್ತಾಪ ಮತ್ತು ನಿರಾಶೆಯ ಭಾವನೆಗಳನ್ನು ಪ್ರೇರೇಪಿಸುವ ಮೂಲಕ ಈ ಪ್ರಕ್ರಿಯೆಯನ್ನು ಮುಂದುವರಿಸಲಾಗುತ್ತದೆ.

ಯಾರೂ ಸಹ ತಾವು ಮಿದುಳು ತೊಳೆಯುವಿಕೆಗೆ ಒಳಗಾಗಬಹುದು ಎಂದು ಭಾವಿಸುವುದಿಲ್ಲ. ವಾಸ್ತವವಾಗಿ, ಈ ಆಲೋಚನೆಯು

ಬಂದೊಡನೆ ನಮ್ಮ ಕಣ್ಣಮುಂದೆ ಬರುವುದು—ಅಪೌಷ್ಟಿಕತೆಯಿಂದ ಬಳಲುತ್ತಿರುವ ಕೈದಿಗಳು ಪ್ರಚಾರದ ವೀಡಿಯೊಗಳನ್ನು ಸತ್ಯವೆಂದು ನಂಬುವವರೆಗೆ ಅವುಗಳನ್ನು ಬಲವಂತವಾಗಿ ನೋಡುತ್ತಿರುವುದು, ಅಥವಾ ಸೆರೆಹಿಡಿಯಲಾದ ಗೂಢಚಾರರಿಗೆ ಅವರ ವಾಸ್ತವವನ್ನೇ ಬದಲಿಸುವಂತಹ ರಾಸಾಯನಿಕ ದ್ರವಗಳನ್ನು ಚುಚ್ಚುಮದ್ದಿನ ಮೂಲಕ ನೀಡುತ್ತಿರುವುದು. ಆದರೆ, ಮಿದುಳು ತೊಳೆಯುವಿಕೆಯು ಯಾವಾಗಲೂ ಇಷ್ಟು ತೀವ್ರವಾಗಿರುವುದಿಲ್ಲ; ಆದರೂ ಅದು ಅಷ್ಟೇ ಹಾನಿಕಾರಕ ಮತ್ತು ಅಪಾಯಕಾರಿಯಾಗಿರಬಹುದು. ಒಬ್ಬ ವ್ಯಕ್ತಿಯು ತಾನು ಬಲಿಯಾಗುವ ಸಾಧ್ಯತೆಯಿದೆಯೇ ಅಥವಾ ಇಲ್ಲವೇ ಎಂದು ನಿರ್ಧರಿಸಿದ ನಂತರ, ತನ್ನ ಸುತ್ತಲೂ ಮಿದುಳು ತೊಳೆಯುವಿಕೆ ನಡೆಯುತ್ತಿದೆಯೇ ಎಂದು ತಿಳಿಯಲು ಎಚ್ಚರಿಕೆಯ ಸಂಕೇತಗಳನ್ನು ಹುಡುಕುವುದು ಮುಂದಿನ ಹಂತವಾಗಿದೆ. ಅವುಗಳಲ್ಲಿ ಕೆಲವು ಸಾಮಾನ್ಯ ಸಂಕೇತಗಳು ಇಲ್ಲಿವೆ:

- ಕಾರಣವಿಲ್ಲದ ಮತ್ತು ಬೆಳೆಯುತ್ತಿರುವ ಭಯ: ತಮ್ಮ ಮನೆ ಅಥವಾ ಪ್ರಸ್ತುತ ಇರುವ ಸ್ಥಳದ ಹೊರಗಿನ ಪ್ರಪಂಚದ ಬಗ್ಗೆ ಅಸ್ಪಷ್ಟ, ಗೊಂದಲಮಯ ಮತ್ತು ನಿರಂತರವಾಗಿ ಹೆಚ್ಚುತ್ತಿರುವ ಭಯದ ಭಾವನೆ.

- ನಿರಂತರ ಅಸಮರ್ಥತೆಯ ಭಾವನೆ: ತಾವು ತಮ್ಮ ಅತ್ಯುತ್ತಮ ಪ್ರಯತ್ನವನ್ನು ಮಾಡಿದ್ದರೂ ಸಹ, ತಾವು ಯಾವುದಕ್ಕೂ ಸಾಲದು ಎಂಬ ಭಾವನೆ ಇವರನ್ನು ಕಾಡುತ್ತದೆ. ಅನಿರೀಕ್ಷಿತವಾಗಿ ಸಂಭವಿಸುವ ನೈಸರ್ಗಿಕ ವಿಕೋಪಗಳಂತಹ ಅಸಂಭವ ಘಟನೆಗಳ ಬಗ್ಗೆ ಅತೀವ ನಂಬಿಕೆ ಮತ್ತು ಆತಂಕ. ಸ್ಥಳೀಯ ಕಿರಾಣಿ ಅಂಗಡಿಯ ಶೌಚಾಲಯದಿಂದ ಹಿಡಿದು ತಮ್ಮ ವಾಸಸ್ಥಳದ ಸಮೀಪದ ಪಾದಚಾರಿ ಮಾರ್ಗದವರೆಗೆ, ತಾವು ಭೇಟಿ ನೀಡುವ ಪ್ರತಿ ಸ್ಥಳದಲ್ಲೂ ಭಯೋತ್ಪಾದಕ ದಾಳಿ ನಡೆಯಬಹುದು ಎಂಬ ನಿರಂತರ ಭೀತಿ.

- ಸಂಪರ್ಕ ಸಾಧನಗಳ ತ್ಯಾಗ ಮತ್ತು ಸಾಮಾಜಿಕ ಸಂಪರ್ಕ ಕಡಿತ: ಮೊಬೈಲ್ ಫೋನ್ ಅಥವಾ ಸಾಮಾಜಿಕ ಮಾಧ್ಯಮಗಳನ್ನು ಬಳಸಲು ಅನುಮತಿ ಇಲ್ಲದಿರುವುದು ಮತ್ತು ತಾವು ಸಾಮಾನ್ಯವಾಗಿ ಒಡನಾಡುತ್ತಿದ್ದ ವ್ಯಕ್ತಿಗಳಿಂದ ಸಂಪೂರ್ಣವಾಗಿ ದೂರವಿರುವುದು.

ತೀರ್ಮಾನ

ಈಗ ನೀವು ಕತ್ತಲೆ ಮನೋವಿಜ್ಞಾನವು ಯಾವುದರ ಬಗ್ಗೆ ಎಂಬುದನ್ನು ಮತ್ತು ನಿಮ್ಮ ಜೀವನದಲ್ಲಿ ಕುಶಲಕರ್ಮಿಗಳು ಯಾರಿರಬಹುದು ಎಂಬುದನ್ನು (ಅಥವಾ ಈ ತಂತ್ರಗಳನ್ನು ನೀವೇ ಬಳಸುವ ತಪ್ಪನ್ನು ಮಾಡಿದ್ದೀರಾ ಎಂಬುದನ್ನು) ಗುರುತಿಸಲು ಶಕ್ತರಾಗಿದ್ದೀರಿ. ಕುಶಲತೆಗೆ ಒಳಗಾಗುತ್ತಿರುವುದರ ಲಕ್ಷಣಗಳನ್ನು ಗುರುತಿಸುವುದು ಮತ್ತು ಅವುಗಳನ್ನು ಹೇಗೆ ನಿಭಾಯಿಸುವುದು ಎಂಬುದನ್ನು ತಿಳಿದುಕೊಂಡ ನಂತರ, ನಿಮ್ಮ ಜೀವನದಲ್ಲಿ ನಿಮಗೆ ಅಗತ್ಯವಿರುವ ಆರೋಗ್ಯಕರ ಆಯ್ಕೆಗಳನ್ನು ಮಾಡಲು ನಿಮ್ಮ ಸುತ್ತಮುತ್ತಲಿನ ಸಂಬಂಧಗಳನ್ನು ನೀವು ಉತ್ತಮವಾಗಿ ಮೌಲ್ಯಮಾಪನ ಮಾಡಬಹುದು. ಜೀವನದ ಬಗ್ಗೆ ಹೆಚ್ಚು ವಾಸ್ತವಿಕ ದೃಷ್ಟಿಕೋನವನ್ನು ಹೊಂದುವ ಮೂಲಕ, ನಿಮ್ಮ ಆಲೋಚನೆಗಳು, ಅಭಿಪ್ರಾಯಗಳು ಮತ್ತು ಆಸೆಗಳು ನಿಜವಾಗಿಯೂ ನಿಮ್ಮದೇ ಎಂದು ಅರಿತುಕೊಂಡು, ಯಾವುದೇ ಅಪರಾಧ ಪ್ರಜ್ಞೆಯಿಲ್ಲದೆ ಅವುಗಳನ್ನು ಹಂಚಿಕೊಳ್ಳಬಹುದು.

ನಿಮ್ಮ ಸಂಬಂಧಗಳಲ್ಲಿನ ಸಂಪರ್ಕದ ಸಂಕೇತಗಳನ್ನು ಪರೀಕ್ಷಿಸುವ ಮತ್ತು ಮೌಲ್ಯಮಾಪನ ಮಾಡುವ ಮೂಲಕ ನೀವು ಪ್ರೇರೇಪಣೆ ಮತ್ತು ಕುಶಲತೆಯ ಸಂಕೇತಗಳನ್ನು ಪತ್ತೆಹಚ್ಚಬಹುದು ಮತ್ತು ಅರ್ಥಮಾಡಿಕೊಳ್ಳಬಹುದು. ಅದು ಸ್ಪಷ್ಟವಾದಾಗ, ಘನತೆಯಿಂದ ನಡೆಸಿಕೊಳ್ಳಲ್ಪಡುವ ನಿಮ್ಮ ಹಕ್ಕನ್ನು ನೀವು ಚಲಾಯಿಸಬಹುದು. ಸಂಪರ್ಕದ ವಿನಿಮಯದಲ್ಲಿ, ನೀವು ಸಮಾನ ವ್ಯಕ್ತಿಯಾಗಿರುವ ಅಧಿಕಾರ ಮತ್ತು ಹಕ್ಕನ್ನು ಮರಳಿ ಪಡೆಯುತ್ತೀರಿ. ಸಮಾನವಾದ ನಿಯಂತ್ರಣದ ಸಮತೋಲನವಿರುವ ಸಂಬಂಧದಲ್ಲಿ, ನೀವು ಅಪರಾಧ ಪ್ರಜ್ಞೆಯಿಲ್ಲದೆ 'ಇಲ್ಲ' ಎಂದು ಹೇಳಬಹುದು ಮತ್ತು ನಿಮಗಾಗಿ ಹಾಗೂ ನೀವು ಕಾಳಜಿವಹಿಸುವ ಇತರರಿಗಾಗಿ ಉತ್ತಮ ಜೀವನ ಅಥವಾ ಜಗತ್ತನ್ನು ನಿರ್ಮಿಸಲು ನಿಮ್ಮ ಗುರಿಗಳನ್ನು ಹೊಂದಿಸಬಹುದು.

ಜನರ ದೈಹಿಕ ಭಾಷೆಯನ್ನು ಅರ್ಥೈಸುವ ಮತ್ತು ದಾರಿ ತಪ್ಪಿಸುವ ಮಾತುಗಳ ಆಚೆಗೆ ನೋಡುವ ಸಾಮರ್ಥ್ಯವು ನಿಮ್ಮ ಅರಿವಿಲ್ಲದೆ ನೀವು ಸುಲಿಗೆಗೆ ಅಥವಾ ದುರುಪಯೋಗಕ್ಕೆ ಒಳಗಾಗುವುದನ್ನು ತಡೆಯುತ್ತದೆ. ನೀವು ನಿಮ್ಮ ಸುತ್ತಲಿನ ಅವಕಾಶಗಳಿಗೆ ಹೆಚ್ಚು ಮುಕ್ತರಾಗುತ್ತೀರಿ ಮತ್ತು ಇತರರ ಉದ್ದೇಶಗಳಿಂದ ಪ್ರಭಾವಿತರಾಗುವ ಸಾಧ್ಯತೆ ಕಡಿಮೆಯಿರುತ್ತದೆ.

ಮತ್ತು ಅದರ ಮೂಲಕ ಪ್ರೇರಿತರಾಗಿ. ಆದರೆ ಈ ತಂತ್ರಗಳನ್ನು ಗುರುತಿಸಲು ಸಾಧ್ಯವಾಗುವುದು ಎಂದರೆ, ನೀವು ಸಹ ಈ ಕೌಶಲಗಳನ್ನು ನಿರ್ವಹಿಸಬಹುದು ಎಂದರ್ಥ. ಆದರೆ ನೆನಪಿಡಿ, ಯಾವಾಗಲೂ ನಿಮ್ಮ ನೈತಿಕ ದಿಕ್ಸೂಚಿಯನ್ನು ಗಮನದಲ್ಲಿಟ್ಟುಕೊಳ್ಳಿ ಮತ್ತು ಪ್ರತಿಯೊಬ್ಬ ವ್ಯಕ್ತಿಯನ್ನು ಸಮಾನ ನಾಗರಿಕರಂತೆ ಕಾಣುವ ಹಾಗೂ ಅವರ ಘನತೆಯನ್ನು ಮತ್ತು ಅವರ ಆಯ್ಕೆಯ ಸ್ವಾತಂತ್ರ್ಯವನ್ನು ಗೌರವಿಸುವ ಬಗ್ಗೆ ಜಾಗೃತರಾಗಿರಿ.

ಕತ್ತಲೆ ಮನೋವಿಜ್ಞಾನದ ತತ್ವವು, ನೀವು ಈ ಹಿಂದಿನ ಕುತಂತ್ರದ ಕ್ರಿಯೆಗಳ ಬಗ್ಗೆ ಅಜ್ಞಾನಿಗಳಾಗಿದ್ದೀರಿ ಅಥವಾ ಅವುಗಳ ಬಗ್ಗೆ ನಿಮಗೆ ಕಾಳಜಿಯಿಲ್ಲ ಎಂದು ಭಾವಿಸುತ್ತದೆ. ನಿಮ್ಮ ಜೀವನದ ಹಾದಿಯನ್ನು ಬದಲಾಯಿಸಲು ಮತ್ತು ಹೊಸದಾಗಿ ಪ್ರಾರಂಭಿಸಲು ಇಲ್ಲೊಂದು ಅವಕಾಶವಿದೆ. ನೀವು ಈ ಹಿಂದೆ ಯಾವುದೇ ರೀತಿಯ ಪರಭಕ್ಷಕ ಕ್ರಿಯೆಗಳಲ್ಲಿ , ಅಂದರೆ ಅಪರಾಧ ಅಥವಾ ಸಮಾಜವಿರೋಧಿ ನಡವಳಿಕೆಗಳಲ್ಲಿ ತೊಡಗಿದ್ದರೂ ಸಹ, ಅಂತಹ ಸಮಾಜವಿರೋಧಿ ಮನಸ್ಥಿತಿಯ ಪಾತಾಳದಿಂದ ಹೊರಬರಲು ಮತ್ತು ಅದನ್ನು ನಿಲ್ಲಿಸಲು ನಿರ್ಧರಿಸುವ ಅವಕಾಶ ಸದಾ ಇರುತ್ತದೆ.

ಮಾನವ ಮೆದುಳಿನ ಸಾಮರ್ಥ್ಯವು ಅತ್ಯಂತ ವಿಶಾಲವಾದುದು ಎಂದು ಹೇಳಬಹುದು. ತಮ್ಮ ಮನಸ್ಸು ಹೇಗೆ ಕಾರ್ಯನಿರ್ವಹಿಸುತ್ತದೆ ಎಂಬುದನ್ನು ಅರ್ಥಮಾಡಿಕೊಳ್ಳುವ ವ್ಯಕ್ತಿಗಳು ಜೀವನದಲ್ಲಿ ಹೆಚ್ಚಿನದನ್ನು ಸಾಧಿಸುವ ಪ್ರವೃತ್ತಿ ಹೊಂದಿರುತ್ತಾರೆ. ಹೆಚ್ಚುವರಿಯಾಗಿ, ನಿಮ್ಮ ಮನಸ್ಸನ್ನು ಹೇಗೆ ನಿಯಂತ್ರಣದಲ್ಲಿಟ್ಟುಕೊಳ್ಳಬೇಕು ಎಂದು ಕಲಿಯುವುದು ನಿಮ್ಮ ದೈನಂದಿನ ಜೀವನದಲ್ಲಿ ನಡೆಯುವ ಘಟನೆಗಳ ಮೇಲೆ ಹಿಡಿತ ಸಾಧಿಸಲು ನಿಮಗೆ ಸಹಾಯ ಮಾಡುತ್ತದೆ. ಹೀಗಾಗಿ, ಜೀವನವು ತನ್ನಷ್ಟಕ್ಕೆ ತಾನೇ ಸಂಭವಿಸಲು ಬಿಡುವ ಬದಲಿಗೆ, ನಿಮ್ಮ ಜೀವನದಲ್ಲಿ ಏನು ನಡೆಯಬೇಕು

ಎಂದು ನೀವೇ ನಿರ್ಧರಿಸಬಹುದು. ಬದುಕುಳಿಯುವ ಮನಸ್ಥಿತಿಯು ನಮ್ಮ ಸಹಜ ಗುಣವಾಗಿದೆ. ಸಮಾಜವು ಮಾಡುವುದೇನೆಂದರೆ, ಪ್ರತಿ ಮನುಷ್ಯನೊಳಗಿನ ಈ ಕಾಡು ಮೃಗವನ್ನು ನಿಯಂತ್ರಿಸಲು ಪ್ರಯತ್ನಿಸುತ್ತದೆ. ಇದಕ್ಕಾಗಿ ಚಿಕ್ಕ ವಯಸ್ಸಿನಿಂದಲೇ ನಿಯಮಗಳು, ನೈತಿಕತೆ ಮತ್ತು ಸಮಾಜದ ಪ್ರಬಲ ಗುಂಪುಗಳ (ಸಾಮಾನ್ಯವಾಗಿ ನಮ್ಮ ಸಂಸ್ಥೆಗಳು ಮತ್ತು ಸರ್ಕಾರಗಳನ್ನು ನಿಯಂತ್ರಿಸುವ ಶ್ರೀಮಂತರು) ಕಾನೂನುಗಳನ್ನು ಪಾಲಿಸುವಂತೆ ಕಲಿಸುತ್ತದೆ.

ಹಾಗಿದ್ದಲ್ಲಿ, ಸಮಾಜವು ತಮಗೆ ಸರಿಯಾದ ಅವಕಾಶಗಳನ್ನು ನೀಡುತ್ತಿಲ್ಲ ಎಂದು ಭಾವಿಸುವವರನ್ನು ನಾವು ಖಂಡಿಸಬೇಕೇ? ತಾವು ಬದುಕಲು ಬೇಕಾದದ್ದನ್ನು ಪಡೆದುಕೊಳ್ಳಲು ಪ್ರಯತ್ನಿಸುವವರನ್ನು ನಾವು ದೂಷಿಸಬೇಕೇ? ವಿಶೇಷವಾಗಿ ಸಂಪತ್ತು ಅಥವಾ ಪ್ರಭಾವದ ಆಧಾರದ ಮೇಲೆ ಸವಲತ್ತುಗಳು ನಿರ್ಧರಿಸಲ್ಪಡುವ ಪ್ರತಿಕೂಲ ವಾತಾವರಣದಲ್ಲಿ ಅವರು ಬದುಕುತ್ತಿರುತ್ತಾರೆ. ಕತ್ತಲೆ ಮನೋವಿಜ್ಞಾನದ ರಹಸ್ಯವೇ ಹೊರಬಂದು ಇದನ್ನು ಒಪ್ಪಿಕೊಳ್ಳಬೇಕಿದೆ: ಸಾಮಾನ್ಯ ಮಾನವ ವರ್ತನೆಯು ವಾಸ್ತವವಾಗಿ ನಿಯಮಗಳು ಮತ್ತು ಸಮಾಜವನ್ನು ವಿರೋಧಿಸುವುದೇ ಆಗಿದೆ.

ಸಮಾಜದ ಮೇಲೆ ಅಸಮಾಧಾನ ಹೊಂದಿರುವ ವ್ಯಕ್ತಿಗಳು, ಕಾನೂನು ಮತ್ತು ನೈತಿಕತೆಯನ್ನು ನಿಯಂತ್ರಿಸುವ ಶಕ್ತಿಶಾಲಿಗಳ ಮುಂದೆ ತಾವು ಅಸಹಾಯಕರಲ್ಲವೇ ಎಂದು ಯೋಚಿಸುತ್ತಾರೆ. ಈ 'ಕುರಿಗಳ' ಮಂದೆಯಲ್ಲಿ ಬದುಕುವ ಅಸಹಾಯಕತೆ ಅವರನ್ನು ಕಾಡುತ್ತದೆ. ಹೀಗಿರುವಾಗ, ಒಬ್ಬ ವ್ಯಕ್ತಿಯು ತನ್ನದೇ ಆದ ಹಾದಿಯನ್ನು ಕಂಡುಕೊಳ್ಳಲು, ಸಮಾಜದ ಕಟ್ಟುಪಾಡುಗಳಿಂದ ಮುಕ್ತವಾದ ಮತ್ತು ಸ್ವಯಂ-ನಿಯಂತ್ರಿತ ಅಸ್ತಿತ್ವವನ್ನು ರೂಪಿಸಿಕೊಳ್ಳಲು ಪ್ರಯತ್ನಿಸುವುದರಲ್ಲಿ ಆಶ್ಚರ್ಯವೇನಿದೆ? ಇತಿಹಾಸವು ತೋರಿಸಿಕೊಟ್ಟಂತೆ, ಎಲ್ಲಾ ಸಮುದಾಯಗಳು ಅಂತಿಮವಾಗಿ ಪತನಗೊಳ್ಳುತ್ತವೆ ಮತ್ತು ಶ್ರೀಮಂತರು ಹಾಗೂ ಶಕ್ತಿಶಾಲಿಗಳು ಮತ್ತೆ ನಿಯಂತ್ರಣ ಸಾಧಿಸಿದಾಗ ಹೊಸ ರೂಪ ಪಡೆಯುತ್ತವೆ. ಯಾವುದೇ ಸಾಮ್ರಾಜ್ಯಕ್ಕೂ ತನ್ನ ಅಂತ್ಯದ ಅರಿವಿರುವುದಿಲ್ಲ! ಹಾಗಾದರೆ, ಮಾನವ ನಡವಳಿಕೆಯು ಕೇವಲ ಬದುಕುಳಿಯುವ ತಂತ್ರ ಎಂಬ ಪ್ರಶ್ನೆಯನ್ನು 'ಕತ್ತಲೆ ಮನೋವಿಜ್ಞಾನದ ರಹಸ್ಯ' ಹೇಗೆ ಎದುರಿಸುತ್ತದೆ? ಈ ತಂತ್ರದಲ್ಲಿ ಮನುಷ್ಯರು ಸ್ವಭಾವತಃ ಕ್ರೂರಿಗಳು, ಕಠೋರರು ಮತ್ತು ತಮಗಿಂತ ದುರ್ಬಲರಾದವರನ್ನು ಹತ್ತಿಕ್ಕುವವರಾಗಿದ್ದಾರೆ.

ಮಾನಸಿಕ ಆಸ್ಪತ್ರೆಗಳಲ್ಲಿನ ಮನೋವೈದ್ಯಕೀಯ ಚಿಕಿತ್ಸೆಯನ್ನು ಹೆಚ್ಚಾಗಿ ಸಮಾಜದ ನಿಯಂತ್ರಣದ ಒಂದು ಭಾಗವಾಗಿ ನೋಡಲಾಗುತ್ತದೆ—ಒಂದು ವೇಳೆ ನೀವು ಸಮಾಜದ ನಿಯಮಗಳಿಗೆ ಬದ್ಧರಾಗದಿದ್ದರೆ, ನೀವು 'ಹುಚ್ಚರು' ಎಂದು ಪರಿಗಣಿಸಲ್ಪಡುತ್ತೀರಿ. ಆದ್ದರಿಂದ, ಎಲ್ಲರ ಸುರಕ್ಷತೆ ಮತ್ತು ಅನುಕೂಲಕ್ಕಾಗಿ ನಿಮ್ಮನ್ನು ನಿಯಂತ್ರಣದಲ್ಲಿಡಬೇಕು ಎಂದು ಸಮಾಜ ಭಾವಿಸುತ್ತದೆ. ಇನ್ನೊಂದೆಡೆ, 'ಕತ್ತಲೆ ಮನೋವಿಜ್ಞಾನದ ರಹಸ್ಯ'ವು ಮಾನಸಿಕ ಆರೋಗ್ಯದ ವಿಮೋಚನೆಯ ಭಾಗವಾಗಿ ಕಂಡುಬರುತ್ತದೆ—ಇಲ್ಲಿ ನಾವು ಸಮಾಜದೊಂದಿಗೆ ಹೊಂದಾಣಿಕೆಯಾಗದ ವ್ಯಕ್ತಿಗಳಿಗೆ ಅವರದೇ ಆದ ಸ್ಥಾನವನ್ನು ಕಂಡುಕೊಳ್ಳಲು ಮತ್ತು ಸಮಾಜವು 'ಸಾಮಾನ್ಯ' ಎಂದು ಪರಿಗಣಿಸುವ ನಡವಳಿಕೆಗೆ ಮರಳಲು ಸಹಾಯ ಮಾಡುತ್ತೇವೆ. ಆದರೆ, ಸಮಾಜದ ವಿರುದ್ಧ ದಂಗೆ ಎದ್ದು, ಶಕ್ತಿಶಾಲಿಗಳ ಹಸ್ತಕ್ಷೇಪವಿಲ್ಲದೆ ತಮಗೆ ಇಷ್ಟಬಂದಂತೆ ಬದುಕಲು ಬಯಸುವವರಿಗೆ ಪರಿಹಾರ ಎಲ್ಲಿದೆ? ಅಥವಾ ಚಲನಚಿತ್ರಗಳಲ್ಲಿ ತೋರಿಸುವಂತೆ ಯಾವುದೋ ಒಂದು ದೊಡ್ಡ ವಿನಾಶ ಸಂಭವಿಸಿ, ಮನುಷ್ಯರೆಲ್ಲರೂ ಮತ್ತೆ 'ಬದುಕುಳಿಯುವಿಕೆ' ಎಂಬ ಮೂಲ ಪ್ರವೃತ್ತಿಗೆ ಮರಳುವವರೆಗೆ ನಾವು ಕಾಯಬೇಕೇ? ಅದೇ ನಿಜವಾದ ಸಾಂಸ್ಕೃತಿಕ ಬಹುಮತವೇ?

ಈ ಸಂದರ್ಭದಲ್ಲಿ, ಸಮಾಜದ ಯಾವ ನಿಯಮಗಳು, ಕಾನೂನುಗಳು ಮತ್ತು ನೈತಿಕತೆಗಳು ಮನುಷ್ಯನಿಗೆ ನಿಜವಾಗಿಯೂ "ಅಸಹಜ" ಎಂಬುದನ್ನು ಈ ಅವಲೋಕನಗಳ ಮೂಲಕ ನಿರ್ಧರಿಸುವ ಸಮಯ ಬಂದಿದೆ. ಸಮಾಜವು ಸಾಮಾನ್ಯವಾಗಿ ಶಕ್ತಿಹೀನರ ಮೇಲೆ ಅತ್ಯಂತ ಪ್ರಭಾವಶಾಲಿಗಳು ಏನನ್ನು ಬಯಸುತ್ತಾರೋ ಅದರ ಆಧಾರದ ಮೇಲೆ ಗುಂಪು ನಡವಳಿಕೆಯನ್ನು ಒತ್ತಾಯಪೂರ್ವಕವಾಗಿ ಹೇರುತ್ತದೆ.

ಕೊನೆಯದಾಗಿ, ಈ ಅದ್ಭುತ ಪುಸ್ತಕವನ್ನು ಓದಿದ್ದಕ್ಕಾಗಿ ನಿಮಗೆ ಧನ್ಯವಾದಗಳು!

ಈ ಪುಸ್ತಕವು ನಿಮಗೆ ಯಾವುದೇ ರೀತಿಯಲ್ಲಿ ಉಪಯುಕ್ತವೆಂದು ಕಂಡುಬಂದಲ್ಲಿ, ಅಮೆಜಾನ್‌ನಲ್ಲಿ ನಿಮ್ಮ ವಿಮರ್ಶೆಯನ್ನು ನಾವು ಯಾವಾಗಲೂ ಪ್ರಶಂಸಿಸುತ್ತೇವೆ!

www.ingramcontent.com/pod-product-compliance
Lightning Source LLC
Chambersburg PA
CBHW031344230926
51848CB00002B/383
* 9 7 8 9 3 7 5 7 2 0 0 6 5 *